மானக்கேடு

ஷஹிதா

சென்னையில் பிறந்துவளர்ந்த ஷஹிதா கடந்த 30 வருடங்களாகப் புதுக்கோட்டையில் வாழ்கிறார். கணவர் அக்பர் அலி, குழந்தைகள் அர்ஷத்ஆரிஃப் மற்றும் ஆஷிஃபா ஷெனாஸ்.

புதுகையருகிலிருக்கும் பள்ளியொன்றில் ஆங்கில ஆசிரியராகப் பணிபுரிந்திருக்கும் இவர் இணையப்பத்திரிகை ஒன்றையும் நடத்திவந்திருந்தார்.

மொழிபெயர்ப்பிலும் கவிதைகளின்பாலும் புத்தகவிமர்சனங்கள் எழுதுவதிலும் மிகுந்த ஆர்வம் உள்ளவர்.

எதிர் வெளியீட்டில் இவருடைய மொழிபெயர்ப்பில் பிரசுரமான 'அன்புள்ள ஏவாளுக்கு', 'ஆயிரம் சூரியப் பேரொளி' ஆகிய நாவல்கள் பரவலான வாசக கவனம் பெற்றிருக்கின்றன.

மின்னஞ்சல் முகவரி: shahikavi@gmail.com

மானக்கேடு

ஜே.எம். கூட்ஸி

தமிழில்: ஷஹிதா

எதிர் வெளியீடு

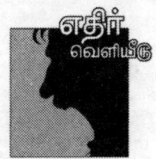

மானக்கேடு
ஜே.எம். கூட்ஸி
தமிழில்: ஷஹிதா

முதல் பதிப்பு: ஜனவரி 2022
இரண்டாம் பதிப்பு: ஜனவரி 2023

எதிர் வெளியீடு,
96, நியூ ஸ்கீம் ரோடு, பொள்ளாச்சி – 642 002
தொலைபேசி: 04259 – 226012, 99425 11302

விலை: ரூ. 399

Manakedu
Disgrace
J.M. Coetzee

Translated by Shahidha
First Edition: January 2022
Second Edition: January 2023

Published by
Ethir Veliyeedu, 96, New Scheme Road. Pollachi – 2
email: ethirveliyedu@gmail.com
www.ethirveliyeedu.com

ISBN: 978-93-90811-50-2
Cover Design: Vijayan
Printed at Jothy Enterprises, Chennai.

Copyright © J.M. Coetzee, 1999
By arrangement with Peter Lampack Agency, Inc.
350, Fifth Avenue, Suite 5300,
New York, NY 10118 USA

All rights reserved. No part of this book may be reprinted or reproduced or utilised in any form or by any electronic, mechanical or other means, now known or hereafter invented, including Photocopying and recording, or in any information storage or retrieval system, without permission in writing from the Publisher.

அபார்தீட்டும் கூட்ஸியின் மொழியும்

'The question is, What was such an aggressively Anglo-centric book (The Children's Encyclopedia) doing in Africa, in one of Britain's ex-colonies?' சிகாகோ பல்கலைக்கழகத்தின் சமூகநலச் சிந்தனை செயற்குழுவின் உறுப்பினராக, நோபல் விருதாளர் ஜே.எம். கூட்ஸி *'Growing Up with The Children's Encyclopedia'* என்ற தலைப்பில் ஆற்றிய உரையின்போது எழுப்பிய கேள்வி இது. 1920-களில் உலகமெங்கும் பல மொழிகளில் மொழிபெயர்க்கப்பட்டதும், மிகப் பிரபலமானதும், 1940-களிலேயே அமெரிக்காவில் மட்டும் வருடம் ஒன்றுக்கு 15 லட்சம் பிரதிகள் விற்பனையானதுமான இந்தக் குழந்தைகளுக்கான கலைக்களஞ்சியம், எவ்வாறு தன்னுடைய இளம்பிராயத்தில் தவிர்க்கவே முடியாததொரு புத்தகமாக இருந்தது என்பது குறித்து கிட்டத்தட்ட 80 நிமிடங்கள் கூட்ஸி ஆற்றிய பேருரை அது.

மொத்தம் பத்து தொகுதிகளால் ஆன அதன் 7,000 பக்கங்களில் ஆப்ரிக்காவைப் பற்றிப் பேசும் பக்கங்களின் எண்ணிக்கை வெறும் 5. ஆப்ரிக்க வரலாறு ஓரிரு வாக்கியங்களில் முடித்துவைக்கப்பட்டிருக்க, அதன் வரைபடங்களும் நிலப்பரப்பும் குறித்த விவரங்களை வெறும் 11 பக்கங்களில் பதிவுசெய்திருந்த தொகுப்பு அது. அந்த நூற்றொகுதியில், 1899-1902 வரை நடைபெற்ற இரண்டாம் ஆங்கில-பூவர் போரின் முடிவில் பிரிட்டன் பேரரசுவாதம் உச்ச நிலையடைந்தது பற்றிய வரலாறெல்லாம் ஒரேயடியாக இருட்டடிப்பு செய்யப்பட்டிருக்க, தொகுப்பின் பெரும்பான்மைப் பக்கங்களும் மேற்கு நாடுகளின் வரலாறும் வரைபடங்களும் நிரம்பியிருக்க அந்நாடுகளின் அருமைகளை அவற்றில் பிறந்து பெரும்புகழ் பெற்ற மனிதர்களின் பெருமைகளைப் பேசுவதற்குமே அர்ப்பணிக்கப் பட்டிருந்திருக்கின்றன. *'The Book of Knowledge'* என்றே குறிப்பிடப்பட்ட இந்தக் கலைக்களஞ்சியம்தான்

அன்றைக்கு, தென்னாப்பிரிக்காவில் பிறந்து வளர்ந்த, கூட்ஸி உட்பட்ட வெள்ளை மற்றும் கறுப்பினக் குழந்தைகளுக்கான அறிவு வளர்க்கும் ஆதார மூலமாக இருந்திருக்கிறது. வளரிளம் குழந்தைகள் மனதில் என்றைக்குமான தீவிர ஆதிக்கத்தை அவர்கள் அந்தப் பிராயத்தில் வாசிக்கும் புத்தகங்கள் செலுத்தும் என்று சொல்லும் கூட்ஸி, குழந்தைகள் மனதில் இனவெறியையும் துவேஷங்களையும் வளர்ப்பதில் இம்மாதிரியான திட்டமிட்டச் செயல்பாடுகளை ஆங்கிலப் பேரரசு செய்துவந்திருந்ததை விளக்கமாகப் பேசியிருக்கிறார்.

தென்னாப்ரிக்காவின் கேப் டவுனில் பிறந்து வளர்ந்தவர் கூட்ஸி. அவருடைய தந்தை டச்சுப் பின்புலம் கொண்டவராகவும், தாயார் டச்சு, ஜெர்மன், போலிஷ் பேசும் வகையினராகவும் இருந்தனர். 'அபார்தீட்' என்ற பிரிவினைவாதத்துக்கு எதிரான நிலைப்பாட்டை மிக இளமையிலேயே உருவாக்கிக்கொண்டிருந்த கூட்ஸி, அதே அளவு தீவிரத்துடன் விலங்கு நலனிலும் அக்கறை கொள்பவர். பிரிவினைவாதத்துக்குப் பிந்தைய ஆப்ரிக்கச் சமூகம், விலங்குகள் நலன் என்ற இரண்டு இணைகோடுகள் மீது அவர் தனது *'Disgrace'* நாவலைக் கட்டியிருக்கிறார். நாவலின் மொழி கவித்துவமானதாக இருந்ததும், இதுவரையிலும் நான் வாசித்திராத வகையில் அதன் உள்ளடக்கம் அடர்த்தி மிக்கதுமாக இருந்ததும் மொழியாக்கத்தை மிகக் கடுமையான பணியாக்கிக் காட்ட, அவருடைய நூல்களில் *'Life and Times of Micahel K'*, *'The Master of Petersburg'* ('பீட்டர்ஸ்பர்க் நாயகன்', தமிழில்: சா.தேவதாஸ்), *'Boyhood'* ஆகியவற்றை நான் வாசித்ததும், *'Disgrace'* குறித்து எழுதப்பட்டிருக்கும் எண்ணற்ற ஆய்வுக் கட்டுரைகளில் உலகின் முக்கியமான எழுத்தாளர்களின் கட்டுரைகளைத் தனியே எடுத்து ஒரு கோப்பாக்கி அதைப் படித்தவாறு இருந்ததும் இந்த மொழியாக்கத்தின்போது கூட்ஸியின் நிலைப்பாடுகளையும் அவருடைய தனிப்பட்ட பாணியையும் புரிந்துகொண்டு செயல்படுவதில் நல்ல விதமாகவே கைகொடுத்தன.

என்னுடைய பள்ளிப்பிராயத்தில் பொருள் புரிந்தும் புரியாமலும் வாசித்திருந்த — அப்பாவின் வளரும் சேகரிப்பில் இருந்த ரஷ்ய மொழியாக்கப் புத்தகங்கள், அம்மா அவருடைய அலுவலக நூலகத்திலிருந்து கொண்டுவந்த ரமணிச்சந்திரன், மாலைமதி வகையறா, சைதாப்பேட்டையில் வீட்டுக்கு வெகு அருகில் அப்போது இருந்த நேரு லெண்டிங் லைப்ரரியிலிருந்து

பேராசையோடு நாளைக்கொன்றாய் நான் கொண்டுவந்து படித்தவை, பள்ளி நூலகத்தில் மட்டும் வாசிக்கக் கிடைத்த ஆங்கில நூல்கள் — எல்லாவற்றிலிருந்தும் அன்னப்பறவைக்குஞ்சாக அன்றைய வயதுக்கு என்னை வசியம் செய்த காதற்கதைகளை மட்டும் உறிஞ்சி எடுத்துக்கொண்டிருந்தேன். ஆனால், எத்தனை இளையவளாகவும் முதிர்ச்சியின்மையோடும் இருந்தபோதும் 'அபார்தீட்' என்ற வார்த்தையை எனக்கு அறிமுகம் செய்வித்து, அதை ஆழப் பதியவும் செய்வித்திருந்த லக்ஷ்மியின் 'ஒரு காவிரியைப் போல' நாவலானது நினைவடுக்குகளின் சிக்கலுக்குள்ளிருந்து '*Disgrace*' மொழியாக்கத்தின் சமயம் அவ்வப்போது மீண்ட வண்ணமாகவே இருந்தது. பள்ளிப்பாடங்களில் 'அபார்தீட்' குறித்துப் படிப்பதற்கு வெகு முன்பாகவே, பள்ளிக்கு வெளியில் வாசித்திருந்த புத்தகத்தின் வாயிலாகத் தென்னாப்ரிக்க வரலாற்றின் முக்கியக் கூறொன்றை அறிந்துவைத்திருந்தேன். தென்னாப்பிரிக்கப் பூர்வகுடிச் சிறுவர்களை வேலைக்காரர்களாகப் பணிக்கு அமர்த்திக்கொண்ட வெள்ளையர்கள், அவர்களை அழைக்கும் '*boy*' என்ற பதத்துக்கு 'ஆள்க்காரன்' என்று லக்ஷ்மி கையாண்டிருந்ததை (நினைவிலிருந்து) இந்த நூலில் எடுத்தாண்டிருக்கிறேன். தொடர்ந்து '*water-man*', '*dog-man*' ஆகிய வார்த்தைகளுக்கு 'தண்ணீர்க்காரன்', 'நாய்க்காரன்' என்ற பதங்களும் தானாகப் பொருந்தி அமைந்துகொண்டன.

நவம்பர் 2018-ல் கஜாப் புயல் முழுத் தீவிரத்தோடு தமிழகத்தைத் தாக்கியிருந்த சமயம், கிட்டத்தட்ட இரண்டு வாரங்கள் மின்சாரமில்லாமல், வெளியுலகோடு இருந்த அத்தனைத் தொடர்புகளும் கத்தரிக்கப்பட்டிருந்த நிலையிலேயே '*Disgrace*' நாவலை முதன்முறையாக வாசித்திருந்தேன். உடல்நிலை, சூழ்நிலை இரண்டுமே சீர்குலைந்திருந்த ஒரு தருணத்தில் இந்த நூலை வாசித்த அதிர்ச்சியும் சேர்ந்துகொண்டு வாரக்கணக்கில் ஒரு கடும் அயர்ச்சி என்னில் நிலைகொண்டிருந்தது. முதல் வாசிப்பில் என்னில் அத்தனை ஆதிக்கம் செலுத்தியிருந்த நாவல் என்றாலும், சில வருடங்கள் கழித்து அதை மொழியாக்கிக்கொண்டிருந்தபோதுதான் அதன் அத்தனை அடுக்குகளும் முழுவதுமாக விரிந்து எனக்குள்ளாகப் படர்ந்ததை உணர்ந்தேன். அல்லது இதை இப்படி மூன்று நிலைகளில் விளக்க முற்படலாம்.1) '*Disgrace*' நாவலை முதன்முறை வாசித்திருந்தபோது முழு நாவலையும் உள்வாங்கிக்கொண்டுவிட்டதாக தோன்றிய

நினைப்பு. 2) மொழியாக்க வேண்டும் என்ற எண்ணத்தோடு வாசித்துக்கொண்டிருந்த சமயத்தில் கிளர்ந்தெழுந்த புரியாமை என்ற இருள். 3) மொழியாக்கிக்கொண்டிருந்த சமயத்தில் நூலின், பன்மொழிகள் சேர்ந்து உருவான தனித்த மொழியோடு, என்னுடைய மொழியின் உலகுக்குள்ளிருந்து சிந்தித்து நான் நிகழ்த்திக்கொண்டிருந்த உரையாடல் மற்றும் புரிந்துகொண்டேன், புரியவில்லை என்பவை இறுதி நிலைகளாக இருக்க முடியாது என்ற அறிதல்.

புனைவுகளை மொழியாக்கம் செய்யும்போது ஒரு வாக்கியத்தின் தொனியை உணர்வுபூர்வமாகக் கைப்பற்றிக்கொண்டுவிடுதல் ஓரளவுக்கு சாத்தியமானதே. நாவலில் பயின்றுவரும் உரையாடல்களை, நாடக வசனங்களாகப் பாவித்து வாய்விட்டுப் பேசிப் பார்த்துக்கொள்வதை என்னுடைய வழக்கமாக வைத்திருக்கிறேன். மொழியாக்கத்துக்கான என்னுடைய பிரத்யேக மொழியை இந்தப் பயிற்சி எனக்கு உருவாக்கித் தந்துவிடுகிறது. ஆனால் புனைவல்லாத எழுத்தில் ஒரு வாக்கியத்தின் முழுப் பரிமாணத்தைப் புரிந்துகொள்வதற்கு அதில் பாவிக்கப்பட்டிருக்கும் கோட்பாட்டுரீதியான/அந்நியமான சொற்கள் பெருந்தடையாகிவிடுகின்றன. 'Disgrace' நாவலின் முதல் வாசிப்பின்போது நாவல் பேசும் கருத்தாக்கங்களிலிருந்து கதையை மட்டும் பிரித்தெடுத்து என்னுடைய வசதிப்படி வாசித்திருந்திருக்கிறேன். ஒரு புத்தகத்தை முறையாக வாசிப்பது முதற்படி என்றால் அதை மொழியாக்க முயல்வது மூல ஆசிரியருக்கு இணையான அல்லது ஒப்பான என்றெல்லாம் யோசிக்க முடியாவிட்டாலும் ஓரளவுக்கு நெருக்கமான இன்னொரு ஆசிரியராக மாறி அதோடு ஓர் முழுமையான உறவை ஏற்படுத்திக்கொள்வதற்கான வழி என்பதை இந்த மொழியாக்கப் பணி எனக்குக் கற்றுத்தந்திருக்கிறது.

கூட்ஸி 2003-ல் இலக்கியத்துக்கான நோபல் பரிசை வென்றிருந்தபோது அவருடைய எழுத்து குறித்து 'well-crafted composition, pregnant dialogue and analytical brilliance' என்று செய்திப் பத்திரிகை ஒன்று எழுதியிருந்தது. அப்பா பொம்மைக்குள் அம்மா பொம்மையும் அதன் வயிற்றைத் திருகினால் வெளிவரும் குழந்தைப் பொம்மையுமாக ஒன்றில் மூன்றாகக் கிடைக்கும் சீன அடுக்குப் பொம்மைகளை நினைவிலாடச்செய்த வாசகங்களால் கட்டப்பட்ட நாவலான

இதில் *'pregnant dialogue'* என்றதன் முழுப் பரிமாணத்தையும் நான் உணர்ந்துகொள்ள ஏராளமான தருணங்கள் வாய்த்தன.

'If a man knows more than others he becomes lonely' என்கிறார் கார்ல் யங், *'Disgrace'* நாவலின் முக்கியக் கதாபாத்திரங்களை ஊன்றிக் கவனித்தால் பெட்ருஸ், ரோஸலிந்த், மெலனி, சொரயா போன்ற, அன்றாட வாழ்வில் நாம் சந்திக்கும் நபர்களின் வடிவிலானவர்கள், சிக்கலற்றவர்களாக சித்தரிக்கப்பட்டிருக்க, அதிஅதீத மனிதனாக, கடுஞ்சிக்கலான ஒருவனாக டேவிட் லூரி இருக்கிறான். கற்பனை செய்து பார்க்க இயலாத துன்பங்களுக்கு ஆளானபோதும் தன்னுடைய வாழ்வின் ஆதாரமாக அவள் நம்பும் ஒன்றுக்காகத் தன்னுடைய சகிப்பெல்லையை ஆகக்கூடிய வரைக்கும் விஸ்தரித்துக்கொள்பவளாக லூஸியின் கதாபாத்திரம் அமைந்திருக்கிறது. இவையெல்லாம் மொழிபெயர்க்கும் பணியைக் கடினம் மிக்கச் செயல்பாடாக்கியது ஒருபுறம் என்றால், மொழியாக்குபவருக்குச் சாத்தியப்படும் மொழிக்குள் மூலப் பிரதியின் மொழியை அடக்குவது மொழியாக்கப் பணிக்கே உண்டான சவால் எனும்போது, அமைப்பாக்கத்தில் மட்டுமல்லாமல் வெளிப்படையான *(literal)* பொருளிலுமே *'Disgrace'* நாவலின் மூல மொழி ஆங்கிலம் மட்டுமாக இல்லை. பிரெஞ்சு, இத்தாலி, ஜெர்மன் போன்ற மொழிகளின் கவிதை, காவிய வரிகளை அப்படியே ஆங்கில லிபியில் எடுத்தாண்டிருப்பதும், காப்ஸ், கிரேக்கம், சோதோ, க்கோஸா, பிரெஞ்சு மொழி வார்த்தைகளைப் பாவித்திருப்பதும், கிரேக்க, இத்தாலியத் தொன்மங்களிலிருந்து குறிப்புகள் கொடுத்திருப்பதும், அமெரிக்க, பிரெஞ்சு, கிரேக்க, இத்தாலிய அறிஞர்கள் மற்றும் ஓவியர்களைக் குறிப்பிட்டிருப்பதும் என்று பல்வேறு கலாச்சாரப் பின்னணிகளிலிருந்து எழும்பி நிற்பவற்றை இந்நாவலின் பாத்திரங்களோடும் கதையோடும் பொருந்துமாறு கட்டமைக்கப்பட்டிருப்பது கூடுதல் சிரமம் உண்டாக்கியது. நவீன மேற்கத்தியத் தத்துவம், சமூக அறிவியல், மானுடவியல் போன்ற பல துறைகளின் பிரத்யேகக் கருத்தாக்கங்களுக்கு நம் மொழியில் சொற்களைத் தேடுவது பெரும்பாடாயிருக்கும் நிலையில், சவால் என்ற சொல்லைத் தாண்டி இந்த நாவலின் மொழியாக்கம் அசாத்தியம் என்ற தொலைவுக்குச் சென்றுவிட்ட மனச்சோர்வுக்கு பலமுறை ஆளாகி நின்றிருக்கிறேன்.

கூட்ஸியின் ஆங்கிலப் புலமையோடு அவருடைய தனித்துவமான மேதமையும் ஏறியிருக்கும் கவித்துவமான மொழியே நாவலின்

மொழியாக இருக்கும்போது, பைரன்-தெரெசா இசை நாடகத்தை லூரி இயற்ற முனையும் 20, 24-வது அத்தியாயங்களின் பகுதிகளை வசனகவிதைகள் என்று சொல்லும் வகையிலேயே அவர் எழுதியிருக்கிறார். அதீத உழைப்பைக் கோரிய முதல் 19 அத்தியாயங்களைத் தமிழாக்கிவிட்டிருந்த நிலையில் அதற்கு மேலே போகத் தடையாக இருந்த என்னுடைய மொழியின் போதாமை காரணமாகப் புத்தக வேலையை வாரக்கணக்காக நிறுத்திவைக்க வேண்டிவந்தது. பெரிய மனவுடைவுக்கு ஆளாகியிருந்த அந்த நேரத்தில் நண்பர் பா.வெங்கடேசன் உதவியிருக்கவில்லை என்றால் இந்த நாவலின் தமிழாக்கத்தை என்னால் முடித்திருக்க முடியாது. என்னைப் பொறுத்தவரையில் குறைபட்டதாகவே இருந்த மொழியாக்கப் பிரதியை செழுமையாக்கி, கூட்ஸியின் கவிதை மொழிக்கு இணையானதாக அந்த இரண்டு அத்தியாயங்களின் மொழியையும் மாற்றித் தந்தவர் பா.வெங்கடேசன். நாவலின் போக்காலும் மொழியாலும் கவரப்பட்டு முதல் பிரதியை முழுக்க வாசித்து செம்மையாக்கியும் தந்திருக்கிறார். நம்முடைய இணைப்பிரதியை மூலப் பிரதியோடு ஒப்பு பார்ப்பது என்பது மொழியாக்கச் செயல்பாட்டின்போதான தண்டனைக் காலம் என்றே நான் சொல்லிவந்திருக்கிறேன். அதிலும் இன்னொருவரின் மொழியாக்கப் பிரதியோடு கட்டி உருள்வதென்பது ஆகக்கொடுந்தண்டனை. த.ராஜனும் பா.வெங்கடேசனும் எனக்கு நண்பர்களாக ஆகிவிட்ட காரணத்தால் மட்டும் என்றில்லாமல் நாவலால் கவரப்பட்டு, அதை மொழியாக்கும் பணியில் பங்கேற்க விரும்பி, இந்தத் தண்டனையை விரும்பி ஏற்றுக்கொண்டார்கள் என்பதில் என்னுடைய குற்றவுணர்வு சற்றே மட்டுப்பட்டிருக்கிறது. ஒப்பு பார்ப்பதிலும், திருத்தங்கள் செய்வதிலும் இருவருமே எனக்கு நிகராகப் பங்காற்றினார்கள். இந்த நாவல் சிறப்பான முறையில் வெளிவருவதில் என்னை விடவும் அதிக அக்கறை எடுத்துக்கொண்ட பா.வெங்கடேசனுக்கு, இந்தப் புத்தகத்தை மொழியாக்க நான் எடுத்துக்கொண்ட, கிட்டத்தட்ட ஒரு வருடத்தின் அத்தனை மணித்துளிகளையும் சமர்ப்பிக்கிறேன்.

பணியைத் தொடங்கிய நாள் தொட்டு, இந்த முன்னுரையை எழுதிக்கொண்டிருக்கும் இந்த நிமிடம் வரை நண்பர் சீனிவாச ராமாநுஜம் அவருடைய புத்தகங்கள் — 'விரிசல் கண்ணாடி', 'தீப்பற்றிய பாதங்கள்' — வழியாகவும்,

அவருடைய இல்லத்தில் என்னைச் சந்திக்க நேரம் கொடுத்து ஆலோசனைகள் சொல்லி, மொழியாக்கத்தின்போது தைரியம் குலைந்துபோன சமயங்களில் அவருடைய அனுபவங்களைச் சொல்லி ஆற்றுப்படுத்தித் திடமுண்டாக்கியது வரை செய்த உதவி அளப்பரியது. மிகக் குறிப்பாக இந்த விவரத்தைப் பதிவுசெய்தாக வேண்டும்: கூட்ஸியின் பிரத்யேக பாணியில், நிகழ்கால வினைத்தொடரிலேயே கதையின் மொழி அமைந்திருப்பதால் அதைப் புரிந்துகொள்வதற்கான உபாயமான சில வாக்கியங்களையும் - நாவலைத் திறப்பதற்கான சாவிகள் - கூட்ஸி கட்டமைத்திருக்கிறார். கணிதச் சமன்பாடுகள் என்னை அச்சுறுத்துவதற்கு ஒப்பாக அச்சுறுத்திய இந்த பாணியிலான வசனங்கள் நாவலெங்கும் காணப்படுகின்றன. உதாரணத்துக்கு, *'If you had, you would have found that usurp upon means to intrude or encroach upon. Usurp, to take over entirely, is the perfective of usurp upon; usurping completes the act of usurping upon.'* நண்பர்கள் பலரும் முயன்றுபார்த்தும் இந்த ஒற்றை வாக்கியத்தை ஓரளவுக்குச் சரியாகக்கூட தமிழாக்க இயலவில்லை. பின்னர் ராமாநுஜத்தினுடைய ஆலோசனையின் பேரிலேயே பேராசிரியர் தங்க.ஜெயராமனைத் தொடர்புகொண்டேன். அத்தனை செம்மையாக அவர் இந்த வாக்கியத்தைத் தமிழாக்கித் தர, அதை மாதிரியாக வைத்தே நாவவில் பயின்றுவரும் இதே போன்ற வாக்கியங்களைத் தமிழாக்கியிருக்கிறேன். அதேபோல, *'Modern English friend from old English freond, from freon, to love.'* இந்த வாக்கியத்தைத் தமிழாக்கி உதவியவரும் தங்க.ஜெயராமன்தான். அவருக்கு என்னுடைய வணக்கமும் நன்றியும்.

'Disgrace' என்ற வார்த்தையை அவமானம், மானக்கேடு, இழிவு, இழிநிலை, மதிப்புக்குலைவு என்ற பல பொருள் படும்படியாக கூட்ஸி இந்நாவலில் பாவித்திருக்கிறார். முதல் இணைப்பிரதியை முடிக்கும் வரை மொழியாக்கக் கோப்புக்கு 'அவமானம்' என்றே தலைப்பு வைத்திருந்த நிலையில் கவிஞர் ராஜசுந்தரராஜனோடான உரையாடலுக்குப் பிறகே தலைப்பை 'மானக்கேடு' என்று மாற்றிவைத்தேன். அவருக்கு என்னுடைய அன்பும் நன்றியும்.

எப்போதும் உடனிருக்கும் பரமேசுவரி, தூயன், ராஸ்மி, முகம்மது ரியாஸ், ஆசைத்தம்பி ஆகியோருக்கு என் அன்பு.

இத்தனை அருமையான நாவலை மொழியாக்க வாய்ப்பளித்த 'எதிர்' வெளியீடு அனுஷுக்கு அன்பும் நன்றியும்.

2018-ன் தொடக்கத்தில், தான் வாசித்திருந்த '*Disgrace*' நாவலின் பிரதியை லண்டனிலிருந்து இந்தியா வந்த நண்பரிடம் கொடுத்தனுப்பி, நீங்கள்தான் இதைத் தமிழாக்க வேண்டும் என்று கட்டளையிட்டு, நான் எவ்வளவோ மறுத்தும் உங்களால்தான் முடியும் என்று சொல்லிச்சொல்லி புத்தகத்துக்கான முன்னுரையை எழுதும் இந்த நாள் வரையிலும் என்னை நகர்த்தி வந்திருக்கும் நண்பர் தரங்கிணிக்கு நன்றியையும் பிரியத்தையும் வார்த்தைகளில் சொல்லி முடித்துவிட இயலாது.

நான் நாவலை வாசித்த நாளிலிருந்து இன்று வரை எப்போது '*Disgrace*' குறித்துப் பேசினாலும் ஆர்வமாக உரையாடி, குறிப்புகள் கொடுத்து ஊக்கமளித்ததோடு, சரியாக நாவலைத் தமிழாக்கத் தொடங்கியிருந்த நேரத்தில், கோவிட்டுக்கு தந்தையைப் பறிகொடுத்து நொறுங்கிப் போயிருந்தவளுக்கு சளைக்காமல் ஆறுதல் சொல்லித் தேற்றி இந்த மொழியாக்கம் 2022-ல் வெளியாவதைச் சாத்தியப்படுத்தித் தந்த நண்பர் போகன் சங்கருக்கு நெஞ்சம் நிறைந்த நன்றியும் அன்பும்.

இத்தனைப் பேரின் உழைப்பையும் நேரத்தையும் எடுத்துக்கொண்டாவது, இந்த நாவலை எதற்காக மொழியாக்க வேண்டும், இந்த நாவல் அப்படி எதற்காகத் தமிழில் வெளியிடப்பட வேண்டும் என்ற கேள்விக்குப் பதில் சொல்ல வேண்டுமென்றால், இது எழுப்பும் கேள்விகளுக்கான பதில்களை அவசரமாக யோசித்தாக வேண்டிய காலகட்டத்தில் நாம் இருக்கிறோம் என்பதைத்தான் சொல்லுவேன். நாவலில் கூட்ஸியின் பாத்திரங்கள் எழுப்பும் கேள்விகளுக்கும் நாவல் நமக்குள் எழுப்புவனவற்றுக்கும்.

நம் நாட்டில், இந்தியக் குடியுரிமைச் சட்டத் திருத்தமானது சமய அடிப்படைகளின் பேரில் இந்தியாவைப் பிளவுபடச்செய்யும் என்ற குற்றச்சாட்டோடு சட்டத்தைத் திரும்பப் பெறச்சொல்லி போராட்டங்கள் (2019 டிசம்பரில்) மிகத் தீவிரமாக நிகழ்த்தப்பட்டுக்கொண்டிருந்த வேளையில்தான் கோவிட் கொடுந்தொற்றின் அலைகளும் பரவத் தொடங்கின என்பதையும், தற்காலிகமாக(த்தான்) அந்தச் சட்டத்தை அமலாக்குவதில் தடை ஏற்பட்டிருப்பதையும் நினைவுபடுத்திக்கொள்ள வேண்டிய தருணமான இதிலேயேதான், '2020 மே 25-ம்

தேதி இனப்படுகொலை செய்யப்பட்ட ஜார்ஜ் ஃப்ளாய்டின் மரணத்துக்குப் பிறகு உலகளவில் இனவெறியும் அந்நிய வெறுப்பும் குறித்து உலகமெங்கும் பரவலான ஒரு அதிர்வலை எழும்பியது. சாலைகளில் போராட இறங்கியவர்களில் எல்லா இனத்தையும் மதத்தையும் பாலினத்தையும் சேர்ந்தவர்கள் இருந்தனர். ஆனால், இப்போது இந்தக் கொடுந்தொற்றின் காலத்தில் மக்கள் ஒன்றாக நின்று இதற்கெதிராக ஒருவரையொருவர் பாதுகாத்துக்கொள்ள வேண்டிய கட்டத்தில் '*vaccine apartheid*', அதாவது இன/நிற பேதங்களின் அடிப்படையிலான தடுப்பூசிப் பங்கீடு நிகழ்ந்துகொண்டிருப்பதைக் காண்கிறோம்' என்கிறார், இனவெறி, இனப்பாகுபாடுகள் மற்றும் அது தொடர்பான சகிப்பின்மை குறித்து சட்ட அடிப்படையில் விசாரணை செய்து அரசுக்குத் தகவல் அளிப்பவரான ஐக்கிய நாடுகள் ஒன்றியத்தின் விசேஷ சட்ட விசாரணை அலுவலரான டென்டாயி அச்சிமே. ஒரு நாட்டில் நிகழவிருந்த இனவெறிப் பயங்கரங்களுக்குத் தற்காலிகமாகத் தடை கொணர்ந்திருக்கும் அதே கொடுந்தொற்று உலக அளவில் பிரிவினைவாத நெருப்புக்கு எண்ணெய் வார்த்துக்கொண்டிருக்கிறது என்பதையும், இங்கும் நிலைமை 2019 டிசம்பரில் இருந்ததுபோல மீண்டும் மாற எல்லா வாய்ப்புகளும் இருக்கின்றன என்பதையும் நாம் மறந்துவிட முடியாது.

இப்படியான 'அபார்தீட்' அடிப்படையிலான தடுப்பூசிப் பங்கீடுகளால் நன்மை அடைகிறவர்கள் சக்தி வாய்ந்தவர்களும் பெரும் லாபத்தைக் குறிவைப்பவர்களுமான மருந்து நிறுவனங்களைத் தவிர வேறு யாருமல்ல. லத்தீன் அமெரிக்கா, ஆசியா மற்றும் ஆப்ரிக்காவைச் சேர்ந்த மூன்றாம் உலக/ மேற்கல்லாத நாடுகளின் கறுப்பு, பழுப்பு நிற மக்கள் தடுப்பூசிகளுக்காகக் காத்திருக்க வேண்டியிருக்கிறது. சோதனை எலிகளாகவும் பயன்படுத்தப்படும் அவர்களுக்குத் தகவல் அறிவதற்கான உரிமைகள் மறுக்கப்பட்டிருக்கின்றன. இரண்டாம் தர, மூன்றாம் தரப் பிரஜைகளாக நடத்தப்படும் அவர்கள் கல்விக்காகவும், மருத்துவ வசதிகளுக்காகவும் காத்திருக்க நேர்ந்ததைப் போலவே தடுப்பூசிக்காகவும் காத்திருக்க வேண்டியிருக்கும் இந்தக் கொடுங்காலத்தில்தான் கூட்ஸி எழுதி 1999-ல் வெளியான '*Disgrace*' நாவலின் தமிழாக்கம் 'மானக்கேடு' இங்கு வெளிவரவிருக்கிறது.

தனிப்பட்ட முறையில் நாவல் எனக்குள் எழுப்பிய கேள்விகளையெல்லாம் இந்த ஒரு கட்டுரைக்குள் அடைக்க முடியாதென்றாலும் மிக முக்கியமான ஒரு கேள்வியாக இதை முன்வைக்கிறேன். (இனவெறியும் சாதிவெறியும் ஒன்றல்ல, இவற்றை ஒரே மாதிரியாகக் கையாள முடியாது என்ற அறிதலோடே இதை எழுதுகிறேன்) இனவெறி, இனப்பாகுபாடுகள் அவற்றின் தோற்றுவாய் மற்றும் 'அபார்தீட்' ஆட்சிக்குப் பிந்தைய ஆப்ரிக்காவின் நிலை, ஒடுக்கப்பட்டவர்களின் கைகளில் ஒடுக்கியவர்களைப் பழிவாங்கும் சக்தி கிடைக்கும்போது, அதுகாறும் அவர்கள் இருந்த நிலைமை மாறும்போது அதை அவர்கள் எவ்வாறு கையாள்கிறார்கள் என்பது போன்ற இருபக்கமும் கூர் கொண்ட கத்தியான கருப்பொருட்களை அநாயாசமாகவும் மிகுந்த நுண்ணுணர்வோடும் கையாளும் 'Disgrace' நாவலைப் போல மதம், சாதி அதன் உட்பிரிவுகள், தீண்டாமை இவற்றின் அகவயத்தன்மை மற்றும் கட்டமைப்புகளின் மேலாக எழுப்பப்பட்ட இலக்கியப் பிரதிகள் நம்மிடையே இருக்கின்றனவா?

ஷஹிதா
21.12.2021

1

ஒரு ஐம்பத்திரண்டு வயது மனிதனாக, விவாகரத்தும் ஆனவனாக, பால்விழைவுப் பிரச்சினையை இவன் தன்னளவில் நல்லவிதமாகவே தீர்த்துக்கொள்கிறான். வியாழக்கிழமை மதியங்களில் க்ரீன் பாயின்ட்டுக்கு வண்டியைச் செலுத்துகிறான். சரியாக இரண்டு மணிக்கு விண்ட்ஸர் மான்ஷன்ஸின் வாயில் மணியை அழுத்தி, தன் பெயரைச் சொல்லி நுழைகிறான். எண் 113-இன் வாயிலில் சொரயா இவனுக்காகக் காத்திருக்கிறாள். இன்மணத்தோடும் மங்கிய ஒளியோடும் இருக்கும் படுக்கையறைக்குள் வேகமாக நுழைகிறான். ஆடைகளைக் களைகிறான். சொரயா குளியலறையிலிருந்து வெளிவருகிறாள். தன்னுடைய அங்கியை நழுவவிடுகிறாள். படுக்கையில் இவன் அருகில் இழைகிறாள். 'நான் இல்லாமல் ஏங்கினீர்களா?' என்கிறாள். 'நீ இல்லாமல் எந்நேரமும்தான் ஏங்குகிறேன்' என்று பதிலளிக்கிறான். கதிரொளி பட்டிராத அவளுடைய தேன்பழுப்பு மேனியை நிரடுகிறான்; அவளை நீட்டிப்படுக்கச்செய்து மார்புகளை முத்துகிறான்; அவர்கள் கலவிகொள்கிறார்கள்.

சொரயா மெலிந்தும் உயரமாகவும் நீண்ட கருங்கூந்தலோடும் ஈரம் பளபளக்கும் விழிகளோடும் இருக்கிறாள். இவனுக்கு, நியாயமாகப் பார்த்தால், அவளுக்குத் தந்தையாக இருக்கக்கூடிய வயது; ஆனால், நியாயமாகப் பார்த்தால், ஒருவன் பன்னிரண்டு வயதிலேயே தந்தையாகலாமே. ஒரு வருட காலமாக இவன் அவளுடைய வாடிக்கையாளனாக இருக்கிறான்; அவளிடத்தில் முழு திருப்தியடைகிறான். வறண்டுபோன வாரத்தில், வியாழக்கிழமையானது ஆடம்பரமும் அமைதியும் மகிழ்ச்சியும் கொண்ட பாலைவனச் சோலையாகிறது.

படுக்கையில் சொரயா உணர்ச்சிவயப்படுகிறவளில்லை. அவளுடைய மனப்பாங்கு உண்மையில் அமைதியானது, அமைதியும் இணக்கமுமானது. அவளுடைய தனிப்பட்ட அபிப்ராயங்களின்படி ஆச்சரியமூட்டும் வகையில் அவளொரு ஒழுக்கவாதி. கடற்கரைகளில் மார்புகளை (அவற்றை அவள் 'மடிகள்' என்பாள்) காட்டிக்கொண்டிருக்கும் சுற்றுலாப்பயணிகள் அவளைக் கோபங்கொள்ளச் செய்கின்றனர்; போக்கிரிகளை வளைத்துப்பிடித்துத் தெருக்களைப் பெருக்கும் வேலையைச் செய்யவைக்க வேண்டும் என்று சொல்வாள். தொழில் என்று வரும்போது மட்டும் தன்னுடைய அபிப்ராயங்களோடு எப்படி சமரசம் செய்துகொள்கிறாள் என்று இவன் கேட்பதில்லை.

அவளிடம் இன்பம் பெறுவதால், அந்த இன்பம் தவறாமல் கிடைப்பதால், அவள் மீது இவனுக்குள் ஒரு பிரியம் வளர்ந்திருக்கிறது. அந்தப் பிரியத்துக்கான பதில் பிரியம் ஓரளவு கிடைப்பதாக இவனும் நம்புகிறான். பிரியம் காதலாக இல்லாமல் இருக்கலாம். ஆனால், அது நிச்சயம் அதன் ஒன்றுவிட்ட சகோதரன்தான். எந்த நம்பிக்கைக்கும் இடம் தராமல் தொடங்கிய உறவில், அவர்கள் இருவருமே அதிர்ஷ்டசாலிகளானார்கள்: இவனுக்கு அவளும், அவளுக்கு இவனும் கிடைத்ததால்.

அந்தப் பிரியம், கிடைக்கும் திருப்தியாலும் பெண்ணாசையாலும் ஆனது என்பது இவனுக்கும் தெரியும். எப்படியானாலும் இவன் அதைக் கட்டுப்படுத்திக்கொள்ள முனைவதில்லை.

ஒரு தொண்ணூறு நிமிடச் சந்திப்புக்கு இவன் 400 ராண்டுகள் கட்டணம் செலுத்துகிறான். அதில் பாதி, டிஸ்க்ரீட் எஸ்கார்ட்ஸுக்குச் செல்கிறது. டிஸ்க்ரீட் எஸ்கார்ட்ஸுக்கு அவ்வளவு பெரிய பங்கு போவது அநியாயம்தான். ஆனால், எண் 113 அவர்களுடைய உடைமை. விண்ட்ஸர் மான்ஷன்ஸின் மற்ற வீடுகளும் அவர்களுடையவை. ஒருவகையில், சொரயாவும் அவளுடைய இந்தப் பகுதி, இந்தச் செயல்பாடு அவர்களுடைய உடைமைதான்.

அவளுக்குச் சொந்தமான பொழுதுகளில் தன்னைச் சந்திக்குமாறு கேட்டுக்கொள்ள வேண்டும் என்ற எண்ணம் இவனுக்கு இருக்கிறது. ஒரு மாலைமுழுவதும் அவளோடு இருக்க விரும்புகிறான். இரவு முழுக்கவும்கூட இருக்க விரும்புகிறான். ஆனால், அந்த இரவுக்குப் பிந்தைய பொழுதில் அல்ல. தனிமை

விரும்பியான இவன் முரட்டுத்தனமாகவும் எரிச்சலாகவும் இருக்கும் அந்தப் பகல் பொழுதில் அதற்கெல்லாம் அவளை ஆட்படுத்திவிடக் கூடாது என்னும் அளவுக்குத் தன்னை நன்கு அறிந்தவன்.

இதுதான் இவனுடைய மனப்போக்கு. இவனுடைய மனப்போக்கு மாறவே போவதில்லை. மாற்றிக்கொள்ளும் வயதைக் கடந்துவிட்டான். இந்த மனப்போக்கு மாறாதது, பழகிப்போனது. மனப்போக்கு, மண்டைஓடு: இவனுடைய உடலின் ஆகக் கடினமான இரண்டு பாகங்கள்.

உன்னுடைய மனப்போக்கில் நட. இது தத்துவமல்ல. அந்தப் பெயரால் இதை இவன் கண்ணியப்படுத்த மாட்டான். இது ஒரு விதி. புனிதர் பெனடிக்ட்டின் விதியைப் போல.

இவன் ஆரோக்கியமாக இருக்கிறான். புத்தி தெளிவாக இருக்கிறது. தொழில் என்று பார்த்தால் ஒரு கல்விமானாய் இருக்கிறான் அல்லது அவ்வாறு இருந்தான். கல்வியின் மேதமை இவனது ஆளுமையை இன்னமும் இடையீடு செய்துகொண்டுதான் இருக்கிறது. தன்னுடைய வருமானத்துக்குள், தன் மனப்போக்கின்படி, தன் உணர்வுகளுக்கேற்ப வாழ்கிறான். இவன் மகிழ்ச்சியாக இருக்கிறானா? கிட்டத்தட்ட எல்லா அளவீடுகளின்படியும் அப்படி இருப்பதாகத்தான் நம்புகிறான். ஆனால், இடிபஸின் கடைசிக் குழப்பாடலையும் இவன் மறந்துவிடவில்லை: ஒருமனிதன் இறக்கும்வரை அவனை மகிழ்ச்சிகரமானவன் என்று அழைக்காதே.

பாலுறவின் களத்தைப் பொறுத்தவரையில் இவனுடைய மனப்போக்கு தீவிரமானது. ஆனால், ஒருபோதும் உணர்ச்சிவயப்பட்டதல்ல. இனமரபுச் சின்னமொன்றை இவன் தேர்ந்தெடுக்க வேண்டிவந்தால் அது பாம்பாகத்தான் இருக்கும். தனக்கும் சொரயாவுக்கும் இடையிலான உடலுறவானது பாம்புகளின் உடலுறவைப் போல இருக்க வேண்டும் என்றே கற்பனை செய்கிறான்: நீள்வதாக, ஆழ்ந்ததாக என்றாலும் தோயாததாக, வேட்கையின் உச்சத்திலும்கூட வறண்டதாக.

சொரயாவின் இனக்குறியும் பாம்புதானா? மற்ற ஆண்களுடன் இருக்கும்போது அவள் வேறொரு பெண்ணாக இருப்பாள்

என்பதில் சந்தேகமில்லை; *பெண்கள் நிலைமாறுகிறவர்கள்*[1]. ஆனால், மனப்போக்கைப் பொறுத்தமட்டில் இவனோடு அவளுக்கு இருக்கும் இணக்கம் போலியானது என்று சொல்ல முடியாது.

தொழிலால் அவள் வேசை என்றாலும் அவளை ஓரளவுக்கு நம்புகிறான். அவர்களுடைய சந்திப்புகளின்போது அவளிடம் ஒரு பிரத்யேகமான சுதந்திரத்துடன் பேசுகிறான். எப்போதாவது, மனதில் இருப்பதையெல்லாம் கொட்டவும் செய்கிறான். இவனுடைய வாழ்க்கை நிகழ்வுகளெல்லாம் அவளுக்குத் தெரியும். இவனுடைய இரண்டு திருமணங்களின் கதைகளையும் அவள் கேட்டிருக்கிறாள். இவனுடைய மகளைப் பற்றியும், அவளுடைய வாழ்வின் ஏற்றத்தாழ்வுகள் குறித்தும், இவனுடைய அபிப்ராயங்களில் பெரும்பான்மையானவையும் இவளுக்குத் தெரியும்.

விண்ட்ஸர் மான்ஷன்ஸுக்கு வெளியில் இருக்கும் அவளுடைய வாழ்க்கையைப் பற்றி சொரயா எதையுமே சொல்வதில்லை. அவளுடைய உண்மையான பெயர் சொரயா இல்லை. அதை நன்கறிவான். அவள் குழந்தை அல்லது குழந்தைகளைப் பெற்றவள் என்பதற்கான அடையாளங்கள் உள்ளன. அவள் தொழிற்முறையானவளாக இல்லாமலும் இருக்கலாம். அந்த நிறுவனத்தில் வாரத்தில் ஒன்றிரண்டு மதியங்கள் மட்டும் வேலை பார்த்துவிட்டு, மற்ற நேரத்தில் ரைலாண்ட்ஸ் அல்லது அத்லோனின் புறநகர்ப்பகுதியில் கௌரவமாக வாழ்ந்துகொண்டிருக்கலாம். ஒரு முஸ்லிமுக்கு இதெல்லாம் அசாதாரணமானதாக இருக்கலாம். ஆனால், இந்தக்காலத்தில் எதுவுமே சாத்தியம்தான்.

அவளுக்கு அலுப்பேற்படுத்தக் கூடாது என்று தன்னுடைய பணிகுறித்து இவன் எதுவும் பேசுவதில்லை. முன்னாள் கேப் டவுன் பல்கலைக்கழகக் கல்லூரியான கேப் தொழில்நுட்பப் பல்கலைக்கழகத்தில் பணிபுரிகிறான். நவீன மொழிப்பாடப் பேராசிரியராக இருந்தவன், பணத்தை மிச்சப்படுத்தும் பல்கலையின் செயற்பாட்டின் காரணமாக செவ்வியல் மற்றும் நவீன மொழிகள் பாடப்பிரிவுகள் அகற்றப்பட்டுவிட்டதால், தொடர்பியல்துறைப் பிரிவில் துணைப் பேராசிரியராகியிருக்கிறான். ஆட்குறைப்பு போக மீதமிருக்கும்

1 La donna e'mobile – 1851 இத்தாலிய நாட்டுப்புறப் பாடல் வடிவ இசைநாடகம் ஒன்றின் வரி.

எல்லா ஆசிரியர்களையும் போல இவனும் மாணவர்களின் எண்ணிக்கையைக் கணக்கில்கொள்ளாமல் வருடத்துக்கு ஒரு விசேஷப் பாடப்பிரிவை - அது மனவுறுதியை வளர்க்குமாம்- எடுக்க வேண்டும். இந்த வருடம் ரொமான்டிக் கவிஞர்கள் குறித்த ஒரு பாடப்பிரிவை நடத்துகிறான். மிகுதி நேரத்தில் தொடர்பியல் 101, 'தொடர்பியல் திறன்கள்', தொடர்பியல் 201, 'மேம்படுத்தப்பட்ட தொடர்பியல் திறன்கள்' ஆகியவற்றைப் பயிற்றுவிக்கிறான்.

தன்னுடைய புதிய பணிப்பிரிவுக்காக ஒரு நாளின் பலமணிநேரங்களை அர்ப்பணித்தாலும், தொடர்பியல் 101 கையேட்டின் முதன்மை வாசகத்தில் அறிவிக்கப்பட்டிருப்பது அபத்தம் என்றே கருதுகிறான்: 'நாம் நம்முடைய எண்ணங்களை, உணர்வுகளை, நோக்கங்களை, ஒருவருக்கொருவர் தொடர்புறுத்திக்கொள்வதற்காகவே மனித சமூகம் மொழியைக் கண்டுபிடித்திருக்கிறது.' இவனுடைய தனிப்பட்ட கருத்து - அதை இவன் வெளிப்படுத்துவதில்லை - என்னவென்றால், பேச்சின் தோற்றுவாய் பாடலிலும், அளவுக்கதிகமாகப் பெருத்ததும் பெரும்பாலும் காலியாகவுமே இருப்பதுமான மனித ஆன்மாவை சப்தத்தால் நிரப்புவதற்கான தேவையில் பாடலின் தோற்றுவாயும் அமைந்திருக்கிறது.

ஒரு நூற்றாண்டின் காற்பகுதிக்கு நீண்ட தன் பணியின் போக்கில், ஒரு அதிர்வையோ சிறு சலனத்தையோகூட உருவாக்கியிராத மூன்று புத்தகங்களை வெளியிட்டிருக்கிறான்: முதலாவது, இசைநாடகம் குறித்து (*Boito and the Faust Legend: The Genesis of Mefistofele*). இரண்டாவது, ஈரோஸாக ஒரு பார்வை குறித்து (*The Vision of Richard of St Victor*). மூன்றாவது, வர்ட்ஸ்வர்த்தும் வரலாறும் குறித்து (*Wordsworth and the Burden of the Past*).

கடந்த சில வருடங்களாக பைரன் பற்றிய திட்டமொன்றைப் பரிசீலித்தபடி இருக்கிறான். முதலில் அது இன்னமொரு புத்தகமாக, மற்றுமொரு இசை - இலக்கியத் திறனாய்வுப் புத்தகமாக இருக்கும் என்று நினைத்தான். ஆனால், உணர்வுந்தலால் அதை எழுத எடுத்த முயற்சிகள் அத்தனையும் உளச்சலிப்பில் புதையுண்டுபோயின. உண்மை என்னவென்றால், இவனுக்குத் திறனாய்வுகளின் மீது சலிப்பு உண்டாகிவிட்டது, அளவுகோல்களால் அளக்கப்படும் உரைநடை சலித்துவிட்டது.

இவன் எழுத விரும்புவது இசையை: *இத்தாலியில் பைரன், ஆண் பெண்ணுக்கு இடையிலான காதலைப் பற்றிய அரங்கிசைத் தியான நாடகம்.*

தொடர்பியல்துறை வகுப்புகளின்போது, இன்னமும் எழுதப்படாத இவனுடைய நாடகத்திலிருந்து சொற்றொடர்களும் ராகங்களும் பாடற்துண்டுகளும் இவனது மனதுக்குள்ளாகச் சிறகடிக்கும். இவன் எப்போதுமே அப்படியொன்றும் சிறப்பான ஆசிரியனாக இருந்தவனல்ல; புனரமைக்கப்பட்ட, அவனைப் பொறுத்தமட்டில் காயடிக்கப்பட்ட, இந்தக் கல்வி நிறுவனத்தில் முன்பிருந்ததைவிட இப்போது இன்னமும் பொருந்தாமலேதான் இருக்கிறான். ஆனால், எந்தப் பாட்டையில் நடக்கவேண்டும் என்று உருவாகிவந்தார்களோ அதற்குத் தொடர்பே இல்லாத பணிகளால் சுமையேற்றப்பட்ட இவனுடைய பழைய சக பணியாளர்களும் அதேபோல்தான் இருக்கிறார்கள்; பின்-சமயக் காலத்தின் கணக்கர்களாக.

தான் கற்பிக்கும் பொருண்மங்கள் முக்கியத்துவம் வாய்ந்தவை என்று இவன் கருதாததால் மாணவர்கள் மனதில் எந்தத் தாக்கத்தையும் இவனால் உண்டாக்க முடிவதில்லை. இவன் பேசும்போது அவர்கள் இவனூடாகப் பார்க்கிறார்கள். இவன் பெயரை மறக்கிறார்கள். இவன் ஒப்புக்கொள்வதற்கும் அதிகமாகவே அவர்களுடைய அலட்சியம் இவனைப் பாதிக்கிறது. ஆனாலும், அவர்களுக்கான, அவர்களுடைய பெற்றோருக்கான, நாட்டுக்கான தன்னுடைய கடமைகளைத் துல்லியமாக நிறைவேற்றுகிறான். மாதம் தவறாமல் அவர்களுக்கான வகுப்புப் பாடப்பணிகளை நிர்ணயிக்கிறான், சேகரிக்கிறான், வாசிக்கிறான், அவை குறித்துக் குறிப்பெழுதுகிறான், நிறுத்தற்புள்ளிகளின், சொற்களின், பிரயோகத்தின் தவறுகளைத் திருத்துகிறான், வலிமைகுன்றிய வாதங்களைக் கேள்விகேட்கிறான், ஒவ்வொரு விடைத்தாளோடும் பொருட்படுத்தும்படியான சிறிய விமர்சனத்தைச் சேர்க்கிறான்.

இவன் கற்பித்தலைத் தொடர்வதற்கான காரணம் அது வாழ்க்கைப்பாட்டுக்குத் தேவையானதைத் தருகிறது என்பதுதான்; அதோடும்கூட அது பணிவைக் கற்றுத்தருகிறது, இந்த உலகில் இவன் யாராக இருக்கிறான் என்பதைத் தெளிவுபடுத்துகிறது. இந்த முரண்நகையையும் இவன் கவனிக்காமல் இல்லை: கற்றுக்கொடுக்க வருபவன் பாடங்களில் முக்கியமானதைக்

கற்றுக்கொள்கிறான், கற்றுக்கொள்ள வருபவர்கள் எதையுமே கற்றுக்கொள்வதில்லை. தன் தொழிலின் முக்கியமான கூறாகிய இதை இவன் சொரயாவிடம் குறிப்பிடுவதில்லை. இதற்கு இணையான ஒரு முரண்நகை அவளுடைய தொழிலிலும் இருப்பதாகக் கருதுகிறான்.

க்ரீன் பாயின்ட் அடுக்கக வீட்டின் சமையலறையில் ஒரு கெட்டிலும், ப்ளாஸ்டிக் கோப்பைகளும், ஒரு புட்டி காபித்தூளும், சர்க்கரைப் பொட்டலம் நிரம்பிய ஒரு கிண்ணமும் இருக்கின்றன. குளிர்சாதனப்பெட்டியில் தேவையான அளவு தண்ணீர் புட்டிகள் உள்ளன. குளியலறையில் சோப்பும் துவாலைகளும், அலமாரியில் சுத்தமான படுக்கைவிரிப்புகளும் இருக்கின்றன. சொரயா ஒரு பயணப்பையில் அவளுடைய ஒப்பனைப் பொருட்களை வைத்திருக்கிறாள். ரகசியச் சந்திப்புக்கான ஒரு இடம்: தொடர்ந்து இயங்கக்கூடியது, சுத்தமானது, சீராக முறைப்படுத்தப்படுவது. அதற்கு மேல் அங்கு எதுவும் இல்லை.

சொரயா அவனை முதன்முறையாக எதிர்கொண்டபோது ரத்தச்சிவப்பில் உதட்டுச்சாயமும் அடர்த்தியான இமைச்சாயமும் பூசியிருந்தாள். ஒப்பனையின் பிசுபிசுப்பு ஒவ்வாமல், அதைத் துடைத்துவிடுமாறு சொன்னான். அவள் பணிந்தாள். பிறகெப்போதும் அவற்றைப் பூசிக்கொள்ளவில்லை. திருத்திக்கொள்ளத் தயாராகயிருக்கிறவள், கீழ்ப்படிகிறவள், படிகிறவள்.

அவளுக்குப் பரிசுகள் கொடுக்க இவனுக்குப் பிடிக்கும். புத்தாண்டுத் தொடக்கத்தில் அவளுக்கு ஒரு மரகதக் கைச்சங்கிலியைக் கொடுத்தான். ஈதின்போது, கலைப்பொருள் அங்காடியொன்றில் இவனுடைய விழிகளைக் கவர்ந்திருந்த சிறிய பச்சைமெழுகு நாரையொன்றைக் கொடுத்தான். அவளுடைய பாசாங்கற்ற மகிழ்ச்சியை இவன் ரசிக்கிறான்.

மனைவி, வீடு, திருமணம் எல்லாம் தேவை என்று நினைத்திருந்தவனை ஒரு பெண்ணின் தொண்ணூறு நிமிட அண்மையானது தன்னை ஒரு வாரத்துக்கு மகிழ்ச்சிப்படுத்தப் போதுமானதாக இருப்பது ஆச்சரியப்படுத்துகிறது. இவனுடைய தேவைகள் மிகவும் லேசானவையாகப் படுகிறது, லேசானவையும் தற்காலிகமானவையும், ஒரு பட்டாம்பூச்சியுடையதைப் போல. பிரக்ஞைக்கே வராதவை, உணர்ச்சிவசப்படாதவை, அல்லது மிக ஆழ்ந்தவை: ஒரு நகரவாசியை உறங்கச்செய்யும் போக்குவரத்து

இரைச்சலின் தாலாட்டைப் போல அல்லது கிராமவாசியினுடைய இரவின் அமைதியைப் போல ஒரு சீரான தாளகதி கொண்ட மனநிறைவு.

ஒரு மதியம் முழுவதும் மூர்க்கப் புணர்ச்சியில் ஈடுபட்டிருந்ததில், பூரண திருப்தியுடனும் பளபளக்கும் விழிகளுடனும் வீடு திரும்பும் எம்மா பொவாரியை நினைத்துக்கொள்கிறான். *ஆக, இதுதான் பேரின்பமா!* கண்ணாடியில் தெரியும் தன்னை வியக்கும் எம்மா சொல்கிறாள். *கவிஞர்கள் பாடும் பேரின்பம் இதுதானா!* ஆவியுருவில் இருக்கும் எம்மா மட்டும் கேப் டவுனுக்கு வருவாளானால் இவன் வியாழன் மதியமொன்றில் அவளை உடன் அழைத்துச்செல்லத்தயார், பேரின்பம் என்றால் என்னவென்று காட்டுவதற்கு: ஒரு மிதமான பேரின்பம், மிதப்படுத்தப்பட்ட பேரின்பம்.

பிறகு ஒரு சனிக்கிழமை காலை எல்லாம் மாறுகிறது. இவன் அலுவல் நிமித்தம் நகரத்துக்கு வந்திருக்கிறான்; செயின்ட் ஜார்ஜ் வீதியில் நடந்துகொண்டிருக்கிறான். கூட்டத்தில் தனக்கு முன்னால் போய்க்கொண்டிருக்கும் ஒரு மெல்லிய உருவத்தின் மீது இவனுடைய பார்வை படுகிறது. அது சொரயா. சந்தேகமே இல்லை. இருபக்கமும் குழந்தைகளோடு, இரண்டு பையன்கள். அவர்கள் கைகளில் பொட்டலங்கள் இருக்கின்றன. அவர்கள் பொருட்கள் வாங்கியிருக்கிறார்கள்.

இவன் தயங்கி, பிறகு இடைவெளிவிட்டுப் பின்தொடர்கிறான். அவர்கள் காப்டன் டொரேகோ மீன் உணவகத்துக்குள் சென்றுமறைகிறார்கள். அந்தப் பையன்களுக்கு சொரயாவின் பளபளப்பான கேசமும் கரிய விழிகளும் இருக்கின்றன. அவர்கள் அவளுடைய மகன்களாகத்தான் இருக்க முடியும்.

இவன் தொடர்ந்து நடந்து, பிறகு திரும்பி, காப்டன் டொரோகாவை இரண்டாவது முறையாகக் கடக்கிறான். மூவருக்கும் ஜன்னலோரத்தில் இருக்கைகள் கிடைத்திருக்கின்றன. ஒரே ஒருகணம், கண்ணாடி வழியாக, சொரயாவின் விழிகள் இவனதைச் சந்திக்கின்றன.

இவன் எப்போதுமே நகரத்தின் நாயகனாகத்தான் இருந்திருக்கிறான். துரிதமாய் நகர்ந்துகொண்டிருக்கும் தேகங்களுக்கு இடையில் ஈரோஸின்[2] தூதாக மின்னலெனப்

2 Eros – எரோஸ் அல்லது ஈரோஸ். கிரேக்கத் தொன்மவியற் (காதல்) கடவுள்.

பாயும் பார்வைகளுக்கு மத்தியில் மிகவும் இயல்பாக உணர்ந்தவாறு. ஆனால், இவனுக்கும் சொரயாவுக்கும் இடையில் நிகழ்ந்த பார்வைப் பரிமாற்றத்துக்காக உடனடியாக வருந்துகிறான்.

மறு வியாழக்கிழமை அவர்களின் கூடுகைக்கான சந்திப்பில் ஒருவரும் அந்தச் சம்பவம் பற்றிக் குறிப்பிடவில்லை. ஆனாலும், அந்த நினைவு இருவர் மீதும் அமைதிக்குலைவென அழுந்துகிறது. சொரயாவுக்கு ஆபத்தான இரட்டை வாழ்வாக இருக்கக்கூடிய ஒன்றைச் சலனப்படுத்தும் எண்ணமே இவனுக்கு இல்லை. சொல்லப்போனால், இவன் இரட்டை வாழ்க்கைகளை ஆதரிக்கிறான். மூன்றாவது என்றாலும் அப்படியே. அடுக்குகளுக்குள் வாழப்படும் வாழ்க்கைகளை ஆதரிக்கிறான். உண்மையில், அவளுக்காக இவன் ஏதாவது உணர்கிறான் என்றால் அது அளப்பரிய பரிவுதான். உன்னுடைய ரகசியம் என்னிடம் பாதுகாப்பாக உள்ளது. இதைச் சொல்லவே விரும்புகிறான்.

ஆனால், இவனாலும் சரி அவளாலும் சரி, நடந்ததை ஒதுக்கித்தள்ள முடியவில்லை. அந்த இரண்டு சிறு பையன்களும் அவர்களுக்கு இடையிலான இருப்புகளாகிவிடுகிறார்கள். அவர்களுடைய தாயும் அந்த அந்நியனும் கூடும் அறையின் மூலையில் நிழல்களைப் போல அமைதியாய் விளையாடிக் கொண்டிருக்கிறார்கள். சொரயாவின் கரங்களில் இவன் அவர்களுடைய தற்காலிகத் தந்தையாகிவிடுகிறான்: தத்துத்தந்தை, மாற்றாந்தந்தை, நிழல்தந்தை. படுக்கையிலிருந்து அவளை நீங்கி எழும் தன் மீது அவர்களுடைய விழிகள் திருட்டுத்தனமாக, ஆர்வமாக, பட்டு, படபடப்பதை உணர்கிறான்.

இவனையும் அறியாமல் இவனுடைய எண்ணம் அந்த இன்னொரு தந்தையின் மீது, அசலின் மீது திரும்புகிறது. தன்னுடைய மனைவி என்ன செய்துகொண்டிருக்கிறாள் என்பது குறித்த அறிதல் அவனுக்குத் துளியாவது இருக்கிறதா அல்லது அறியாமையின் பேருவகையை அவன் தேர்ந்தெடுத்துக்கொண்டானா?

இவனுக்கென்று ஒரு மகன் இல்லை. இவனுடைய பிள்ளைப்பிராயம் பெண்கள் நிரம்பிய ஒரு குடும்பத்தில் கழிந்தது. காலத்தின் போக்கில் தாய்மார்கள், அத்தைகள், சகோதரிகளெல்லாம் காணாமல்போக, அவர்கள் ஆசைநாயகிகளால், மனைவிகளால்,

மகளால் பதிலீடு செய்யப்பட்டனர். பெண்களின் அண்மை இவனை பெண்களை நேசிப்பவனாக ஆக்கியது. பேரளவுக்கு ஒரு பெண்பித்தனாகவும். தன்னுடைய உயரத்தில், ஆண்மைத்தோற்றத்தில், ஆலிவ்நிறச்சருமத்தில், அலைபாயும் கேசத்தில், தன்னுடைய காந்தத்தன்மையில் இவனுக்கு உறுதியான நம்பிக்கை உண்டு. தான் எந்தப் பெண்ணையும் ஒரு குறிப்பிட்ட வகையில், குறிப்பிட்ட தீர்க்கத்துடன் பார்த்தால், அவள் நிச்சயமாக அந்தப் பார்வையைத் திருப்பித்தருவாள் என்பதை இவன் உறுதியாக நம்பலாம். அப்படித்தான் வாழ்ந்திருக்கிறான்; வருடக்கணக்காக, பல பத்தாண்டுகளாக, அதுதான் இவனுடைய வாழ்வின் ஆதாரமாக இருந்திருக்கிறது.

பின்னர் ஒருநாள் எல்லாம் முடிந்துபோனது. முன்னெச்சரிக்கை ஏதும் இல்லாமல் இவனுடைய ஆற்றல்கள் காணாமல்போயின. முன்பெல்லாம் இவனுடைய பார்வைக்குப் பதிலாகக் கிடைத்துக்கொண்டிருந்தவை, இப்போது இவனைத் தாண்டி, இவனை ஊடுருவிக் கடந்துபோயின. ஒரே இரவில் ஆவியுருவாகிவிட்டான். ஒரு பெண் வேண்டுமாய் இருந்தால், அவளை விடாமல் விரட்டக் கற்றுக்கொள்ள வேண்டியிருக்கிறது. பெரும்பாலான நேரங்களில் ஒருவகையிலோ அல்லது இன்னொரு வகையிலோ அவளை விலைக்கு வாங்க வேண்டியிருக்கிறது.

கட்டற்ற பாலியல் உறவுகளின் படபடக்கும் புயல்களில் நிலைகொண்டிருந்தான். உடன் பணிபுரிபவர்களின் மனைவியருடன் தொடர்புகள் வைத்திருந்தான்; க்ளப் இடாலியாவிலிருந்து அல்லது ஏரிக்கரை குடியகங்களிலிருந்து பெண் பயணிகளைத் தேர்ந்தெடுத்துக்கொண்டான்; வேசைகளோடு இரவுகளைக் கழித்தான்.

சொரயாவுடனான அவனுடைய அறிமுகமானது டிஸ்க்ரீட் எஸ்கார்ட்ஸ் அலுவலகத்தின் - ஜன்னல் மீது வெனிஷியன் திரைகள் தொங்கும், மூலைகளில் தொட்டிச்செடிகள் இருக்கும், காற்றில் அழுகிய புகைமணம் கமழும், மங்கல் ஒளி நிலவும்— சிறிய வரவேற்பறையில் அரங்கேறியது. அவர்களுடைய பட்டியலில் அவள் 'அரிய வகை' என்ற தலைப்பின் கீழ் இருந்தாள். புகைப்படத்தில் விழிகளின் ஓரத்தில் மிக மெல்லிய கோடுகளுடன் இருந்த அவள், கூந்தலில் ஒரு பாஷன் மலரோடு காட்சிப்படுத்தப்பட்டிருந்தாள். உள்ளடக்கம், 'மதியங்களில்

மட்டும்' என்றது. அதுதான் இவனை இசையவைத்தது: இழுத்துமூடப்பட்ட அறைகள், சில்லென்ற போர்வைகள், திருடப்பட்ட நேரங்கள்.

ஆரம்பம் முதலே அது திருப்திகரமாக இருந்தது, அப்படியே, இவன் விரும்பியபடியே. இவனுடைய தேடலின் கனி. அந்த ஒரு வருடத்துக்கு இவன் அந்த முகமைக்கு மறுபடி செல்ல வேண்டியிருக்கவில்லை.

பின்னர்தான் செயின்ட் ஜார்ஜ் வீதியில் நிகழ்ந்த விபத்தும், அதைத் தொடர்ந்த விநோதமும் நடந்தேறியது. சொரயா இவனுடைய முன்பதிவுகளை மதித்து நடக்கிறாள் என்றாலும், தன்னைப் பரிச்சயமற்ற ஒருத்தியாகவும் இவனை யாரோ ஒரு வாடிக்கையாளனாகவும் அவள் மாற்றிவிடுவதில் வளரும் ஒரு அந்நியத்தன்மையை இவனால் உணர முடிகிறது.

வேசிகள் அவர்களுக்குள்ளாக, தங்களிடம் அடிக்கடி வந்துபோகும் ஆண்கள் குறித்து, குறிப்பாக முதிய ஆண்கள் குறித்து என்ன பேசிக்கொள்வார்கள் என்பது இவனுக்கு நன்றாகத் தெரியும். அவர்கள் கதை பேசிக்கொள்வார்கள், சிரிப்பார்கள், பிறகு உடலை உதறிக்கொள்ளவும் செய்வார்கள், நள்ளிரவில் கழுவுத்தொட்டியில் கரப்பான்பூச்சியைப் பார்க்கும் ஒருத்தி உதறிக்கொள்வதைப் போல. சீக்கிரமே இவனும், நளினமாகவும் விஷமத்தனத்துடனும் உதறிக்கொள்ளப்படுவான். அவனால் தப்பிக்கவே முடியாத ஒரு விதி அது.

அந்தச் சம்பவத்துக்குப் பிறகான, நான்காவது வியாழன் மாலையில் இவன் அந்த அடுக்ககத்திலிருந்து கிளம்பிக் கொண்டிருக்கும்போது, இதுகாறும் எதை எதிர்பார்த்துத் தன்னைத் தயாராக்கிக் கொண்டிருந்தானோ அந்த அறிவிப்பை சொரயா செய்கிறாள். 'என்னுடைய தாயார் நோய்வாய்ப்பட்டிருக்கிறார். அவரைக் கவனித்துக்கொள்வதற்காக விடுப்பு எடுத்துக் கொள்ளவிருக்கிறேன். அடுத்த வாரம் இங்கு இருக்க மாட்டேன்.'

'அதற்கு அடுத்த வாரம் உன்னைப் பார்க்க முடியுமா?'

'நிச்சயமாகச் சொல்வதற்கில்லை. அம்மா தேறுவதைப் பொறுத்தது. எதற்கும் நீங்கள் தொலைபேசியில் கேட்டுக்கொள்வது நல்லது.'

'என்னிடம் எண் இல்லை.'

'முகமைக்குத் தொலைபேசுங்கள். அவர்களுக்குத் தெரியும்.'

சில நாட்கள் பொறுக்கிறான். பிறகு, முகமைக்குத் தொலைபேசுகிறான். சொரயா? சொரயா இப்போது எங்களை விட்டுப்போய்விட்டாள். இல்லை, நாங்கள் உங்களுக்கு அவளுடைய விவரம் தர முடியாது. அது எங்கள் விதிகளுக்கு எதிரானது. எங்களுடைய மற்ற பெண்களுடன் அறிமுகம் செய்துகொள்ள விரும்புகிறீர்களா? அரிய வகைப் பெண்கள் ஏராளம் இருக்கிறார்கள் மலேசியா, தாய்லாந்து, சீனப் பெண்கள் - நீங்கள் எதை விரும்பினாலும் தேர்ந்தெடுக்கலாம்.

இவன் இன்னொரு சொரயாவுடன் ஒரு மாலையைக் கழிக்கிறான், சொரயா, புகழ்பெற்ற ஒரு வணிகப் பெயராகிவிட்டது போலும் - லாங் ஸ்ட்ரீட்டின் விடுதி அறையொன்றில். அவள் பதினெட்டைத் தாண்டியிருக்க முடியாது, பயிற்சியற்றவள், இவனைப் பொறுத்தவரை முரடானவளும். அவளுடைய ஆடைகளை நழுவவிடும்போதே 'சரி, நீங்கள் என்ன வேலை செய்கிறீர்கள்?' என்கிறாள். 'ஏற்றுமதி - இறக்குமதி' என்கிறான். 'ஆக, சொல்ல மாட்டீர்கள் அப்படித்தானே?'

இவனுடைய துறையில் ஒரு புது காரியதரிசி சேர்ந்திருக்கிறாள். அவர்களுடைய வளாகத்திலிருந்து கண்படாத தூரத்தில் இருக்கும் ஒரு உணவகத்துக்கு அவளை மதிய உணவுக்கு அழைத்துச்செல்கிறான். இறால் சாலட் உண்டவாறே அவள் தன்னுடைய பிள்ளைகளின் பள்ளியைக் குறைசொல்வதைக் கேட்டுக்கொண்டிருக்கிறான். போதைமருந்து விற்பவர்கள் விளையாட்டு மைதானத்தைச் சுற்றிவருகிறார்கள், காவல்துறை கண்டுகொள்வதே இல்லை என்கிறாள். புலம்பெயர்வதற்காக, நியூசிலாந்து தூதர் அலுவலகத்தில் தன்னுடைய, தன் கணவருடைய பெயர்களைப் பட்டியலில் சேர்த்து மூன்று வருடங்களாகின்றன. 'உங்களைப் போன்றவர்களுக்கு எல்லாம் சுலபம். நிலைமை சரியோ தவறோ, நீங்கள் எங்கு இருக்கிறீர்கள் என்பதிலாவது உங்களுக்குத் தெளிவு இருந்தது.'

'உங்களைப் போன்றவர்கள்? யார் அவர்கள்?' என்கிறான்.

'உங்களுடைய தலைமுறையைச் சொல்கிறேன். இப்போது தாங்கள் எந்த விதிகளுக்குக் கீழ்ப்படிய வேண்டும் என்பதை மக்களே முடிவுசெய்கிறார்கள். சட்ட ஒழுங்கே இல்லை. சட்ட ஒழுங்கில்லாத இடத்தில் நம் பிள்ளைகளை எப்படி வளர்ப்பது?'

அவளுடைய பெயர் டான். அவளை இரண்டாவது முறை வெளியில் கூட்டிச்செல்லும்போது வழியில் இவனுடைய வீட்டில் இறங்கி, அவர்கள் உடலுறவுகொள்கிறார்கள். அது தோல்வியடைகிறது. ஆவேசம் காட்டி, நகங்களால் கீறி, அவள் தன்னைத்தானே நுரைதள்ளும் ஓர் உச்சத்துக்குக் கொண்டுசெல்ல முயல, இவனுக்கோ அது வெறுப்பையே உண்டாக்குகிறது. இவன் அவளுக்கொரு சீப்பை இரவல் தருகிறான், கல்லூரி வளாகத்துக்கு மறுபடி கூட்டிச்சென்றுவிடுகிறான்.

அதற்குப் பிறகு அவளைத் தவிர்த்துக்கொள்கிறான். அவளுடைய அலுவலக அறையைத் தாண்ட நேர்ந்தால் சுற்றுவழியில் நடக்கிறான். பதிலுக்கு அவள் புண்பட்ட பார்வையை வீசுகிறாள். பிறகு, இவனை மட்டம் தட்டத் தொடங்குகிறாள்.

இவன் இந்த விளையாட்டிலிருந்து ஓய்வுபெற்றுவிட வேண்டும். இதைக் கைவிட வேண்டும். ஆரிகன்[3] எந்த வயதில் தனக்குத்தானே ஆண்மைநீக்கம் செய்துகொண்டார் என்று யோசிக்கிறான். அது நயமான தீர்வில்லைதான். ஆனால், மூப்படைவதும் நயமான சமாச்சாரம் இல்லையே? மேடைத் தளங்களையாவது காலிசெய்யலாம். அதற்குப்பிறகாவது மூப்படைகிறவர்கள் செய்ய வேண்டிய காரியத்தில் கவனம்செலுத்தலாம்: சாகத் தயாராவதில்.

வைத்தியரை அணுகி இதைக் கோரலாமா? அது மிக எளிதான ஒரு அறுவை சிகிச்சையாகத்தான் இருக்கும்: அதைத்தான் விலங்குகளுக்குக் காலகாலமாய்ச் செய்துகொண்டிருக்கிறார்களே, விலங்குகள் ஒன்றும் செத்துவிடவில்லையே. அவற்றிடம் அந்தத் துயரத்தின் சாயலை மட்டும் கண்டுகொள்ளாதிருக்க நாம் பழகிவிடவேண்டும். அவ்வளவே. வெட்டிவிடுதலும் கட்டிவிடுதலும்: அந்தப் பாகத்துக்கான மரமரப்பு ஊசி, ஒரு நடுங்காத கரம், கோழைத்துளிகள், அவ்வளவுதான், பாடப்புத்தகத்தைப் பார்த்து யார் வேண்டுமானாலும் அதைச் செய்துவிடலாம். நாற்காலியில் அமர்ந்தவாறு தனக்குத்தானே வெட்டிக்கொள்ளும் ஒரு மனிதன்: அருவருப்பான ஒரு காட்சி, ஆனால் அதே மனிதன் ஒரு பெண்ணின் உடலில் இயங்கிக்கொண்டிருப்பது எனும் இன்னொரு

---

3 Origen – அலெக்ஸாந்திரியாவைச் சேர்ந்த கிறிஸ்தவ ஞானி.

கண்ணோட்டத்திலிருந்து பார்க்கும்போது அப்படியொன்றும் இது அருவருப்பானதல்ல.

சொரயா இன்னமும் இருக்கிறாள். இவன் அந்த அத்தியாயத்தை முடிக்க வேண்டும். ஆனால், அதற்குப் பதிலாக ஒரு துப்பறியும் நிறுவனத்திடம், அவளைத் தேடச்சொல்லி பணம் தருகிறான். சில நாட்களிலேயே அவளுடைய நிஜப்பெயர், முகவரி, தொலைபேசி எண் எல்லாம் கிடைக்கிறது. காலை ஒன்பது மணிக்கு, கணவன் குழந்தைகள் எல்லாம் வெளியேறியிருக்கும் நேரத்தில் அவன் அழைக்கிறான். 'சொரயா?' என்கிறான். 'நான் டேவிட். எப்படி இருக்கிறாய்? உன்னை நான் மறுபடி எப்போது பார்க்கலாம்?'

நீண்ட மௌனத்துக்குப் பின் அவள் பேசுகிறாள். 'நீங்கள் யாரென்று எனக்குத் தெரியவில்லை. என்னுடைய வீட்டில் வைத்தே எனக்கு நீங்கள் தொல்லை கொடுக்கிறீர்கள். இனி ஒருபோதும் என்னை நீங்கள் அழைக்கக்கூடாது. சொல்லிவிட்டேன், ஒருபோதும்.'

சொல்லிவிட்டேன். அவளுடைய வார்த்தையின் பொருள் கட்டளையிடுகிறேன். அவளிடமிருந்து இந்தக் கீச்சிடலை இவன் எதிர்பார்த்திருக்கவில்லை: இதற்கு முன்பு அதற்கான ஒருகுறிப்புகூட அவளிடம் இருந்ததில்லை. ஆனால், ஒரு பெண்நரியின் கூண்டுக்குள் அவளுடைய கன்றுகள் இருக்கும் வீட்டுக்குள் நுழைந்துவிட்ட கொன்றுண்ணி வேறு எதை எதிர்பார்க்க முடியும்?

அழைப்பைத் துண்டிக்கிறான். முன்பின் பார்த்தறியாத அந்தக் கணவன் மீதான பொறாமையின் நிழலொன்று இவன் மீது படிந்துசெல்கிறது.

૪

2

வியாழனின் இடைக்காட்சிகளற்ற வாரமானது சுவாரஸ்யமற்றுப் பாலைவனத்தைப் போல இருக்கிறது. என்னதான் செய்வதென்றே புரியாமல் இவன் திகைக்கும் நாட்களும் வருகின்றன.

பல்கலைக்கழக நூலகத்தில் பைரனைப் பற்றி மேலதிகமாகக் கிடைக்கும் அத்தனையையும் படித்து, ஏற்கெனவே பருத்திருக்கும் இரண்டு கோப்புகளில் இன்னமும் குறிப்புகள் சேர்த்துக்கொண்டு, பெருவாரியான நேரத்தைக் கழிக்கிறான். வாசகசாலையின் பின்மதிய அமைதியை ரசிக்கிறான். பிறகு, வீட்டுக்குத் திரும்பிச்செல்லும் நடையை அனுபவிக்கிறான்: கூதிர்காலத்தின் கிளர்ச்சியூட்டும் காற்றை, ஈரப்பளபளப்பில் மின்னும் வீதிகளை.

ஒரு வெள்ளிக்கிழமை மாலை, கல்லூரியின் பழைய தோட்டத்தினூடாகச் செல்லும் சுற்றுவழியைத் தேர்ந்தெடுத்து நடக்கும்போது, இவனுக்கு எதிர்ப்புறப்பாதையில் இவனுடைய மாணவர்களுள் ஒருத்தியைக் கவனிக்கிறான். அவள் பெயர் மெலனி ஐசக்ஸ். புனைவியல் மாணவி. மிகச்சிறந்த மாணவியல்ல, அதே சமயம் மிக மோசமுமல்ல: புத்திசாலி, ஆனால் சிரத்தை இல்லாதவள்.

அவள் ஆடிஅசைகிறாள்; இவன் சீக்கிரத்திலேயே அவளை எட்டிப் பிடித்துவிடுகிறான். 'ஹலோ' என்கிறான்.

அவள் தலையை ஆட்டிக்கொண்டே, பதிலுக்குப் புன்னகைக்கிறாள். கூச்சத்தைக் காட்டிலும் கபடமான புன்னகை. அவள் சிறுத்தும் மெலிந்தும் இருக்கிறாள். கரைத்துச் சிரைக்கப்பட்டிருக்கும் கருங்கேசம். அகன்ற, ஏறத்தாழ சீனக்

கன்ன எலும்புகள். பெரிய கரிய கண்கள். எப்போதுமே அவளுடைய ஆடைகள் கண்களைப் பறிப்பவை. இன்றைக்கு அடர்சிகப்புச் சிற்றாடையும், மஞ்சள் குளிராடையும், கால்களை ஒட்டி இறுக்கும் கறுப்புக் காற்சட்டையும் அணிந்திருக்கிறாள்; இடைவாரில் தொங்கும் பொன்னிற உருண்டைகளும் அவளுடைய காதணி உருளைகளும் ஒத்திருக்கின்றன.

இவனுக்கு அவளிடம் சிறியதொரு கவர்ச்சி இருக்கிறது. இதில் ஆச்சரியம் ஏதுமில்லை: அவனுடைய மாணவியருள் யாராவது ஒருத்தியோடாவது இவன் காதல்வசப்படாத கல்விப்பருவங்களே இருந்ததில்லை. கேப் டவுன்: அழகை, அழகிகளை அள்ளியள்ளித் தரும் நகரம்.

அவள் மீது இவனுக்கொரு கண் இருப்பது அவளுக்குத் தெரியுமா? தெரிந்திருக்கலாம். பெண்களுக்கு இதுகுறித்த கூருணர்வு இருக்கிறது, இச்சையுடனான பார்வையின் எடை குறித்து.

மழை பெய்திருந்திருக்கிறது; பாதையோரச் சிற்றோடைகளிலிருந்து மெல்லெனப் பாய்கிறது நீர்.

'எனக்கு விருப்பமான பருவகாலம், நாளின் விருப்பமான பொழுது.' இவன் குறிப்பிடுகிறான். 'நீ இங்கே அருகில்தான் வசிக்கிறாயா?'

'எதிர்வளவில். ஒரு அடுக்கக வீட்டைப் பகிர்ந்து கொண்டிருக்கிறேன்.'

'கேப் டவுன்தான் சொந்த ஊரா?'

'இல்லை, நான் வளர்ந்தது ஜார்ஜில்.'

'என் வீடு அருகில்தான் இருக்கிறது. வாயேன், ஏதாவது மது வகை அருந்தலாம்?'

எச்சரிக்கையான சிறு மௌனம். 'வருகிறேன். ஆனால், ஏழரை மணிக்கு நான் திரும்பியாக வேண்டும்.'

தோட்டத்திலிருந்து கிளம்புகிறார்கள். இவன் கடந்த பன்னிரண்டு ஆண்டுகளாக முதலில் ரோஸலிந்துடனும், இப்போது விவாகரத்துக்குப் பிறகு தனியாகவும் வாழ்ந்துவரும் அமைதியான அந்தக் குடியிருப்புப் பகுதிக்குள் நுழைகிறார்கள்.

முகப்பின் பாதுகாப்பு வளைவைத் திறக்கிறான், கதவைத் திறக்கிறான், சிறுமியை உள்ளே வரவேற்கிறான். விளக்குகளை இயக்குகிறான், அவளுடைய பையை வாங்குகிறான். அவளுடைய மயிர்க் கற்றையில் மழைத்துளிகள் இருக்கின்றன. கவரப்பட்டவனாக வெறிக்கிறான். அவள் விழிகளைத் தாழ்த்திக்கொள்கிறாள். முந்தையதைப் போன்ற பசப்பலான, கள்ளச்சிரிப்பை உதிர்க்கிறாள்.

சமையலறையில் இவன் மீர்லஸ்ட் புட்டி ஒன்றைத் திறக்கிறான். பிஸ்கட்டுகளையும் பாலாடைக் கட்டிகளையும் தட்டில் வைக்கிறான். இவன் வரும்போது அவள் புத்தக அலமாரிகளின் அருகில் தலையைச் சாய்த்துநின்று தலைப்புகளை வாசித்தபடி இருக்கிறாள். இசையை ஒலிக்கவிடுகிறான்: மொஸார்ட்டின் கிளாரினெட் தொகுப்பு.

மது, இசை: ஆண்களும் பெண்களும் ஒருவரோடொருவர் நிகழ்த்திக்கொள்ளும் சடங்கு. சடங்குகளில் தவறொன்றும் இல்லை. தடுமாற்றமிக்க தருணங்களை லகுவாக்கவே உருவாக்கப்பட்டவை அவை. ஆனால், இவன் வீட்டுக்கு அழைத்துவந்திருக்கும் சிறுமி அவனைவிட முப்பது வயது இளையவள் மட்டுமல்ல: அவள் ஒரு மாணவி, இவனுடைய மாணவி, இவனுடைய பொறுப்பின்கீழ் படித்துக்கொண்டிருப்பவள். அவர்களுக்கிடையில் இப்போது என்ன நடந்தாலும், மீண்டும் அவர்கள் ஆசிரியராகவும் மாணவியாகவும் சந்தித்தாக வேண்டும். இவன் அதற்குத் தயாராக இருக்கிறானா?

'பாடப்பிரிவு பிடித்திருக்கிறதா?'

'எனக்கு ப்ளேக்கைப் பிடித்திருந்தது. வண்டர்ஹார்ன் கவிதைகளும்.'

'வுண்டர்ஹான்.'

'வர்ட்ஸ்வர்த் மீது பெரிய நாட்டமில்லை.'

'நீ என்னிடம் இதைச் சொல்லியிருக்கக்கூடாது. வர்ட்ஸ்வர்த் என்னுடைய ஆசான்களில் ஒருவர்.'

உண்மை. இவனுக்கு நினைவு தெரிந்த நாளாக *தி ப்ரீல்யூடின் இன்னிசை* இவனுக்குள் எதிரொலித்துக்கொண்டேதான் இருக்கிறது.

'ஒருவேளை கல்விப்பருவத்தின் இறுதியில் நான் அவரை ரசிப்பேனாயிருக்கும். ஒருவேளை எனக்குள் அவர் வேர்விடலாம்.'

'இருக்கலாம். ஆனால், என் அனுபவத்தில், முதல் பார்வையிலேயே கவிதை உன்னிடம் பேசிவிடும். அப்படி இல்லையெனில் பிறகு வாய்ப்பில்லை. தரிசனத்தின் வெடிப்பும், துலக்கத்தின் வெடிப்பும், மின்னலைப் போல. காதலில் விழுவதைப் போல.'

காதலில் விழுவதைப் போல. இளைஞர்கள் இன்னமும் காதலில் விழுகிறார்களா அல்லது அந்தத் தொழில்நுட்பமே இல்லாமல் போய்விட்டதா? நீராவிப்போக்குவரத்தைப் போல் தேவையற்றதாகி, பழங்காலத்ததாகிவிட்டதா? இவனுக்குப் பழக்கம் விட்டுப்போய், காலாவதியாகிவிட்டது. காதலில் விழுவதே வழக்கத்திலிருந்து மாறி, மீண்டும் வழக்கத்துக்கு வந்து, அது அரைடஜன் முறைகள் நடந்திருக்கலாம், இவனுக்குத் தெரியாமலே போயிருக்கலாம்.

'நீ கவிதை எழுதுவதுண்டா?'

'பள்ளியில் படித்தபோது எழுதினேன். அப்படியொன்றும் நன்றாக எழுதிவிடவில்லை. இப்போது எனக்கு நேரமில்லை.'

'இலக்கிய லட்சியம் ஏதும் உண்டா? உன்னுடைய மிகுவிருப்பம் எதில்?'

இந்த அந்நியமான வார்த்தைக்கு அவள் யோசனையாய் முகத்தைச் சுளிக்கிறாள். 'இரண்டாம் ஆண்டில் வாசித்த ஆட்ரியானா ரிச், டோனி மாரிசன். மற்றும், ஆலிஸ் வாக்கர். இவர்களில் மிகுந்த ஈடுபாடு கொண்டேன். ஆனால், அதை மிகுவிருப்பம் என்று சொல்லிவிட முடியாது.'

ஆக: மிகுவிருப்பங்கொள்ளும் வகை இல்லை. அல்லது சுற்றிவளைத்து அவள் தன்னை எச்சரிக்கிறாளா?

'இரவுணவு சமைக்கயிருக்கிறேன். என்னோடு உணவருந்துகிறாயா? மிக எளிமையான உணவாகத்தான் இருக்கும்.'

குழப்பமாய்ப் பார்க்கிறாள்.

'யோசிக்காதே! சரி என்று சொல்!'

'சரி. ஆனால், நான் முதலில் தொலைபேச வேண்டும்.'

இவன் எதிர்பார்த்ததைவிட அந்த அழைப்பு நீண்ட நேரம் பேசப்படுகிறது. சமையலறையுள்ளிருந்து முணுமுணுப்புகளை, மௌனங்களைச் செவியுறுகிறான்.

பின்னர் கேட்கிறான், 'எதிர்காலத் திட்டம் என்ன?'

'மேடைக்கலையும் வடிவமைப்பும். இப்போது நாடகக்கலையிலும் பட்டயப் படிப்பு படித்துக்கொண்டிருக்கிறேன்.'

'ரொமான்டிக் கவிதைகளைத் தேர்ந்தெடுக்க என்ன காரணம்?'

மூக்கைச் சுருக்கி யோசிக்கிறாள். 'உண்மையில் அது தரும் மனநிலைக்காகத்தான் தேர்ந்தெடுத்தேன். சென்ற வருடம்தான் ஷேக்ஸ்பியர் எடுத்தேன். மீண்டும் ஷேக்ஸ்பியரையே படிக்க விருப்பமில்லை.'

இரவுணவாக இவன் சமைப்பது உண்மையில் எளிமையானதுதான்; காளான் சாஸும் நெத்திலி மீனும் சேர்த்த டால்யாதெயல்லே. காளான்களை வெட்டித்தர அவளை அனுமதிக்கிறான். மற்றபடி ஒரு முக்காலியில் அமர்ந்தபடி இவன் சமைப்பதைப் பார்த்துக்கொண்டிருக்கிறாள். உணவருந்தும் அறையில் இரண்டாவது புட்டி மதுவைத் திறந்துவைத்துக்கொண்டு உண்கிறார்கள். அவள் கூச்சப்படாமல் உண்கிறாள். இவ்வளவு மெல்லியவள் இப்படி உண்பது ஆச்சரியம்தான்.

'எப்போதும் நீங்களேதான் சமைப்பீர்களா?'

'நான் தனியாக வாழ்கிறேன். நான் சமைக்கவில்லை என்றால் சமைத்துத்தர யாரும் இல்லை.'

'எனக்கு சமையல் என்றாலே வெறுப்பு. ஆனால், கற்றுக்கொள்ளத்தான் வேண்டும்.'

'தேவை இல்லையே? அவ்வளவு வெறுக்கிறாயென்றால், சமைக்கத்தெரிந்த ஒருவரை மணந்துகொள்.'

ஒரு சித்திரத்தின் பாத்திரங்களாகிறார்கள்: கவர்ச்சியான ஆடைகளோடும் கண்களைப் பிடுங்கும் நகைகளோடும் வாசலைத்திறந்து உள்ளே நுழையும் இளம் மனைவி அவசரமாகக் காற்றை முகர்கிறாள், நீராவி சூழ்ந்திருக்கும் சமையலறையில் ஏப்ரன் உடுத்தியபடி கணவர் மிஸ்டர் ரைட் ஒரு சட்டியைக் கிளறிக்கொண்டிருக்கிறார். தலைகீழாக்கங்கள்: போர்ஹேயின் நகைச்சுவைக்கான கருப்பொருள்.

இறுதியில், கிண்ணம் காலியானதும் சொல்கிறான், 'அவ்வளவுதான். இனிப்பு செய்யவில்லை. உனக்கு வேண்டுமென்றால் ஆப்பிளோ தயிரோ கிடைக்கும். விருந்தினர் வருகையை ஊகித்திருக்கவில்லை - மன்னிக்கவேண்டும்.'

'அருமையாக இருந்தது.' தன்னுடைய கோப்பையின் இறுதிச்சொட்டைக் குடித்தவாறு எழுகிறவள், 'நன்றி' என்கிறாள்.

'இப்போதே கிளம்பிவிடாதே.' அவளுடைய கையைப் பற்றி சோஃபாவுக்கு அவளை அழைத்துச்செல்கிறான். 'உனக்கு ஒன்று காட்ட வேண்டும். நடனம் பிடிக்குமா? ஆட அல்ல: பார்க்க. ஒளியொலிப் பேழைக்குள் ஒரு ஒளிநாடாவை இடுகிறான். 'இது நார்மன் மேக்லாரென் என்ற பெயரிலான ஒருவரின் படம்.' கொஞ்சம் பழையது. நான் நூலகத்தில் கண்டெடுத்தது. உனக்குப் பிடிக்கிறதா பார்.'

அருகருகில் அமர்ந்தவாறு அவர்கள் பார்க்கிறார்கள். இரண்டு நடனக்கலைஞர்கள் வெற்று மேடையில் நாட்டிய அசைவுகளிலேயே நகர்கிறார்கள். அவர்களுடைய உருவங்களும் அசைவுகளின் மாயத் தோற்றங்களும் சிறகுகள் படபடப்பதைப் போல அவர்களுக்குப் பின்னால் விரிவது சுழல்நிலை ஒளிப்பதிவுக் கருவியில் பதியப்பெறுகிறது. கால்நூற்றாண்டுக்கு முன்பே அவன் பார்த்த ஒரு படம் என்றாலும் கட்டுண்டுவிடுகிறான்: நிகழ்தருணமும் கடந்துகொண்டிருக்கும் தருணத்தின் மாயத்தன்மையும் ஒரே இடத்தில் படமாக்கப்பட்டிருப்பதில்.

அந்தப் பெண்ணும் கட்டுண்டிருக்க விரும்புகிறான். ஆனால், அப்படி இல்லை என்பதை உணர்கிறான்.

படம் முடிந்ததும் அவள் எழுந்து அறைக்குள் உலவுகிறாள். பியானோவின் மூடியைத் திறந்து மிடில் சியை அழுத்துகிறாள். 'நீங்கள் வாசிப்பீர்களா?'

‘கொஞ்சம்போல.’

‘செவ்விசையா, ஜாஸா?’

‘ஐயோ, ஜாஸ் இல்லை.’

‘எனக்காக ஏதாவது வாசிப்பீர்களா?’

‘இப்போது வேண்டாம். எனக்குப் பயிற்சி விட்டுப்போயிருக்கிறது. நாம் ஒருவரையொருவர் நன்றாக அறிந்துகொண்டதற்குப் பிறகு நிச்சயமாக இன்னொரு சமயம் வாசிக்கிறேன்.’

இவனுடைய வாசிப்பறைக்குள் எட்டிப்பார்க்கிறாள். ‘நான் பார்க்கலாமா?’

‘விளக்கைப் போட்டுக்கொள்.’

இசையை ஒலிக்கவிடுகிறான். ஸ்கார்லட்டி சொனாடாவின் கேட்-இசை.

‘ஏகப்பட்ட பைரன் புத்தகங்கள் வைத்திருக்கிறீர்கள்’ என்றபடி வெளியே வருபவள், ‘அவர் உங்கள் விருப்பத்துக்குரியவரா?’ என்கிறாள்.

‘நான் பைரனைப் பற்றி ஆய்வுசெய்கிறேன். அவர் இத்தாலியில் இருந்த நாட்கள் குறித்து.’

‘அவர் இளமையில் இறந்தார் இல்லையா?’

‘முப்பத்தியாறில். அவர்கள் எல்லோருமே இளமையில் இறந்தார்கள். அல்லது வறண்டுபோனார்கள். அதுவும் இல்லையென்றால் பைத்தியமாகிப் பூட்டிவைக்கப்பட்டார்கள். ஆனால், பைரன் இறந்தது இத்தாலியில் அல்ல. க்ரீஸில் இறந்தார். ஒரு அவதூறுக்கு அஞ்சி இத்தாலிக்குத் தப்பியோடி அங்கேயே வாழ ஆரம்பித்தார். தங்கிவிட்டார். அவருடைய வாழ்க்கையின் ஆகப்பெரிய கடைசிக் காதலில் விழுந்தார். இத்தாலி அந்தக் காலத்தில் ஆங்கிலேயர்களின் விருப்பத்துக்குரிய ஒரு இலக்கு. இத்தாலியர்கள் அவர்கள் இயல்புகளோடு இணக்கமாக இருந்தார்கள் என்றும், அவர்கள் உணர்வுபூர்வமானவர்கள், செயற்கையாகத் தங்களைக் கட்டுப்படுத்திக்கொள்ளவில்லை என்றும் இவர்கள் நம்பினார்கள்.’

அவள் அந்த அறையை இன்னொரு முறை சுற்றிவருகிறாள். காபி மேஜை மீது இருந்த சட்டமிடப்பட்ட புகைப்படத்தின் முன் நின்று, 'இவர் உங்கள் மனைவியா?' என்கிறாள்.

'என்னுடைய தாயார். அவர் இளையவராய் இருந்தபோது எடுத்தது.'

'நீங்கள் திருமணமானவரா?'

'ஆனவனாக இருந்தேன். இருமுறை. ஆனால், இப்போதில்லை' என்கிறவன், இதைச் சொல்கிறானில்லை: இப்போது என் வழியில் வருவதை வைத்து சமாளித்துக்கொள்கிறேன். இதைச் சொல்கிறானில்லை: இப்போது நான் வேசைகளைக் கொண்டு சமாளிக்கிறேன். 'உனக்குக் கொஞ்சம் பிராந்தி தரட்டுமா?'

அவளுக்கு பிராந்தி பிடிக்கவில்லை. ஆனால், காபியில் கொஞ்சம் விஸ்கி சேர்த்துக் குடிக்க ஒப்புக்கொள்கிறாள். அவள் அதை அருந்தும்போது, இவன் முன்னோக்கிக் குனிந்து அவளுடைய கன்னத்தைத் தொடுகிறான். 'நீ மிக அழகாக இருக்கிறாய், மிகத் துணிச்சலான காரியம் ஒன்றை நீ செய்ய வேண்டுமென்று கேட்டுக்கொள்கிறேன்.' அவளை மறுபடி தொடுகிறான். 'இரு. என்னோடு இந்த இரவைக் கழி.'

கோப்பையின் விளிம்பினூடாக அவள் இவனை உற்றுப்பார்க்கிறாள். 'ஏன்?'

'ஏனென்றால், நீ இதைச் செய்தாக வேண்டும்.'

'நான் ஏன் இதைச் செய்தாக வேண்டும்?'

'ஏன்? ஏனென்றால், ஒரு பெண்ணின் அழகு அவளுக்கு மட்டுமே சொந்தமானதல்ல. அவளோடு இந்த உலகத்துக்கு வரும் வளமையின் ஒரு பகுதி அது. அதைப் பகிர்ந்துகொண்டாக வேண்டிய கடமை அவளுக்கு உண்டு.'

இவனுடைய கை இன்னமும் அவளுடைய கன்னத்தில் இருக்கிறது. அவள் பின்னால் நகர்ந்துகொள்கிறாளில்லை. ஆனால், இணங்குகிறாளுமில்லை.

'ஏற்கெனவே அதை நான் பகிர்ந்துகொண்டிருப்பதாய் இருந்தால்?' அவளுடைய குரலில் மூச்சுத்திணறலின் சாயல்

இருக்கிறது. ஆசையின் இலக்காக இருப்பது எப்போதுமே பரவசம் தருவது: பரவசமும் இன்பமும் அளிப்பது.

'அப்படியென்றால் நீ அதை இன்னமும் தாராளமாகப் பகிர்ந்துகொள்ள வேண்டும்.'

வசியப்படுத்தல் எவ்வளவு பழமையானதோ அவ்வளவு பழைய ஆசை வார்த்தைகள். ஆனாலும், இந்தத் தருணத்தில் அவற்றில் நம்பிக்கைவைக்கிறான். அவள் அவளுடைய உடைமை அல்ல. அழகு அழகின் உடைமை அல்ல.

'அழகின் ரோஜா அமரத்துவம் பெற்றுவிடும் பொருட்டு, சிருஷ்டிகளில் எழில்மிக்கவற்றிலிருந்து நாம் விருத்தியை நாடுகிறோம்' என்கிறான்.

நயமான முன்னெடுப்பில்லை. அவளுடைய புன்னகை அதன் உல்லாசத்தையும் மாறும் தன்மையையும் இழக்கிறது. ஒரு காலத்தில் பாம்பின் முன்னெடுப்புகளுக்கு எரிபொருளிட்டுக்கொண்டிருந்த கவிதைச் சந்தம் இப்போது பிணக்கத்துக்கு வழிவகுத்துவிட்டது. இதோ இவன் மீண்டும் உபாத்தியாயனாக, பனுவல்களின் நாயகனாக, கலாச்சாரத்தின் காவலனாக மாறிவிட்டான். அவள் கோப்பையைக் கீழே வைக்கிறாள். 'நான் போகவேண்டும். என்னைத் தேடுவார்கள்.'

மேகங்கள் ஒதுங்கிக்கொள்ள, நட்சத்திரங்கள் துலங்குகின்றன. தோட்டத்தின் கதவைத் திறக்கிறான். 'அழகான இரவு' என்கிறான். அவள் நிமிர்ந்து பார்க்கிறாளில்லை. 'உன் வீடுவரை உன்னோடு வரட்டுமா?'

'வேண்டாம்.'

'சரி. நல்லிரவு.' அவளை நெருங்கி, அணைக்கிறான். அவளுடைய சிறுமுலைகள் தன் மீது படிவதை ஒரு கணம் உணர்கிறான். இவனுடைய அணைப்பிலிருந்து அவள் நழுவுகிறாள். போய்விட்டாள்.

6

3

அங்கேயே இவன் அதை முடித்திருக்க வேண்டும். ஆனால், அப்படிச் செய்கிறானில்லை. ஞாயிறன்று காலையே கிளம்பி காலியாக இருக்கும் கல்லூரி வளாகத்துக்குச் சென்று தன்னுடைய துறை அலுவலகத்துக்குள் நுழைந்துகொள்கிறான். கோப்பு அலமாரியிலிருந்து மெலனி ஐசக்ஸின் சேர்க்கைப் பதிவட்டையை உருவியெடுத்து அதிலிருந்து அவளைப் பற்றிய விவரங்களைக் குறித்துக்கொள்கிறான்: வீட்டின் முகவரி, கேப் டவுன் முகவரி, தொலைபேசி எண்.

எண்களைச் சுழற்றுகிறான். ஒரு பெண்ணின் குரல் பதிலளிக்கிறது.

'மெலனி?'

'இதோ பேசச்சொல்கிறேன். நீங்கள் யார்?'

'டேவிட் லூரி என்று அவளிடம் சொல்லுங்கள்.'

மெலனி-மெலடி: வேசிகளுக்குப் பொருந்தும் சந்தம். இவளுக்குப் பொருத்தமான பெயரல்ல. தொனியை மாற்ற வேண்டும். மெலானி: கறுநிறமேனியள்.

'ஹலோ?'

இந்த ஒரு சொல்லில் அவளுடைய அத்தனை தடுமாற்றத்தையும் கேட்கிறான். மிகவும் இளையவள். இவனைச் சமாளிப்பது குறித்தெல்லாம் ஒன்றும் அறியாதவள்: அவளை இவன் விட்டுவிட வேண்டும். ஆனால், இவனோ ஏதோவொன்றின் பிடியில் இருக்கிறான். அழகின் ரோஜா: கவிதை ஒரு அம்பெனக் குறிதவறாமல் பாய்கிறது. அவள் அவளுடைய

உடைமையில்லை; ஒருவேளை இவனும் இவனுக்குச் சொந்தமில்லையோ என்னவோ.

'மதிய உணவுக்கு அழைத்துச்செல்லப்பட விரும்புவாய் என்று நினைத்தேன். சுமார் பன்னிரண்டு மணியளவில் வந்து உன்னைக் கூட்டிச்செல்கிறேன்.'

ஒரு பொய்யைச் சொல்லித் தன்னை விடுவித்துக்கொள்ள அவளுக்கு இன்னமும் நேரம் இருக்கிறது. ஆனால், அவள் மிகுந்த குழப்பத்தில் இருக்கிறாள். அந்த நொடி கடந்துவிடுகிறது.

இவன் வரும்போது அவள் அடுமனைக் கட்டடத்துக்கு வெளியில் நடைபாதையில் காத்திருக்கிறாள். கறுப்பில் காற்சட்டையும் கறுப்புக் கம்பளிச் சட்டையும் அணிந்திருக்கிறாள். அவளுடைய இடை ஒரு பன்னிரண்டு வயதுப் பெண்ணுடையதைப் போல மெல்லியதாய் இருக்கிறது.

துறைமுகத்தின் ஹவுட்பேவுக்கு அவளை அழைத்துச்செல்கிறான். வழியில் அவளை இயல்பாக உணரவைக்க முயல்கிறான். அவளுடைய மற்ற வகுப்புகளைப் பற்றி வினவுகிறான். அவள் ஒரு நாடகத்தில் நடிப்பதாகச் சொல்கிறாள். அது அவளுடைய பட்டயப்படிப்பின் கட்டாயப்பாடங்களில் ஒன்று. அவளுடைய பெரும்பான்மை நேரத்தை ஒத்திகைகள் எடுத்துக்கொள்கின்றன.

உணவகத்தில் அவள் பசியை உணராமல் கடலையே வெறித்துப் பார்த்துக்கொண்டிருக்கிறாள்.

'ஏதாவது பிரச்சினையா? என்னிடம் சொல்லலாமா?'

அவள் தலையை ஆட்டுகிறாள்.

'நம்மைப் பற்றிக் கவலைப்படுகிறாயா?'

'அப்படியும் இருக்கலாம்.'

'தேவையில்லை. நான் பார்த்துக்கொள்கிறேன். இது வெகுதூரம் செல்ல நான் அனுமதிக்க மாட்டேன்.'

வெகுதூரம். இது போன்ற விஷயங்களில் தூரம் எது, வெகுதூரம் என்றால் என்ன? இவனுடைய வெகுதூரமும் அவளுடைய வெகுதூரமும் ஒன்றா?

மழை பெய்ய ஆரம்பித்திருக்கிறது: உலர்ந்திருந்த விரிகுடாவின் மீது நீரின் தாரைகள் மோதுகின்றன. 'கிளம்பலாமா?' என்கிறான்.

அவளைத் தன் வீட்டுக்கு அழைத்துச்செல்கிறான். ஜன்னல்களின் மீது மழை தாளமிட்டுக்கொண்டிருக்க, வரவேற்பறையின் தரையில் அவளோடு கலவிகொள்கிறான். தெளிந்ததும் எளிமையானதுமான அவளுடைய உடல் தனித்த வகையில் பூரணமானதாக இருக்கிறது: முழுநேரமும் அவள் செயலற்றிருக்கும்போதும், அதில் இன்பம் காண்கிறான், உச்சத்தில் நிலையழிந்து சூனியத்துக்குள் தொலையும் அளவுக்கு இன்பம் காண்கிறான்.

தன்னுணர்வுக்கு இவன் திரும்பும்போது மழை நின்றிருக்கிறது. மூடிய விழிகளோடும், தலைக்கு மேலே துவண்டிருக்கும் கரங்களோடும், முகத்தில் மெல்லிய சுளிப்போடும் சிறுமி இவனுக்குக் கீழே கிடக்கிறாள். இவனுடைய கரங்கள் அவளுடைய சொரசொரப்பான கம்பளிச்சட்டைக்கு அடியில் அவளுடைய மார்பில் இருக்கின்றன. அவளுடைய காற்சட்டையும் உள்ளாடையும் பின்னிக்கொண்டு தரையில் கிடக்கின்றன: இவனுடைய காற்சட்டைஇவனுடைய கணுக்காலைச் சுற்றிக்கிடக்கிறது. புயலுக்குப் பின்:[4] அப்படியே ஜார்ஜ் க்ரோஸினுடையதில் போல என்று நினைக்கிறான்.

முகத்தைத் திருப்பிக்கொண்டு, அவள் தன்னை விடுவித்துக் கொள்கிறாள். தன்னுடைய பொருட்களைச் சேகரிக்கிறாள். அறையை நீங்குகிறாள். சில நிமிடங்களில் உடுத்திக்கொண்டு திரும்புகிறாள். 'நான் போக வேண்டும்.' முணுமுணுக்கிறாள். அவளை நிறுத்திவைக்க இவன் யாதொரு முயற்சியும் செய்கிறானில்லை.

மறுநாள் காலை, எல்லையில்லாத மனநிறைவுடன் விழித்தெழும் இவனிலிருந்து அந்த உணர்வு நீங்குதில்லை. வகுப்பில் மெலனி இல்லை. இவனுடைய அலுவலகத்திலிருந்து ஒரு பூங்கொத்துக் கடைக்குத் தொலைபேசுகிறான். ரோஜா? ரோஜாக்கள் சரியான தேர்வாக இருக்காது. கார்னேஷன்களை அனுப்பச்சொல்கிறான். 'சிகப்பா வெள்ளையா?' அந்தப் பெண் கேட்கிறாள். சிகப்பு? வெள்ளை?'இளஞ்சிவப்பில் பன்னிரண்டு அனுப்புங்கள்' என்கிறான். 'இளஞ்சிவப்பில் பன்னிரண்டு இல்லை. கலவையாக அனுப்பவா?' 'கலவையாக அனுப்புங்கள்.'

4 George Grosz (1893–1959) – ஜெர்மானிய ஓவியரின் ஓவியம்.

மேற்கிலிருந்து நகரின் மீது செலுத்தப்பட்ட மேகங்களிலிருந்து செவ்வாய் முழுநாளும் மழைபொழிகிறது. மதியம், பொழிந்து கொண்டிருக்கும் மழை சற்று ஓய்வதற்காகக் காத்துக்கொண்டிருக்கும் மாணவர்குழாமுக்கு நடுவில் அவள் நின்றிருப்பதை தொடர்பியல்துறைக்கட்டடத்தைக் கடந்தபடி கள்ளமாய்ப் பார்க்கிறான். அவளுக்குப் பின்னால் சென்று நின்று, அவளுடைய தோளின் மீது கையை வைக்கிறான். 'இங்கேயே காத்திரு நான் உன்னை வீட்டில் கொண்டுவிடுகிறேன்' என்கிறான்.

ஒரு குடையோடு திரும்புகிறான். தரிப்பிடத்துக்குப் போகும் வழியில் இருக்கும் சதுக்கத்தைக் கடக்கும்போது அவளைப் பாதுகாக்கும் பொருட்டாய் இழுத்து தன்னுடன் நெருக்கி அணைக்கிறான். திடீரென்று வீசும் காற்றொன்று குடையின் உட்புறத்தை வெளியில் மடக்குகிறது; அலங்கமலங்க அவர்கள் இருவரும் காரை நோக்கி ஓடுகிறார்கள்.

அவள் மழமழப்பான மஞ்சள்நிற மழைக்கோட்டு அணிந்திருக்கிறாள்: காருக்குள் ஏறியதும் அதன் குல்லாயை இறக்குகிறாள். அவளுடைய முகம் சிவந்திருக்கிறது; அவளுடைய இதயம் துடிப்பது இவனுக்குத் தெரிகிறது. அவளுடைய மேலுதட்டில் இருக்கும் ஒரு மழைத்துளியை அவள் நக்குகிறாள். *குழந்தை! இன்னமும் வளராத குழந்தையேதான்! நான் என்ன செய்துகொண்டிருக்கிறேன்?* என்று நினைக்கிறான். ஆனாலும், அவனுடைய இதயம் தாபத்தில் துவள்கிறது.

பின்மதியத்தின் போக்குவரத்து நெரிசலுக்குள் அவர்கள் வண்டி செல்கிறது. 'நேற்றெல்லாம் நான் உன்னையே நினைத்துக்கொண்டிருந்தேன். நீ நலமாக இருக்கிறாயல்லவா?'

அவள் பதில் சொல்கிறாளில்லை. மழைநீர்த் துடைப்பான்களை வெறித்துக்கொண்டிருக்கிறாள்.

சிவப்பு விளக்குக்காக நிறுத்துகிறான். அவளுடைய சில்லிட்டிருந்த கையைத் தன்னுடையதில் வைத்துக்கொள்கிறான். தன்னுடைய குரலை மென்மையாக்கும் முயற்சியோடு 'மெலனி!' என்கிறான். ஆனால், வசியம் செய்யும் கலை அவனுக்கு மறந்துவிட்டது. இவன் காதில் விழும் குரல் ஒரு காதலனுடையதல்ல, அது ஒரு தகப்பனுடையது, கெஞ்சும் குரல்.

அவளுடைய அடுமனைத் தொகுப்பின் முன்பு வண்டியை நிறுத்துகிறான். அவள் காரின் கதவைத் திறக்கிறாள், 'நன்றி' என்கிறாள்.

'என்னை உள்ளே அழைக்கப்போவதில்லையா?'

'வீட்டில் என்னுடைய சகோதரி இருக்கிறாள் என்று நினைக்கிறேன்.'

'இன்று மாலை?'

'இன்று மாலை எனக்கு ஒத்திகை இருக்கிறது.'

'அப்படியென்றால் உன்னை நான் மறுபடி எப்போது பார்ப்பது?'

அவள் பதில் சொல்கிறாளில்லை. மீண்டும் 'நன்றி' என்கிறாள். காரிலிருந்து இறங்குகிறாள்.

புதன்கிழமை, வகுப்பில், அவள் அவளுடைய வழக்கமான இருக்கையில் இருக்கிறாள். இன்னமும் அவர்கள் வர்ட்ஸ்வர்த்தின், தி ப்ரில்யூடின் ஆறாவது புத்தகத்தில், ஆல்ப்ஸில் கவிஞனில் இருக்கிறார்கள்.

அவன் உரக்க வாசிக்கிறான், 'From a bare ridge'
 we also first beheld
 Unveiled the summit of Mont Blanc, and grieved
 To have a soulless image on the eye
 That had usurped upon a living thought
 That never more could be.

'ஆக. கம்பீரமான வெள்ளைமலை, மான்ட் ப்ளாங்க், ஏமாற்றம் தருகிறது. ஏன்? Usurp upon என்ற இந்த வித்தியாசமான வினைத்தொடருடன் தொடங்குவோம். அகராதியில் இதை யாராவது தேடிப்பார்த்தீர்களா?'

மௌனம்.

'பார்த்திருந்தால், கைப்பற்ற நுழை என்ற வினைத்தொடருக்கு அத்துமீறி நுழை, ஆக்கிரமிக்க நுழை என்பது பொருள் என்று கண்டிருப்பீர்கள். கைப்பற்று, முற்றிலுமாக வசப்படுத்து என்பது கைப்பற்ற நுழை என்பதன் வினைமுற்று, கைப்பற்றிக்கொள்வது

என்ற தொடரானது கைப்பற்ற நுழையும் செயலை முற்றுப்பெறச் செய்கிறது.

'மேகங்கள் நீங்கின' என்கிறார் வர்ட்ஸ்வர்த். முகடு வெளிப்பட்டது. அதைக் கண்டு நாங்கள் துயருற்றோம். ஆல்ப்ஸின் பயணி ஒருவனின் விசித்திரமான மறுமொழி இது. எதற்காகத் துயரம் கொள்ள வேண்டும்? ஆன்மாவற்ற ஒரு படிமம், வெறுமே விழித்திரையில் படியும் ஒரு படிமம், இதுகாறும் வாழும் எண்ணமாய் இருந்த ஒன்றை ஆக்ரமிக்கிறது என்கிறார் வர்ட்ஸ்வர்த். எது அந்த வாழும் எண்ணம்?'

மறுபடியும் மௌனம். இவன் எதனுள் பேசிக் கொண்டிருக்கிறானோ அந்தக் காற்று சலனமில்லாத ஒரு தகடைப் போல தொங்கிக்கொண்டிருக்கிறது. மலையைப் பார்த்துக்கொண்டிருக்கும் ஒரு மனிதன்: இது ஏன் இவ்வளவு சிக்கலானதாக இருக்கவேண்டும் என்று அவர்கள் எரிச்சலடைகிறார்களா? அவர்களுக்கு இவன் என்ன பதில் சொல்ல முடியும்? அந்த முதல் சந்திப்பில் இவன் மெலனியிடம் என்ன சொன்னான்? தரிசனத்தின் வெடிப்பில்லாமல் எதுவுமே இல்லை என்றானே. அந்தத் தரிசனத்தின் வெடிப்பு இந்த அறையில் எங்கு இருக்கிறது?

இவன் சட்டென்று அவளைப் பார்க்கிறான். அவளுடைய தலை கவிழ்ந்திருக்கிறது. அவள் பிரதியில் ஆழ்ந்திருக்கிறாள் அல்லது அப்படியிருப்பதாகத் தோன்றுகிறது.

'கைப்பற்று இதே வார்த்தை ஒருசில வரிகளுக்குப் பிறகு மீண்டும் வருகிறது. கைப்பற்றுதல் என்பது ஆல்ப்ஸ் கவிதைத் தொடரின் அடிநாதங்களில் ஒன்று. எண்ணங்கள், தூய சிந்தனைகள் ஆகிய மூலப்படிவங்கள், வெறுமே புலன்களில் படியும் படிமங்களால் கைப்பற்றப்பட்டுவிடுகின்றன.

'என்றாலும், புலனனுபவங்களால் கதகதப்பாகப் போர்த்தப்பட்ட தூய எண்ணங்களின் எல்லைக்குள் இருந்தபடி நாம் நம்முடைய அன்றாட வாழ்க்கையை வாழ முடியாது. யதார்த்தத்தின் கடுந்தாக்குதலைச் சமாளித்து நம்முடைய கற்பனையைத் தூயதாய் வைத்துக்கொள்வது எப்படி என்பதல்ல கேள்வி. கேள்வி என்னவாய் இருக்க வேண்டுமென்றால், இவை இரண்டும் ஒருங்குய்யும் வழியை நம்மால் கண்டுபிடிக்க இயலுமா?

'599-வது வரியைப் பாருங்கள். புலனுணர்வின் எல்லைகள் குறித்து வர்ட்ஸ்வர்த் எழுதியிருக்கிறார். இந்தத் தலைப்பு குறித்து நாம் முன்பே படித்திருக்கிறோம். புலனுறுப்புகள் தங்கள் ஆற்றலின் எல்லைக்கு வந்துவிட்டால் அவற்றின் துலக்கம் மங்கிவிடுகிறது. ஆனாலும், காலாவதியாகிவிடும் அந்த நொடியில் அந்த விளக்கு ஒரு மெழுகுவர்த்தியின் சுடர்போல பளிச்சிட்டு எரிந்து அறிந்திராவற்றின் ஒரு கணநேரத்தோற்றத்தை நமக்குக் காட்டித்தருகிறது. இந்தப் பத்தி கடினமானது; மான்ட் ப்ளாங் கணத்தை அதுவே மறுதலிப்பதாகவும் இருக்கலாம். ஆனாலும், வர்ட்ஸ்வர்த் தான் ஒரு சமநிலையை நோக்கிப் போவதை உணர்கிறார்: மேகங்களால் சூழப்பட்ட தூய எண்ணங்களில்லை, விழித்திரையில் எரிந்த காட்சிரூபமுமில்லை, அதன் யதார்த்தத்தின் தெளிவால் திணறச்செய்து ஏமாற்றமளிப்பது, அந்தப் புலன் காட்சி, நினைவின் நிலத்தில் மிக ஆழமாகப் பொதிந்திருக்கும் அந்தக் கருத்துருவைக் கிளர்ந்தெழச்செய்ய அது அவ்வளவு நிலைமாறும் தன்மை கொண்டிருப்பதுதான்.'

இடைநிறுத்துகிறான். வெறுமையும் புரியாமையும். வெகுதூரத்துக்கு வெகுவேகமாய்ப் போய்விட்டானோ? இவர்களை எப்படித் தன்னிடம் மீட்டெடுப்பது? இவளை மீட்பது எப்படி?

'காதல்வயப்பட்டிருப்பதுபோல' என்கிறான். 'நீங்கள் பார்வையற்றவராய் இருந்திருந்தால் முதலில் காதல்வயப்பட்டிருக்கவே முடியாது. ஆனால், இப்போது உயிர்ப்பற்ற தெளிவைத் தரும் பார்வைக்கருவியின் வழியாக உங்கள் காதலியைப் பார்க்க விரும்புவீர்களா? அவளை, அவளுடைய படிமத்தை, தெய்வீகத்தன்மையோடு உயிர்ப்பாக வைத்துக்கொள்வதற்கு உங்களுடைய பார்வைக்கு மேலாக ஒரு திரையைத் தொங்கவிட்டுக்கொள்வதுதான் உங்களுக்குச் சிறந்ததாக இருக்க முடியும்.'

இதில் எதுவுமே வர்ட்ஸ்வர்த்தின் வார்த்தைகளில்லை. ஆனால், அது அவர்கள் விழிப்புநிலைக்கு வருவதற்காவது உதவியிருக்கிறது. படிமங்கள்? தேவதைகள்? இவர் எதைப் பற்றி பேசிக்கொண்டிருக்கிறார்? இந்தக் கிழவருக்குக் காதலைப் பற்றி என்ன தெரியும்? அவர்கள் மனதுக்குள் பேசிக்கொள்கிறார்கள்.

ஒரு நினைவு மீண்டெழுகிறது: அவளுடைய கம்பளிச் சட்டையை இவன் வலிந்து மேலே இழுத்து அவளுடைய அழகான பூரணமான சிறுமுலைகளை வெளிப்படுத்திய தருணம். முதன்முறையாக அவள் நிமிர்ந்து பார்க்கிறாள்; அவளுடைய விழிகள் இவனுடையதைச் சந்திக்கின்றன, ஒரு மின்னற்பொழுது அவ்வளவையும் பார்க்கின்றன. குலைந்து, பார்வையைத் தாழ்த்துகிறாள்.

'வர்ட்ஸ்வர்த் ஆல்ப்ஸை எழுதியிருக்கிறார். நம் நாட்டில் ஆல்ப்ஸ் இல்லை என்றாலும் நமக்கு ட்ரேகன்ஸ்பெர்க் இருக்கிறது. அல்லது இன்னமும் இறங்கிவந்தால், பல கவிஞர்களின் கருப்பொருளான அந்த வர்ட்ஸ்வர்த்திய கணத்துக்காக, அந்தத் தரிசனம் கிடைக்கும் என்று நாம் நம்பி ஏறும் டேபிள் மவுன்ட்டன் இருக்கிறது.' இப்போது இவன் பூசிமெழுகும் வெற்று வார்த்தைகளைப் பேசுகிறான். 'ஆனால், நம்முடைய கற்பனையின் உன்னதப் படிமங்களை நோக்கி நம்முடைய அரைக்கண்களையாவது திறந்துவைத்திராதவரையில் அம்மாதிரியான கணங்கள் சாத்தியமே இல்லை.'

போதும்! இவனுக்கே இவனுடைய குரல் சலிப்பாக இருக்கிறது. தன்னுடைய கபட வசனங்களைக் கேட்க நேர்ந்ததற்காக அவளுக்காகவும் வருந்துகிறான். பாடத்தை முடிக்கிறான். பிறகு, அவளிடம் ஒரு வார்த்தை பேசக்கிட்டும் என நம்பி நிற்கிறான். ஆனால், அவள் நழுவி கூட்டத்தோடு மறைகிறாள்.

ஒரு வாரம் முன்புவரை அவள் இவ்வகுப்பின் இன்னமொரு அழகான முகம் மட்டுமே. இப்போது அவள் இவனுடைய வாழ்வில் ஓர் இருப்பு, சுவாசித்துக்கொண்டிருக்கும் ஓர் இருப்பு.

மாணவர் சங்க அரங்கம் இருளில் இருக்கிறது. கவனத்துக்கு ஆட்படாமல் இவன் பின்வரிசையின் ஓர் இருக்கையில் அமர்கிறான். இவனுடையதற்குச் சில வரிசைகள் முன்னால் இருக்கும் இருக்கையில் அமர்ந்திருக்கும், வழுக்கையாகிக்கொண்டிருப்பவனும் வாயிற்காப்பாளச் சீருடை அணிந்துகொண்டிருப்பவனுமான ஒருவனைத் தவிர, ஒரே பார்வையாளன் இவன்தான்.

க்ளோப் முடிதிருத்தகத்தில் ஓர் மாலை மயக்கம். இதுதான் அவர்கள் ஒத்திகை பார்த்துக்கொண்டிருக்கும் நாடகத்தின் பெயர்; ஹில்ப்ரோவின் ஜோஹனஸ்பர்க்கில்

45

இருக்கும் ஒரு முடிதிருத்தகத்தைக் களமாகக் கொண்ட, புதிய தென்னாப்பிரிக்கக் குழுவின் நகைச்சுவை நாடகம். மேடையில் ஆடம்பரமான அந்த உடையிலேயே இவனுடைய தன்பால்விழைவை வெளிப்படையாகக் காட்டிக்கொண்டிருக்கும் முடிதிருத்துனன், இரண்டு வாடிக்கையாளர்களுக்கு முடிதிருத்திக்கொண்டிருக்கிறான். அவர்களில் ஒருவன் கறுப்பினத்தவன். இன்னொருவன் வெள்ளையன். மூவருக்கும் இடையே கடகடவென பேச்சு மாறிமாறிக் கடக்கிறது: நகைச்சுவைத் துணுக்குகள், நிந்தனைகள். உணர்ச்சி வடிகாலே முதன்மையான நோக்கமாக இருக்கிறது: கரடுதட்டிப்போன பழைய காழ்ப்புணர்வுகள் பகலின் வெளிச்சத்தில் வெளிக்கொணரப்பட்டு சிரிப்பலைகளால் கழுவப்படுகின்றன.

நான்காவது உருவம் மேடைக்கு வருகிறது. குதிகால் உயர்ந்த அகலச் சப்பாத்து அணிந்த, கூந்தலை அருவிச்சுருள்களாக அலங்கரித்துக்கொண்டிருக்கும் இளம்பெண். 'இருக்கையில் உட்கார் அன்பே. இதோ ஒரே நொடியில் உன்னிடம் வருகிறேன்' என்கிறான் முடிதிருத்துநன். 'நான் வேலைக்காக வந்திருக்கிறேன் - நீங்கள் விளம்பரம் செய்திருந்த வேலைக்கு.' காப்ஸ்[5] உச்சரிப்பு அப்பட்டமாகத் தொனிக்கும் குரல், மெலனிதான். 'அப்படியானால் விளக்குமாற்றை எடுத்து உருப்படியாக எதையாவது செய்.'

அவள் விளக்குமாற்றை எடுத்துத் தரையைத் தேய்த்துக்கொண்டே மேடையில் தத்திவருகிறாள். மின்வடம் ஒன்றினுள் விளக்குமாறு சிக்கிக்கொள்கிறது. ஒரு மின்பொறித்தெரிப்பும் தொடர்ந்து அலறலும் பதைபதைப்பும் நிகழ வேண்டிய கட்டம். ஆனால், ஒருங்கிணைப்பில் ஏதோ தவறு நிகழ்கிறது. இயக்குநர் மேடை மீது தாவியேற அவளுக்குப் பின்னே கறுப்புத் தோலாடை அணிந்திருக்கும் இளைஞனொருவன் சுவற்றில் இருக்கும் மின்பொருத்துவாயை நோண்டத் தொடங்குகிறான். 'இது இன்னமும் துடிப்பாக வர வேண்டிய கட்டம்' என்கிறாள் இயக்குநர். 'இன்னமும் மார்க்ஸ் சகோதரர்களின் நாடகங்களின் நிகழ்த்துச் சூழலை நினைவுறுத்துவதாக.' மெலனியின் பக்கம் திரும்புகிறாள். 'புரிகிறதா?' மெலனி தலையசைக்கிறாள்.

---

5 Kaaps – கிழக்கு கேப்பின் எழுபது சதவீதக் கறுப்பின மக்கள் பேசும் மொழி.

வாயிற்காவலன் ஒரு நீண்ட பெருமூச்சோடு எழுந்து இவனை முந்தி அரங்கை விட்டு வெளியேறுகிறான். இவனும் போயிருக்க வேண்டும். இருளில் அமர்ந்துகொண்டு ஒரு பெண்ணை வேவுபார்ப்பது கேவலமான காரியம் (*காமம் சொட்ட* என்ற வார்த்தை அனிச்சையாகத் தோன்றுகிறது). ஆனால், எந்தக் கிழவர்களின் குழுவில் இவன் சென்றுசேர நேருமோ அவர்களும், கறைபடிந்த மழைக்கோட்டுகளும், கீறல்விட்ட பொய்ப்பற்களும், மயிரடர்ந்த செவிகளுமாக இருக்கும் நாடோடிகளும் ஊர்சுற்றிகளும் - எல்லோரும், ஒரு காலத்தில் கடவுளின் குழந்தைகளாக, முறுக்கேறிய அங்கங்களும் தெளிந்த விழிகளுமாக இருந்தவர்கள்தானே. புலன்களுக்கான இனிய விருந்தின் இறுதி இருக்கையை விடாமல் பற்றிக்கொள்வதற்காக அவர்களைக் குறைகூறலாமா?

மேடையில் நடிப்பு தொடர்கிறது. மெலனி விளக்குமாற்றால் பெருக்குகிறாள். ஒரு மோதல், ஒரு மின்பொறித்தெரிப்பு, அபாயச்சங்குகள் அலறும் ஓசை. மெலனி கிறீச்சிடுகிறாள், 'நான் ஒன்றும் செய்யவில்லை. அடச்சனியனே, எல்லாமே என் தவறாகவேதான் இருக்க வேண்டுமா?' இவன் ஓசையெழுப்பாமல் எழுந்து, வெளியில் இருளுக்குள் வாயிற்காப்பாளனைத் தொடர்கிறான்.

மறுநாள் மதியம் நான்கு மணிக்கு இவன் அவளுடைய அடுக்ககத்தில் நிற்கிறான். கதவைத் திறக்கும் அவள் கசங்கிய கொசுவச்சட்டையும், அரைக்காற்சட்டையும், ரசனையற்றதாயும் முட்டாள்தனமானதாயும் இவனுக்குப் படுகிற, கோஃபர்ஸ் பொம்மைப்பட வடிவிலான செருப்புகளையும் அணிந்திருக்கிறாள்.

இவன் வருகையை அறிவித்திருக்கவில்லை; அவள் தன் மீது இவனைத் திணித்துக்கொள்ளும் ஆக்கிரமிப்பாளனைத் தடுக்க இயலாத அளவுக்கு அதிர்ச்சியில் இருக்கிறாள். இவன் அவளைத் தூக்கிக்கொள்ள, அவளுடைய கைகால்கள் ஒரு பொம்மலாட்ட பாவையினுடையதைப் போல துவள்கின்றன. திமிறமுயன்றபடி, அவளுடைய செவிச்சுருளுக்குள்ளேயே தடியால் அடிப்பதைப் போல அதிரும் வார்த்தைகளைச் சொல்கிறாள். 'இல்லை, இப்போது வேண்டாம். என்னுடைய சகோதரி வந்துவிடுவாள்.'

ஆனால், இவனைத் தடுக்க எதாலும் முடியாது. அவளைப் படுக்கையறைக்குள் தூக்கிச்செல்கிறான். சிறுபிள்ளைத்தனமான அந்தச் செருப்புகளைக் கழற்றிவீசுகிறான். அவளுடைய பாதங்களை முத்தமிடுகிறான். அவள் எழுப்பிவிடும் உணர்வுகளால் ஸ்தம்பிக்கிறான். மேடையில் நிகழ்ந்த எதாலோ பிடித்துக்கொண்டுவிட்ட பிசாசு: அந்தப் பொய்முடி, குலுங்கும் பின்புறங்கள், அந்தக் கொச்சைப் பேச்சு. விசித்திரக் காதல்! ஆனாலும், பொங்கும் அலைகளின் கடவுளான அப்ரோடைட்டிடமிருந்து வந்த அம்பு. அதில் சந்தேகமில்லை.

அவள் எதிர்க்கிறாளில்லை. தன்னைத் திருப்பிக்கொள்ள மட்டுமே செய்கிறாள்: உதடுகளைத் திருப்பிக்கொள்வது, விழிகளைத் திருப்பிக்கொள்வது. இவன் அவளைப் படுக்கையில் கிடத்தவும் ஆடைகளைக் களையவும் அனுமதிக்கிறாள்: தன்னுடைய கரங்களையும் இடுப்பையும் உயர்த்தி இவனுக்கு உதவவும் செய்கிறாள். அவளது தேகமெங்கும் குளிரால் சிறு நடுக்கங்கள் உண்டாகின்றன; ஆடைகளற்று ஆனதுமே அகழெலி ஒன்று புதைவதுபோல பஞ்சுப்பொதிப் படுக்கை விரிப்புக்குள் தன்னை நுழைத்துக்கொள்ளும் அவள் இவனுக்குத் தன் முதுகைக் காட்டிப் படுக்கிறாள்.

வண்புணர்வல்ல. அப்படிச்சொல்லிவிட முடியாது. ஆனாலும், விருப்பமில்லாதது. துளியும் விருப்பமில்லாதது. நரியின் தாடைகள் முயலின் குரல்வளையை அண்மித்துவிட்டதும் நிகழ்வதுபோல, அவளுக்கு நிகழ்த்தப்படும் எதுவும் எங்கோ தூரத்தில் நிகழ்த்தப்படுவதாக மாற, அந்தக் கணங்கள் நீளும் நேரத்துக்குத் தனக்குள்ளாகவே தொய்ந்து, சாக முடிவெடுத்துவிட்டவளாகிறாள்.

'பவுலின் எந்த நிமிடத்திலும் வந்துவிடுவாள். தயவுசெய்து போய்விடுங்கள்' என்கிறாள் அது முடிந்ததும்.

கீழ்ப்படிகிறான். ஆனால், காரை நெருங்கியதுமே அவ்வளவு மனச்சோர்வுக்கும் மந்தநிலைக்கும் ஆளாவதில் நகர முடியாமல் வண்டியில் தொய்ந்து விழுகிறான்.

தவறு, மிகப் பெரிய தவறு. சந்தேகமில்லை, இந்த நொடியில் மெலனி தன்னிலிருந்து அதை, இவனை, கழுவிக்கொள்ள முயன்றுகொண்டிருப்பாள். குளியலுக்காக நீரைத் திறந்துவிட்டுக்கொண்டு, உறக்கத்தில் நடப்பவளைப் போல

விழிகளை மூடிக்கொண்டு, தொட்டிக்குள் இறங்குவாள். இவனும் தன்னுடைய குளியல்தொட்டிக்குள் இறங்கிக்கொள்ள அவாவுறுகிறான்.

பருத்த குட்டைக்கால்களும் மிடுக்கான பணிக்கோட்டுமான பெண்ணொருத்தி இவனைக் கடந்துசென்று அடுக்ககத் தொகுதிக்குள் நுழைகிறாள். இவள்தான் ஒன்றுவிட்ட சகோதரி பவுலினா? இவளுடைய மறுதலிப்புக்குத்தான் மெலனி அவ்வளவு அஞ்சுகிறாளா? சுதாரித்துக்கொண்டு அங்கிருந்து விரைகிறான்.

மறுநாள் அவள் வகுப்பில் இல்லை. அன்று இடைப்பருவத் தேர்வுநாள் என்பதால் இது துரதிர்ஷ்டவசமான இன்மை. பிற்பாடு இவன் வருகையேட்டை நிரப்புகையில் அவள் வந்திருப்பதாகக் குறிப்பதுடன் எழுபது மதிப்பெண்களையும் பதிகிறான். தாளின் கீழே பென்சிலால் 'தற்காலிகமாக' என்று தனக்கு ஒரு குறிப்பையும் எழுதிக்கொள்கிறான். எழுபது: தடுமாற்றத்தில் இருப்பவர் கொடுக்கும் மதிப்பெண், சிறப்பானதும் அல்ல மோசமானதும் அல்ல.

அடுத்த வாரம் முழுக்கவும் அவள் விலகியே இருக்கிறாள். தொடர்ந்து தொலைபேசியில் அழைக்கிறான். பதில் இல்லை. பிறகு ஞாயிறன்று, நள்ளிரவில் அழைப்புமணி ஒலிக்கிறது. அது மெலனிதான், மேலிருந்து கால்வரைக்கும் கறுப்பில் உடுத்தி, தலையில் ஒரு சிறிய கம்பளித் தொப்பியுடன் இருக்கிறாள். அவளுடைய முகம் இறுகியிருக்கிறது. கோபாவேசமான வார்த்தைகளுக்கு, ஒரு ரணகளத்துக்கு இவன் தன்னைத் தயார்செய்துகொள்கிறான்.

ரணகளமொன்றும் நிகழ்கிறதில்லை. உண்மையில், அவளே சங்கடப்பட்டுக்கொண்டிருக்கிறாள். இவனுடைய விழிகளைத் தவிர்த்துக்கொண்டு, 'இன்றிரவு நான் இங்கே உறங்கலாமா?' என்று கிசுகிசுக்கிறாள்.

'நிச்சயமாக நிச்சயமாக.' இவனுடைய இதயம் ஆசுவாசத்தில் நிறைகிறது. நகர்ந்து அவளை அணைக்கிறான். இவன் மீது சாயும் அவள் குளிர்ந்தும் விறைப்பாகவும் இருக்கிறாள். 'வா உனக்கு நான் தேநீர் தயாரித்துத்தருகிறேன்.'

'இல்லை, தேநீர் வேண்டாம். ஒன்றும் வேண்டாம். நான் களைத்திருக்கிறேன். எனக்குப் படுக்கையில் விழுந்தால் போதும்.'

தன்னுடைய மகளின் அறையில் அவளுக்காகப் படுக்கையை விரிக்கிறான். நல்லிரவு சொல்லி முத்தமிடுகிறான். அவளைத் தனியே விடுகிறான். அரைமணிநேரம் கழித்து மீண்டும் வரும்போது அவள் எதையுமே களையாமல், ஆழ்ந்த உறக்கத்தில் இருக்கிறாள். அவளுடைய காலணிகளை மெல்லக் கழற்றுகிறான். அவளுக்குப் போர்த்திவிடுகிறான்.

காலை ஏழு மணிக்கு, முதல் பறவைகளின் கீச்சொலி எழும்போது அவளுடைய அறைக்கதவைத் தட்டுகிறான். அவள் விழித்திருக்கிறாள். போர்வையைத் தன் முகவாய்வரைக்கும் உயர்த்திக்கொண்டிருக்கிறாள். சோர்ந்திருக்கிறாள்.

'இப்போது எப்படியிருக்கிறாய்?'

தோளைக் குலுக்குகிறாள்.

'என்ன விஷயம்? என்னிடம் சொல்லலாமா?'

மௌனமாகத் தலையசைக்கிறாள்.

இவன் அவளுடைய படுக்கையில் அமர்ந்து அவளைத் தன்னிடம் இழுத்துக்கொள்கிறான். இவனுடைய கரங்களில் கிடந்து பரிதாபமாகக் கதறுகிறாள். அவ்வளவுக்கு மத்தியிலும் இவனுள் இச்சையின் கிளுக்கமொன்று வெடிக்கிறது. 'சரி சரி.' கிசுகிசுக்கிறான். அவளை ஆசுவாசப்படுத்த முயல்கிறான். 'என்ன பிரச்சினை, அப்பாவிடம் சொல்' என்று சொல்லிவிடாமல் சமாளித்துக்கொண்டு, 'என்ன விஷயம் சொல்' என்கிறான்.

அவள் நிலைபெற முயல்கிறாள். பேச முயல்கிறாள். ஆனால், அவளுடைய மூக்கு அடைத்திருக்கிறது. அவளுக்குக் கைக்குட்டை ஒன்றைத் தருகிறான். 'நான் இங்கே சில நாட்களுக்குத் தங்கிக்கொள்ளலாமா?' அவள் கேட்கிறாள்.

'இங்கே தங்குவதா?' யோசனையாகக் கேட்கிறான். அவள் அழுவதை நிறுத்திவிட்டாலும் துயரத்தின் நீண்ட திடுக்கங்கள் அவளுக்குள் இன்னமும் வெடித்துக்கொண்டுதான் இருக்கின்றன. 'அது சரிவருமா?'

அது சரிவருமா வராதா என்று அவள் சொல்கிறாளில்லை. ஆனால், இவனுடைய வயிற்றில் அவளுடைய கதகதப்பான முகம் சேருமாறு இவனோடு தன்னை இறுக அழுத்திக்கொள்கிறாள். விரிப்பு விலகி நழுவுகிறது; அவள் உள்ளாடைகள் மட்டும் அணிந்திருக்கிறாள்.

இந்த நொடியில் தான் செய்யவிருப்பது என்னவென்று அவள் உணர்கிறாளா?

கல்லூரித் தோட்டத்தில், முதல் கண்ணியை இவன் நகர்த்தியபோது இதை ஒரு கணநேரத்தின் சிறு தொடர்பாகத்தான் எண்ணியிருந்தான் - சட்டென்று உள்ளே, சட்டென்று வெளியே. இப்போது பின்தொடரும் சிக்கல்களோடு, அவள் இவனுடைய வீட்டில் இருக்கிறாள். அவள் ஏதாவது பந்தயம் ஆடுகிறாளா? இவன் கவனமாக இருக்க வேண்டும். அதில் சந்தேகமில்லை. ஆனால், இவன் ஆரம்பத்திலிருந்தே அல்லவா கவனமாக இருந்திருக்க வேண்டும்.

படுக்கையில் அவளுக்கு அருகில் சாய்கிறான். மெலனி ஐசக்ஸ் இவனோடு இங்கு வசிக்கவருவதைவிட இவனுக்குப் பிடித்தமில்லாத விஷயம் வேறு எதுவும் இருக்கப்போவதில்லை. ஆனாலும், இந்த நொடியில் அந்த நினைப்பே போதையேற்றுவதாக இருக்கிறது. ஒவ்வொரு இரவும் அவள் இங்கே இருப்பாள்; ஒவ்வொரு இரவும் இவன் படுக்கையில் அவளருகில் இப்படி விழலாம், அவளுக்குள்ளே விழலாம். ஜனங்கள் தெரிந்துகொண்டுவிடுவார்கள். அவர்கள் எப்போதும் அப்படித்தான். கிசுகிசுக்கப்படும். அவதூறு கிளம்பும். ஆனால், அதுவெல்லாம் ஒரு விஷயமே அல்லவே? புலன்கள் மரத்துப்போவதற்கு முன்பான இறுதி எழுச்சி இது. இவன் படுக்கைவிரிப்புகளை மடித்துத்தள்ளுகிறான். குனிகிறான். அவளுடைய முலைகளை, புட்டங்களை வருடுகிறான். 'நீ இங்கேயே தங்கலாம், நிச்சயமாக.' முணுமுணுக்கிறான்.

இரண்டு கதவுகளுக்கு அப்பால், இவனுடைய படுக்கையறையில் எழுப்புமணி அலறி ஓய்கிறது. அவள் இவனுக்கு மறுபுறமாகத் திரும்புகிறாள். விரிப்புகளை இழுத்துத் தோள்களுக்கு மேலாகப் போர்த்திக்கொள்கிறாள்.

'இப்போது நான் கிளம்புகிறேன். எனக்கு வகுப்புகள் இருக்கின்றன. நீ மீண்டும் உறங்க முயன்றுபார். நான் மதியம் திரும்பிவிடுவேன்.

அப்போது பேசிக்கொள்ளலாம்.' அவளுடைய கூந்தலை வருடுகிறான். நெற்றியில் முத்தமிடுகிறான். ஆசைநாயகியா? மகளா? யாராக இருக்க வேண்டும் என்று அவள் நினைக்கிறாள்? எதை இவனுக்குக் கொடுக்க முன்வருகிறாள்?

மதியம் திரும்ப வரும்போது அவள் எழுந்திருக்கிறாள். சமையலறை மேஜையில் அமர்ந்திருக்கிறாள். வாட்டின ரொட்டியும் தேனும் உண்டபடி தேநீர் அருந்திக்கொண்டிருக்கிறாள். சொந்த வீட்டில் இருப்பதைப் போல ஆசுவாசமாக இருக்கிறாள்.

'பரவாயில்லை, இப்போது தெளிவாக இருக்கிறாயே' என்கிறான்.

'நீங்கள் கிளம்பிய பிறகு உறங்கினேன்.'

'சரி விஷயம் என்னவென்று இப்போதாவது எனக்குச் சொல்கிறாயா?'

அவள் இவனுடைய விழிகளைத் தவிர்க்கிறாள். 'இப்போது வேண்டாம். எனக்கு நேரமாகிவிட்டது. போக வேண்டும். பிறகு விளக்குகிறேன்.'

'அந்தப் பிறகு எப்போது வரும்?'

'இன்று மாலை. ஒத்திகைக்குப் பிறகு. சரிதானா?'

'சரி.'

அவள் எழுகிறாள். தன்னுடைய தட்டையும் கோப்பையையும் கழுவுத்தொட்டிக்கு எடுத்துச்செல்கிறாள். ஆனால், அவற்றைக் கழுவுகிறாளில்லை. இவனைப் பார்க்கத் திரும்புகிறாள். 'சம்மதம்தானா? நிச்சயமாக?'

'ஆம், சம்மதம்தான்.'

'இதை உங்களிடம் சொல்ல வேண்டும். நான் நிறைய வகுப்புகளைத் தவற விட்டுவிட்டேன் என்பதை உணர்கிறேன். ஆனால், இந்த நாடகம் என்னுடைய எல்லா நேரத்தையும் எடுத்துக்கொள்கிறது.'

'புரிகிறது. உன்னுடைய நாடகத்துக்கு நீ முன்னுரிமை கொடுப்பதாகச் சொல்கிறாய். இதை நீ முன்பே சொல்லியிருந்தால் நன்றாக இருந்திருக்கும். நாளை வகுப்புக்கு வருவாயா?'

'ஆம். உறுதியளிக்கிறேன்.'

அவள் உறுதி சொல்கிறாள். ஆனால், அது வலியுறுத்தப்பட முடியாத உறுதியாக இருக்கிறது. இவன் மனத்தாங்கலும் எரிச்சலும் அடைகிறான். அவள் மோசமாக நடந்துகொள்கிறாள். அதீதமாக சலுகை எடுக்கிறாள்; இவனைத் துஷ்பிரயோகம் செய்யக் கற்றுக்கொள்கிறாள், அதோடு இவனை இனி உபயோகப்படுத்திக்கொள்ளவும் செய்யலாம். ஆனால், அவள் அதீதமாக சலுகை எடுத்துக்கொள்கிறாள் என்றால் இவன் அதற்கும் மேலாக எடுத்துக்கொண்டுவிட்டான். அவள் மோசமாக நடந்துகொள்கிறாள் என்றால் இவன் படுமோசமாக நடந்துகொண்டிருக்கிறான். எவ்வளவுக்கென்றால், அவர்கள் இருவரும் ஒன்றாக வசிக்கும் அளவுக்கு. அவர்கள் ஒன்றாக வசிக்கிறார்கள் என்றால், இவனே முன்னடத்துகிறான், அவள் பின்தொடர்கிறாள். அதை இவன் மறந்துவிடக்கூடாது.

8

4

அவனுடைய மகளின் அறையில் இருக்கும் மெத்தையில் அவளோடு மீண்டும் ஒருமுறை கலவிகொள்கிறான். இம்முறையும் முதன்முறையைப் போலவே அருமையாக இருக்கிறது. அவளுடைய உடல் இயங்கும் விதத்தை இவன் அறிந்துகொள்ளத் தொடங்குகிறான். அவள் வேகமும் அனுபவத்துக்கான பேராவலும் மிக்கவளாய் இருக்கிறாள். உடலுறவுக்கான தினவை இவனால் அவளில் முழுமையாக உணர முடியவில்லை என்றால் அது அவள் இன்னமும் மிகவும் இளையவள் என்பதால்தான். நினைவுமீட்டலில் தனித்துநிற்கும் ஒரு நொடி: அவள் தன்னுடைய காலால் இவனுடைய பிருஷ்டத்தை வளைத்து இன்னும் நெருக்கமாகத் தன்னோடு இழுத்தபோது அவளுடைய உட்தொடையின் தசைநாண் இவனோடு ஒட்டி இறுக, இவன் ஆனந்தவேட்கையின் எழுச்சியை உணர்ந்தது. சொல்வதற்கில்லை, இத்தனைக்குப் பிறகும் எதிர்காலம் என்று ஒன்று இருக்கவும் கூடும் என்று நினைத்துக்கொள்கிறான்.

'இப்படி நீங்கள் அடிக்கடி செய்வதுண்டா?' பின்னர் கேட்கிறாள்.

'எப்படி?'

'உங்கள் மாணவியரோடு படுத்துக்கொள்வது. அமாண்டாவோடு படுத்ததுண்டா?'

இவன் பதிலளிக்கிறானில்லை. இவனுடைய வகுப்பின் இன்னொரு மாணவி அமாண்டா. மெலிந்த வெள்ளைப் பெண். அமாண்டாவில் இவனுக்கு ஆர்வமில்லை.

'எதனால் உங்களுக்கு விவாகரத்தானது?'

'எனக்கு இரண்டுமுறை விவாகரத்தாகியிருக்கிறது. இரண்டு திருமணங்கள். இரண்டுமுறை விவாகரத்து.'

'உங்கள் முதல்மனைவிக்கு என்ன ஆனது?'

'அது பெரிய கதை. பிறகொரு சமயம் சொல்கிறேன்.'

'உங்களிடம் புகைப்படங்கள் இருக்கின்றனவா?'

'நான் புகைப்படங்களைச் சேகரிப்பதில்லை. பெண்களையும் சேகரிப்பதில்லை.'

'நீங்கள் என்னைச் சேகரத்தில் வைக்கவில்லையா?'

'இல்லை, நிச்சயமாக இல்லை.'

அவள் எழுந்துகொள்கிறாள். ஏதோ தனியாக இருப்பதுபோல நாணமில்லாமல் தன்னுடைய உடைகளைப் பொறுக்கியபடி அறைக்குள் உலவுகிறாள். ஆடைகளை உடுத்துவதிலும் களைவதிலும் அதீதத் தன்னுணர்வுள்ள பெண்களைத்தான் இவனுக்குப் பழக்கம். ஆனால், இவன் பழகிய பெண்களில் யாரும் இவ்வளவு இளமையும் வடிவ நிறைவும் கொண்டவர்களில்லை.

அதே மதியம் இவனுடைய அலுவலகக்கதவு தட்டப்படுகிறது. இவன் இதற்குமுன் பார்த்தறியாத இளைஞன் ஒருவன் நுழைகிறான். சொல்லப்படாமலேயே அமர்கிறான். அறையைச் சுற்றி விழிகளை ஓட்டுகிறான். புத்தக அலமாரிகளைப் பார்த்து ஆச்சரியப்படுகிறவனைப் போல தலையை ஆட்டிக்கொள்கிறான்.

அவன் உயரமாகவும் மெலிந்தும், மெல்லிய ஆட்டுத்தாடியுடனும் இருக்கிறான். தோடு ஒன்றும் அணிந்திருக்கிறான். கறுப்புத்தோல் மேற்கோட்டும் கறுப்புத் தோல்காற்சட்டையும் அணிந்திருக்கிறான்; பெரும்பான்மை மாணவர்களைவிட மூத்தவனாகத் தெரிகிறான், பிரச்சினை உருவமெடுத்து வந்ததுபோல் இருக்கிறான்.

'ஆக, நீங்கள்தான் அந்த ப்ரொஃபசர்? ப்ரொஃபசர் டேவிட். மெலனி உங்களைப் பற்றி சொல்லியிருக்கிறாள்.'

'ஆம். என்ன சொன்னாள்?'

'நீ அவளோடு படுப்பதாக.'

நீண்ட மௌனம் நிலவுகிறது. ஆக, செய்த காரியத்துக்கான பலன் தெரிய ஆரம்பித்துவிட்டது. நான் முன்பே யோசித்திருக்க வேண்டும்: இப்படியான ஒருத்தி, வில்லங்கங்கள் இல்லாமல் இருக்க வாய்ப்பில்லையே.

'யார் நீ?'

அவன் கேள்வியை அசட்டை செய்கிறான். 'நீ உன்னை ரொம்பப் பெரிய புத்திசாலி என்று நினைத்துக்கொண்டிருக்கிறாய்.' தொடர்ந்து பேசுகிறான், 'இளம் பெண்களின் காதலன் என்று. நீ செய்துகொண்டிருக்கும் காரியத்தைப் பற்றி உன் மனைவிக்குத் தெரியவரும்போதும் இதேபோல புத்திசாலியாகத் தோன்றுவாய் என்றா நினைக்கிறாய்?'

'போதும் நிறுத்து. என்ன வேண்டும் உனக்கு?'

'எது போதும் என்று நீ எனக்குச் சொல்ல வேண்டிய அவசியமில்லை.' அச்சுறுத்தும் தொனியோடு வார்த்தைகள் வேகமாக வந்து விழுகின்றன. 'மனிதர்களின் வாழ்க்கையில் குறுக்கிட்டுவிட்டு உன் விருப்பம்போல நழுவிக்கொள்ளலாம் என்று மட்டும் நினைத்துக்கொள்ளாதே.' அவனுடைய கருவிழிகளின் மீது வெளிச்சம் பட்டு பளபளக்கிறது. அவன் முன்னே குனிந்து கைகளை இடவலமாய் வீசுகிறான். மேஜையில் இருக்கும் தாள்கள் கலைந்து பறக்கின்றன.

இவன் எழுகிறான். 'போதும் நிறுத்து. உடனே இடத்தைக் காலிசெய்.'

'உடனே இடத்தைக் காலிசெய்.' அவனும் போலிக்குரலில் அதையே திருப்பிச்சொல்கிறான்.

அவன் எழுந்து கதவை நோக்கிச் செல்கிறான். 'நல்லது, ப்ரொஃபசர் சிப்ஸ், குட் பை! ஆனால், இது முடியவில்லை. பொறுத்திருந்துபார்.' அவன் சென்று மறைகிறான்.

அடியாள். அவள் ஒரு அடியாளோடு தொடர்புவைத்துக்கொண்டிருக்கிறாள். இப்போது அவளுடைய அடியாளோடு எனக்கும் தொடர்பு உண்டாகிவிட்டது! இவனுடைய வயிறு கலங்குகிறது.

இரவு வெகுநேரம் அவளுக்காக விழித்திருந்தும் மெலனி வருகிறாளில்லை. ஆனால், தெருவில் நிறுத்தப்பட்டிருக்கும் இவனுடைய வண்டி துவம்சம் செய்யப்பட்டிருக்கிறது. அதன் டயர்களிலிருந்து காற்று பிடுங்கப்பட்டிருக்கிறது. கதவின் பூட்டுகளுக்குள் கோந்து செலுத்தப்பட்டிருக்கிறது. முன்பக்கக்கண்ணாடிமீது செய்தித்தாள் ஒட்டப்பட்டிருக்கிறது. வண்ணப்பூச்சு சுரண்டப்பட்டிருக்கிறது. பூட்டுகளை மாற்ற வேண்டிவருகிறது. பில்தொகை அறுநூறு ராண்டுகள்.

'யார் செய்திருப்பார்கள் என்று ஊகிக்க முடிகிறதா?' கருமான் கேட்கிறான்.

இவன் நறுக்கென்று பதிலளிக்கிறான். 'இல்லை.'

அந்தத் திடீர் தாக்குதலுக்குப் பிறகு மெலனி விலகியே இருக்கிறாள். இவன் வியப்படையவில்லை: இவன் அவமானப்படுத்தப் பட்டிருக்கிறான் என்றால் அவளும் அவமானப்படுத்தப்பட்டிருப்பாள். ஆனால், திங்கட்கிழமை அவள் மீண்டும் வகுப்பில் இருக்கிறாள்; அவளுக்கு அருகில், இருக்கையில் வசதியாகச் சாய்ந்துகொண்டு, கைகளைப் பாக்கெட்டுகளுக்குள் திணித்துக்கொண்டு, திமிரான பாவனையோடு, அந்தக் கறுப்புச்சட்டைக்காரன், அவள் காதலன்.

வழக்கமாக வகுப்பில் சளசளப்பின் ரீங்கரிப்பு இருந்துகொண்டே இருக்கும். இன்றைக்கு அமைதி நிலவுகிறது. என்ன நடக்கிறதென்று அவர்களுக்குத் தெரியாது என்றே இவன் நினைக்கிறான். ஆனால், அந்த அழையாவிருந்தாளியை இவன் எப்படி எதிர்கொள்கிறான் என்று பார்க்க அவர்கள் ஆவலாக இருப்பது தெரிகிறது.

இவனால் என்னதான் செய்ய முடியும்? இவனுடைய காருக்கு நிகழ்ந்ததோடு இது முடிவதில்லை என்பது வெளிப்படையாகவே தெரிகிறது. இன்னமும் ஏராளம் தவணை முறையில் வரவிருப்பதும் வெளிப்படையாகவே தெரிகிறது. என்ன செய்ய முடியும்? பல்லைக் கடித்துக்கொண்டு தவணையைக் கட்ட வேண்டியதுதான், வேறென்ன?

'நாம் பைரனைத் தொடரலாம்.' தன்னுடைய குறிப்புத்தாளுக்குள் கவிழ்ந்துகொண்டு சொல்கிறான், 'சென்ற வாரம் பார்த்ததுபோல, அவப்பெயரும் ஒழுக்கக்கேடும் பைரனின் வாழ்வை

மட்டுமல்லாமல் அவனுடைய கவிதைகளைப் பொதுமக்கள் ஏற்றுக்கொண்ட விதத்தையும் பாதித்தது. ஹெரால்ட், மன்ஃப்ரெட், ஏன் டான் ஹுவான் போன்ற அவனுடைய கவிப்படைப்புகளோடேயே பைரன் என்கிற மனிதன் தானுமே மோதிக்கொள்கிறான்.'

அவதூறு. இவனுக்கென்று இந்தத்தலைப்பு அமைந்தது பரிதாபம்தான். ஆனால், அதை உடனடியாக மாற்றிவிடக்கூடிய மனநிலையிலும் இவன் இல்லை.

இவன் மெலனியை ஓரப்பார்வை பார்க்கிறான். வழக்கமாக அவள் சுறுசுறுப்பாக எழுதிக்கொண்டிருப்பவள். இன்று, இளைத்தும் களைத்தும் போனவளாகப் புத்தகத்தின் மேல் கவிழ்ந்திருக்கிறாள். இவனையும் அறியாமல் இவனுடைய இதயம் அவளுக்காக வருந்துகிறது. பரிதாபத்துக்குரிய சின்னஞ்சிறு பறவை, இவன் நினைக்கிறான், என் மார்போடு நான் சேர்ந்தணைத்துக் கொண்டிருந்தவள்.

'லாரா'வை வாசிக்கச்சொல்லி அவர்களைப் பணித்திருந்தான். இவனுடைய குறிப்புகளும் 'லாரா' பற்றியவைதான். அந்தக் கவிதையை இவன் தாண்டிச்செல்ல வழியில்லை. உரக்க வாசிக்கிறான்:

He stands a stranger in this breathing world,
An erring spirit from another hurled;
A thing of dark imaginings, that shaped
By choice the perils he by chance escaped.

'இந்த வரிகளை யாராவது எனக்காக விளக்க முடியுமா? யார் இந்த "தவறிழைத்துக்கொண்டே இருக்கும் ஆன்மா"? அவன் ஏன் தன்னை ஒரு "அஃறிணை"யாக அழைத்துக்கொள்கிறான்? அவன் எந்த உலகிலிருந்து வருகிறான்?'

தன்னுடைய மாணவர்களின் அறிவீனத்தின் விஸ்தீரணத்தைக் கண்டு வியப்படைவதை இவன் பல காலத்துக்கு முன்பே நிறுத்திவிட்டிருக்கிறான். கிறிஸ்தவத்துக்குப் பிந்தைய, வரலாற்றுக்குப் பிந்தைய, கல்வியறிவுக்குப் பிந்தையவர்களாக இருக்கும் இவர்கள், நேற்றுதான் முட்டையிலிருந்து பொரிந்தவர்களாகவும் இருக்கலாம். ஆகவே, பூமியில் வீழ்ந்த தேவதைகள் குறித்தும், அவை குறித்து பைரன்

எங்கே வாசித்திருப்பான் என்றெல்லாமும் அவர்களுக்குத் தெரிந்திருக்கவேண்டும் என்று இவன் எதிர்பார்க்கவில்லை. இவன் எதிர்பார்ப்பதெல்லாம் அதிர்ஷடத்தின் துணையோடு இலக்கை நோக்கி நகர்த்திவிடக்கூடிய, ஆக்கபூர்வமான ஊகங்களின் ஒரு சுற்றை மட்டுமே. ஆனால், இன்று இவன் சந்திப்பதோ மௌனத்தை. அவர்களுக்கு நடுவில் இருக்கும் அந்த அந்நியனைச் சுற்றித் தன்னை அமைத்துக்கொண்டிருப்பதும் புலன்களுக்குப் புலப்படுவதுமான, விடாப்பிடியான அவர்களின் மௌனத்தை. கவனிக்கவும், எடைபோடவும், கேலிசெய்யவும், அங்கு ஒரு அந்நியன் இருக்கும்வரை அவர்கள் பேசமாட்டார்கள். இவனுடைய விளையாட்டை விளையாட மாட்டார்கள்.

'லூஸிஃபர், சுவர்க்கத்திலிருந்து வெளியேற்றப்பட்ட தேவன். தேவதைகளின் வாழ்வைப் பற்றி நமக்கு அதிகம் தெரியாது என்றாலும் அவர்களுக்கு ஆக்ஸிஜன் தேவைப்படாதென்று நம்மால் அனுமானித்துக்கொள்ள முடியும். தன்னுடைய வாழ்விடத்தில், லூஸிஃபருக்கு, இருள் தேவனுக்கு, சுவாசிக்க வேண்டிய தேவை இருக்கவில்லை. திடீரென்று, அவனுக்கு அந்நியமான நம்முடைய இந்த "சுவாசிக்கும் உலகினுள்" அவன் துரத்தப்படுவதைக் காண்கிறான். தன்னுடைய பாதையைத் தானே தேர்ந்தெடுக்கும், அபாயகரமாகவே வாழும், தனக்கான அபாயத்தை உருவாக்கிக்கொள்ளவும் செய்யும் ஒரு உயிரியைத்தான் நாம் "தவறிழைத்துக்கொண்டிருப்பது" என்கிறோம். மேலே வாசிக்கலாம்.'

அந்தப் பையன் ஒரு முறைகூட குனிந்து புத்தகத்தைப் பார்க்கவில்லை. மாறாக, உதட்டில் சிறு புன்னகையோடு, அந்தப் புன்னகையில் அலட்சியத்தின் தொடுகைகூட இருக்க வாய்ப்பிருக்கிறது, இவனுடைய பேச்சைக் கவனிக்கிறான்.

He could
At times resign his own for others' good,
But not in pity, not because he ought,
But in some strange perversity of thought,
That swayed him onward with a secret pride
To do what few or none would do beside;
And this same impulse would in tempting time
Mislead his spirit equally to crime.

'ஆக, இந்த லூஸிஃபர் என்ன மாதிரியான உயிரினம்?'

இதற்குள் இவர்களுக்கிடையில், இவனுக்கும் அந்த இளைஞனுக்குமிடையில், ஊடாடிக்கொண்டிருக்கும் மின்னோட்டத்தை மாணவர்கள் கண்டிப்பாக உணர்ந்திருக்க வேண்டும். அந்தக் கேள்வியே அந்தப் பையனை நோக்கி மட்டுமே கேட்கப்பட்டதாக இருந்தது. உறக்கத்திலிருந்து எழுப்பப்பட்டவனைப் போல அவன் பதிலளிக்கிறான். 'அவன் என்ன நினைக்கிறானோ அதைச் செய்கிறான். அது சரியா தவறா என்பது குறித்தெல்லாம் அவனுக்கு அக்கறையில்லை. அவன் அதைச் செய்கிறான். அவ்வளவுதான்.'

'மிகச்சரி. சரியோ தவறோ அவன் செய்கிறான். அவ்வளவுதான். அவன் செயல்படுவது கொள்கைகளின் பேரிலல்ல, உந்துதலின் பேரில். அந்த உந்துதல்களின் தோற்றுவாயோ அவனுக்கு இருண்மை கொண்டதாய் இருக்கிறது. இன்னும் சில வரிகளில் இதை வாசிக்கலாம்: "அவனுடைய பித்து அவனுடைய தலையில் இல்லை, இதயத்தில் இருக்கிறது. " பித்துமனம், பித்துமனம் என்றால் என்ன?'

இவன் கேட்பது ரொம்ப அதிகம். இளைஞன் தன் உள்ளுணர்வைத் தூண்டிக்கொள்ள முயல்வான் என்பதை இவனால் காண முடிகிறது. பளபளக்கும் ஆடைகளையும் மோட்டர் சைக்கிள்களையும் தாண்டியும் தனக்கு விவரம் தெரியும் என்பதை அவன் காட்டிக்கொள்ள விரும்புகிறான். ஒருவேளை அவனுக்குத் தெரிந்திருக்கவும்கூடும். பித்துமனதைக் கொண்டிருப்பதென்றால் என்ன என்கிற புரிதலை அவன் கொண்டிருக்கவும்கூடும். ஆனால், இங்கே, இந்த வகுப்பறையில், இந்த அந்நியர்கள் முன்னிலையில், வார்த்தைகள் வரப்போவதில்லை. அவன் தலையை ஆட்டுகிறான்.

'பரவாயில்லை. குறித்துக்கொள்ள வேண்டியது என்னவென்றால் பித்துமனம் கொண்ட, இயற்கைக்குப் புறம்பாகவும் உள்ள இந்த உயிரியைக் கண்டிக்க வேண்டும் என நாம் கேட்டுக்கொள்ளப்படவில்லை. மாறாக, அதைப் புரிந்துகொள்ளவும் இரக்கப்படவுமே நாம் வேண்டப்படுகிறோம். ஆனால், அனுதாபத்துக்கும் ஒரு எல்லை இருக்கிறது. ஏனென்றால், அவன் நம்மிடையே வாழ்ந்தாலும் நம்மில் ஒருவன் இல்லை. தன்னைத்தானே மிகச் சரியாக அழைத்துக்கொள்ளும் ஒன்றுதான் அவன்: ஒரு அஃறிணை, ஒரு ராட்சசன். இறுதியாக,

பைரன் பரிந்துரைப்பார்: அவனை நேசிப்பதென்பது, அந்த வார்த்தையின் ஆழ்ந்த, மனிதப் புரிதலின்படியான பொருளில், இயலாத ஒன்று. கடுந்தனிமைக்கு அவன் தள்ளப்படுவான்.'

தலைகளைக் கவிழ்த்தபடி அவர்கள் இவனுடைய வார்த்தைகளைக் கிறுக்கிக்கொண்டிருக்கிறார்கள். பைரன், லூஸிஃபர், கைன் எல்லாம் அவர்களுக்கு ஒன்றுதான்.

அவர்கள் கவிதையை முடிக்கிறார்கள். டான் ஹுவானின் முதல் காண்டத்தை வாசிக்குமாறு பணித்துவிட்டு வகுப்பை முன்னதாகவே முடிக்கிறான். அவர்களின் தலைகளூடே அவளை அழைக்கிறான்: 'மெலனி, உன்னிடம் கொஞ்சம் பேச வேண்டுமே?'

வெளிறிப்போன முகத்துடனும் களைத்துப்போனவளாயும் இவன் முன் நிற்கிறாள். இவனுடைய இதயம் மறுபடியும் அவளுக்காக உருகுகிறது. அவர்கள் தனியாக இருந்திருந்தால் அவளை அணைத்துக்கொண்டிருந்திருப்பான். அவளை உற்சாகப்படுத்த முயன்றிருப்பான். என் *சின்னஞ்சிறு புறாவே* என்றழைத்திருப்பான்.

இப்போதோ, 'என் அலுவலகத்துக்குச் செல்லலாமா?' என்று கேட்கிறான்.

ஆண் நண்பன் பின்தொடர்ந்துவர, மாடிப்படிகளின் வழியே தன்னுடைய அலுவலகத்துக்கு அவளை இட்டுச்செல்கிறான். 'இங்கே காத்திரு' என்று அந்தப் பையனிடத்தில் சொல்லிவிட்டுப் படாரென்று கதவை மூடுகிறான்.

இவன் முன்னால் மெலனி அமர்கிறாள். தலை கவிழ்ந்திருக்கிறது. 'அன்பே, நீ ஒரு கடினமான காலத்தின் வழியே போய்க்கொண்டிருக்கிறாய். எனக்குத் தெரிகிறது. அதை மேலும் கடினமாக்க நான் விரும்பவில்லை. ஆனால், ஒரு ஆசிரியராக உன்னிடம் எனக்குப் பேசவேண்டியிருக்கிறது. மாணவர்களுக்கான, எல்லா மாணவர்களுக்குமான, என்னுடைய கடமைகள் இருக்கின்றன. இந்த வளாகத்துக்கு வெளியில் உன்னுடைய நண்பன் என்ன செய்தாலும் அது அவனுடைய தனிப்பட்ட விவகாரம். ஆனால், அவன் என்னுடைய வகுப்பைத் தொல்லை செய்வதை நான் அனுமதிக்க முடியாது. என்னிடமிருந்து இதை நீ அவனுக்குத் தெரிவித்துவிடு.

'உன்னைப் பொறுத்தமட்டில், உன்னுடைய வேலைகளுக்காக நீ இன்னும் அதிக நேரத்தைச் செலவிட வேண்டியவளாக ஆகிக்கொண்டிருக்கிறாய். வகுப்புகளுக்கு தவறாமல் வரவேண்டியவளாக ஆகிக்கொண்டிருக்கிறாய். மேலும், நீ தவறவிட்ட தேர்வுகளையும் எழுதியாக வேண்டியவளாக ஆகிக்கொண்டிருக்கிறாய்.'

அவள் புதிர்மையுடனும் அதிர்ச்சியுடனும்கூட, இவனை வெறித்துப்பார்க்கிறாள். நீ எல்லோரிடமுமிருந்தும் என்னைத் துண்டித்துவிட்டாய் என்று அவள்சொல்லவிரும்புகிறாற்போல தோன்றுகிறது, உன்னுடைய ரகசியத்தை நான் சுமக்கும்படி நீ செய்துவிட்டாய். நான் இனியும் ஒரு மாணவி மட்டுமல்ல. என்னிடம் நீ எப்படி இப்படிப் பேசலாம்?

அவளுடைய குரல், அது வெளிப்பட்டபோது இவனால் அவள் சொல்வதைக் கேட்கவே இயலாத அளவு தணிந்திருந்தது: 'என்னால் தேர்வெழுத முடியாது. நான் படிக்கவே இல்லை.'

இவன் சொல்ல நினைப்பது கண்ணியத்துடன் சொல்லப்பட முடியாதது. இவனால் செய்ய இயன்றதெல்லாம் சமிக்ஞை தருவதும், அதை அவள் புரிந்துகொள்கிறாள் என்று நம்புவதும்தான். 'எல்லோரையும்போல தேர்வை எழுது மெலனி. நீ தயாராகாமல் இருப்பது ஒரு விஷயமே இல்லை, எழுத வேண்டும் என்பதுதான் விஷயம். நாம் ஒரு தேதி குறிப்போம். அடுத்த திங்கட்கிழமை, மதிய உணவு இடைவேளையின்போது சரிவருமா? அப்படிச்செய்தால் தயாரித்துக்கொள்ள உனக்கு வாரயிறுதி கிடைக்குமே.'

அவள் முகவாயை உயர்த்தி, இவன் கண்களை எதிர்ப்புணர்வோடு பார்க்கிறாள். ஒன்று அவள் புரிந்துகொள்ளவில்லை அல்லது வாய்ப்பை மறுக்கிறாள்.

'திங்கட்கிழமை, இங்கே என் அலுவலகத்தில்.' மீண்டும் சொல்கிறான்.

அவள் எழுகிறாள், தோளில் பையைச் சரித்துக்கொள்கிறாள்.

'மெலனி எனக்குப்பொறுப்புகள் உண்டு. நடைமுறைகளை மட்டுமாவது அனுசரித்துக்கொள். நிலைமையைத் தேவைக்கு அதிகமாகச் சிக்கலாக்காதே.'

பொறுப்புகள்: அந்தச் சொல்லை அவள் தன் பதிலால் கண்ணியப்படுத்துகிறாளில்லை.

அன்று மாலை, ஒரு இசைநிகழ்ச்சியிலிருந்து வீடு திரும்பும் வழியில் இவன் போக்குவரத்து விளக்கில் தாமதிக்கிறான். ஒரு மோட்டார் சைக்கிள் இவனைத் துடித்துக்கடக்கிறது. கறுப்பு உடுப்பில் இருக்கும் இருநபர்களைத் தாங்கிய வெள்ளிநிற டுகாட்டி. அவர்கள் தலைக்கவசம் அணிந்திருக்கிறார்கள். ஆனாலும், அவர்களை அடையாளம் காண்கிறான். பின்னிருக்கையில் கால்களை அகல விரித்து, இடுப்பை வளைத்து அமர்ந்திருக்கிறாள் மெலனி. காமத்தின் துடிப்பொன்று சட்டென்று இவனுள் கிளர்கிறது. அவளுடைய வளைவுகள், அங்கே நான் இருந்திருக்கிறேன்! இவன் நினைக்கிறான். மோட்டார்சைக்கிள் முன்னே பறக்கிறது, அவளைத் தொலைவாகச் சுமந்தபடி.

૬

5

திங்கட்கிழமை அவள் பரிட்சை எழுத வருகிறாளில்லை. பதிலாக, இவனுடைய அஞ்சல்பெட்டியில் முறையான விலகல் அட்டையைக் காண்கிறான்: மாணவர் எண் 771010ISAM மிஸ் எம் ஐசக்ஸ், காம் 312-லிருந்து விலகிக்கொள்கிறார், இது உடனடியாக நடைமுறைக்கு வருகிறது.

அதிலிருந்து ஒரு மணிநேரத்துக்கும் குறைவான அவகாசத்தில் இவனுடைய அலுவலறைக்குத் தொலைபேசி அழைப்பு ஒன்று இணைக்கப்படுகிறது. 'பேராசியர் லூரி? எனக்காக ஒரு நிமிடம் ஒதுக்க முடியுமா? என் பெயர் ஐசக்ஸ். ஜார்ஜிலிருந்து பேசுகிறேன். என் மகள் உங்களுடைய மாணவி மெலனி. உங்களுக்குத் தெரிந்திருக்கும்.'

'ஆம்.'

'ப்ரொஃபசர் எங்களுக்கு உதவ வேண்டுமென்று கேட்டுக் கொள்கிறேன். மெலனி மிக நன்றாகப் படித்துக்கொண்டிருந்தவள். இப்போது எல்லாவற்றையும் விட்டுவிடுவதாகச் சொல்கிறாள். எங்களுக்கு இது தாங்க முடியாத அதிர்ச்சியாக இருக்கிறது.'

'நீங்கள் பேசுவது எனக்குப் புரியவில்லை.'

'அவள் படிப்பைக் கைவிட்டுவிட்டு வேலை தேடப்போகிறாளாம். மூன்று வருடங்களைப் பல்கலையில் செலவிட்டு, சிறப்பாகச் செயலாற்றிவிட்டு, இறுதிவரை போகாமல் இப்படிக் கைவிடுவது எவ்வளவு வியர்த்தம். ப்ரொஃபசர், நான் கேட்டுக்கொள்வது என்னவென்றால், நீங்கள் அவளுடன் பேசி அவளுக்குப் புரியவைக்க வேண்டும்.'

‘நீங்கள் மெலனியுடன் பேசினீர்களா? இந்த முடிவுக்குப் பின்னால் இருப்பது என்னவென்று உங்களுக்குத் தெரியுமா?’

‘நாங்கள், நானும் அவளுடைய அம்மாவும், இந்த வாரயிறுதி முழுக்க அவளுடன் தொலைபேசித்தான் கழித்தோம். அவளுடைய முடிவில் எந்த அர்த்தமும் இருப்பதாக எங்களுக்குப் படவில்லை. தான் நடிக்கும் நாடகம் ஒன்றில் மிகுந்த ஈடுபாடு கொண்டிருக்கிறாள். ஒருவேளை அதன் காரணமாய்ப் பணிச்சுமை அதிகமாகி அதீத உளைச்சலில் இருக்கிறாளோ என்னவோ. அவள் எல்லாவற்றுக்கும் தீவிரமான கவனம் கொடுப்பவள் ப்ரொஃபசர். அதீத ஈடுபாடு கொண்டுவிடுகிறவள். அது அவளுடைய சுபாவம். ஆனால், நீங்கள் அவளுடன் பேசினால் அவளை மீண்டும் யோசிக்கச்சொல்லிக் கட்டாயப்படுத்தலாம். அவள் உங்கள் மீது மிகுந்த மதிப்புள்ளவள். இத்தனை வருடங்களை ஒன்றுக்கும் ஆகாமல் அவள் தூக்கி எறிந்துவிடக்கூடாது.’

ஆக, வர்ட்ஸ்வர்த் மீது விருப்பமில்லாதவளும், ஓரியன்டல் பிளாஸாவின் உருண்டைக் காதணிகளை அணிபவளுமான மெலனி-மெலானி, எல்லாவற்றுக்கும் தீவிரமான கவனம் கொடுப்பவள். இவன் இதை ஊகித்திருக்கவில்லை. அவளைப் பற்றி இவன் வேறு எதையெல்லாம் ஊகித்திருக்கவில்லை?

‘மிஸ்டர் ஐசக்ஸ், அவளுடன் பேசுவதற்கு நான் சரியான நபர்தானா என்று யோசிக்கிறேன்.’

‘நீங்கள்தான் சரியானவர் ப்ரொஃபசர். நீங்கள்தான். நான் சொன்னதுபோல் மெலனிக்கு உங்கள் மீது மிகுந்த மதிப்பு உண்டு.’

மதிப்பா? நீங்கள் நிகழ்காலத்துக்குப் பொருந்தவில்லை மிஸ்டர் ஐசக்ஸ். உங்கள் மகள் நியாயமான காரணங்களுக்காக என் மீதான மதிப்பை இழந்து வாரங்களாகிவிட்டன. இதைத்தான் இவன் சொல்லியிருக்க வேண்டும். ஆனால், ‘என்னால் என்ன செய்ய முடியுமென்று பார்க்கிறேன்’ என்று சொல்கிறான்.

பின்னர், தனக்குள் சொல்லிக்கொள்கிறான், *இதிலிருந்து நீ தப்பிவிட முடியாது.* தொலைவில் ஜார்ஜில் இருக்கும் தந்தை ஐசக்ஸும் இந்த உரையாடலை, அதன் பொய்களை, அதன் மழுப்பல்களை மறந்துவிட மாட்டார். *என்னால் என்ன செய்ய*

முடியுமென்று பார்க்கிறேன். ஏன் உண்மையைச் சொல்லிவிடக் கூடாது? ஆப்பிளுக்குள் இருக்கும் புழு நான்தான். உங்கள் துன்பத்தின் காரணமான நானே உங்களுக்கு எப்படி உதவ முடியும்?' இவன் சொல்லியிருக்க வேண்டும்.

இவன் அடுக்கக எண்ணுக்கு அழைக்க பவுலின் பேசுகிறாள். சில்லிட்ட குரலில், 'மெலனி இல்லை' என்கிறாள். 'இல்லை என்றால் என்ன அர்த்தம்?' 'அவள் உங்களுடன் பேச விரும்பவில்லை என்று அர்த்தம்.' 'இது, கல்லூரியிலிருந்து விலகிவிடும் அவளுடைய முடிவைப் பற்றியதுதான் என்றும், அவள் அவசரப்படுகிறாள் என்றும் நான் சொன்னதாகத் தெரிவித்துவிடுங்கள்.'

புதன்கிழமை வகுப்பு மோசமாக நடக்கிறது, வெள்ளிக்கிழமை மேலும் மோசமாக. வருகை குறைந்திருக்கிறது; பயந்த மற்றும் சாதுவாய் இருக்கப் பயிற்றுவிக்கப்பட்ட மாணவர்கள்தான் வந்திருக்கிறார்கள். காரணமாக, ஒன்றை மட்டுமே சொல்லலாம். கதை பொதுவெளிக்கு வந்துவிட்டிருக்கிறது.

இவன் துறை அலுவலகத்தில் இருக்கும்போது இவனுக்குப் பின்னால் ஒரு குரல் கேட்கிறது. 'ப்ரொஃபசர் லூரி எங்கே இருக்கிறார்?'

'இதோ இருக்கிறேன்' என்கிறான் அனிச்சையாய்.

அந்த மனிதர் சிறிய உருவமும், மெலிந்த தேகமும், கூனிய தோள்களுமாய் இருக்கிறார். அவருடைய அளவுக்கு மிகவும் பெரிதாயிருக்கும் நீலநிற சூட் அணிந்திருக்கிறார். அவரிடமிருந்து சிகரெட்புகையின் வாடை வீசுகிறது.

'ப்ரொஃபசர் லூரி? நான் ஐசக்ஸ். நாம் தொலைபேசியில் பேசியிருக்கிறோம்.'

'ஆம். நலமாக இருக்கிறீர்களா? என்னுடைய அலுவலறைக்குப் போகலாமா?'

'அதெல்லாம் தேவையில்லை.' அந்த மனிதர் நின்று நிதானித்துக் கொள்கிறார், ஆழ மூச்சிழுத்துக்கொள்கிறார். 'ப்ரொஃபசர்.' அந்த வார்த்தையை மிகுந்த அழுத்தம் கொடுத்து உச்சரிக்கிறார். 'நீங்கள் மெத்தப்படித்தவராக, யாராக வேண்டுமானாலும்

இருக்கலாம். ஆனால், நீங்கள் செய்த காரியம் சரியல்ல.' அவர் நிறுத்தி, தலையை ஆட்டிக்கொள்கிறார். 'அது சரியல்ல.'

செயலாளர்கள் இருவரும் தங்களுடைய ஆர்வத்தை மறைத்துக்கொள்வதாய் நடிக்கவும் முயலவில்லை. அலுவலகத்தில் மாணவர்களும் இருக்கிறார்கள்; அந்நியனின் குரல் உயர்ந்ததும் அவர்கள் அமைதியாகிறார்கள்.

'எங்கள் பிள்ளைகளை உங்களிடம் ஒப்படைக்கிறோம் என்றால், உங்களை நம்பலாம் என்று நாங்கள் நினைப்பதுதான் காரணம். பல்கலைக்கழகத்தை நம்ப இயலவில்லை என்றால், யாரைத்தான் நாங்கள் நம்புவது? ஒரு நச்சுப்பாம்புக்கூட்டுக்குள் எங்கள் மகளை அனுப்பியிருக்கிறோம் என்று நாங்கள் நினைக்கவே இல்லை. ப்ரொஃபசர் லூரி, நீங்கள் பெரிய ஆளாக, எல்லாம் வல்லவராக இருக்கலாம், எல்லா வகையிலான பட்டப்படிப்புகளும் படித்தவராக இருக்கலாம். ஆனால், உங்கள் இடத்தில் நான் இருந்திருந்தால் என்னைப் பற்றி நானே மிகவும் வெட்கப்பட்டிருப்பேன். கடவுள் என்னைக் காக்கட்டும். ஒருவேளை நான் தவறாகக் குற்றஞ்சாட்டுகிறேன் என்றால் மறுத்துப்பேச இதுவே உங்களுக்கான வாய்ப்பு. ஆனால், எனக்கு அப்படித் தோன்றவில்லை. உங்கள் முகத்தைப் பார்க்கும்போது எனக்குத் தெரிகிறது.'

இதுவேதான் அவனுக்கான வாய்ப்பு: பேசக்கூடியவன் எவனோ அவன் பேசட்டும். ஆனால், இவனோ காதுகளுக்குள் ரத்தம் பாய, வாயடைத்து நிற்கிறான். நச்சுப்பாம்பு: இதை எப்படி இவனால் மறுக்க முடியும்?

அடங்கிய குரலில் சொல்கிறான், 'மன்னிக்க வேண்டும், எனக்கு வேலை இருக்கிறது.' மரத்தாலான வஸ்துவைப் போல திரும்புகிறான். அங்கிருந்து போகிறான்.

நெரிசல் மிகுந்திருந்திருக்கும் அந்த நடைக்கூடத்துக்குள் ஐசக்ஸ் இவனைத் தொடர்கிறார். 'ப்ரொஃபசர்! ப்ரொஃபசர் லூரி! அப்படியெல்லாம் நீங்கள் ஓடிவிட முடியாது. இப்போது சொல்கிறேன் கேட்டுக்கொள்ளுங்கள். நான் உங்களை விட மாட்டேன்!'

இப்படித்தான் அது தொடங்குகிறது. மறுநாள் காலை ஆச்சரியப்படுத்தும் வேகத்துடன், உதவி முகவரின் (மாணவர்

நலன்) அலுவலகத்திலிருந்து அறிக்கையொன்று வந்துசேர்கிறது. பல்கலைக்கழகத்தின் நடத்தையொழுங்கு சட்டப்பிரிவு 3.1-இன் கீழ் இவன் மீது குற்றப்பத்திரிகை தாக்கல் செய்யப்பட்டிருப்பதாக அது தெரிவிக்கிறது. இயன்ற விரைவில் உதவி முகவரின் அலுவலகத்தை நாட வேண்டுமென்று இவன் கேட்டுக்கொள் ளப்பட்டிருக்கிறான்.

அந்த அறிக்கை - *ரகசியமானது* என்று குறிப்பிடப்பட்டிருக்கும் தபாலுறையில் வந்திருப்பது - உடன் நடத்தையொழுங்கு விதிகளின் பிரதியொன்றும் சேர்க்கப்பட்டிருக்கிறது. வர்க்கம், இனம், பாலியல் தேர்வு, மதம், பால், அல்லது உடற்குறைபாடுகள் இவற்றின் பேரால் துன்பமிழைத்தல் அல்லது உலைச்சல் உண்டாக்குதல் இவை சட்டப்பிரிவு எண் 3-இன் கீழ் வருகின்றன. மாணவர்களுக்கு ஆசிரியர்களால் உண்டாகும் துன்பம் அல்லது உலைச்சல் ஆகியவை பிரிவு எண் 3.1-இன் கீழ் வருகின்றன.

இரண்டாவது ஆவணம், விசாரணைக் குழுவின் அமைப்பையும் அதிகாரங்களையும் விளக்குகிறது. இதயம் தாறுமாறாகத் துடிக்க, இவன் அதை வாசிக்கிறான். பாதியைப் படித்துக்கொண்டிருக்கும்போதே, இவனுடைய கவனம் சிதறுகிறது. எழுந்து, இவனுடைய அலுவலறையின் கதவை மூடிவிட்டுவந்து, கையில் அந்தத் தாளோடு அமர்கிறான். என்ன நடந்திருக்கும் என்று கற்பனை செய்ய முயல்கிறான்.

மெலனி தானாக இப்படியொரு நடவடிக்கையை எடுத்திருக்க மாட்டாள் என்பதில் உறுதியாக இருக்கிறான். அவள் சூதறியாதவள். தன்னுடைய ஆற்றலை உணராத அவளால் இப்படிச் செய்ய முடியாது. லொடலொடப்பான சூட் அணிந்த அந்தச் சின்னஞ்சிறிய மனிதன்தான் இதற்குக் காரணமாயிருக்க வேண்டும். அவனும், அந்த ஒன்றுவிட்ட சகோதரி அழகற்றவளும் காவல்காரியுமான பவுலினும். அவர்கள் அவளை நச்சரித்துக் களைத்துப்போகச் செய்திருப்பார்கள். இறுதியில் நிர்வாக அலுவலகத்துக்கு அவளை இழுத்துவந்திருப்பார்கள்.

'நாங்கள் ஒரு புகார் அளிக்க வந்திருக்கிறோம்.' இப்படிச் சொல்லியிருப்பார்கள்.

'புகார் அளிக்கவா? என்ன மாதிரியான புகார்?'

'தனிப்பட்ட விவகாரம்.'

'பாலியல் தொல்லை.' பவுலின் இடையிட்டுச் சொல்லியிருப்பாள். கவிழ்ந்ததலையோடு மெலனி அருகில் இருந்திருப்பாள் - 'ஒரு பேராசிரியருக்கு எதிராக.'

'இப்படி - இன்ன - அறைக்குச் செல்லுங்கள்.'

அப்படியாக அவர்கள் சென்ற அந்த அறையில் ஐசக்ஸுக்கு இன்னமும் தைரியம் கூடும். 'உங்களுடைய பேராசிரியர்களுள் ஒருவர் மீது நாங்கள் புகாரளிக்க வேண்டும்.'

'நீங்கள் நிதானமாக யோசித்துவிட்டீர்களா? அவசியம் இதைச் செய்ய வேண்டுமா?' முறைப்படி அவர்கள் இந்தக் கேள்வியைக் கேட்டிருப்பார்கள்.

'ஆம். நாங்கள் என்ன செய்ய வேண்டுமென்று எங்களுக்குத் தெரியும்.' ஆட்சேபனை தெரிவிக்க மகளுக்குத் தைரியம் வந்துவிட முடியாதபடி அவளைப் பார்த்துக்கொண்டே அவர் சொல்லியிருப்பார்.

பூர்த்திசெய்யப்பட வேண்டிய படிவம் ஒன்றிருக்கிறது. அவர்கள் முன்னால் அந்தப் படிவமும் ஒரு பேனாவும் வைக்கப்படுகின்றன. ஒரு கை அந்தப் பேனாவை எடுக்கிறது. இவன் முத்தமிட்டிருக்கும் கை, இவன் அந்தரங்கமாக அறியும் ஒரு கை. முதலில் முறையீட்டாளரின் பெயர்: மெலனி ஐசக்ஸ், கவனமான கொட்டை எழுத்துகளில். கீழே இருக்கும் கட்டங்களில் பொருத்தமானவற்றில் திருத்தல் குறியிடுவதற்காக அந்தக் கை நகர்கிறது. இதோ, அவளுடைய தந்தையின் நிகோட்டின் கறை படிந்த விரல் காட்டுகிறது. அந்தக் கை நிதானிக்கிறது, நிலைக்கிறது, அதன் *X*-ஐக் குறிக்கிறது, நேர்மையைக் குறிக்கும் *X*: நான் குற்றஞ்சாட்டுகிறேன். பிறகு, குற்றவாளியின் பெயருக்கான இடம். அந்தக் கை எழுதுகிறது; டேவிட் லூரி, பேராசிரியர். இறுதியில், தாளின் அடியில், தேதியும் கையொப்பமும்: *M*-இன் அரேபியப் பூப்பின்னல், *l*-இன் எழில்ச்சுழி, *I*-இன் கீழ்நோக்கும் வளைவு, இறுதி *S*-இன் செழிப்பு.

காரியம் முடிந்துவிட்டது. அந்தத் தாளில் இவனுடையதும் அவளுடையதுமாக, அருகருகில் இரண்டு பெயர்கள். ஒரு படுக்கையில் இருவர். இனி காதலர்கள் அல்லர். பகையாளிகள்.

துணை முகவரின் அலுவலகத்துக்கு இவன் தொலைபேசுகிறான். அலுவல் நேரத்துக்குப் பிறகு, மாலை 5 மணிக்கு நேரம் ஒதுக்கப்படுகிறது.

5 மணிக்கு இவன் அறைக்கு வெளியில் காத்திருக்கிறான். இளமையும் நளினமுமான அரம் ஹக்கீம் வெளியில் வந்து இவனை உள்ளே அழைத்துச்செல்கிறார். அறையில் ஏற்கெனவே இருவர் இருக்கிறார்கள்: இவனுடைய துறைத்தலைவர் எலைன் வின்ட்டர், பல்கலையில் பாகுபாட்டைக் கண்டிக்கும் குழுவின் அவைத்தலைவரும், சமூக அறிவியல் துறையைச் சார்ந்தவருமான ஃபரோடியா ரசூல்.

‘நேரமாகிவிட்டது டேவிட். நாம் எல்லாரும் இங்கு ஏன் கூடியிருக்கிறோம் என்று நமக்குத் தெரியும். அதனால், நேரடியாக விஷயத்துக்கு வந்துவிடுவோம். இந்த விவகாரத்தைத் திறம்படக் கையாள்வது எப்படி?’ ஹக்கீம் கேட்கிறார்.

‘என் மீதான இந்தப் புகாரை நீங்கள் ஏற்றுக்கொள்ளலாம்.’

‘நல்லது. நாம் மிஸ் மெலனி ஐசக்ஸ் கொடுத்துள்ள புகார் குறித்துப் பேசிக்கொண்டிருக்கிறோம். மேலும்’ அவர் எலைன் வின்ட்டரைப் பார்க்கிறார் ‘மெலனி ஐசக்ஸை உட்படுத்திய, முன்னரே பதிவாகியுள்ள இன்னொரு விவகாரம் குறித்தும். சரிதானா எலைன்?’

எலைன் அந்தக் குறிப்பிலிருந்து தொடர்கிறாள். அவளுக்கு இவனை எப்போதுமே பிடிக்காது. இவனைக் கடந்தகாலத்தின் நிழலாகக் கருதுபவள். எவ்வளவு சீக்கிரம் களையப்படுகிறானோ அவ்வளவு நல்லது. ‘மிஸ் ஐசக்ஸின் வருகைப்பதிவு குறித்து ஒரு கேள்வி இருக்கிறது டேவிட். அவரைப் பொறுத்தவரை நான் அவரிடம் தொலைபேசினேன் அவர் சென்ற மாதம் இரண்டு வகுப்புகளுக்கு மட்டும்தான் வந்திருக்கிறார். அது உண்மை என்றால் அதுகுறித்துத் தெரிவிக்கப்பட்டிருக்க வேண்டும். இடைக்காலத் தேர்வை அவர் தவறவிட்டிருக்கிறார். ஆனால், அவள் தனக்கு முன்னால் இருக்கும் கோப்பைப் பார்க்கிறாள், நீங்கள் குறித்திருக்கும் அவருடைய வருகைக் குறிப்பு மாசற்றிருக்கிறது. அதோடு, இடைக்காலத் தேர்வில் அவருடைய மதிப்பெண் எழுபதாக இருக்கிறது.’ இவனைப் புதிராகப் பார்க்கிறாள். ‘ஆகவே, மெலனி ஐசக்ஸ் என்று இருவர் இருந்தாலே ஒழிய...’

‘ஒருவர்தான் இருக்கிறார். நான் எதிர்வாதம் செய்வதற்கில்லை.’

நாசூக்காக ஹக்கீம் இடையீடு செய்கிறார். ‘நண்பர்களே, இது எண்ணிக்கைவாதம் செய்வதற்கான நேரமோ இடமோ அல்ல. நாம் செய்ய வேண்டியது’ அவர் மற்ற இருவரையும் பார்க்கிறார் ‘நடைமுறையைத் தெளிவாக்குவதுதான். நான் சொல்லித்தான் தெரிய வேண்டும் என்பதில்லை டேவிட். இந்த விவகாரத்தைப் பொறுத்தமட்டில் ரகசியம் காக்கப்படும் என்பதில் நான் உங்களுக்கு உறுதிகூறுகிறேன். உங்களுடைய விவரங்கள் ரகசியமாக வைக்கப்படும். மிஸ் ஐசக்ஸின் பெயரும் பாதுகாக்கப்படும். ஒரு குழு அமைக்கப்படவிருக்கிறது. ஒழுங்குநடவடிக்கை எடுப்பதற்கான காரணங்கள் இருக்கின்றனவா என்று தீர்மானிப்பதுதான் அதன் பணியாக இருக்கும். நீங்களோ உங்களுடைய சட்டபூர்வப் பிரதிநிதியோ அதன் தீர்மானக்கூறுகளை மறுதலிக்க வாய்ப்பளிக்கப்படும். விசாரணை ஒளிப்பதியப்படும். அதற்கிடையில், செயற்குழு தன்னுடைய பரிந்துரைகளைப் பல்கலை முகவரிடம் சமர்ப்பித்து, முகவர் நடவடிக்கை எடுக்கும்வரை, எல்லாமும் எப்போதும்போல செயல்படும். மிஸ் ஐசக்ஸ் உங்களிடம் பயிலும் வகுப்புகளிலிருந்து முறைப்படி நீங்கிக்கொள்கிறார். நீங்களும் அவரிடம் யாதொரு தொடர்பும் பேணக்கூடாதென எதிர்பார்க்கப்படுகிறீர்கள். ஏதாவது விடுபட்டுப்போயிற்றா, ஃபரோடியா, எலைன்?’

டாக்டர் ரசூல் இறுக்கமாகத் தலையசைக்கிறார்.

‘இந்தப் பாலியல் தொல்லை விவகாரங்கள் எப்போதுமே சிக்கலானவை டேவிட். சிக்கலுடன் துரதிர்ஷ்டவசமானவையும். என்றாலும், நம்முடைய வழிமுறைகள் சிறப்பானவையும் நீதமானவையும் என்பதில் நம்பிக்கை இருக்கிறது. ஆகவே, நாம் இதை நிதானமாக அணுகுவோம். சட்டப்படி செயலாற்றுவோம். என்னுடைய அறிவுரை என்னவென்றால், நீங்கள் வழிமுறைகளை சரியாகத் தெரிந்துகொள்ளவேண்டும். பிறகு, சட்ட ஆலோசனையை நாடுவதும் சிறப்பாக இருக்கும்.’

இவன் பதிலளிக்கவிருக்கிறான். அதற்குள், எச்சரிக்கும் விதமாகக் கையை உயர்த்துகிறார் ஹக்கீம். ‘ஒரு தூக்கம் போட்டு எழுந்தால் எல்லாம் சரியாகிவிடும் டேவிட்.’

இதற்கு மேல் இவனுக்குப் பொறுமையில்லை. 'என்ன செய்ய வேண்டும் என்று எனக்குச் சொல்லித்தராதீர்கள். நான் ஒன்றும் குழந்தை இல்லை.'

ஆத்திரத்தோடு அங்கிருந்து வெளியேறுகிறான். ஆனால், கட்டடத்தைப் பூட்டிவிட்டு வாயிற்காவலன் வீட்டுக்குச் சென்றுவிட்டிருக்கிறான். பின்கதவும் பூட்டப்பட்டிருக்கிறது. ஹக்கீம் வந்துதான் இவன் வெளியில் போக வழிசெய்ய வேண்டும்.

மழை பெய்துகொண்டிருக்கிறது. 'குடைக்குள் வந்துவிடுங்கள்' என்கிறார் ஹக்கீம்: பிறகு, காரில் அமர்ந்ததும், 'டேவிட், தனிப்பட்ட முறையில் சொல்ல வேண்டும் என்றால், உங்களுக்கு என்னுடைய அனுதாபங்களைத் தெரிவித்துக்கொள்கிறேன். உண்மையாக. இம்மாதிரியான விவகாரங்கள் நரகவேதனை அளிப்பவை.'

இவனுக்கு ஹக்கீமைப் பலவருடங்களாகத் தெரியும். இவன் மேஜைப்பந்து விளையாடிய காலத்தில் அவர்கள் ஒன்றாக விளையாடியிருக்கிறார்கள். ஆனால், ஆண்களுக்கிடையிலான இப்படிப்பட்ட தோழமையைப் பாராட்டிக்கொள்ளும் மனநிலையில் இவன் இல்லை. எரிச்சலாய் தோளைக் குலுக்கிக்கொண்டு தன்னுடைய காரில் ஏறுகிறான்.

இந்த வழக்கு ரகசியமானது என்று சொல்லப்படுகிறது. ஆனால், அப்படியொன்றும் இருக்கப்போவதில்லை. நிச்சயமாக ஜனங்கள் கிசுகிசுத்துக்கொண்டுதான் இருக்கிறார்கள். இல்லாவிட்டால் இவன் பொதுவறைக்குள் நுழையும்போது பேச்சு சப்தம் சட்டென்று நின்று ஏன் மௌனம் கவியவேண்டும்? இதுகாறும் இவனோடு நல்லமுறையில் பழகிக்கொண்டிருந்த, இவனுடன் பணிபுரியும் இளம்பெண், தேநீர் கோப்பையைக் கீழேவைத்துவிட்டு அவனைப் பார்த்தும் பார்க்காதவள்போல ஏன் அங்கிருந்து உடனடியாக அகல வேண்டும்? போதலேர் பற்றிய முதல் வகுப்புக்கு இரண்டே மாணவர்கள் மட்டும் ஏன் வருகை தந்திருந்தார்கள்?

இவன் நினைக்கிறான், வம்பு–ஆலை, இரவும் பகலுமாக இயங்கி நற்பெயர்களை அரைத்துக்கொண்டிருக்கிறது. ஒழுக்கவாதச் சமூகங்கள் தங்கள் கூட்டங்களைத் தொலைபேசிகளிலும் மூடிய கதவுகளுக்குப் பின்னாலும் மூலைக்குமூலை நடத்தும்.

குதூகலமான கிசுகிசுப்புகள். பிறர் அழிவே மகிழ்வு. முதலில் தீர்ப்பு. பிறகு விசாரணை.

தொடர்பியல்துறை வளாகத்தின் நடைக்கூடங்களில், முன்தீர்மானித்தபடி, தலையை நிமிர்த்தி நடக்கிறான்.

இவனுடைய விவாகரத்து வழக்கைக் கையாண்ட வழக்கறிஞரிடம் பேசுகிறான். அவர் கேட்கிறார், 'முதலில் நாம் இதைத் தெளிவுபடுத்திக்கொள்வோம். குற்றச்சாட்டுகளில் எந்த அளவுக்கு உண்மை இருக்கிறது?'

'குற்றஞ்சாட்டும் அளவுக்கு உண்மை. எனக்கு அந்தப்பெண்ணோடு தொடர்பு இருந்தது.'

'தீவிரத்தை உணர்ந்துதானே பேசுகிறீர்கள்?'

'தீவிரத்தை உணர்ந்து பேசுவது இதை எளிதாக்கவோ மோசமாக்கவோ போவதில்லை. ஒரு வயதுக்கு மேல் எல்லாத் தொடர்புகளும் தீவிரமானவைதான். மாரடைப்புகளைப் போல.'

'சரிதான். என்னுடைய ஆலோசனை என்னவென்றால், இதைத் திறம்படக் கையாள, உங்களுடைய பிரதிநிதியாக ஒரு பெண்ணை ஏற்பாடு செய்யுங்கள்.' அவர் இரண்டு பெயர்களைக் குறிப்பிடுகிறார். 'வழக்கை உங்களுக்குள்ளாகவே பேசித்தீர்த்துக்கொள்ளப் பாருங்கள். நீங்கள் சில கட்டுப்பாட்டு உறுதிமொழிகளைக் கொடுக்கலாம். நீண்ட விடுப்பெடுத்துக்கொள்ளலாம். அதற்குப் பதிலாக, பல்கலைக்கழகம் அந்தப் பெண்ணையும் அவள் குடும்பத்தையும் வழக்கைக் கைவிடுமாறு வலியுறுத்தச்செய்யலாம். இதுவே இறுதி நம்பிக்கை. குற்றச்சாட்டை எச்சரிக்கையாக மாற்றிக்கொள்ளுங்கள். சேதத்தைக் குறைத்துக்கொள்ளுங்கள். அவதூறு தானாய் ஓயக் காத்திருங்கள்.'

'என்ன மாதிரியான கட்டுப்பாடுகள்?'

'மென்னுணர்வுப் பயிற்சி வகுப்புகள், சமூக சேவை, மனநல ஆலோசனை இதில் எதைக் கொண்டு பேரம் படியுமோ அது.'

'மனநல ஆலோசனை? எனக்கு மனநல ஆலோசனை தேவையா?'

'என்னைத் தவறாக நினைக்காதீர்கள். உங்களுக்கு வழங்கப்படும் தெரிவுகளில் மனநல ஆலோசனையும் ஒன்றாக இருக்கலாம் என்றுதான் சொல்லவருகிறேன்.'

'என்னைச் சரிசெய்யவா? இல்லை, குணப்படுத்தவா? தகாத இச்சைகளிலிருந்து என்னைக் குணப்படுத்துவதற்கா?'

வழக்கறிஞர் தோளைக் குலுக்குகிறார். 'நான் என்ன சொல்ல முடியும்?'

வளாகத்தில் இது வல்லுறவு விழிப்புணர்வு வாரம். வல்லுறவுக்கு எதிரான பெண்கள் (Women Against Rape, WAR), 'சமீபத்திய பலியாடு'களோடான விழிப்புணர்வில் அடுத்த இருபத்து நான்கு மணிநேரங்களுக்கு ஒன்றிணைவதாக அறிவித்திருக்கிறார்கள். இவனுடைய அறைக்கதவுக்கு அடியில் ஒரு துண்டுச்சீட்டு திணிக்கப்பட்டிருக்கிறது: 'பெண்களே பேசுங்கள்.' அதற்குக் கீழே பென்சிலால் கிறுக்கப்பட்டிருக்கிறது. 'காமுகனே, உன்னுடைய நாட்கள் முடிந்துவிட்டன.'

முன்னாள் மனைவி ரோஸலிந்துடன் இவன் இரவுணவு உண்கிறான். அவர்கள் எட்டு வருடங்களாகப் பிரிந்திருந்தார்கள். மெல்ல, மிகுந்த எச்சரிக்கையுடன் அவர்கள் நண்பர்களாக, அல்லது அதைப் போன்றவர்களாக மாறிக்கொண்டிருக்கிறார்கள். முன்னாள் போராளிகள். ரோஸலிந்த் கூப்பிடுதொலைவிலேயே வசிப்பது இவனுக்கு நம்பிக்கையளிக்கிறது: ஒருக்கால் அவளும் இவன் குறித்து அப்படியே உணரலாம். மோசமான நிகழ்வுகள்: குளியலறையில் விழுதல், மலத்தில் ரத்தம் போன்றவை நேர்ந்தால் தயங்காமல் உதவக்கூடிய ஒருவர்.

அவர்கள் லூஸியைப் பற்றிப் பேசுகிறார்கள், இவனுடைய முதல் திருமணத்தின் ஒரே வாரிசு, கிழக்கு கேப்பில் ஒரு பண்ணையில் வாழ்கிறவள். 'சீக்கிரமே அவளைச் சந்திக்க வாய்க்கலாம். பயணிக்கத் திட்டமிட்டிருக்கிறேன்.'

'கல்வியாண்டுப் பருவத்தின் இடையிலா?'

'ஆண்டின் கல்விப்பருவம் கிட்டத்தட்ட முடிந்துவிட்டது. இன்னும் இரண்டு வாரங்களைக் கடக்க வேண்டும். அவ்வளவுதான்.'

'உனக்கு ஏற்பட்டிருக்கும் பிரச்சினைகள்தான் இதற்குக் காரணமா? நீ ஏதோ பிரச்சினையில் இருக்கிறாய் என்று கேள்விப்படுகிறேன்?'

'இதை எங்கே கேள்விப்பட்டாய்?'

'மக்கள் பேசுகிறார்கள் டேவிட். ருசிகரமான விவரணைகளோடு பேசுகிறார்கள். உன்னுடைய இந்தப் புதிய தொடர்பு பற்றி எல்லோருக்கும் தெரிந்திருக்கிறது. இதை அடக்கி வாசிக்கவேண்டிய அவசியம் யாருக்கும் இல்லை. உன்னைத் தவிர. இது எவ்வளவு முட்டாள்தனமாகப் படுகிறது என்பதைச் சொல்ல எனக்கு அனுமதி உண்டா?'

'இல்லை, அனுமதி இல்லை.'

'நான் சொல்லத்தான் செய்வேன். முட்டாள்தனம் மட்டுமல்ல, அசிங்கமும்கூட. இச்சையைத் தீர்த்துக்கொள்ள நீ என்ன செய்கிறாய் என்று எனக்குத் தெரியாது. தெரிந்துகொள்ள விரும்பவும் இல்லை. ஆனால், இது அதற்கான வழி இல்லை. உனக்கு என்ன - ஐம்பத்தி இரண்டு ஆகிறதா? இந்த வயதில் இருக்கும் ஒரு ஆணுடன் படுக்கைக்குச் செல்வதில் ஒரு இளம்பெண் ஏதாவது இன்பம் காண்பாள் என்று நினைக்கிறாயா? உன்னுடைய ...போது உன்னைப் பார்ப்பதை அவள் விரும்புவாள் என்று நினைக்கிறாயா? நீ இதையெல்லாம் யோசிப்பதே இல்லையா?'

அமைதியாக இருக்கிறான்.

'என்னிடம் பரிவை எதிர்பார்க்காதே டேவிட். வேறு யாரிடமிருந்தும் பரிவை எதிர்பார்க்காதே. பரிவும் இல்லை, இரக்கமும் இல்லை. இன்றைக்கு, இந்தக் காலத்துக்கு அது இயலாது. எல்லோருடைய கையும் உன்னை நோக்கித்தான் நீளும். ஏன் நீளாது? நம்பவேமுடியவில்லை. இப்படியுமா செய்வாய்?'

அந்தப் பழைய தொனி மீண்டுவிட்டது. அவர்களுடைய திருமண வாழ்வின் இறுதிக் காலத்தின் தொனி: தனியாத ஆர்வத்துடன் குற்றஞ்சாட்டுதல். ரோஸலிந்துமேகூட அதை உணர்ந்திருப்பாள். ஆனாலும், அவளுடைய பேச்சிலும் உண்மை இருக்கலாம்தான். காமத்தகிப்பின் பிடியில் இருக்கும் முதியோரின் பார்வை படாமல் பாதுகாக்கப்படுவது

இளையோரின் உரிமையாகவேகூட இருக்கலாம். வேசைகள் வேறு எதற்காக இருக்கிறார்கள்: அழகற்றவர்களின் பரவசங்களைச் சகித்துக்கொள்வதற்கல்லாமல்.

'என்னவோ போ' என்ற ரோஸலிந்த் தொடர்கிறாள், 'நீ லூஸியைப் பார்ப்பதென முடிவெடுத்துவிட்டாய்.'

'ஆம், விசாரணைக்குப் பிறகு கிளம்பிப்போய் அவளோடு சிலநாட்கள் தங்கலாம் என்றிருக்கிறேன்.'

'விசாரணையா?'

'அடுத்த வாரம் ஒரு விசாரணைக்குழுவின் அமர்வு இருக்கிறது.'

'அதீத துரிதம்தான். சரி, லூஸியைப் பார்த்தான பிறகு?'

'எனக்குத் தெரியவில்லை. கல்லூரிக்குத் திரும்பிவர நான் அனுமதிக்கப்படுவேனா என்பதில் நிச்சயமில்லை. திரும்பிவருவதில் எனக்கு விருப்பம் இருக்குமா என்பதிலும் நிச்சயமில்லை.'

ரோஸலிந்த் தலையை ஆட்டிக்கொள்கிறாள். 'உன்னுடைய பணிநிறைவுக்கு எப்படியான மதிப்புக்குலைவு, நீ இதை யோசிக்கவில்லையா? அந்தப் பெண்ணிடமிருந்து உனக்குக் கிடைத்தது இவ்வளவு பெரிய விலைக்குத் தகுதியானதா என்று நான் உன்னைக் கேட்கப்போவதில்லை. உன்னுடைய நேரத்தை எப்படிக் கழிக்கப்போகிறாய்? ஓய்வூதியம் கிடைக்குமா?'

'அவர்களோடு ஏதாவது ஒப்பந்தம் செய்துகொள்வேன். அப்படியெல்லாம் ஒற்றைப் பைசா தராமல் என்னை வெட்டிவிட முடியாது.'

'அவர்களால் முடியாதா? அப்படியெல்லாம் நினைத்துக்கொள்ளாதே. அவளுக்கு என்ன வயது - உன்னுடைய காதலிக்கு?'

'இருபது. வயதுவந்தவள். தன்னுடைய மனதை அறியக்கூடிய வயதுதான்.'

'கதைப்படி, அவள் தூக்கமாத்திரைகள் விழுங்கியிருக்கிறாள். அது உண்மைதானா?'

'தூக்கமாத்திரைகள் பற்றியெல்லாம் எனக்கு ஒன்றும் தெரியாது. கட்டுக்கதைபோல்தான் இருக்கிறது. இந்த விஷயமெல்லாம் உனக்கு யார் சொன்னது?'

அவள் அந்தக் கேள்வியைப் புறக்கணிக்கிறாள். 'அவள் உன்னிடம் காதல் கொண்டிருந்தாளா? நீ அவளுக்கு நம்பிக்கை துரோகம் செய்தாயா?'

'இல்லை. இரண்டுமே இல்லை.'

'பிறகு, எதற்காக இந்தப் புகார்?'

'யாருக்குத்தெரியும்? என்னிடம் அவள் தெரிவிக்கவில்லை. எனக்குத் தெரியாமல் பின்னணியில் ஏதோ ஒருவகையான போர் நிகழ்ந்திருந்திருக்கிறது. பொறாமைக்காரக் காதலனொருவன் இருந்தான். கோபங்கொண்ட பெற்றோர் இருந்தனர். இறுதியில் அவள் நொறுங்கிப்போயிருக்க வேண்டும். நான் இதையெல்லாம் கொஞ்சமும் எதிர்பார்க்கவில்லை.'

'நீ எப்போதோ புரிந்துகொண்டிருந்திருக்க வேண்டும் டேவிட். மற்றவர்களின் பிள்ளைகளோடு கலசந்தி செய்துகொண்டிருக்கும் வயதையெல்லாம் நீ எப்போதோ தாண்டிவிடவில்லையா? மோசமான விளைவுகளை நீ எதிர்பார்த்திருக்க வேண்டும். என்னவோ இதெல்லாம் மகா கேவலமாக இருக்கிறது. உண்மையாகவே.'

'நான் அவளை நேசிக்கிறேனா என்று நீ கேட்கவில்லையே. நீ அதையும் கேட்டிருக்க வேண்டுமல்லவா?'

'கேட்டால் போகிறது. உன் பெயரைச் சேற்றில் இட்டுப் புரட்டும் இந்த இளம்பெண்ணை நீ காதலிக்கிறாயா?'

'இதற்கெல்லாம் அவள் பொறுப்பேற்க முடியுமா? அவளைக் குற்றம் சொல்லாதே.'

'அவளைக் குற்றம் சொல்லாதே! நீ யார் பக்கம் இருக்கிறாய்? நிச்சயமாக நான் அவளைக் குற்றம் சொல்வேன். உன்னையும் குற்றம் சொல்வேன், அவளையும் குற்றம் சொல்வேன். இந்த விவகாரம் முதலிலிருந்து முடிவுவரை மானக்கேடானதாக இருக்கிறது. மானக்கேடாகவும் ஆபாசமாகவும். மேலும், இப்படிப் பேசுவதற்காக நான் வெட்கப்படவும் இல்லை.'

முன்பென்றால் இந்தக் கட்டத்தில் இவன் பாய்ந்து வெளியேறியிருப்பான். ஆனால், இன்றிரவு அப்படிச் செய்யவில்லை. ரோஸலிந்தும் இவனும் ஒருவருக்கெதிராக மற்றவர் தோல்தடித்தவர்களாக மாறியிருக்கிறார்கள்.

மறுநாள் ரோஸலிந்த் தொலைபேசியில் அழைக்கிறாள். 'டேவிட் இன்றைய ஆர்கஸ் பார்த்தாயா?'

'இல்லை.'

'சரிதான், திடப்படுத்திக்கொள். உன்னைப் பற்றி ஒரு துண்டுச் செய்தி இருக்கிறது.'

'என்ன செய்தி?'

'நீயே படித்துப்பார்.'

செய்தி மூன்றாவது பக்கத்தில் இருக்கிறது: 'பேராசியர் மீது பாலியல் குற்றச்சாட்டு' என்று தலைப்பு. முதல் சில வரிகளை மேலோட்டமாகப் படிக்கிறான். '... இன்னார், பாலியல் தொல்லைக் குற்றச்சாட்டு காரணமாக, ஒழுங்குநடவடிக்கைக்குழுவின் விசாரணைக்கு ஆஜராகும்படி உத்தரவிடப்பட்டிருக்கிறார். கல்வி உதவித்தொகை ஊழல், மாணவர் குடியிருப்புகளிலிருந்து சந்தேகத்துக்குரிய வகையில் செயல்பட்டுவரும் பாலியல் குற்றக் கும்பல்களின் செயல்பாடுகள் போன்ற தொடர் அவதூறுகள் விஷயத்தில் கேப்டவுன் பல்கலைக்கழகம் கடுமையாக மௌனம் சாதித்துவருகிறது. லூரி (53), ஆங்கில இயற்கை-கவி வில்லியம் வர்ட்ஸ்வர்த்தைப் பற்றிய ஒரு புத்தகத்தின் ஆசிரியரான இவரை உண்மையறிதலுக்காக சந்திக்க முடியவில்லை.

வில்லியம் வர்ட்ஸ்வர்த் (1770-1850), இயற்கை - கவி. டேவிட் லூரி (1945-?) உரையாளரும், வில்லியம் வர்ட்ஸ்வர்த்தின் இழிநிலைச் சீடரும். அந்தப் பச்சிளம் சிசு ஆசிர்வதிக்கப்படட்டும். அவன் விலக்கிவைக்கப்பட்டவனல்ல. அந்த சிசு ஆசிர்வதிக்கப்படட்டும்.[6]

ഠ

6 'Blest be the infant babe. No outcast he. Blest be the babe.' வில்லியம் வர்ட்ஸ்வர்த்தின் 'தி ப்ரில்யூ'டின் வரிகள்.

6

ஹக்கீமின் அலுவலகத்துக்கு அப்பால் இருக்கும் வாரியக்குழு அறையில் விசாரணை நடக்கிறது. உள்ளே அழைத்துச்செல்லப்படும் இவன் விசாரணைக்குத் தலைமை ஏற்கும் சமயப்பாடப்பிரிவின் ப்ரொஃபசர் மனாஸ் மத்தபனேயின் மேஜைக்கு நேரே அமரவைக்கப்படுகிறான். இவனுக்கு இடப்புறமாக ஹக்கீம், அவருடைய உதவியாளர், ஒரு இளம்பெண்; அவளும் மாணவி என்பதாகத் தகவல், ஆகியோர் இருக்க, இவனுடைய வலதுபுறத்தில் மத்தபனேயின் குழுவைச்சேர்ந்த மூவர் இருக்கிறார்கள்.

இவன் பதற்றப்படவில்லை. நேர்மாறாக, தன் மீது மிகுந்த நம்பிக்கையுடன் இருக்கிறான். இவனுடைய இதயம் சீராகத் துடிக்கிறது. நன்றாக உறங்கியும் இருந்தான். இவன் நினைக்கிறான், மமதை, சூதாடியின் அபாயகரமான மமதை; மமதையும் தன்னேர்மையுணர்வும். இவன் இதைத் தவறான முறையில் அணுகுகிறான். ஆனால், அதுகுறித்துக் கவலைப்படவுமில்லை.

குழுவின் உறுப்பினர்களைப் பார்த்துத் தலையசைக்கிறான். இருவரை அறிவான்: ஃபரோடியா ரசூல் மற்றும் பொறியியல் கல்லூரி முதல்வர் தேஸ்மண்ட் ஸ்வார்ட்ஸ். மூன்றாவது நபர் குறித்து இவனுக்கு முன்னால் இருக்கும் குறிப்பு சொல்வதிலிருந்து, அவர் வணிகவியல் கல்லூரியில் ஆசிரியர்.

விசாரணை நடவடிக்கைகளைத் தொடங்கிவைக்கும் மத்தபனே, 'ப்ரொஃபசர் லூரி, இங்கே குழுமியிருக்கும் செயற்குழுவுக்கு அதிகாரம் ஏதுமில்லை. அதனால் செய்ய இயன்றதெல்லாம் பரிந்துரைகளை வரைந்தளிப்பது மட்டும்தான். மேலும், குழுவின் உறுப்பினர் தேர்வைக் கேள்விகேட்கவும் உங்களுக்கு உரிமையுண்டு. ஆகவே, இதைக் கேட்கிறேன்: இந்தக் குழுவின்

எந்த உறுப்பினரின் பங்காவது ஒருதலைப்பட்சமானதாய் இருக்கும் என்று உணர்கிறீர்களா?' என்கிறார்.

இவன் பதிலளிக்கிறான், 'சட்டரீதியாக எனக்கு எந்த ஆட்சேபணையும் இல்லை. தத்துவார்த்தமான சந்தேகங்கள் உண்டு. ஆனால், அவை இந்த எல்லைக்கு வெளியில் இருப்பவை என்று நினைக்கிறேன்.'

ஒரு பொதுவான அசைவு மற்றும் சலசலப்பு. மத்தபனே பேசுகிறார். 'நாம் சட்டரீதியான பேச்சுவார்த்தைகளோடு நிறுத்திக்கொள்வதே சரியாக இருக்கும். குழுவின் அமைப்பு குறித்து உங்களுக்கு ஆட்சேபணைகள் இல்லை. பாகுபாடுகளுக்கு எதிரான கூட்டணியிலிருந்து வந்திருக்கும் மாணவப் பார்வையாளர் ஒருவர் இங்கிருப்பது குறித்து உங்களுக்கு ஏதும் ஆட்சேபணை உண்டா?'

'எனக்குக் குழுவைப் பொறுத்தும் அச்சமில்லை. பார்வையாளர் குறித்தும் அச்சமில்லை.'

'நல்லது. இப்போது நேரடியாக விஷயத்துக்கு வந்துவிடலாம். முதலாவது முறையீட்டாளர், நாடகப்பாடப்பிரிவு மாணவி மிஸ் மெலனி ஐசக்ஸ். அவர் ஒரு அறிக்கையை அளித்திருக்கிறார். அதன் பிரதிகள் உங்கள் எல்லோரிடமும் இருக்கின்றன. அந்த வாக்குமூலத்தின் சுருக்கத்தை நான் உங்களுக்குச் சொல்லவா? ப்ரொஃபசர் லூரி?'

'மிஸ் ஐசக்ஸ் இங்கு நேரில் ஆஜராக மாட்டார். அப்படித்தானே அவைத்தலைவர் அவர்களே?'

'மிஸ் ஐசக்ஸ், செயற்குழுவின் முன்பு நேற்று ஆஜரானார். இது தகவலறிதல் மட்டும்தான், விசாரணை அல்ல என்பதை உங்களுக்கு மீண்டும் நினைவுபடுத்துகிறேன். நம் செயல்முறைகளின் விதிகள் நீதிமன்றத்தினுடையவை அல்ல. இதில் உங்களுக்கு ஏதும் பிரச்சினையுள்ளதா?'

'இல்லை.'

'இரண்டாவதும், முதல் குற்றச்சாட்டோடு தொடர்புடையதுமான இன்னொரு குற்றச்சாட்டு, மாணவர் பதிவேட்டு அலுவலகத்தின் பதிவாளரிடமிருந்து வருகிறது. மிஸ் ஐசக்ஸினுடைய வருகைப்பதிவின் நம்பகத்தன்மை குறித்தது. மிஸ் ஐசக்ஸ் சில

வகுப்புகளைத் தவறவிட்டிருக்கிறார், சில எழுத்துவேலைகளை சமர்ப்பிக்கவில்லை, சில தேர்வுகளையும் எழுதவில்லை. ஆனால், நீங்கள் எல்லாவற்றுக்கும் மதிப்பெண்கள் கொடுத்திருக்கிறீர்கள் என்பது குற்றச்சாட்டு.'

'இதுதான் குற்றச்சாட்டுக்களின் சுருக்கமா? இவைதான் குற்றச்சாட்டுகளா?'

'இவைதான்.'

ஒரு நீண்ட மூச்செடுக்கிறான். 'நான் மறுப்புத் தெரிவிக்க வேண்டாம் என்று முடிவெடுத்துவிட்ட ஒரு கதைக்குப் புத்துயிர் அளிப்பதைக் காட்டிலும் இந்தக் குழுவின் உறுப்பினர்களுக்கு அவர்களுடைய நேரத்தைச் செலவிட மிக முக்கியமான வேலைகள் இருக்கும் என்று நம்புகிறேன். இந்த இரண்டு குற்றச்சாட்டுகளையும் ஒப்புக்கொள்கிறேன். தீர்ப்பை அறிவித்துவிடுங்கள். நாம் அனைவரும் நம்முடைய அன்றாடங்களைத் தொடரலாம்.'

மத்தபனேயை நோக்கி ஹக்கீம் குனிகிறார். அவர்களுக்கிடையில் ஏதோ முணுமுணுக்கப்படுகிறது.

'ப்ரொஃபசர் லூரி, நான் இதை மீண்டும் சொல்லியாகவேண்டும். இது தகவல் அறியும் செயற்குழு. வழக்கின் இரு தரப்பு வாதங்களையும் செவிமெடுத்துவிட்டுப் பரிந்துரைகளை முன்வைப்பதுதான் இதன் செயல்பாடு. முடிவெடுப்பதற்கான அதிகாரம் இதற்குக் கிடையாது. மறுபடியும் கேட்கிறேன், நம் நடைமுறைகளை நன்கு அறிந்த யாராவது உங்கள் சார்பாக ஆஜராவது சரியாக இருக்குமல்லவா?'

'என் சார்பில் யாரும் தேவையில்லை. எனக்காக நானே சிறப்பாக வாதாடிக்கொள்வேன். நான் ஒப்புதல்வாக்குமூலம் அளித்த பிறகும் இந்த வழக்கு விசாரணை தொடர்ந்து நடக்கும் என்பதுதான் நான் புரிந்துகொள்ள வேண்டியதா?'

'உங்கள் தரப்பைச் சொல்ல உங்களுக்கு ஒரு சந்தர்ப்பம் அளிக்க வேண்டும் என்று நாங்கள் விரும்புகிறோம்.'

'நான் என்னுடைய தரப்பை சொல்லிவிட்டேன். ஒப்புதல் அளிக்கிறேன்.'

‘எதற்கு ஒப்புதல் அளிக்கிறீர்கள்?’

‘என் மீதான எல்லாக் குற்றச்சாட்டுகளுக்கும்.’

‘ப்ரொஃபசர் லூரி, நீங்கள் எங்களைக் குழப்புகிறீர்கள்.’

‘மிஸ் ஐசக்ஸ் சாட்டியிருக்கும் எல்லாக் குற்றங்களுக்கும், வருகைப்பதிவேடு முறைக்கேட்டுக்கும்.’

இப்போது ஃபரோடியா ரசூல் குறுக்கிடுகிறார், ‘ப்ரொஃபசர் லூரி, நீங்கள் மிஸ் ஐசக்ஸின் குற்றச்சாட்டை ஒப்புக்கொள்வதாகச் சொல்கிறீர்கள். ஆனால், உண்மையில் நீங்கள் அதை வாசித்தீர்களா?’

‘மிஸ் ஐசக்ஸின் குற்றச்சாட்டை நான் வாசிக்க வேண்டியதில்லை. நான் ஒப்புக்கொள்கிறேன். மிஸ் ஐசக்ஸ் பொய்யுரைக்க வேண்டிய அவசியம் ஏதும் இருப்பதாக எனக்குத் தெரியவில்லை.’

‘ஆனால், அதை ஒப்புக்கொள்ளும் முன் முறையாகப் படித்துவிடுவதுதானே அறிவார்ந்த செயலாக இருக்க முடியும்?’

‘இல்லை. அறிவார்த்தமாக நடந்துகொள்வதினும் முக்கியமான பல விஷயங்கள் வாழ்வில் உண்டு.’

ஃபரோடியா ரசூல் தன்னுடைய இருக்கையில் இன்னமும் பின்னே சாய்ந்துகொள்கிறார். ‘இதெல்லாம் வெறும் லட்சியவாதம். ஆனால், இதற்கான விலையை உங்களால் கொடுக்க முடியுமா ப்ரொஃப்சர் லூரி? உங்களிடமிருந்தே உங்களைக் காப்பாற்ற வேண்டிய பொறுப்பு எங்களுக்கு இருப்பதாகத் தோன்றுகிறது.’ ஹக்கீமைப் பார்த்து அவர் அர்த்தபூர்வமாகச் சிரிக்கிறார்.

‘நீங்கள் சட்ட உதவியை நாடவில்லை என்று கூறுகிறீர்கள். வேறு யாரிடமாவது கலந்து பேசினீர்களா – உதாரணமாக, ஒரு பாதிரியார் அல்லது திருச்சபை உறுப்பினர் யாரையாவது? மனநல ஆலோசனை பெற்றுக்கொள்ளத் தயாராக இருக்கிறீர்களா?’

இந்தக் கேள்வியைக் கேட்பது வணிகவியல் கல்லூரியைச் சேர்ந்த இளம்பெண். கோபத்தில் இவனுடைய உடல் சிலிர்ப்பதை உணர்கிறான். ‘இல்லை நான் அறிவுரைகளை விரும்பவில்லை. நாடும் எண்ணமுமில்லை. நான் வளர்ந்த மனிதன். அறிவுரைகளை ஏற்றுக்கொள்ள நான் தயாரில்லை.

அறிவுரைகள் வந்துசேராத தூரத்தில் இருக்கிறேன்.' இவன் மத்தபனேயைப் பார்க்கத் திரும்புகிறான். 'நான் வாக்குமூலம் கொடுத்துவிட்டேன். இந்த விவாதம் தொடர்வதற்கு வேறு ஏதேனும் காரணம் இருக்கிறதா?'

மத்தபனேவுக்கும் ஹக்கீமுக்கும் இடையில் கிசுகிசுப்பாகக் கலந்தாய்வு நிகழ்கிறது.

'ப்ரொஃபசர் லூரியின் வாக்குமூலம் குறித்துக் கலந்தாலோசிக்க, செயற்குழு ஒரு இடைவேளை எடுத்துக்கொள்கிறது என்ற தகவலை முன்வைக்கிறோம்' என்கிறார் மத்தபனே.

ஆமோதிக்கும் தலையசைப்புகள்.

'ப்ரொஃபசர் லூரி, நாங்கள் நிதானமாக ஆலோசிக்க, நீங்கள் சில நிமிடங்கள் வெளியில் இருக்க வேண்டும் என்று கேட்டுக்கொள்கிறோம். நீங்கள், மிஸ் வான் வைக், இருவரும்.'

இவனும் மாணவப் பார்வையாளரும் ஹக்கீமின் அலுவலகத்துச் செல்கிறார்கள். அவர்கள் இருவருக்கும் இடையில் வார்த்தையாடல் ஏதுமில்லை; அந்தப் பெண் சங்கடமாக உணர்வது வெளிப்படை. 'காமுகனே உன்னுடைய நாட்கள் முடிந்துவிட்டன.' இப்போது அந்தக் காமுகனை நேருக்கு நேராகப் பார்க்கும்போது அவள் என்ன நினைக்கிறாள்?

அவர்கள் மீண்டும் உள்ளே அழைக்கப்படுகிறார்கள். அறையில் நிலைமை சரியில்லை: திரிந்துபோயிருப்பதாக இவனுக்குப் படுகிறது.

மத்தபனே பேசுகிறார். 'அவை தொடர்கிறது, அப்படியென்றால்: 'ப்ரொஃபசர் லூரி, உங்கள் மீதான குற்றச்சாட்டுகளின் உண்மைத்தன்மையை நீங்கள் ஒப்புக்கொள்வதாகச் சொல்கிறீர்களா?'

'மிஸ் ஐசக்ஸ் சாட்டும் எல்லாக் குற்றங்களையும் ஒப்புக்கொள்கிறேன்.'

'டாக்டர் ரசூல், நீங்கள் ஏதேனும் கூற விரும்புகிறீர்களா?'

'ஆம். அடிப்படையில் ப்ரொஃபசர் லூரியின் மறுமொழிகள் மழுப்பலானவை என்று படுகிறது. அவற்றுக்கு எதிரான என்னுடைய கண்டனத்தைப் பதிவுசெய்ய விரும்புகிறேன்.

ப்ரொஃபசர் லூரி இந்தக் குற்றச்சாட்டுகளை ஒப்புக்கொள்வதாகக் கூறுகிறார். ஆனால், அவர் உண்மை என்று ஒப்புக்கொள்ளும் அதே விவரங்களைத் தெளிவாகச் சொல்ல வலியுறுத்தினால் நமக்குக் கிட்டுவதெல்லாம் சாமர்த்தியமான ஏளனம்தான். அதனால்தான், அவர் இந்தக் குற்றச்சாட்டுகளைப் பெயரளவில் மட்டுமே ஒப்புக்கொள்வதாக எனக்குத் தோன்றுகிறது. ரகசிய உள்நோக்கம் கொண்ட இப்படியான வழக்குகளில் இந்தச் சமூகத்துக்கான உரிமையை...'

இவன் இதை இப்படியே தொடரவிட முடியாது. பதிலடி கொடுக்கிறான், 'இந்த வழக்கில் உள்நோக்கங்கள் ஏதுமில்லை.'

'உண்மையைத் தெரிந்துகொள்வதற்கான உரிமை சமூகத்துக்கு உண்டு.' பழக்கப்பட்ட லகுவுடன் அவளுடைய குரல் இவனுடையதை மீறி உயர்கிறது. 'ப்ரொஃபசர் லூரி குறிப்பாக எதை ஒப்புக்கொள்கிறார் என்றும், அவர் எதற்காகக் கண்டனத்துக்கு உள்ளாக்கப்படுகிறார் என்றும் தெரிந்துகொள்ள இந்தச் சமூகத்துக்கு உரிமை உண்டு.'

மத்தபனே: 'அவர் கண்டனத்துக்கு உள்ளாக்கப்படுகிறார் என்றால் மட்டுமே.'

'அவர் கண்டனத்துக்கு உள்ளாக்கப்படுகிறார் என்றால் மட்டுமே. ப்ரொஃபசர் லூரி கண்டனத்துக்கு உள்ளாக்கப்படுவது எதற்காக என்று நம்முடைய மனதில் நாம் தெள்ளத்தெளிவாக இல்லை என்றால், நம்முடைய பரிந்துரைகளில் நாம் தெள்ளத்தெளிவாக இல்லை என்றால், நாம் நம் கடமையிலிருந்து தவறியவர்களாவோம்.'

'டாக்டர் ரசூல், நம்முடைய மனம் தெள்ளத்தெளிவாக இருப்பதாகவே நம்புகிறேன். ப்ரொஃபசர் லூரியின் மனம் தெள்ளத்தெளிவாக இருக்கிறதா என்பதுதான் கேள்வி.'

'துல்லியமாக. நான் சொல்ல விரும்பியதை நீங்கள் துல்லியமாக வெளிப்படுத்திவிட்டீர்கள்.'

இவன் வாயை மூடிக்கொள்வதே புத்திசாலித்தனமாக இருக்கும். ஆனால், மூடிக்கொள்கிறானில்லை. 'ஃபரோடியா, என் மனதில் என்ன நிகழ்கிறது என்பது எனக்குத்தான் முக்கியமே தவிர உங்களுக்கு அநாவசியமானது. வெளிப்படையாகப் பார்த்தால், என்னிடமிருந்து உங்களுக்கு வேண்டியது ஒப்புதல்

வாக்குமூலமல்ல, மனந்திரும்புதலின் இறைஞ்சல். நானோ பாவமன்னிப்பு கேட்கிறதாயில்லை. எனக்குள்ள உரிமையின்படி, நான் வாக்குமூலம் கொடுக்கிறேன். குற்றச்சாட்டுகள் ஒப்புக்கொள்ளப்படுகின்றன. இதுவே என் வாக்குமூலம். நான் இந்தத்தொலைவுக்குத்தான் செல்லத் தயாராக இருக்கிறேன்.'

'அவைத்தலைவர் அவர்களே, இதை நான் எதிர்த்தே ஆக வேண்டும். இந்த விவகாரம் நம் அவையின் துறைநுட்பக்கூறுகளை மீறிச்செல்கிறது. என்னுடைய சந்தேகம் என்னவென்றால், ப்ரொஃபசர் லூரி ஒப்புதல் வாக்குமூலம் அளிக்கிறார். ஆனால், அவர் தன்னுடைய குற்றத்தை ஒப்புக்கொள்கிறாரா அல்லது இந்த நடைமுறைகளுக்குத் தன்னை ஆட்படுத்திக்கொண்டால் மட்டும் போதும், இந்த வழக்கு காகிதங்களுக்குள் புதைக்கப்பட்டு மறக்கப்பட்டுவிடும் என்ற நம்பிக்கையில் ஒப்புக்கு இதைச் செய்கிறாரா? அவர் வெறுமே இந்த நடைமுறைகளுக்கு மட்டும் தன்னை ஆட்படுத்திக்கொள்கிறார் என்றால், நாம் அவருக்கு மிகக்கடுமையான தண்டனை விதிக்க வலியுறுத்துகிறேன்.'

'டாக்டர் ரசூல், நான் மீண்டும் உங்களுக்கு நினைவுபடுத்துகிறேன். தண்டனை விதிக்க நமக்கு அதிகாரமில்லை' என்கிறார் மத்தபனே.

'அப்படி என்றால் நாம் இருப்பதிலேயே கடுமையான தண்டனையைப் பரிந்துரைக்க வேண்டும். ப்ரொஃபசர் லூரி உடனடியாகப் பதவிநீக்கம் செய்யப்படுவதுடன் அவருடைய உரிமைகள், ஊதிய அனுகூலங்கள் அத்தனையும் பறிக்கப்படவேண்டும் என்று.'

இதுவரை அமைதி காத்த தெஸ்மாண்ட் ஸ்வார்ட்ஸிடமிருந்து குரல் எழும்புகிறது, 'டேவிட்? டேவிட், இந்த வழக்கை நீங்கள் மிகச்சரியாகக் கையாள்வதாக நம்புகிறீர்களா?' தலைமை இருக்கையை நோக்கித்திரும்புகிறார். 'அவைத்தலைவர் அவர்களே, ப்ரொஃபசர் லூரி அறையை விட்டு வெளியேறியிருந்தபோது நான் கூறியிருந்ததைப் போல, இந்தப் பல்கலைக்கழகக்குழுமத்தின் உறுப்பினர்களான நாம், உடன்பணிபுரியும் ஒருவருக்கு எதிராக, இவ்வளவு அந்நியமாக, சம்பிரதாயமான முறையில் நடந்துகொள்ளக்கூடாது. டேவிட், சுயபரிசீலனைசெய்ய அல்லது கலந்தாலோசிக்க உங்களுக்கு அவகாசம் வேண்டாம் என்பதில் உறுதியாக இருக்கிறீர்களா?'

'ஏன்? நான் எதைக் குறித்து சுயபரிசீலனை செய்ய வேண்டும்?'

'உங்கள் நிலையின் தீவிரம் குறித்து. உங்களுக்கு அது புரியவில்லை என்று எனக்கு நன்றாகத் தெரிகிறது. மொட்டையாகச் சொல்வதென்றால், நீங்கள் உங்கள் வேலையை இழக்கவுள்ளீர்கள். இந்தக் காலத்தில் இது சாதாரணமான விஷயம் இல்லை.'

'அப்படியானால், எனக்கான உங்களுடைய அறிவுரைதான் என்ன? டாக்டர் ரசூல் சொன்ன, சாமர்த்தியமான ஏளனத்தை என் தொனியிலிருந்து அகற்றிவிடுவதா? விசனக்கண்ணீர் உகுப்பதா? எதைச் செய்வது என்னைக் காப்பாற்றப் போதுமானதாய் இருக்கும்?'

'டேவிட், இதை நம்புவது உங்களுக்குக் கடினமாகத்தான் இருக்கும். ஆனாலும், இந்த மேஜையைச் சுற்றியிருக்கும் நாங்கள் உங்கள் எதிரிகளில்லை. நமக்குப் பலவீனமான தருணங்கள் உண்டு. நம் அனைவருக்கும். நாம் மனிதர்கள்தானே. உங்களுடைய வழக்கு விநோதமானதல்ல. நீங்கள் உங்கள் பணியில் தொடர்வதற்கான வழியைக் கண்டுபிடிக்கவே நாங்கள் விரும்புகிறோம்.'

ஹக்கீம் லகுவாகச் சேர்ந்துகொள்கிறார். 'நாங்கள் உங்களுக்கு உதவ விரும்புகிறோம் டேவிட். கொடுங்கனவுபோல் இருக்கக்கூடிய இதிலிருந்து நீங்கள் வெளியேற வழிசெய்ய விரும்புகிறோம்.'

அவர்கள் இவனுடைய நண்பர்கள். இவனுடைய பலவீனத்திலிருந்து இவனைக் காக்க விரும்புகிறார்கள். இவனுடைய கொடுங்கனவிலிருந்து இவனை எழுப்ப நினைக்கிறார்கள். இவன் தெருவில் பிச்சையெடுப்பதை அவர்கள் பார்க்க விரும்பவில்லை. இவன் வகுப்பறைக்குத் திரும்புவதை விரும்புகிறார்கள்.

'நல்லெண்ணத்தின் இந்தக் கூட்டிசையில் பெண்குரல் எதையுமே கேட்க முடியவில்லையே' என்கிறான்.

அமைதி நிலவுகிறது.

'நல்லது. இதுவே என் குற்றயேற்புரை. கதை ஆரம்பிப்பது ஒரு மாலையில். தேதியை மறந்துவிட்டேன். ஆனால், இது நிகழ்ந்து வெகுநாட்கள் ஆகிவிடவில்லை. பழைய

கல்லூரித்தோட்டத்தில் நடந்துகொண்டிருந்தேன். கேள்விக்கு ஆளாகியிருக்கும் இளம்பெண் மிஸ் ஐசக்ஸூம் அதையேதான் செய்துகொண்டிருந்தார். எங்கள் பாதைகள் குறுக்கிட்டன. எங்களுக்குள் வார்த்தைகள் பறிமாறிக்கொள்ளப்பட்டன. அதோடு அந்த நிமிடம் ஏதோ ஒன்று நிகழ்ந்தது. நான் கவிஞன் இல்லை என்பதால் அதை விவரிக்க முயலமாட்டேன். ஈரோஸ் நுழைந்துவிட்டான் என்று சொன்னால் போதுமானது. அதற்குப் பிறகு நான் எப்போதும்போல இல்லாமலானேன்.'

'நீங்கள் எதுபோல இல்லாமலானீர்கள்?' வணிகவியற்பெண் எச்சரிக்கையோடு கேட்கிறாள்.

'நான் நானாக இல்லை. முற்றிச்சலித்திருந்த, ஐம்பது வயதான, விவாகரத்து பெற்ற மனிதனாக இல்லாமலானேன். நான் ஈரோஸின் சேவகனானேன்.'

'கட்டுக்கடங்காத இச்சை? இதுதான் நீங்கள் எங்களுக்குச் சொல்லும் எதிர்த்தரப்பு வாதமா?'

'இது எதிர்த்தரப்புவாதமல்ல. உங்களுக்கு ஒரு குற்றயேற்பு வேண்டியிருந்தது. நான் குற்றயேற்பு செய்கிறேன். அந்த இச்சை குறித்துச் சொல்வதென்றால், அது கட்டுக்கடங்காதது என்பதையெல்லாமும் தாண்டி வெகுதொலைவில் இருந்தது. அதற்கு முன்பு தோன்றிய அதே போன்ற இச்சைகளை நான் பலமுறை மறுதலித்திருக்கிறேன் என்பதைச் சொல்லிக்கொள்ள வெட்கப்படுகிறேன்.'

'கல்விப்பணி அதன் இயல்பம்சத்தாலேயே சில தியாகங்களைச் செய்யக்கோருவதை நீங்கள் யோசிக்கவில்லையா? சமூகத்தின் நலனுக்காக நமக்கு நாமே சில இன்பங்களை மறுத்துக்கொள்ளவேண்டும் என்றும்?' ஸ்வார்ட்ஸ் கேட்கிறார்.

'தலைமுறைகள் தாண்டிய காதலுறவைத் தடைசெய்ய வேண்டும் என்பதுதான் உங்கள் எண்ணமா?'

'இல்லை, அப்படி அவசியமில்லை. ஆனால், ஆசிரியர்களாக நாம் அதிகாரம் மிக்க பதவிகளை வகிக்கிறோம். ஒருவேளை தடைசெய்ய வேண்டும் என்றால் அல்லது அதீத எச்சரிக்கையோடு இருக்க வேண்டும் என்றால் அது பாலியல்ரீதியிலான உறவுகளும் அதிகாரத்தின் பேரிலான

உறவுகளும் கலப்பதைத்தான். இந்த வழக்கில் அப்படித்தான் நடந்திருப்பதாக உணர்கிறேன்.'

ஃப்ரோடியா ரசூல் குறுக்கிடுகிறார், 'அவைத்தலைவர் அவர்களே, நாம் மறுபடியும் சுற்றிச்சுற்றிவருகிறோம். ஆம், குற்றத்தை ஒப்புக்கொள்கிறேன் என்றுதான் சொல்கிறார்; ஆனால், நாம் குறிப்பான தகவல்களை எதிர்பார்க்கும்போது, அது திடீரென்று, அவர் யாருக்குக் குற்றமிழைத்ததாக ஒப்புக்கொள்கிறாரோ அந்த இளம்பெண்ணின் மீதான பாலியல் துஷ்பிரயோகமாக ஆகாமல், அவரால் கட்டுப்படுத்த முடியாமல்போன ஒரு இச்சையைப் பற்றிய விளக்கமாகிறது. அவர் விளைவித்திருக்கும் துன்பத்தின் குறிப்புகள் ஏதுமற்றதாகவும், நீண்ட வரலாற்றுரீதியிலான சுரண்டலின் ஒரு பகுதியாக அது இருப்பதன் குறிப்புகள் ஏதுமற்றதாகவும் திரிக்கப்படுகிறது. ஆகவேதான், ப்ரொஃபசர் லூரியுடன் விவாதிப்பது பயனற்றது என்கிறேன். நாம் அவருடைய வாக்குமூலத்தை அப்படியே எடுத்துக்கொண்டு அதற்கேற்றார்போல பரிந்துரைக்க வேண்டும்.'

துஷ்பிரயோகம்: இந்த வார்த்தைக்காக இவன் காத்திருந்தான். நேர்மையுணர்வில் நடுங்கும் குரலில் இது சொல்லப்படுவதற்காகக் காத்திருந்தான். இவனைப் பார்த்தாலே அவளைக் கோபத்தின் உச்சத்துக்குக் கொண்டுசெல்லும்படியாக அவளுக்குத் தெரிவதுதான் என்ன? பரிதாபமான மீன்குஞ்சுகளுக்கு இடையே நீந்தும் சுறாவா? அல்லது இப்படியொரு காட்சியா: பிரம்மாண்டமான அகன்ற தேகமுடைய ஆண், ஒரு சின்னஞ்சிறுமியின் மீது கவிழ்ந்திருப்பது, வலிமையான இவனுடைய கரம் அவளுடைய கதறலைப் பொத்துவது? எவ்வளவு அபத்தம்! பிறகு, இவனுக்கு நினைவுவருகிறது: அவர்கள், நேற்று இதே அறையில் குழுமியிருந்திருக்கிறார்கள், அவள், மெலனி, இவனுடைய தோளுயரம்கூட இல்லாதவள் அவர்கள் எதிரில் நின்றிருந்திருக்கிறாள். சமமானவளல்ல: இதை இவனால் எப்படி மறுக்க முடியும்?

'டாக்டர் ரசூல் சொல்வதை நானும் ஒப்புக்கொள்கிறேன். ப்ரொஃபசர் லூரி வேறு எதையும் சொல்லப்போவதில்லை என்றால், நாம் முடிவெடுத்துவிட வேண்டியதுதான்' என்கிறாள் வணிகவியல் பெண்.

'அவைத்தலைவரே, அப்படிச்செய்யும் முன் கடைசியாக ஒருமுறை நான் ப்ரொஃபசர் லூரியிடம் வேண்டிக்கேட்டுக்கொள்ள

விரும்புகிறேன். அவர் ஏற்றுக்கொள்ளும் விதமான ஏதாவது ஒரு வாக்குமூலம் இருக்கிறதா?'

'ஏன்? ஏதாவதொரு வாக்குமூலத்தை நான் ஏற்றுக்கொண்டே ஆக வேண்டியதன் முக்கியத்துவம் என்ன?'

'இப்படிக் கொதித்துக்கொண்டிருக்கும் சூழலை அது ஆற்ற உதவும் என்பதுதான். ஊடக வெளிச்சத்துக்கு ஆட்படாமலேயே இந்த வழக்கை முடித்துவிட வேண்டும் என்பதுதான் நம் அனைவரின் விருப்பமாக இருந்தது. ஆனால், அப்படி சாத்தியப்படவில்லை. இதன் மீது ஏராளமான கவனம் குவிந்துவிட்டது. நம்முடைய கட்டுப்பாட்டை மீறி இதன் மீது அடுக்குகள் படிந்துவிட்டன. இதை நாம் எப்படிக் கையாள்கிறோம் என்பதைப் பார்க்க அத்தனைக் கண்களும் பல்கலைக்கழகத்தின் மீது குவிந்திருக்கின்றன. டேவிட், உங்கள் பேச்சிலிருந்து நீங்கள் நியாயமாக நடத்தப்படவில்லை என்று உணர்வதாக எனக்குப்படுகிறது. நீங்கள் தவறாகப் புரிந்துகொண்டிருக்கிறீர்கள். உங்களுடைய வேலையை நீங்கள் தக்கவைத்துக்கொள்ளும் விதமான ஒரு சமரச உடன்பாட்டை ஏற்படுத்த முனைவதாகத்தான் இந்தச் செயற்குழு நம்புகிறது. மிகக் கடுந்தண்டனையான, கண்டனத்துடன் கூடிய வேலைநீக்கம் அல்லாமல், வேறு எளிய தீர்ப்பை உங்களுக்காகப் பரிந்துரைக்க ஏதுவாகவாகத்தான் நீங்கள் ஒப்புக்கொள்ளத்தக்க, பொதுமன்னிப்புகோரும் பிரகடனம் போன்ற வழி ஏதும் இல்லையா என்று கேட்கிறேன்.'

'நான் கூனிக்குறுகித் தண்டனைக் குறைப்பைக் கோர வேண்டும் என்கிறீர்கள்?'

ஸ்வார்ட்ஸ் பெருமூச்செடுக்கிறார். 'டேவிட் எங்களுடைய முயற்சிகளை எள்ளிநகையாடுவதால் ஒரு லாபமும் இல்லை. குறைந்தபட்சம் வழக்கை ஒத்திவைக்கவாவது ஒப்புக்கொள்ளுங்கள். நீங்கள் உங்கள் நிலையை மறுபரிசீலனை செய்யலாம்.'

'அந்த வாக்குமூலத்தில் என்ன எழுதப்பட வேண்டும் என்று நினைக்கிறீர்கள்?'

'நீங்கள் செய்தது தவறு என்ற ஒப்புதல்.'

‘நான் அதை ஒப்புக்கொண்டுவிட்டேனே. முழுமனதோடு. என் மீது சுமத்தப்பட்ட குற்றச்சாட்டுகளை ஏற்றுக்கொள்கிறேன்.’

‘வெட்டி விளையாட்டு வேண்டாம் டேவிட். குற்றச்சாட்டை ஏற்றுக்கொள்வதற்கும் தவறிழைத்துவிட்டதாக ஒப்புக்கொள்வதற்கும் வேறுபாடு இருக்கிறது. அது உங்களுக்கும் தெரியும்.’

‘அது உங்களைத் திருப்திப்படுத்திவிடும்: நான் தவறிழைத்துவிட்டதாக ஒப்புதல் தருவது?’

‘இல்லை.’ ஃபரோடியா ரசூல் சொல்கிறார். ‘இது மறுபடியும் முதலிலிருந்து வருவதாகும். முதலில் ப்ரொஃபசர் லூரி அவருடைய வாக்குமூலத்தைக் கொடுக்க வேண்டும். பிறகு தண்டனைக்குறைப்புக்காக அதை ஏற்றுக்கொள்வதா என்று நாம் முடிவுசெய்யலாம். அவருடைய வாக்குமூலத்தில் என்ன இருக்க வேண்டும் என்பது குறித்து நாம் முதலிலேயே பேச்சுவார்த்தை நடத்தக்கூடாது. வாக்குமூலம் அவருடைய சொந்த வார்த்தைகளில், அவரிடமிருந்து வரவேண்டும். பிறகு, அது அவருடைய இதயத்திலிருந்து வருகிறதா என்று நாம் பார்க்கலாம்.’

‘நான் பிரயோகிக்கும் வார்த்தைகளிலிருந்து அதை ஊகித்துவிட முடியும் என்று நீங்கள் நம்புகிறீர்கள் - அது என் இதயத்திலிருந்து வருகிறதா என்று ஊகித்துவிட முடியும் என்று?’

‘நீங்கள் வெளிப்படுத்தும் தோரணையைப் பார்ப்போம். தவறை உணர்ந்து மருகுவதை வெளிப்படுத்துகிறீர்களா என்று பார்ப்போம்.’

‘சரிதான். மிஸ் ஐசக்ஸுடனான உறவில் என்னுடைய பதவியை நான் சாதகமாகப் பயன்படுத்திக்கொண்டேன். அது தவறு. செய்ததை எண்ணி வருந்துகிறேன். இது உங்களைத் திருப்திப்படுத்துகிறதா?’

‘ப்ரொஃபசர் லூரி, இது எங்களைத் திருப்திப்படுத்துகிறதா என்பதல்ல கேள்வி. உங்களைத் திருப்திப்படுத்துகிறதா என்பதுதான். இது உங்களுடைய உள்ளார்ந்த உணர்வுகளை வெளிப்படுத்துகிறதா?’

தலையை ஆட்டுகிறான். 'உங்களுக்காக அந்த வார்த்தைகளையும் சொல்லிவிட்டேன். இப்போது உங்களுக்கு இன்னமும் அதிகமாகத் தேவைப்படுகிறது. அவற்றின் உண்மைத்தன்மையை நான் உங்களுக்கு நிகழ்த்திக்காட்ட வேண்டியிருக்கிறது. இது நடைமுறைப்படுத்த இயலாதது. சட்டத்தின் வரையெல்லையைத் தாண்டிப்போகிறது. போதும். இதற்கு மேல் முடியாது. நாம் மறுபடியும் சட்டவிதிகளின்படியே செல்வோம். நான் குற்றத்தை ஒப்புக்கொள்கிறேன். இவ்வளவுதான் என்னால் செய்ய முடியும்.'

'நல்லது' என்கிறார் அவைத்தலைவர் மத்தபனே. 'ப்ரொஃபசர் லூரியிடம் கேட்க வேறு கேள்விகள் இல்லை எனும் பட்சத்தில், அவர் வருகை தந்ததற்கு நன்றி தெரிவித்து, அவரைப் போக அனுமதிக்கிறேன்.'

முதலில் அவர்கள் இவனை அடையாளம் கண்டுகொள்ளவில்லை. இவன் மாடிப்படிகளில் பாதியைக் கடக்கும்போது அவர்தான்! என்ற கூச்சலைக் கேட்கிறான். தொடர்ந்து பாதங்களின் அமளியையும்.

கடைசிப்படிக்கு அருகில் அவர்கள் இவனை நெருங்கிவிடுகிறார்கள்; ஒருவன் இவனுடைய வேகத்தைக் குறைக்க இவனது மேற்கோட்டைப் பிடித்து இழுக்கவும் செய்கிறான்.

'ப்ரொஃபசர் லூரி உங்களிடம் ஒரு நிமிடம் பேசலாமா?' என்கிறது ஒரு குரல்.

இவன் அதை அலட்சியம் செய்து, கூட்டமாக இருக்கும் இடைவழிக்குள் புகுந்து, உயரமான மனிதனொருவன் தன்னைப் பின்தொடர்பவர்களைத் தவிர்த்துக்கொண்டு விரைவதை வெறித்துப்பார்க்கும் மனிதர்களைத் தாண்டிப்போகிறான்.

யாரோ இவனுடைய வழியில் நிற்கிறார்கள். 'பிடி இதை!' என்கிறாள் ஒருத்தி. அவன் முகத்தைத் திருப்பிக்கொண்டு ஒரு கையை நீட்டுகிறான். திடீரென்று வெளிச்சம் பாய்கிறது.

ஒரு பெண் இவனைச் சுற்றிவளைக்கிறாள். அம்பர்பாசிகள் சேர்த்துப் பின்னலிடப்பட்டிருக்கும் அவளுடைய கூந்தல், அவள் முகத்தின் இருபுறத்திலும் தொங்கவிடப்பட்டிருக்கிறது. தன்னுடைய சீரான வெண்பற்களைக் காட்டி அவள் சிரிக்கிறாள். 'நாம் கொஞ்சம் நின்று பேசலாமா?' என்று கேட்கிறாள்.

'எதுகுறித்து?'

இவனை நோக்கி ஒரு ஒலிப்பதிவுக்கருவி நீட்டப்படுகிறது. இவன் அதைத் தள்ளிவிடுகிறான்.

'அது எப்படி இருந்தது என்பது குறித்து.'

'எது எப்படி இருந்தது?'

புகைப்படக்கருவி மறுபடியும் வெளிச்சம் பாய்ச்சுகிறது.

'உங்களுக்குத் தெரியும், விசாரணைதான்.'

'நான் அதைப் பற்றிப் பேச முடியாது.'

'சரி, வேறு எதைப்பற்றிப் பேசுவீர்கள்?'

'எதைப் பற்றியும் பேச விரும்பவில்லை.'

அங்கு சுற்றிக்கொண்டிருந்தவர்களும் ஆர்வமானவர்களும் கூட்டமாய்க் கூடத்தொடங்குகிறார்கள். அங்கிருந்து இவன் வெளியேற வேண்டும் என்றால் அவர்களிடையே புகுந்து இடித்துக்கொண்டுதான் போக வேண்டும்.

'நீங்கள் வருந்துகிறீர்களா?' அந்தப் பெண் கேட்கிறாள். ஒலிப்பதிவுக்கருவி மறுபடியும் அருகில் கொண்டுவரப்படுகிறது. 'செய்ததை எண்ணி வருந்துகிறீர்களா?'

'இல்லை. அந்த அனுபவத்தால் நான் செறிவூட்டப்பட்டேன்.'

அந்தப் பெண்ணின் முகத்தில் புன்னகை நிலைத்தே இருக்கிறது. 'அப்படியென்றால் அதை நீங்கள் மறுபடியும் செய்வீர்களா?'

'இன்னொரு சந்தர்ப்பம் கிட்டும் என்று எனக்குத் தோன்றவில்லை.'

'ஒருவேளை இன்னொரு சந்தர்ப்பம் கிடைத்தால்?'

'இது வெறும் கற்பனைக் கேள்வி.'

அவளுக்கு அதிகமாக வேண்டியிருக்கிறது. அந்தச் சிறு இயந்திரத்தின் வயிற்றில் இடுவதற்கு இன்னமும் வார்த்தைகள் வேண்டியிருக்கிறது. ஆனால், இந்த நிமிடம் இவனுடைய புத்தியை இன்னமும் மழுங்கச்செய்யும் வழி அறியாமல் திகைத்திருக்கிறாள்.

‘அந்த அனுபவத்தால் அவர் என்ன ஆனாராம்?’ யாரோ அவனுக்குக் கேட்டுவிடக்கூடாது என்ற கவனத்துடன் கிசுகிசுக்கிறார்கள்.

‘அவர் செறிவூட்டப்பட்டாராம்.’

அடங்கிய நகைப்புகளின் ஒலி.

‘அவர் மன்னிப்புகேட்டாரா என்று கேளுங்கள்.’ யாரோ அந்தப் பெண்ணைக் கேட்கிறார்கள்.

‘நான் ஏற்கெனவே கேட்டுவிட்டேன்.’

ஒப்புதல் வாக்குமூலங்கள், மன்னிப்புகோரல்கள்: இழிவுபடுத்திப்பார்க்க ஏன் இவ்வளவு தாகம்? ஒரு நிசப்தம் கவிகிறது. விநோத விலங்கொன்றை மூலையில் சிக்கவைத்துவிட்டு, அதைத் தீர்த்துக்கட்டும் வழி தெரியாமல் விழிக்கும் வேட்டைக்காரர்களைப் போல அவர்கள் அவனைச் சுற்றி நிற்கிறார்கள்.

மறுநாள் காலை மாணவர் பத்திரிகையில், ‘இப்போது மடையன் யார்?’ என்ற தலைப்புக்கு மேலே அந்தப் புகைப்படம் இருக்கிறது. விழிகள் வானத்தைப் பார்த்து உயர்ந்திருக்க, புகைப்படக்கருவியை நோக்கி கைகளை நீட்டிக்கொண்டிருக்கும் இவனை அது காட்டுகிறது. அந்த பாவனையே நகையாடத்தக்கதாக இருக்கிறபோது, ஒரு இளைஞன் இவனுடைய தலைக்கு நேராக ஒரு குப்பைக்கூடையைத் தலைகீழாகப் பிடித்தபடி சிரித்துக்கொண்டிருப்பது அந்தப் புகைப்படத்துக்கு இன்னமும் சிறப்பு சேர்க்கிறது. ஒரு பார்வைக்கோணத்தில் அந்தக் கூடை இவனுடைய தலையில் ஒரு கோமாளித் தொப்பிபோலவே பொருந்தியிருப்பதுபோல் இருக்கிறது. இப்படியொரு புகைப்படம் வெளியாகிவிட்ட பிறகு இவனுக்கு வேறு என்ன மிஞ்சியிருக்கிறது?

தலைப்பு வாசகம், தீர்ப்பு குறித்து செயற்குழு இறுக்கமாக மௌனம் சாதிக்கிறது என்கிறது. ப்ரொஃபசர் லூரியின் மீதான அத்துமீறல், ஒழுங்குதவறல் ஆகிய குற்றச்சாட்டுகளை விசாரிக்கும் ஒழுங்குசார்செயற்குழுவானது வழக்கின் தீர்ப்பு குறித்து நேற்று கடும்மௌனம் சாதித்தது. அவைத்தலைவர் மனாஸ் மத்தபனே குழுவின் விசாரணை விவரங்களெல்லாம்

பல்கலைக்கழக முகவருக்கு அனுப்பிவைக்கப்பட்டிருப்பதை மட்டுமே தெரிவிக்கிறார்.

'விசாரணைக்குப் பிறகு, WAR குழுவின் உறுப்பினர்களை வார்த்தைகளால் தாக்கிய லூரி (53) அவருடைய மாணவிகளோடான அனுபவங்களால் அவர் "செறிவூட்டப்பட்டிருப்பதாக" கூறினார்.'

'ரொமாண்டிக் கவிதைத் துறை நிபுணரான ப்ரொஃபசர் லூரி மீது அவருடைய வகுப்பு மாணவர்கள் புகார்கள் கொடுக்க ஆரம்பித்ததிலிருந்து இந்தப் பிரச்சினை வெடிக்கத் தொடங்கியது.'

இவன் வீட்டில் இருக்கிறான். மத்தபனே தொலைபேசுகிறார். 'குழு அதன் பரிந்துரைகளைச் செய்துவிட்டது டேவிட். பல்கலை முகவர் கடைசியாக ஒருமுறை உங்களோடு என்னைப் பேசச்சொல்லியிருக்கிறார். எங்களுக்கும் உங்களுக்கும் திருப்திதரக்கூடிய ஒரு வாக்குமூலத்தை நீங்களாகவே கொடுக்கும் பட்சத்தில், தீவிரமான நடவடிக்கைகளை எடுக்காமல் இருப்பதற்கு அவர் ஒப்புக்கொள்கிறார்.'

'மனாஸ், நாம் இதை முன்பே பேசியாகிவிட்டது. நான்...'

'பொறுங்கள். நான் பேசுவதைக் கேட்டுவிடுங்கள். எங்களுடைய எதிர்பார்ப்புகளைப் பூர்த்திசெய்யக்கூடிய ஒரு அறிக்கையை நானே தயாரித்துவைத்திருக்கிறேன். மிகச்சிறிய ஒன்றுதான். உங்களுக்கு அதை வாசித்துக்காட்டட்டுமா?'

'வாசியுங்கள்.'

மத்தபனே வாசிக்கிறார். 'முறையீட்டாளரின் மனிதவுரிமைகளைத் துஷ்பிரயோகம் செய்ததாகவும், பல்கலைக்கழகம் எனக்கு அளித்திருக்கும் அதிகாரத்தைத் துஷ்பிரயோகம் செய்ததாகவும் எந்த ஒளிவுமறைவும் இல்லாமல் ஒப்புக்கொள்கிறேன். இருதரப்பாரிடமும் நான் மனமார மன்னிப்பு கோருகிறேன். தக்க தண்டனையாக எதை விதித்தாலும் ஏற்றுக்கொள்கிறேன்.'

'தக்க தண்டனை. இதற்கு என்ன பொருள்?'

'நான் அறிந்தவரையில், உங்களைப் பதவிநீக்கம் செய்ய மாட்டார்கள். நீங்கள் சில காலம் விடுப்பு எடுத்துக்கொள்ளும்படி

அறிவுறுத்தப்படுவதுதான் நடக்கும். காலப்போக்கில் நீங்கள் ஆசிரியப்பணிக்குத் திரும்பிவருவது உங்களையும் பல்கலைக்கழக முதல்வர் மற்றும் உங்கள் துறைத்தலைவரையும் பொறுத்தது.'

'இதுதானா? இதற்குள் எல்லாமே அடங்கிவிட்டதா?'

'என்னுடைய புரிதலின்படி அப்படித்தான். தண்டனையைக் குறைக்கும் வேண்டுகோளை உள்ளடக்கியிருக்கும் அறிக்கையில் கையெழுத்திட நீங்கள் சம்மதிக்கிறீர்கள் என்றால், முகவரும் அதே பொருளில் அதை ஏற்றுக்கொள்வார்.'

'என்ன பொருளில்?'

'மனந்திரும்புதல் என்ற பொருளில்.'

'மனாஸ், நாம் நேற்றே இந்த மனந்திரும்புதல் விவகாரமெல்லாம் பேசிவிட்டோம். என்னுடைய நிலைப்பாட்டை நான் தெரிவித்துவிட்டேன். நான் அதைச் செய்ய மாட்டேன். சட்டப்பிரிவின் கீழ், முறையாக நியமிக்கப்பட்ட ஒரு நீதிபதி இருக்கையின் முன்பு நான் ஆஜராகிவிட்டேன். பக்கச்சார்பற்ற நீதிபதி இருக்கையின் முன்பு நான் பக்கச்சார்பற்ற வாக்குமூலத்தைக் கொடுத்திருக்கிறேன். அந்த வாக்குமூலமே போதுமானது. மனந்திரும்புதல் இங்குமில்லை, அங்குமில்லை. மனந்திரும்புதலெல்லாம் வேறொரு உலகத்தைச் சார்ந்தது, வேறு விதமான உரையாடல்களின் பிரபஞ்சத்தைச் சார்ந்தது.'

'நீங்கள் விஷயங்களைக் குழப்புகிறீர்கள் டேவிட். நீங்கள் மண்டியிட வேண்டும் என்று வலியுறுத்தப்படவில்லை. சக மனிதர்களாக அல்லாவிட்டாலும் நீங்கள் பக்கச்சார்பற்ற நீதிமன்றம் என்று அழைக்கும் அதன் உறுப்பினர்களான எங்களுக்கு, உங்களுடைய அந்தரங்கத்தில் என்ன நிகழ்கிறது என்பது தெரியாது. நீங்கள் ஒரு அறிக்கை வெளியிட வேண்டும் என்றுதான் கேட்டுக்கொள்ளப்படுகிறீர்கள்.'

'மனபூர்வமாக எழுதத் தேவையிராத ஒரு மன்னிப்புக் கடிதத்தைத் தரும்படி கேட்டுக்கொள்ளப்படுகிறேன்?'

'நீங்கள் மனபூர்வமாகச் செய்கிறீர்களா என்பதல்ல நோக்கம். என்னைப் பொறுத்தவரை இது உங்களுடைய சொந்த மனசாட்சி தொடர்பானது. வெளிப்படையான முறையில் உங்களுடைய குற்றத்தை ஒத்துக்கொள்ள நீங்கள் தயாராக இருக்கிறீர்களா

என்பதும், அதைத் திருத்திக்கொள்வதற்கான நடவடிக்கைகளை எடுக்கிறீர்களா என்பதும்தான் எதிர்பார்க்கப்படுவது.'

'இப்போது நாம் உண்மையிலேயே மயிரைப் பிளக்கும் வேலையைச் செய்துகொண்டிருக்கிறோம். நீங்கள் என்னைக் குற்றஞ்சாட்டினீர்கள். நான் ஒப்புக்கொண்டேன். என்னிடமிருந்து உங்கள் தேவை இவ்வளவுதான்.'

'இல்லை. நாங்கள் இன்னும் அதிகமாக விரும்புகிறோம். மிக அதிகமாக இல்லை. ஆனால், அதிகமாக. அதை எங்களுக்குத் தருவதற்கு நீங்கள் உங்களைத் தயார்செய்துகொள்வீர்கள் என்று நம்புகிறேன்.'

'மன்னிக்க வேண்டும். என்னால் முடியாது.'

'டேவிட் உங்களிடமிருந்து உங்களைத் தொடர்ந்து காப்பாற்ற என்னால் முடியாது. நானும் குழுவின் மற்ற உறுப்பினர்களும் களைத்துப்போய்விட்டோம். மறுபடியும் யோசிக்க உங்களுக்கு அவகாசம் தேவையா?'

'இல்லை.'

'சரிதான். அப்படியென்றால் உங்களுக்குப் பல்கலைமுகவரிடமிருந்து தகவல் வரும் என்பதை மட்டும்தெரிவித்துக்கொள்கிறேன்.'

ஏ

7

கிளம்புவதென்று முடிவுசெய்துவிட்டபிறகு இவனைத் தடுக்க பெரிதாக ஏதுமில்லை. குளிர்சாதனப் பெட்டியைக் காலிசெய்துவிட்டு வீட்டைப் பூட்டியவன், மதியமே, சுங்கவரித்தடுப்பற்ற நெடுஞ்சாலையில் போய்க்கொண்டிருக்கிறான். அட்ஷூரனில் ராத்தங்கல், விடியற்கீற்றிலேயே கிளம்புதல்: முற்பகலில் இவன் தன்னுடைய இலக்கான கிழக்கு கேப் சலேம் நகரத்தின் க்ரஹாம்ஸ்டவுன்-கென்ட்டன் சாலையில் இருக்கிறான்.

இவனுடைய மகளின் துண்டுநிலம், புழுதிவீசும் அந்தப் பாதையின் முடிவில், நகரிலிருந்து சில மைல்கள் தொலைவில் இருக்கிறது: ஐந்து ஹெக்டேர் பரப்பில் பெரும்பகுதியும் சாகுபடி நிலம். விசைக்குழாய், தொழுவங்கள், புறக்கட்டு வீடுகள் இவற்றோடு தாழ்கூரையும் மஞ்சள் பூச்சும் உலோகம்பூசிய இரும்புக்கூரையும் மூடுண்ட தாழ்வாரமும் கொண்ட விசாலமான பண்ணை வீடு ஒன்று. அதன் முகப்பெல்லையை நஷ்டர்ஷியம் பூச்செடிகளும் ஜெரேனியப் பூச்செடிகளும் வரையறுக்க, மீதம் இருக்கும் இடமெல்லாம் வெறும் கற்களும் புழுதியுமே.

ஓடுபாதையில் ஒரு பழைய விடபுள்யூ கோம்பி வண்டி நிறுத்தப்பட்டிருக்கிறது; அதற்குப் பின்னால் இவனுடையதை நிறுத்துகிறான். லூஸி, தாழ்வாரத்தின் நிழலிலிருந்து கதிரொளிக்குள் வெளிப்படுகிறாள். ஒரு நிமிடம் இவனுக்கு அவளை அடையாளம் தெரிகிறதில்லை. ஒரு வருடம் கழிந்துவிட்டிருக்கிறது, அவள் எடை கூடியிருக்கிறாள். அவளுடைய இடையும் மார்புகளும் இப்போது (பொருத்தமான வார்த்தையைத் தேடுகிறான்) தாராளமாகியிருக்கின்றன. செருப்பில்லாமல் நடந்துபழகியகால்களும், அகல விரிந்திருக்கும்

கரங்களுமாக அவள் இவனை வரவேற்க வருகிறாள். இவனைத் தழுவி கன்னத்தில் முத்தமிடுகிறாள்.

எவ்வளவு அருமையான பெண், அவளை அணைத்தவாறே நினைக்கிறான்; இவ்வளவு நெடும்பயணத்தின் முடிவில் எவ்வளவு அருமையான வரவேற்பு!

விசாலமான இந்த வீடு முற்பகலிலும் இருளாகவும் குளிராகவும் இருப்பது. மிகப் பெரிய குடும்பங்கள் வாழ்ந்ததும் வண்டி நிரம்ப விருந்தாளிகள் வந்துபோனதுமான காலத்தையது. க்ரஹாம்ஸ்ட்வுனில், தோற்பொருட்களையும் வெயிலில் சுட்டெடுக்கும் மட்பாண்டங்களையும் சில்லறை விற்பனை செய்த, சோளக்கதிர்களுக்கு இடையில் டக்கா[7] வளர்த்த ஒரு இளைஞர் குழுவோடு ஆறு ஆண்டுகளுக்கு முன் இங்கு குடிவந்தாள் லூஸி. குழு உடைந்து மற்றவர்கள் நியூ பெதெஸ்டாவுக்குக் கிளம்பியபோது, லூஸி அவளுடைய தோழி ஹெலனுடன் இந்தத் துண்டுநிலத்திலேயே தங்கிவிட்டாள். அந்த இடம் தன் மனதைக் கவர்ந்துவிட்டதாகவும், அங்கு நல்லபடியாக விவசாயம் செய்ய விரும்புவதாகவும் சொன்னாள். அதை வாங்குவதற்கு அவளுக்கு இவன் உதவினான். இன்று கேக் அவியும் மணம் நிரம்பியிருக்கும் இந்த வீட்டில், இவள் பூக்களிட்ட ஆடையும், வெறுங்காலுமாக, விவசாயத்தை விளையாட்டாக எடுத்துக்கொள்ளும் சிறுபெண்ணாக அல்லாமல் அசலான குடியானப்பெண்ணாக ஒரு *ஆப்ரிக்க உழத்தியாக* மாறி நிற்கிறாள்.

'உங்களை நான் ஹெலனுடைய அறையில் தங்கவைக்கிறேன். அங்குதான் காலை வெயில் வரும். இந்தப் பனிக்காலத்தில் காலை வேளைகள் எத்தனை குளிராயிருக்கும் என்று உங்களுக்குத் தெரியாது.'

'ஹெலன் எப்படி இருக்கிறாள்?' பெரிய உருவமும், துயரார்ந்த முகமும், கட்டைக் குரலுமான பெண் ஹெலன், லூஸியைவிடமூத்தவள். லூஸி அவளிடம் அப்படி எதைக் கண்டாள் என்று அவனால் புரிந்துகொள்ளவே முடிந்ததில்லை; அருமையான வேறு யாரையாவது லூஸி கண்டெடுக்க வேண்டும் அல்லது யாராலாவது கண்டெடுக்கப்பட வேண்டும் என்று இவன் ரகசியமாக விரும்புகிறான்.

---

7 Dagga – மரியுவனா எனப்படும் கஞ்சாச் செடி.

'ஹெலன் ஏப்ரலிலேயே ஜோஹனர்ஸ்பர்க் திரும்பிவிட்டாள். உதவியாட்கள் போக மற்றபடி நான் தனியாகத்தான் இருக்கிறேன்.'

'இதை நீ என்னிடம் சொல்லவே இல்லையே? தனியாக இருக்க உனக்கு அச்சமாக இல்லையா?'

லூஸி தோளைக்குலுக்குகிறாள். 'நாய்கள் இருக்கின்றனவே. நாய்களுக்கென்று இன்னமும் மவுசு இருக்கிறது. எவ்வளவு நாய்களோ அவ்வளவு குற்றத்தடுப்பு. எப்படியுமே கதவு உடைக்கத்தான் படும் என்றால் அப்போது ஒருவருக்கு இருவராக இருப்பது நல்லது என்றெல்லாம் எனக்குத் தோன்றவில்லை.'

'ரொம்பவும் தத்துவார்த்தமாக இருக்கிறது.'

'ஆம். மற்ற எல்லாமும் தோற்கும்போது தத்துவார்த்தமாக்கிவிட வேண்டியதுதானே.'

'உன்னிடம்தான் ஆயுதம் இருக்கிறதே.'

'என்னிடம் ஒரு கட்டைத் துப்பாக்கி இருக்கிறது. உங்களுக்குக் காட்டுகிறேன். அண்டை வீட்டார் ஒருவரிடமிருந்து வாங்கியது. இதுவரைக்கும் அதை உபயோகித்ததில்லை. ஆனால், வைத்துக் கொண்டிருக்கிறேன்.'

'நல்லது. ஆயுதமேந்திய தத்துவவியலாளர். நான் அங்கீகரிக்கிறேன்.'

நாய்களும் ஒரு துப்பாக்கியும்; கரியடுப்பில் ரொட்டி, நிலத்தில் பயிர். நகரவாசிகளும் அறிவுஜீவிகளுமான அவளுடைய தாயும் இவனும் இப்படியொரு மரபார்ந்த, உறுதியான இளம்குடியேறியை உருவாக்கியிருப்பதை எண்ணி ஆச்சரியம்கொள்கிறான். ஆனால், அவளை உருவாக்கியது அவர்களாய் இல்லாமல் இருக்கலாம்: ஒருவேளை வரலாறு அதில் பெரும்பங்கு வகிக்கலாம்.

இவனுக்காக அவள் தேநீர் தயாரிக்கிறாள். இவன் பசியோடிருக்கிறான்: வீட்டுத்தயாரிப்பான கள்ளிப்பழ ஜாம் தடவப்பட்ட இரண்டு பெரிய ரொட்டித்துண்டங்களை வேகவேகமாய் விழுங்குகிறான். இவன் உண்ணும்போது அவளுடைய பார்வை இவன் மீதிருப்பதை உணர்கிறான். இவன் கவனமாக இருக்க வேண்டும்: பெற்றோரின் உடல் செயற்பாடுகளைவிட ஒரு பிள்ளைக்கு அருவருப்பூட்டுவது வேறு எதுவும் இருக்க முடியாது.

அவளுடைய விரல் நகங்களும் ஒன்றும் சுத்தமாக இல்லைதான். நாட்டுப்புறத்தின் அழுக்கு: மாண்புமிக்கதாக பாவித்துக்கொள்கிறான்.

ஹெலனின் அறையில் தன்னுடைய பெட்டியைத் திறக்கிறான். இழுப்பறைகள் காலியாக இருக்கின்றன; அவ்வளவு பெரிய அலமாரியில் ஒரேயொரு நீலநிற டங்கரீஸ்[8] மட்டும்தான் தொங்கிக்கொண்டிருக்கிறது. ஹெலன் போயிருப்பது தற்காலிகமாக அல்ல.

அந்த வளாகத்தைச் சுற்றிக்காட்ட லூஸி இவனை அழைத்துச் செல்கிறாள். தண்ணீரை வீணாக்கிவிடக்கூடாது என்பது பற்றியும், கழிவுநீர்த் தொட்டியை மாசுபடுத்திவிடக் கூடாது என்பதையும் இவனுக்கு நினைவுபடுத்துகிறாள். தெரிந்த பாடம் என்றாலும் கவனமாகச் செவிமெடுக்கிறான். பிறகு, நாய்ப்பட்டிகளைக் காண்பிக்கிறாள். இவன் கடைசியாக வந்திருந்தபோது அங்கு ஒரே ஒரு கொட்டகைதான் இருந்தது. இப்போது சிமென்ட் பாவிய தரைகளும் உலோகத்தூண்களும் சட்டங்களும் உறுதியான கம்பிவலையுமாக, திடமாகக் கட்டப்பட்ட, தைலமரங்களின் நிழல் கவிந்திருந்த ஐந்து இருக்கின்றன. அவளைப் பார்த்ததில் நாய்கள் உற்சாகம் அடைகின்றன: டாபர்மான்கள், ஜெர்மன் ஷெப்பர்டுகள், ரிட்ஜ்பாக்குகள், புல்டெரியர்கள், ராட்வெய்லர்கள். ‘அத்தனையும் காவல்நாய்கள்’ என்கிறாள் அவள். ‘சிறிய ஒப்பந்தங்களின் பேரில் பணிபுரிபவை: இரண்டு வாரங்கள், ஒரு வாரம், சிலநேரங்களில் வாரயிறுதிகளில் மட்டும். செல்லப்பிராணிகள் கோடை விடுமுறைகளில்தான் இங்கு கொண்டுவரப்படும்.’

‘பூனைகள்? நீ பூனைகளைச் சேர்த்துக்கொள்வதில்லையா?’

‘சிரிக்கக்கூடாது. பூனைகளையும் சேர்த்துக்கொள்ளலாம் என்று யோசிக்கிறேன். இன்னமும் அதற்கான வசதியில்லை அவ்வளவுதான்.’

‘சந்தையில் இன்னமும் கடை போடுகிறாயா?’

‘ஆம். சனிக்கிழமை காலைகளில். நான் உங்களை அழைத்துச்செல்கிறேன்.’

---

8 வேலைசெய்யும்போது அணியும் முழு ஆடை. மேற்சட்டையும் காற்சட்டையும் சேர்ந்தது.

இப்படித்தான் அவள் வருவாய் ஈட்டுகிறாள்: நாய்ப்பட்டிகளிலிருந்தும், பூக்கள் மற்றும் தோட்டக் காய்கறிகள் விற்றும். இதைவிட எளிமையானது வேறென்ன இருக்க முடியும்.

'இந்த நாய்களுக்கு சலிப்பேற்படாதா?' பாதங்களில் தலையை வைத்துக்கொண்டு, அவர்களை எரிச்சலோடு பார்த்துக்கொண்டிருந்த, எழுந்துகொள்ளவும் முயலாத ஒரு அடர்பழுப்புவண்ணப் பெட்டை புல்டாகைச் சுட்டிக்காட்டுகிறான்.

'கேட்டி? அவள் கைவிடப்பட்டுவிட்டாள். அவளுடைய உரிமையாளர்கள் கம்பிநீட்டிவிட்டார்கள். அவளுக்கான தொகையை மாதக்கணக்காக அவர்கள் கட்டவில்லை. அவளை என்ன செய்யப்போகிறேன் என்று எனக்குத் தெரியவில்லை. அவளை ஏற்றுக்கொள்ளும் ஒரு குடும்பத்தைக் கண்டுபிடிக்க வேண்டும். பிணங்குகிறாளே தவிர மற்றபடி நலமாக இருக்கிறாள். என்னாலோ பெட்ருஸாலோ அவள் தினமும் உடற்பயிற்சிக்காக வெளியில் அழைத்துச்செல்லப்படுகிறாள். ஒப்பந்தத்தில் அதுவும் ஒரு பகுதி.'

'பெட்ருஸா?'

'சீக்கிரம் அவனைச் சந்திப்பீர்கள். பெட்ருஸ் என்னுடைய புதிய செயலாளன். சொல்லப்போனால் மார்ச்சிலிருந்து சகஉரிமையாளன். நல்ல மனிதன்.'

ஒரு வாத்துக்குடும்பம் அமைதியாக நீந்திக்கொண்டிருந்த மட்சுவர் அணையைத்தாண்டி, தேன்கூடுகளைத்தாண்டி, தோட்டத்துக்குள் அவளோடு உலவுகிறான். பூம்பாத்திகள், குளிர்காலக் காய்கறிகள் - காலிஃப்ளவர், உருளைக்கிழங்கு, பீட்ரூட், சார்ட், வெங்காயம். வளாகத்தின் எல்லையில் இருந்த விசைக்குழாயையும் நீர்த்தேக்க அணையையும் பார்க்கிறார்கள். கடந்த இரண்டு வருடங்களாக நல்ல மழை என்பதால் நிலத்தடிநீர் மட்டம் உயர்ந்துள்ளது.

அவள் இதைக் குறித்தெல்லாம் சரளமாகப் பேசுகிறாள். புதிய மரபைச்சேர்ந்த நாட்டுப்புறஉழத்தி. முற்காலம் என்றால் ஆடுமாடுகளும் மக்காச்சோளமும். இன்றைக்கு நாய்களும் டாஃபடில்களும். விஷயங்கள் எவ்வளவுக்கு மாறுகின்றனவோ அவ்வளவுக்கு பழமையோடு இருக்கின்றன. வரலாறு திரும்புகிறது

என்றாலும் மிக நாசுக்காகத் திரும்புகிறது. ஒருவேளை, வரலாறு அதற்கான பாடத்தைக் கற்றுக்கொண்டிருக்கலாம்.

ஒரு பாசனக்குழாயை ஒட்டி அவர்கள் நடக்கிறார்கள். லூஸியின் வெற்றுப்பெருவிரல்கள் செம்மண்ணை இறுக்கி, தெளிவான பாதத்தடங்களை விட்டுச்செல்கின்றன. தன்னுடைய புதிய வாழ்வில் தடம்பதித்திருக்கும் ஆளுமைமிக்க பெண். சிறப்பு! இந்த மகளை, இந்தப்பெண்ணைத்தான் இவன் விட்டுச்செல்லப்போகிறான் என்றால் - இவன் வெட்கப்பட வேண்டியதே இல்லை.

‘என்னோடு நீ உன் நேரத்தைக் கழிக்க வேண்டியதில்லை’ வீடு திரும்பியதும் சொல்கிறான். ‘நான் என்னுடைய புத்தகங்களைக் கொண்டுவந்திருக்கிறேன். எனக்கு வேண்டியதெல்லாம் ஒரு மேஜையும் நாற்காலியும்தான்.’

‘ஏதாவது முக்கியமான வேலையாக இருக்கிறீர்களா?’ கவனத்துடன் கேட்கிறாள். அவனுடைய பணிகுறித்து அவர்கள் அதிகம் பேசுவதில்லை.

‘சில திட்டங்கள் உண்டு. பைரனின் இறுதிக்காலம் பற்றியது. புத்தகம் அல்ல. அல்லது நான் முன்பு எழுதிய புத்தகம் போன்றதல்ல. மேடைக்கானது. சொற்களும் இசையும். கதாபாத்திரங்கள் பேசவும் பாடவும் செய்வது.’

‘அந்தத் துறை சார்ந்து இன்னமும் உங்களுக்கு லட்சியங்கள் இருக்கின்றன என்று நான் எதிர்பார்க்கவில்லை.’

‘அனுபவித்துச் செய்வதற்கானது என்று மட்டுமே நினைத்துக் கொண்டிருந்தேன். ஆனால், உண்மையில் இது வேறு. மனிதன் எதையாவது விட்டுச்செல்ல நினைக்கிறான். அல்லது ஆண்கள் மட்டுமாவது அப்படி எதையாவது விட்டுச்செல்ல நினைக்கிறார்கள். பெண்களுக்கு அது எளிதாகிவிடுகிறது.’

‘பெண்களுக்கு இது ஏன் எளிதாகிறது?’

‘எளிதாவது என்றால், சுயமாக ஜீவிக்கும் ஒன்றை உருவாக்குவது என்ற பொருளில்.’

‘ஒரு தந்தையாக இருப்பது கணக்கில் வராதா?’

‘தந்தையாக இருப்பது... தாயாக இருப்பதோடு ஒப்பிடும்போது ஒரு தகப்பனாக இருப்பது வெறும் கோட்பாட்டளவு விஷயம்தான்

என்று உணர்வதைத் தவிர்க்க இயலவில்லை. ஆனால், என்ன நடக்கிறதென்று பொறுத்திருந்துதான் பார்ப்போமே. ஏதாவது உருவாகிறதென்றால் முதலில் தெரிந்துகொள்ளப்போவது நீயாகத்தான் இருப்பாய். முதலாவதாகவும், ஒருவேளை இறுதியாகவும்கூட.'

'இசையையும் நீங்களே இயற்றப்போகிறீர்களா?'

'இல்லை, பெரும்பான்மை இசையை இரவல் பெற்றுக்கொள்வேன். கடன்வாங்குவதில் எனக்கொன்றும் பிரச்சினையில்லை. முதலில் அது பிரம்மாண்டமான இசையமைப்பைக் கோரும் கருப்பொருள் என்று நினைத்தேன். ஸ்ட்ராஸின் இசையைப் போல என்று சொல்லலாம். ஆனால், அது என்னுடைய சக்திக்கு மீறியதாக இருந்திருக்கும். இப்போது என் மனம் எதிர்ப்பக்கத்தில் சாய்கிறது. வயலின், செல்லோ, ஓபோ அல்லது பஸூன் இசையின் ஒரு மெல்லிய பின்னணியை மட்டுமே விரும்புகிறேன். ஆனால், இதுவெல்லாம் இன்னமும் கருத்தளவிலேயே நிலைத்திருக்கிறது. ஒரு குறிப்பைக்கூட இன்னும் எழுதவில்லை - என் கவனம் சிதைந்திருந்தது. என்னுடைய பிரச்சினைகள் குறித்து நீ கேள்விப்பட்டிருப்பாய்.'

'தொலைபேசியில் ரோஸ் ஏதோ சொன்னாள்.'

'சரிதான். அதைப்பற்றி இப்போது பேச வேண்டாம். பிறகொரு சமயம் பார்க்கலாம்.'

'பல்கலைக்கழகத்துக்கு முழுக்குப்போட்டாகிற்றா?'

'ராஜினாமா செய்துவிட்டேன். ராஜினாமா செய்யவேண்டுமெனக் கேட்கப்பட்டேன்.

'உங்களுக்கு ஏக்கமாக இருக்குமோ?'

'நான் ஏங்குவேனா? தெரியவில்லை. நான் அப்படியொன்றும் பிரமாதமான ஆசிரியனும் அல்ல. என் மாணவர்களுக்கும் எனக்குமான தொடர்பு அறுந்துகொண்டே போவதைக் கவனித்தேன். என்னுடைய பேச்சைக் கேட்பதில் அவர்களுக்கு ஆர்வம் இருக்கவில்லை. ஆகவே, எண்ணி ஏங்க ஒன்றுமில்லை என்றே நினைக்கிறேன். ஒருவேளை இந்த விடுதலையை நான் ரசிக்கவும்கூடும்.'

வாசலில் ஒரு மனிதன் நின்றுகொண்டிருக்கிறான். நீலநிற டங்கரீஸும் ரப்பரில் புதையணிகளும் கம்பளித்தொப்பியும் அணிந்திருக்கும் உயரமான மனிதன். லூஸி அழைக்கிறாள், 'வா பெட்ருஸ், இவர்தான் என் அப்பா.'

பெட்ருஸ் தன் ஜோடுகளைத் துடைத்துக்கொள்கிறான். அவர்கள் கைகுலுக்குகிறார்கள். கோடுகளுள்ள, கன்றிப்போன முகம்; கூர்மையான விழிகள். நாற்பது அல்லது நாற்பத்தைந்து இருக்குமா?

பெட்ருஸ் திரும்பி, லூஸியைப் பார்க்கிறான். 'அந்தத் தெளிப்பான். தெளிப்பானை வாங்கிப்போக வந்தேன்' என்கிறான்.

'அது கோம்பியில் இருக்கிறது. இங்கே இரு. நான் போய் எடுத்துவருகிறேன்.'

பெட்ருஸுடன் இவன் மட்டும் இருக்கிறான். மௌனத்தை உடைக்க, 'நீதான் நாய்களைக் கவனித்துக்கொள்கிறாயா?' என்கிறான்.

'ஆம், நாய்களைக் கவனித்துக்கொள்வதுடன் தோட்டத்திலும் வேலைசெய்கிறேன்.' பெட்ருஸ் அகலமாகப் புன்னகைக்கிறான். 'நான் தோட்டக்காரன், நாய்க்காரனும்.' ஒரு நிமிடம் நிதானிக்கிறான். 'நாய்க்காரன்.' அந்தச் சொற்றொடரை ரசித்து, அதை மறுபடியும் சொல்கிறான்.

'நான் கேப் டவுனிலிருந்து கிளம்பி இப்போதுதான் வந்திருக்கிறேன். என் மகள் இங்கே தன்னந்தனியாக இருப்பது குறித்து பல சமயம் கவலைப்படுவதுண்டு. இது ஊரைவிட்டு மிகவும் விலகியிருக்கிறது.'

'ஆம்' என்கிறான் பெட்ருஸ். 'இது ஆபத்தானதுதான். இப்போது எல்லாமே ஆபத்தானதுதான். ஆனால், இங்கு பரவாயில்லை, அப்படித்தான் நினைக்கிறேன்.' இன்னொரு புன்னகை புரிகிறான்.

லூஸி ஒரு சிறிய புட்டியுடன் வருகிறாள். 'உனக்கு அளவு தெரியுமே. பத்து லிட்டர் நீருக்கு ஒரு தேக்கரண்டி.'

'ஆம், எனக்குத் தெரியும்.' அந்தத் தாழ்வான வாசல்நிலைக்குள் புகுந்து வெளியேறுகிறான்.

'பெட்ருஸ் பரவாயில்லை. நல்ல ஆள்தான்.'

‘புத்திசாலி. தெளிவானவன்.’

‘இந்த வளாகத்துக்குள்தான் வசிக்கிறானா?’

‘அவனும் அவன் மனைவியும் பழைய தொழுவத்தில் தங்கியிருக்கிறார்கள். மின்னிணைப்பு கொடுத்திருக்கிறேன். ஓரளவுக்கு வசதியாகவே இருக்கிறது. அவனுக்கு அடிலெய்டில் இன்னொரு மனைவியும் வளர்ந்த பிள்ளைகளும் இருக்கிறார்கள். அவ்வப்போது அங்கும் போய்வருவான்.’

லூஸியை அவளுடைய வேலைகளைப் பார்க்க விட்டுவிட்டு உலவச்செல்கிறவன், வெகுதூரத்துக்கு, கென்டன் சாலைவரை செல்கிறான். ஆங்காங்கே வெளிறிய புல் முளைத்திருக்கும் செம்மலைகளின் மீது நேரத்துக்கு முன்னரே சூரியன் கவியத் தொடங்கியிருக்கும் குளிர்காலப்பொழுது. ஏழை பூமி, ஏழை மண். காலாவதியாகிப் போனது. ஆடுகளுக்குத்தான் லாயக்கு. உண்மையிலேயே லூஸி தன் வாழ்க்கையை இங்கேதான் கழிக்க எண்ணுகிறாளா? இது வெறுமே கடந்துபோகும் ஒரு காலகட்டமாக மட்டும் இருந்துவிடவேண்டும் என்று நினைக்கிறான்.

பள்ளியிலிருந்து வீடு திரும்பும் சிறுவர் குழு ஒன்று வழியில் இவனைக் கடந்துசெல்கிறது. இவன் அவர்களுக்கு முகமன் சொல்கிறான்: அவர்கள் பதிலுக்கு முகமன் சொல்கிறார்கள். நாட்டுப்புறப் பழக்கங்கள். கேப்டவுன் அதற்குள்ளாகவே கடந்தகாலத்துக்குள் மறைந்துகொண்டிருக்கிறது.

சற்றும் எதிர்பாராமல் அந்தச் சிறுமியின் நினைவு திரும்பிவருகிறது: அவளுடைய அழகிய சிறுமுலைகளின், அவற்றில் நிமிர்ந்துநிற்கும் காம்புகளின், அவளுடைய வழவழப்பான தட்டையான வயிற்றின் நினைவு. தாபத்தின் அதிர்வலையொன்று இவனுக்குள் கிளர்கிறது. அது என்னவாக இருந்திருந்தாலும் இன்னமும் ஓய்ந்துவிடவில்லை என்பது நிரூபணமாகிறது.

வீட்டுக்குத் திரும்பி, பெட்டியை முழுவதுமாகப் பிரித்து அடுக்குகிறான். ஒரு பெண்ணின் அண்மையில் வசித்து வெகுநாட்களாகி விட்டது. இவன் தன்னுடைய நடவடிக்கைகளில் கவனங்கொள்ளவேண்டும்; நேர்த்தியைப் பேணவேண்டும்.

தாராளம் என்பது லூஸிக்காகச் சொல்லப்பட்ட கருணைமிக்கச் சொல். சீக்கிரமே அவள் நன்றாகப் பெருத்துவிடப்போகிறாள். தோற்றத்தில் அசட்டை கொள்வது, காதலின் களத்திலிருந்து விலகிவிடும்போது நிகழ்வது. அந்தப் பளபளப்பான நெற்றிக்கும் பொன்னிறக்கூந்தலுக்கும் வளைந்த புருவங்களுக்கும் என்ன ஆனது?[9]

இரவுணவு எளிமையானது: ரொட்டியும் சூப்பும், சர்க்கரை வள்ளிக்கிழங்கும். பொதுவாக அவனுக்கு சர்க்கரை வள்ளிக்கிழங்கு பிடிக்காது. ஆனால், எலுமிச்சைத்தோல், வெண்ணெய், மசாலாப்பொருட்களைச் சேர்த்து லூஸி அதை உண்ணத்தக்கதாகச் செய்திருக்கிறாள். உண்ணத்தக்கது என்பதற்கும் மேலானதாக.

'கொஞ்ச காலத்துக்குத் தங்குவீர்களா?' அவள் கேட்கிறாள்.

'ஒரு வாரத்துக்கு? ஒரு வாரம் என்றே வைத்துக்கொள்ளலாமா? அத்தனைக்காலம் உன்னால் என்னைப் பொறுத்துக்கொள்ள முடியுமா?'

'நீங்கள் எவ்வளவு காலம் வேண்டுமானாலும் தங்கலாம். உங்களுக்குச் சலித்துப்போகும் என்றே அஞ்சுகிறேன்.'

'எனக்குச் சலிக்காது.'

'சரி, அந்த ஒரு வாரத்துக்குப் பிறகு எங்கு போவீர்கள்?'

'இன்னமும் முடிவுசெய்யவில்லை. ஒருவேளை மனம்போன போக்கில் அப்படியே சுற்றித்திரியலாம்.'

'நல்லது, நீங்கள் இங்கேயே தங்கினால் மகிழ்ச்சி.'

'அப்படிச் சொல்வது உன்னுடைய பெருந்தன்மை அன்பே. ஆனால், நான் உன்னுடைய நட்பைத் தக்கவைத்துக்கொள்ள விரும்புகிறேன். நீண்ட காலம் சேர்ந்திருப்பது நட்புக்கு நல்லதில்லை.'

'இதை ஒரு வருகை என்று நாம் அழைக்காவிட்டால் என்ன? அடைக்கலம் என்று அழைத்தால் என்ன? காலவரையற்றதன் அடிப்படையில் அடைக்கலத்தை நீங்கள் ஏற்றுக்கொள்வீர்களா?'

---

9 'Qu'est devenu ce front poli, Ces cheveux blonds, sourcils voutis?' ஐரிஷ் எழுத்தாளரான ஜான் மில்லிங்க்டன்சிங் மொழிபெயர்த்த ஃப்ரான்ஸ்காய்ச்வியோனின் 'Les regrets de la belle Heaulmière' என்ற கவிதையின் வரி.

‘இதைப் புகலிடம் என்கிறாயா? நிலைமை அவ்வளவு மோசமில்லை லூஸி. நான் தலைமறைவாளன் அல்ல.’

‘அங்கே நிலைமை சுத்தமோசம் என்று ரோஸ் சொன்னாள்.’

‘அது நானாகத் தேடிக்கொண்டது. சமரசத்துக்கான வாய்ப்பு முன்மொழியப்பட்டது. நான் அதை ஒப்புக்கொள்ளவில்லை.’

‘எப்படிப்பட்ட சமரசம்?’

‘மறுகல்வி. ஆளுமையைத் திருத்தி அமைப்பது. குறிப்புச் சொல் மனவள ஆலோசனை.’

‘மனவள ஆலோசனை சிறிதும் தேவைப்படாத அளவுக்கு நீங்கள் கச்சிதமானவரா?’

‘எனக்கு அது மாவோவின் சைனாவைத்தான் அதீதமாக நினைவுபடுத்துகிறது. தன்னல மறுப்பு, சுயமதிப்பீடு, பொதுமன்னிப்பு. நான் பழமைவாதி. என்னை ஒரு சுவரில் சாய்த்துநிறுத்தி சுட்டுக்கொன்றுவிடுவதை வரவேற்பேன். முடிவெடுத்துவிட்டேன்.’

‘சுட்டுக்கொள்ளப்படுவதா? ஒரு மாணவியுடன் தொடர்புவைத்துக் கொண்டதற்காகவா? இது கொஞ்சம் அதிகம் என்று உங்களுக்கே தோன்றவில்லையா டேவிட்? இதெல்லாம் காலம்காலமாக நடப்பதுதானே? நான் மாணவியாக இருந்தபோதும் இது நடக்கத்தான் செய்தது. அத்தனைப் பேரையும் சுட்டுக்கொன்றிருந்தால் இந்நேரம் இந்தத்துறையே அழிந்துபோயிருக்கும்.’

தோளைக் குலுக்குகிறான். ‘இவை தூய்மைவாதத்தின் காலங்கள். தனிவாழ்வு என்பது பொதுவுக்கு வந்துவிட்டது. காமமோ மதிக்கப்பட வேண்டியது, காமமும் உணர்ச்சிவயப்படலும். அவர்கள் நிகழ்த்துக்காட்சி ஒன்றை விரும்பினார்கள்: மார்பில் அறைதல், கழிவிரக்கங்கொள்ளல், இயலுமென்றால் கண்ணீர் வடித்தலும். சொல்லப்போனால், ஒரு தொலைக்காட்சிச் சித்திரம். நான் அதற்கெல்லாம் ஒப்புக்கொள்ளவில்லை.’

‘உண்மை என்னவென்றால் அவர்களுக்கு என்னைக் காயடிக்க வேண்டும்’ என்று சொல்ல நினைத்தான். ஆனால், இவனால் அந்த வார்த்தைகளைச் சொல்ல முடியாது. இவனுடைய மகளிடம் முடியாது. உண்மையில், இவனுடைய வசைப்பொழிவை

இப்போது வேறொருவரின் காதுகளால் கேட்கும்போது அது அதீத உணர்ச்சிகரமாகவும் நாடகியமாகவும் தோன்றுகிறது.

'அப்படியென்றால் நீங்கள் உங்கள் நிலைப்பாட்டிலும் அவர்கள் அவர்களுடையதிலும் பிடிவாதமாக இருந்தீர்கள். அப்படித்தானே?'

'கிட்டத்தட்ட அப்படித்தான்.'

'நீங்கள் இப்படி வளைந்துகொடுக்காமல் இருக்கக்கூடாது டேவிட். வளைந்து கொடுக்காதிருப்பது நாயகத்தன்மையெல்லாம் இல்லை. மறுஆலோசனைக்குக் காலம் இருக்கிறதா?'

'இல்லை. தீர்ப்பு இறுதியானது.'

'மேல்முறையீடு இல்லையா?'

'மேல்முறையீடு இல்லை. நான் குறைசொல்லமுடியாது. ஒழுங்கினக் குற்றம் சுமத்தப்பட்ட யாராலும் மன்னிப்பு கேட்கவோ, பரிதாபத்தை எதிர்பார்க்கவோ முடியாது. ஒருவயதுக்குமேல் அப்படித்தான். ஒருவயதுக்குமேல் மனிதர்கள் கவர்ச்சியை இழந்துவிடுகிறார்கள். அதுதான் விஷயம். இழுத்துப் பூட்டிக்கொண்டு மீதமுள்ள வாழ்வை வாழ்ந்து முடித்துவிட வேண்டியதுதான். காலத்தைக் கடத்தியாக வேண்டும்.'

'ஆம், பரிதாபம்தான். நீங்கள் விரும்பும்வரை இங்கே தங்கலாம். எதன் அடிப்படையிலானாலும்.'

அவன் சீக்கிரமே படுக்கச்செல்கிறான். நடு இரவில் ஓயாத குரைப்புச்சப்தம் கேட்டு விழிக்கிறான். குறிப்பாக, ஒரு நாய், தொடர்ந்து, இயந்திரத்தனமாக, நிறுத்தாமல் குரைக்கிறது; மற்றவை சேர்ந்துகொள்கின்றன, அமைதியாகின்றன, பிறகு, தோல்வியை ஒப்புக்கொள்ளவியலாமல் மீண்டும் சேர்ந்து கொள்கின்றன.

'இப்படித்தான் ஒவ்வொரு இரவிலும் நடக்குமா?' என்று காலையில் லூஸியிடம் கேட்கிறான்.

'மன்னிக்கவேண்டும். பழகிப்போய்விடும்.'

இவன் தலையை ஆட்டுகிறான்.

8

கிழக்கு கேப்பில், மேட்டுச் சமவெளிகளின் பனிக்காலக் காலைகள் எவ்வளவு குளிராக இருக்கும் என்பதை இவன் மறந்து விட்டிருக்கிறான். பொருத்தமான ஆடைகளை இவன் கொண்டுவரவில்லை: லூஸியின் கம்பளிச்சட்டையை இரவல் பெறவேண்டிவந்தது.

சட்டைப்பைக்குள் கைகளை நுழைத்துக்கொண்டு பூம்பாத்திகளினிடையே உலவுகிறான். கென்டன் சாலையில் எங்கோ கார் ஒன்று உறுமிக்கொண்டு விரைகிறது, பனிக்காற்றில் அதன் ஓசை கலையாமல் நிற்கிறது. தலைக்கு மேலாக வாத்துகள் அணியணியாகப் பறக்கின்றன. இவனுடைய நேரத்தை எப்படிக் கழிக்கப்போகிறான்?

'அப்படியே நடந்துவிட்டு வரலாமா?' இவனுக்குப் பின்னால் நிற்கும் லூஸி கேட்கிறாள்.

அவர்கள் தங்களோடே மூன்று நாய்களையும் கூட்டிச்செல்கிறார்கள்: தோல்வாரைக் கொண்டு பிணைக்கப்பட்டிருக்கும் இரண்டு இளம் டாபர்மேன்களும், கைவிடப்பட்ட அந்த புல்டாக் பெட்டையும்.

காதுகளைப் பின்னுக்கு இழுத்துக்கொண்டு பெட்டை மலங்கழிக்க முயல்கிறது. ஒன்றும் வரவில்லை.

'இவளுக்கு ஏதோ பிரச்சினை இருக்கிறது. மருந்து கொடுக்க வேண்டும்.' லூஸி சொல்கிறாள்.

பெட்டை கடுமையாக முயல்கிறது, நாக்கைத் தொங்கவிட்டுக் கொண்டும், கவனிக்கப்படுவதில் கூச்சமடைவதைப் போல அவசரமாகப் பார்வையைச் சுழற்றிக்கொண்டும்.

அவர்கள் சாலையை நீங்கி, புதர்மண்டலத்தின் வழியாக, பிறகு அடர்த்தியற்ற பைன் மரக்காட்டினூடாக நடக்கிறார்கள்.

'அந்தப் பெண்ணோடு இருந்த உங்கள் உறவு' லூஸி ஆரம்பிக்கிறாள் - 'அது தீவிரமானதா?'

'ரோஸலிந்த் உன்னிடம் அந்தக் கதையைச் சொல்லவில்லையா?'

'ஒன்றும் விளக்கமாகச் சொல்லவில்லை.'

'அவள் உலகின் இந்தப் பகுதியைச் சேர்ந்தவள். ஜார்ஜை. என்னுடைய வகுப்பில் இருந்தாள். மாணவி என்று பார்த்தால் நடுத்தரம்தான். ஆனால், மிகவும் கவர்ச்சியானவள். அது தீவிரத்தன்மையதா? எனக்குத் தெரியவில்லை. ஆனால், பின்விளைவுகள் தீவிரமானதாகத்தான் இருக்கின்றன.'

'ஆனால், இப்போது அது முடிந்துவிட்டதல்லவா? உங்களுக்கு இன்னமும் அவள் மீது ஆசை இருக்கிறதா?'

அது முடிந்துவிட்டதா? இவனுக்கு இன்னமும் ஆசை இருக்கிறதா? 'எங்களுக்குள் தொடர்பு முடிந்துவிட்டது.'

'அவள் ஏன் உங்களைக் காட்டிக்கொடுத்தாள்?'

'அவள் எதுவும் சொல்லவில்லை; கேட்க எனக்கு சந்தர்ப்பம் கிடைக்கவில்லை. அவள் ஒரு சிரமமான நிலைமையில் இருந்தாள். அவளுடைய காதலன் அல்லது முன்னாள் காதலன், ஒரு இளைஞன், அவளை மிரட்டிக்கொண்டிருந்தான். பாடச்சுமையும் இருந்தது. பிறகு, அவளுடைய பெற்றோருக்குத் தெரியவந்து அவர்கள் கேப் டவுனுக்கு வந்திறங்கினார்கள். அழுத்தம் மிக அதிகமாகிவிட்டது என்று நினைக்கிறேன்.'

'நீங்களும் இருந்தீர்கள்.'

'ஆம். நானும் இருந்தேன். நானும் அப்படியொன்றும் எளிதாக்கிவிடவில்லை என்றுதான் சொல்ல வேண்டும்.'

'*சாப்பி* தொழிற்சாலை - அத்துமீறுபவர்கள் தண்டிக்கப்படுவார்கள்' என்ற பெயர்ப்பலகை தாங்கிய ஒரு வாயிலுக்கு அவர்கள் சென்றுசேர்கிறார்கள். திரும்புகிறார்கள்.

110

'சரிதான். நீங்கள் அதற்குண்டான விலையைத் தந்துவிட்டீர்கள். ஒருவேளை சிறிதுகாலம் கழித்துப்பார்க்கும்போது அவள் உங்களைப் பற்றி அப்படி மோசமாக நினைத்துவிடமாட்டாளாய் இருக்கும். பெண்கள் ஆச்சரியப்படும் விதத்தில் மன்னித்துவிடக்கூடியவர்கள்.'

மௌனம். லூஸி, இவனுடைய குழந்தை, இவனுக்குப் பெண்களைப் பற்றிச் சொல்லித்தரலாம் என்று நினைக்கிறாளா?

'மறுமடியும் மணம் புரிந்துகொள்வது குறித்து யோசித்திருக்கிறீர்களா?'

'அதாவது, என்னுடைய தலைமுறையைச் சேர்ந்த யாரையாவது? நான் மணவாழ்வுக்கானவன் அல்ல லூஸி. உனக்கே தெரியுமே.'

'உண்மைதான். ஆனால்..

'ஆனால் என்ன? ஆனால், இப்படித் தொடர்ந்து குழந்தைகளை இரையாக்குவது சரியில்லை அப்படித்தானே?'

'அப்படிச் சொல்லவில்லை. காலம் செல்லச்செல்ல உங்களுக்குச் சிக்கல் அதிகரிக்கத்தான் செய்யும். குறையப்போவதில்லை என்று சொல்லவந்தேன்.'

இதற்கு முன் இவனுடைய அந்தரங்க வாழ்க்கையைப் பற்றி லூஸியும் இவனும் பேசிக்கொண்டதில்லை. அது சுலபமில்லை என்பது நிரூபணமாகிறது. ஆனால், அவளிடத்தில் அல்லாமல் இவன் வேறு யாரிடம்தான் பேச முடியும்?

'ப்ளேக்கின் வரிகள் நினைவிருக்கிறதா? செயலுறாத வேட்கைகளைப் போஷிப்பதைக் காட்டிலும் தொட்டில் பருவத்திலேயே குழந்தையைக் கொன்றுவிடுவது நல்லது என்றானே.'

'இப்போது ஏன் அதை எனக்கு நினைவுபடுத்துகிறீர்கள்?'

'செயலுறாத வேட்கைகள் இளமையில் போலவே முதுமையிலும் கேவலப்படுத்திவிட முடியும்.'

'ஆகையால்?'

‘நான் அணுக்கம் கொண்டிருந்த ஒவ்வொரு பெண்ணும் என்னைப் பற்றி எனக்கு ஏதாவதொன்றைக் கற்றுத்தந்திருக்கிறாள், என்னை முன்னிலும் மேலானவனாக மாற்றும் அளவுக்கு.’

‘எதிர்த்தரப்பும் இப்படியே நினைக்கிறார்கள் என்று சொல்ல மாட்டீர்கள் அல்லவா. உங்களுடன் பழகியதில் அந்தப் பெண்களும் மேலானவர்களாக மாறினார்கள் என்று.’

அவளை உற்றுப் பார்க்கிறான். அவள் சிரிக்கிறாள். ‘சும்மா வேடிக்கைக்குத்தான்’ என்கிறாள்.

திரும்பும்போது அவர்கள் தார்சாலையில் நடக்கிறார்கள். ஒரு பண்ணையின் வளைவில் இதற்குமுன் கவனித்திராத பலகையைப் பார்க்கிறான். **‘பூங்கொத்துகள். சைக்காட்கள்.’** அம்புக்குறி: ‘1 **கிமீ.**’

‘சைக்காடா? சைக்காட் வளர்ப்பது சட்ட விரோதம் என்றல்லவா நினைத்தேன்.’

‘காட்டிலிருந்து அவற்றை வெட்டியெடுப்பது சட்ட விரோதம்தான். நான் அவற்றை விதைத்து வளர்க்கிறேன். உங்களுக்குக் காட்டுகிறேன்.’

இளைய நாய்கள் விடுவித்துக்கொள்வதற்காகத் தோல்வாரை இழுக்க, பெட்டை நாய் மூச்சுவாங்கியபடி பின்தொடர, அவர்கள் நடந்துகொண்டிருக்கிறார்கள்.

‘அப்புறம் நீ? நீ வாழ்விலிருந்து வேண்டுவது இதைத்தானா?’ தோட்டத்தையும், கூரையிலிருந்து கதிரொளி மின்னத் தெரியும் வீட்டையும் நோக்கிக் கையை நீட்டிக் கேட்கிறான்.

‘இது போதும்.’ லூஸி மெதுவாகச் சொல்கிறாள்.

அன்று சனிக்கிழமை, சந்தைதினம். பேசிக்கொண்டபடி, லூஸி இவனை ஐந்து மணிக்கு, காபியுடன் எழுப்புகிறாள். இழுத்துப் போர்த்திக்கொண்டு, குளிரில், ஹாலோஜன் விளக்கின் உதவியுடன் பூக்களைக் கொய்துகொண்டிருந்த பெட்ருஸோடு அவர்களும் இணைந்துகொள்கிறார்கள்.

பெட்ருஸிடமிருந்து வேலையைக் கேட்டு வாங்கிக்கொள்ளும் இவனுடைய விரல்கள் விரைவிலேயே குளிர்ந்துபோய் பூங்கொத்துகளைக் கோர்க்கவியலாமல் ஆகின்றன. கயிற்றை

பெட்ருஸிடம் திரும்பக் கொடுத்துவிட்டு உறையிடுவதையும் பொதியாகக் கட்டுவதையும் செய்கிறான்.

மலைகளை உதயம் தீண்டி, நாய்கள் சலம்பத்தொடங்கும் ஏழு மணியுடன் வேலை முடிகிறது. பூப்பெட்டிகள், உருளைக்கிழங்கு, வெங்காயம், கோஸ் பொட்டலங்களால் கோம்பி நிறைந்திருக்கிறது. வண்டியை லூஸி ஓட்டுகிறாள். பெட்ருஸ் பின்னால் அமர்ந்திருக்கிறான். தணப்புக் கருவி வேலைசெய்யவில்லை; பனிபடர்ந்த கண்ணாடி வழியே உற்றுப்பார்த்தபடி க்ரஹாம்ஸ்டவுன் சாலையில் செல்கிறாள். இவன் அவளருகில் அமர்ந்தபடி அவள் செய்திருக்கும் சாண்ட்விச்சுகளைத் தின்றுகொண்டிருக்கிறான். இவனுடைய மூக்கு ஒழுகுகிறது; அதை அவள் பார்த்துவிடவில்லை என்று நம்புகிறான்.

ஆக, ஒரு புதிய சாகசம். இவனுடைய மகள், முன்னொரு காலத்தில் பள்ளிக்கும் பாலே வகுப்புகளுக்கும் சர்க்கஸுக்கும் ஸ்கேட்டிங் கூடத்துக்கும் இவன் அழைத்துச்சென்றவள், இப்போது இவனை வெளியில் அழைத்துச்சென்று, வாழ்க்கையை, இவன் அறியாத புதிய உலகத்தைக் காட்டுகிறாள்.

டான்கின் ஸ்கொயரில் கடைக்காரர்கள் அவர்களுடைய மேஜைகளைப் பொருத்தி, தங்கள் பொருட்களைப் பரப்பியிருக்கிறார்கள். இறைச்சி பொரியும் மணம் நிறைகிறது. நகரின் மீது குளிர்ந்த மூடுபனி கவிந்திருக்கிறது; மக்கள் தங்கள் கைகளைத் தேய்த்துக்கொண்டும், கால்களை மாற்றிமாற்றிப் பதித்துக்கொண்டும் சபிக்கிறார்கள். தோழமை வலிந்து நிகழ்த்திக்காட்டப்படுகிறது. இவன் நிம்மதியடையும்வண்ணம் லூஸி அதிலிருந்து தொலைவாகத் தன்னை விலக்கிக்கொள்கிறாள்.

விளைபொருட்கள் விற்குமிடமாகத் தோன்றுவதில் அவர்கள் இருக்கிறார்கள். அவர்களுக்கு இடதுபக்கத்தில் ஆப்ரிக்கப்பெண்கள் மூவர், பால், மாஸா, வெண்ணெய் விற்கிறார்கள். கூடவே, ஈரத்துணி மூடியிருக்கும் வாளியிலிருந்து சூப்-எலும்புகளும். டான்ட்டே மியம்ஸ், ஓம் கூஸ் என்று லூஸி முகமன் தெரிவிக்கும் முதிர்ந்த ஆப்பிரிக்கெனர் தம்பதியும், பக்லவா தொப்பி அணிந்திருந்த பத்து வயதுக்கு மேல் இராத அவர்களுடைய சிறிய உதவியாளன் ஒருவனும் அவர்களுடைய வலதுபுறத்தில் இருக்கிறார்கள். லூஸியைப் போலவே அவர்களும் விற்பதற்காக உருளைக்கிழங்கும்

வெங்காயமும் கொண்டுவந்திருக்கிறார்கள். அவற்றோடு புட்டியில் அடைக்கப்பட்ட பழக்கூழ், பதப்படுத்தப்பட்ட பொருட்கள், உலர்பழங்கள், புச்சு தேயிலைப் பொட்டலங்கள், ஹனி புஷ் தேயிலை, மூலிகைகளும்.

லூஸி இரண்டு கித்தான் நாற்காலிகள் கொண்டுவந்திருக்கிறாள். அவர்கள் ஒரு சுடுநீர்க் குடுவையிலிருந்து காபியை அருந்தியபடி முதல் வாடிக்கையாளருக்காகக் காத்திருக்கிறார்கள்.

இவன் இரண்டு வாரங்களுக்கு முன், இந்நாட்டின் சலிப்புற்றிருந்த இளைஞர்களுக்குக் *குடி* என்பதிலிருந்து *குடித்துமுடி* என்பதும், *எரிந்த* என்பதிலிருந்து *எரிந்துமுடிந்த* என்பதும் எவ்வாறு வேறுபடுகிறது என்று வகுப்பறையில் விளக்கிக்கொண்டிருந்தான். வினைமுற்று என்பது ஒரு செயல் அதன் முடிவை நோக்கிக் கொண்டுசெல்லப்படுவதைக் குறித்துக்கொண்டிருக்கிறது. நான் வாழ்கிறேன் என்பதும், நான் வாழ்ந்திருக்கிறேன் என்பதும், நான் வாழ்ந்தேன் என்பதும் எத்தனை தொலைவான பொருள்களைக் கொண்டிருப்பதாகத் தெரிகிறது!

மரக்கால் கூடையில் கிடக்கும் லூஸியின் உருளைக்கிழங்குகள் சுத்தமாகக் கழுவப்பட்டிருக்கின்றன. கூ மற்றும் மியமின் கிழங்குகளில் இன்னமும் சேறு ஒட்டியிருக்கிறது. காலை விற்பனையில் மட்டுமே லூஸி ஐந்நூறு ராண்டுகள் தேற்றிவிட்டாள். அவளுடைய மலர்கள் சீராக விற்பனையாகின்றன; பதினோரு மணி அளவில் விலையைக் குறைக்கிறாள். அத்தனைப் பொருட்களும் விற்றுப்போகின்றன. பால் மற்றும் இறைச்சிக்கடையிலும் ஏராளமான வியாபாரம் நடக்கிறது; ஆனால், புன்னகைக்காமலும் மரத்துப்போன முகங்களுடனும் அருகருகில் அமர்ந்திருக்கும் முதிய தம்பதிக்கு அவ்வளவு வியாபாரம் இல்லை.

லூஸியின் நிறைய வாடிக்கையாளர்களுக்கு அவளைப் பெயர் சொல்லி அழைக்கும் நெருக்கமிருந்தது: அவளுடைய வெற்றி தங்களுடையதும்தான் என்பதுபோல் தங்கள் பாவனைகளில் அவள்மீது ஒரு உரிமையாளர் தோரணையுடன் இருந்த அவர்களில் பெரும்பாலோர் நடுத்தர வயதுப் பெண்கள். 'என் அப்பா, டேவிட் லூரி, கேப் டவுனிலிருந்து வந்திருக்கிறார்' என்று அவள் அறிமுகப்படுத்தும் ஒவ்வொரு முறையும் 'மிஸ்டர் லூரி, உங்கள் மகளைப் பற்றி நீங்கள் மிகவும்

பெருமைப்படுகிறீர்கள் அல்லவா?' என்கிறார்கள். 'ஆம், மிகவும் பெருமைப்படுகிறேன்.'

ஒரு அறிமுகப்படலத்துக்குப் பிறகு, 'பெவ் விலங்குகள் சரணாலயம் நடத்துகிறாள்' என்கிறாள் லூஸி. 'எப்போதாவது நான் அவளுக்கு உதவுவதுண்டு. நாம் திரும்பும் வழியில், உங்களுக்குச் சம்மதம் என்றால் அவளை வீட்டில் விட்டுச்செல்லலாம்.'

கறுநிறப் புள்ளிகளுடனும், குறுகத்தரித்த கம்பி முடியுடனும், கழுத்தே இல்லாமலும் இருக்கும், கட்டைகுட்டையான, இரைந்துகொண்டிருக்கிற பெவ் ஷாவைப் பார்த்ததுமே இவனுக்குப் பிடிக்கவில்லை. தங்களைக் கவர்ச்சியாகக் காட்டிக்கொள்ளும்முனைப்பற்ற பெண்களை இவனுக்குப் பிடிக்கிறதில்லை. லூஸியின் நண்பர்களிடத்தில் முன்புதொட்டே இவனுக்கு இருக்கும் வெறுப்பு அது. அதில் பெருமைப்பட்டுக்கொள்ள ஒன்றுமில்லை: இவன் மனதில் தங்கி, ஒரேயடியாகத் தேங்கிவிட்ட முற்சாய்வு எண்ணம். போக்கிடம் இல்லாத பழமைவாதத்துக்கும், சோம்பலான, சின்னத்தனமான எண்ணங்களுக்கும் புகலிடமாக இவனுடைய மனம் மாறிவிட்டிருக்கிறது. இவன் அவற்றையெல்லாம் விரட்டியடித்து, வளாகத்தைக் கூட்டித் தூய்மைப்படுத்த வேண்டும். ஆனால், அதுகுறித்தெல்லாம் இவன் கவலைப்படவில்லை. அல்லது போதுமான அளவுக்குக் கவலைப்படவில்லை.

க்ரஹாம்ஸ்டவுனில் ஒரு காலத்தில் செயலூக்கம் நிரம்பியதாய் இருந்த விலங்குநல ஆணையம் அதன் செயல்பாடுகளை நிறுத்திக்கொள்ள வேண்டிவந்தது. ஆனால், ஒருசில ஆர்வலர்களால், பெவ் ஷாவின் தலைமையில் அதன் பழைய வளாகத்திலேயே ஒரு சிகிச்சையகம் நடத்தப்படுகிறது.

இவனுக்குத் தெரிந்து வெகுகாலமாகவே லூஸி பழகிக்கொண்டிருந்த விலங்குநல ஆர்வலர்கள் மீது இவனுக்கு வெறுப்பேதும் இல்லை. அவர்கள் இல்லை என்றால் இந்த உலகம் ஆக மோசமான ஒரு இடமாகியிருக்கும் என்பதில் சந்தேகமில்லை. அதனால், பெவ் ஷா அவள் வீட்டின் வாயிற்கதவைத் திறந்ததும் வீசிய பூனை மூத்திரம், நாய்களின் தோல்நோய் வாடை, ஜெயெஸ் திரவத்தின் மணம் ஆகியவை இவனுக்கு அருவருப்பைக் கொடுத்தாலும், தன் முகத்தை நல்லவிதமாகவே வைத்துக்கொள்கிறான்.

அந்த வீடு இவன் கற்பனை செய்திருந்ததைப் போலவே இருக்கிறது: குப்பைக்கூளமான அறைக்கலன்கள், இரைந்துகிடக்கும் அலங்காரப்பொருட்கள், (ஆடுமேய்க்கும் பீங்கான் பெண்கள், மாடுகளின் கழுத்துமணிகள், நெருப்புக்கோழி இறகிலான தூரிகைச் சவுக்கு) வானொலியின் இரைச்சல், கூண்டுப்பறவைகளின் கீச்சிடல்கள், கால்களுக்குக் கீழே எங்கே பார்த்தாலும் பூனைகள். அங்கு பெவ் ஷா மட்டும் இல்லை. அவளுக்கு இணையான கட்டைகுட்டை உருவத்துடன், அடுப்படி மேஜையில் தேநீர் அருந்தியபடி, பீட்ரூட் போன்ற சிவந்த முகத்துடனும், வெள்ளிநிறக் கேசத்துடனும், தொளதொளப்பான கழுத்துப்பட்டியுடனான குளிர்சட்டை அணிந்திருக்கும் பில் ஷாவும் இருக்கிறார். 'உட்காருங்கள், உட்காருங்கள் டேவ்' என்கிறார் பில். 'ஒரு கோப்பை எடுத்துக்கொள்ளுங்கள். சௌகர்யமாக இருங்கள்.'

அன்றைய காலை மிக நீண்ட ஒன்று. இவன் களைத்துப் போயிருக்கிறான். இந்த மனிதர்களுடன் அமர்ந்து சில்லறைப் பேச்சுகளில் ஈடுபடுவதை இவன் விரும்புகிறானில்லை. லூஸியைப் பார்க்கிறான். 'வெகுநேரம் இருக்க முடியாது பில். நாங்கள் சில மருந்துகள் வாங்கிக்கொள்ள வந்தோம்' என்கிறாள் அவள்.

ஒரு ஜன்னலின் ஊடாக ஷா தம்பதியின் தோட்டத்தைப் பார்க்கிறான்; புழுத்துப்போன பழங்களை உதிர்த்துக்கொண்டிருக்கும் ஒரு ஆப்பிள் மரம், செழித்து வளர்ந்திருக்கும் களைகள், இரும்புத் தகடுகளால் வேலி அமைக்கப்பட்ட ஒரு பகுதி, மரப்பலகைகள், பழைய டயர்கள், கோழிகள் கிளறித் திரிந்து கொண்டிருக்கும் அங்கே அரியவகை ட்யூக்கர் மான் ஒன்று உறங்கிக்கொண்டிருக்கிறது.

'என்ன யோசனை?' காரில் செல்லும்போது லூஸி கேட்கிறாள்.

'நான் மரியாதைக் குறைவாகப் பேச விரும்பவில்லை. இது கலாச்சாரத்தின் ஒரு உபபிரிவு என்றே பார்க்கிறேன். அவர்களுக்குக் குழந்தைகள் இல்லையா?'

'இல்லை, குழந்தைகள் இல்லை. பெவ்வை அப்படிக் குறைத்து மதிப்பிட்டுவிட வேண்டாம். அவள் ஒன்றும் முட்டாள் அல்ல. மிகப்பெரிய அளவில் நற்காரியங்கள் செய்கிறவள். வருடக்கணக்காக டி வில்லேஜுக்குப் போய்க்கொண்டிருக்கிறாள்.

முதலில் விலங்குநல அமைப்புக்காக. இப்போது அவளுடைய தனிப்பட்ட விருப்பத்தின்பேரில்.

'இந்த முயற்சியில் தோல்விக்கே அதிக வாய்ப்பு இருக்கும்.'

'ஆம். நிதியுதவி கிடைப்பதில்லை. தேசத்தின் முன்னுரிமைப் பட்டியலில் விலங்குகளுக்கு இடமே இல்லை.'

'அவள் மனமுடைந்திருப்பாள். நீயும்தான்.'

'ஆம். இல்லை. அதுவா முக்கியம்? அவள் உதவும் விலங்குகளின் மனம் உடைவதில்லை. அவை பெரிய அளவில் ஆசுவாசமடைகின்றன.'

'பெரிய விஷயம்தான். ஆனால், என்னை மன்னித்துவிடு கண்ணே. இந்தத் துறையில் ஈடுபாடு உண்டாக்கிக்கொள்வது எனக்குச் சிரமம். நீ செய்வதும் அவள் செய்வதும் ஆராதனைக்குரியவையே. ஆனால், விலங்குகளின் நலனில் அக்கறை கொள்ளும் மக்கள் கிறிஸ்தவர்களில் ஒரு வகையினர் என்றே எனக்குத் தோன்றுகிறது. இவர்கள் எல்லோரும் அவ்வளவு நல்லெண்ணத்துடனும் சிரித்த முகத்துடனும் இருப்பதைப் பார்க்கும்போது உடன் இருக்கும் நமக்கு சிறிது நேரம் கழித்து, ஒரு வன்புணர்வையோ கொள்ளையையோ செய்ய வேண்டும் என்று, குறைந்தபட்சம் ஒரு பூனையையாவது உதைத்துவிடத் தோன்றும் அளவுக்கு வெறி உண்டாகிறது.'

தான் வெடித்துவிட்டதை எண்ணி இவனுக்கே ஆச்சரியமாகிவிடுகிறது. இவன் ஒன்றும் கோபமாக இல்லையே, கொஞ்சம்கூட இல்லையே.

'நான் இன்னமும் முக்கியமான விஷயங்களில் என்னை ஈடுபடுத்திக்கொள்ள வேண்டும் என்று நினைக்கிறீர்கள்.' அவர்கள் அகலச் சாலையில் போய்க்கொண்டிருக்கிறார்கள். அவள் இவனைத் திரும்பியே பார்க்காமல் வண்டியை ஓட்டுகிறாள். 'நான் உங்கள் மகளாக இருப்பதாலேயே இன்னமும் சிறப்பாக எதையாவது செய்ய வேண்டும் என்று நினைக்கிறீர்கள்.'

அவள் முடிப்பதற்குள்ளேயே தலையை ஆட்டத் தொடங்கிவிட்டான், 'இல்லை... இல்லை... இல்லை' என்று முணுமுணுக்கிறான்.

'இயக்கமற்ற உயிர்களை வரைந்துகொண்டோ, எனக்கு நானே ரஷ்ய மொழியைக் கற்பித்துக்கொண்டோ இருக்க வேண்டும் என்று நினைக்கிறீர்கள். பெவ் மற்றும் பில் ஷா போன்ற நண்பர்கள், என்னை ஒரு உயர்ந்த வாழ்க்கைத் தரத்துக்கு முன்னேற்றப்போவதில்லை என்பதால் அவர்களை அங்கீகரிக்க மறுக்கிறீர்கள்.'

'அப்படியில்லை லூஸி.'

'இல்லை, அப்படியேதான். அவர்கள் என்னை உயர்ந்த வாழ்க்கைத்தரத்துக்கு முன்னேற்றப்போவதில்லைதான். ஏனென்றால், உயர்தரவாழ்வு என்று ஒன்று இல்லை. இருப்பது இந்த ஒரே வாழ்வு. இதை நாம் விலங்குகளுடன் பகிர்ந்துகொள்கிறோம். இப்படியான உதாரணத்தைத்தான் பெவ் ஷா போன்றவர்கள் நிறுவ முயல்கிறார்கள். அந்த உதாரணத்தைத்தான் நான் பின்பற்ற முயல்கிறேன். மனிதர்களுக்கான சிறப்புரிமைகளை விலங்குகளுடன் பகிர்ந்துகொள்ள நினைக்கிறேன். இன்னொரு பிறப்பில் நாயாகவோ பன்றியாகவோ பிறந்து நாய்களும் பன்றிகளும் நமக்குக் கீழே வாழ்வதுபோல வாழக்கூடாதென்று நினைக்கிறேன்.'

'லூஸி, என் அன்பே, கோபித்துக்கொள்ளாதே. இருப்பது இந்த ஒரு வாழ்வுதான் என்பதை ஒப்புக்கொள்கிறேன். விலங்குகளைப் பொறுத்தமட்டில் நாம் எல்லாவகையிலும் அவற்றிடம் இரக்கம் காட்டுவோம். அதே சமயம், நம் கொள்கைகளையும் மறந்துவிடக்கூடாது. விலங்குகளிலிருந்து நாம் வேறுபட்ட உயிரினங்கள். உயர்ந்தவர்கள் என்பதல்ல, வேறுபட்டவர்கள். அவ்வளவுதான். அதனால், நாம் இரக்கம் காட்டுவது பெருந்தன்மையால் இருக்க வேண்டுமே தவிர குற்றவுணர்வுக்கும் பழிபாவத்துக்கும் அஞ்சி இருக்கக்கூடாது.'

லூஸி ஆழ்ந்து மூச்செடுக்கிறாள். இவனுடைய போதனைக்குப் பதிலளிக்க முனைந்து, விட்டுவிடுகிறாள். அவர்கள் மௌனமாக வீட்டை அடைகிறார்கள்.

౮

9

தொலைக்காட்சியில் கால்பந்தாட்டம் பார்த்துக்கொண்டு, முன்னறையில் அமர்ந்திருக்கிறான். இருதரப்பிலும் பூஜ்யப் புள்ளிகள். இரண்டு குழுக்களுக்குமே வெற்றியில் ஆர்வம் இல்லாததுபோல் இருக்கிறது.

சோதோ, கோஸா[10] இருமொழிகளிலும் மாறிமாறி நேர்முக வர்ணனை சொல்லப்படுகிறது, இவனுக்கு ஒரு வார்த்தைகூட தெரியாத மொழிகள். ஓசையை முணுமுணுப்பாய் ஒலிக்குமாறு மாற்றுகிறான். தென்னாப்பிரிக்காவின் சனிக்கிழமை மதியம்: ஆண்களுக்கும் அவர்களுடைய இன்பங்களுக்குமாக நேர்ந்துவிடப்பட்ட ஒரு நேரம். இவன் உறங்கிவிடுகிறான்.

விழிக்கும்போது, பெட்ருஸ் இவன் அருகில் சோஃபாவில் கையில் பியர் புட்டியோடு அமர்ந்திருக்கிறான். ஒலியை அலறவிட்டிருக்கிறான்.

'என்னுடைய குழு. புஷ்பக்குகள். புஷ்பக்குகளும் சன்டவுன்களும்' என்கிறான்.

சன்டவுன்களின் கை உயர்கிறது. கோல் விழும் இலக்கில் அடிதடி நடக்கிறது. பெட்ருஸ் ஓலமிட்டபடி தலையைக் கைகளால் பிடித்துக்கொள்கிறான். புழுதி அடங்கியதும் புஷ்பக்குகளின் கோல்கீப்பர் தன் மார்புக்குக் கீழே பந்தை வைத்தபடி தரையில் கிடப்பது தெரிகிறது. 'சரியான ஆள்! சரியான ஆள்!' என்கிறான் பெட்ருஸ். 'அவன் சரியான கோல்கீப்பர். அவனை அவர்கள் விட்டுவிடக்கூடாது.'

பூஜ்யப்புள்ளிகளோடே ஆட்டம் முடிகிறது. பெட்ருஸ் அலைவரிசையை மாற்றுகிறான். குத்துச்சண்டை: இரண்டு

---

10 தென்னாப்ரிக்காவின் நைகர் காங்கோ மொழிக்குடும்பத்தைச் சேர்ந்தமொழிகள்.

சின்னஞ்சிறு மனிதர்கள், நடுவரின் மார்புயரம்கூட காணாத அளவுக்குச் சிறியவர்கள், சுற்றிவந்து, பாய்ந்து, ஒருவரையொருவர் நையப்புடைக்கிறார்கள்.

இவன் எழுகிறான். வீட்டின் பின்புறத்துக்குப் போகிறான். லூஸி படுக்கையில் சாய்ந்தபடி, வாசித்துக்கொண்டிருக்கிறாள். 'என்ன வாசித்துக்கொண்டிருக்கிறாய்?' அவள் இவனை விழித்துப் பார்த்துவிட்டுக் காதுகளிலிருந்து அடைப்பான்களை எடுக்கிறாள்.

'என்ன வாசித்துக்கொண்டிருக்கிறாய்?' மறுபடி கேட்கிறான். பிறகு, 'இது சரிவரவில்லை. அப்படித்தானே? நான் கிளம்பிவிடவா?' என்கிறான்.

புன்னகைக்கிறாள். புத்தகத்தை அருகில் வைக்கிறாள். எட்வின் ட்ரூடின் மர்மம்: இவன் எதிர்பார்த்திருக்கக்கூடிய ஒன்றல்ல. 'உட்காருங்கள்' என்கிறாள்.

படுக்கையில் அமர்ந்து மெல்ல அவளுடைய வெற்றுப் பாதங்களை நீவுகிறான். நல்ல பாதம். வடிவானது. நல்ல உடல்கட்டு. அவளுடைய தாயைப் போல. மலர்ப் பருவத்தில் இருக்கும் ஒரு பெண். பருமனை மீறி, பொருத்தமற்ற ஆடைகளை மீறி கவர்ச்சியானவள்.

'என்னைப் பொறுத்தவரையில் எல்லாம் சரியாகவே இருக்கிறது டேவிட். நீங்கள் இங்கு இருப்பது குறித்து நான் உவப்படைகிறேன். கிராமப்புறத்தின் மெதுகதிக்குப் பழகிக்கொள்ள உங்களுக்கு அவகாசம் பிடிக்கும். அவ்வளவுதான். நீங்கள் செய்யக்கூடிய வேலைகள் என்று அமைந்துவிட்டால் உங்களுக்கு இவ்வளவு சலிப்பு உண்டாகாது.'

கவனமற்றுத் தலையசைக்கிறான். கவர்ச்சியானவள். ஆனால், ஆண்களுக்குக் கிட்டாதவள். அது இவனுடைய குற்றமா அல்லது இயற்கையாகவே அது அப்படித்தான் அமைந்திருந்ததா? இவனுடைய மகள் பிறந்த அன்றிலிருந்தே, அவளுக்காக இவன் உணர்ந்ததெல்லாம் உள்ளார்ந்த தடையற்ற அன்பைத் தவிர வேறு எதையும் அல்ல. அவளுக்கு இது தெரியாமல் இருக்க வாய்ப்பே இல்லை. அது அளவு கடந்ததாய் இருக்கிறதோ, அந்த அன்பு? அவள் அதைச் சுமையாகக் கருதுகிறாளோ?

அது அவளை அழுத்துகிறதோ? அதை அவள் இருண்மையான வாசிப்புக்கு உட்படுத்திவிட்டாளோ?

லூஸி தன் காதலர்களோடு இருப்பது அவளுக்கு எப்படி இருக்கும் என்றும், அவளோடு இருப்பது அவளுடைய காதலர்களுக்கு எப்படி இருக்கும் என்றும் யோசிக்கிறான். சுழன்றடிக்கும் காற்றின் பாதையில் போகும் எந்தச் சிந்தனையையும் தொடர இவன் எப்போதும் தயங்கியதில்லை, இப்போதும் தயங்கவில்லை. இச்சைகளோடான ஒரு பெண்ணைத்தான் இவன் பெற்றிருக்கிறானா? புலன்களின் தாக்கத்துக்கு உட்பட்டவற்றிலிருந்து அவளால் எதையெல்லாம் உள்வாங்கிக்கொள்ள முடியும்? எதையெல்லாம் முடியாது? அதைப் பற்றியெல்லாம் பேசிக்கொள்ள இவனும் அவளும் திறனுள்ளவர்களா? லூஸி மூடுண்ட வாழ்வை வாழ்கிறவள் அல்ல. அவர்கள் இருவரும் ஏன் வெளிப்படையாகப் பேசிக்கொள்ளக்கூடாது, அவர்கள் ஏன் எல்லைகள் வகுத்துக்கொள்ள வேண்டும், யாருமே அப்படி இல்லாத காலத்தில்?

தன்னுடைய எண்ணவோட்டங்களிலிருந்து மீண்டுவந்தவன் கேட்கிறான், 'நான் செய்யக்கூடிய வேலைகள் அமைந்த பிறகு என்றாயே, நீ என்ன நினைக்கிறாய்?'

'நாய்களைக் கவனிக்க எனக்கு உதவலாம். நாய்களுக்கான இறைச்சியை வெட்டலாம். எப்போதுமே அது எனக்குச் சிரமமானதுதான். அதோடு, பெட்ரூஸ் இருக்கிறான். அவன் தன்னுடைய நிலத்தை சீராக்கிக்கொண்டிருக்கிறான். நீங்கள் அவனுக்கு ஒரு கை கொடுக்கலாம்.'

'பெட்ரூஸுக்கு ஒரு கை கொடுப்பது. எனக்கு இது பிடித்திருக்கிறது. அதில் இருக்கும் வரலாற்றுரீதியான சுவாரஸ்யம் பிடிக்கிறது. என்னுடைய வேலைக்கு அவன் கூலி கொடுப்பானா, என்ன நினைக்கிறாய்?'

'அவனைக் கேளுங்கள். நிச்சயம் தருவான் என்றே நினைக்கிறேன். இந்த வருடத்தின் தொடக்கத்தில், ஒரு ஹெக்டேர் நிலமும் மேற்கொண்டு என்னிடமிருந்து ஒரு துண்டு நிலமும் வாங்கும் அளவுக்கு நிலவள வாரியத்திலிருந்து மானியம் கிடைத்தது. நான் உங்களிடம் சொல்லவில்லையா? இந்த எல்லைக்கோடானது அணையின் ஊடாகச் செல்கிறது. நாங்கள் அணையைப்

பகிர்ந்துகொள்கிறோம். அங்கிருந்து வேலிவரையிலும் எல்லாம் அவனுடையது. வசந்தத்தில் ஈனவிருக்கும் பசு ஒன்று அவனிடம் இருக்கிறது. அவனுக்கு இரண்டு மனைவியர், அல்லது ஒரு மனைவி, ஒரு காதலி. அவன் தன்னுடைய சீட்டைச் சரியாக இறக்கியிருந்தால், வீடு கட்ட இன்னொரு மானியமும் கிடைக்கும்; பிறகு, அவன் தொழுவத்திலிருந்து ஜாகையை மாற்றலாம். கிழக்கு கேப் அளவுகோல்களின்படி அவன் விஷயமுள்ள ஒரு ஆள். உங்களுக்குச் சம்பளம் தரச்சொல்லி அவனைக் கேளுங்கள். அவனுக்கு வசதி உண்டு. இனி அவனுக்குச் சம்பளம் தருமளவுக்கு என்னிடம்தான் வசதியில்லை.'

'சரிதான். நான் நாய்களுக்கான இறைச்சியைப் பார்த்துக்கொள்கிறேன். பெட்ருஸ[ு]க்காகப் பள்ளம் வெட்டுகிறேன். வேறு?'

'நீங்கள் சிகிச்சையகத்தில் உதவலாம். அவர்கள் தன்னார்வத் தொண்டர்களுக்காகக் காத்திருக்கிறார்கள்.'

'அதாவது, பெவ் ஷாவுக்கு உதவச்சொல்கிறாய்?'

'ஆம்.'

'அவளுக்கும் எனக்கும் ஒத்துவருமென்று எனக்குத்தோன்றவில்லை.'

'உங்களுக்கு அவளோடு ஒத்துவர வேண்டியதில்லை. நீங்கள் அவளுக்கு உதவினால் போதும். அதற்காகச் சம்பளம் கிடைக்கும் என்று எதிர்பார்க்கக்கூடாது. உங்கள் இதயத்தின் நன்மையைக் கொண்டு அதைச் செய்ய வேண்டியிருக்கும்.'

'எனக்குக் குழப்பமாக இருக்கிறது லூஸி. இது சமூக சேவைபோல சந்தேகத்துக்குரியதாகத் தோன்றுகிறது. ஏதோ கடந்தகாலப் பாவங்களுக்குப் பரிகாரம் செய்ய முற்படுவதுபோல இருக்கிறது.'

'உங்களுடைய குறிக்கோளைப் பற்றியெல்லாம் சிகிச்சையகத்தில் இருக்கும் விலங்குகள் வினா எழுப்பாது. என்னால் நிச்சயமாகச் சொல்ல முடியும். அவை கேட்காது, அக்கறையும் கொள்ளாது.'

'சரி. செய்கிறேன். நான் மேன்மை மிக்கவனாக மாற வேண்டிய அவசியம் இல்லாதவரைதான் செய்வேன். திருத்திக் கொள்வதற்கெல்லாம் நான் தயாராக இல்லை. நான் நானாக

இருப்பதைத்தான் விரும்புகிறேன். இந்த அடிப்படையில் செய்கிறேன். புரிகிறதா?' அவனுடைய கரம் இன்னமும் அவளுடைய பாதத்தில் இருக்கிறது, இப்போது கணுக்காலை இறுக்கிப் பிடிக்கிறது.

இனிய புன்னகை என்று மட்டுமே சொல்லக்கூடிய ஒன்றை அவள் சிந்துகிறாள். 'ஆக, கெட்டவனாக இருப்பதில் பிடிவாதமாக இருக்கிறீர்கள். கோபக்காரன், கெட்டவன், அறிமுகம்செய்துகொள்ள ஆபத்தானவன். நான் சத்தியம் செய்கிறேன், நீங்கள் மாறவேண்டும் என்று யாரும் கேட்க மாட்டார்கள்.'

அவளுடைய தாய் இவனைக் கேலிசெய்வதுபோலவே அவளும் செய்கிறாள். பார்க்கப்போனால், அவளுடைய நகைச்சுவையுணர்வு இன்னமும் கூரியதாய் இருக்கிறது. நகைச்சுவையுணர்வுள்ள பெண்களிடம் இவன் எப்போதுமே கவரப்பட்டிருக்கிறான். நகைச்சுவையும் அழகும். இந்த உலகத்தின் அத்தனை முயற்சியையும் கூட்டித் தேடினாலும் மெலனியிடம் அவனால் நகைச்சுவையைக் காண முடியாது. ஆனால், அழகோ அபரிமிதம்.

மீண்டும் அது இவனுள் கிளர்ந்தெழுகிறது: காமத்தின் மெல்லிய நடுக்கம். லூஸி தன்னைக் கவனித்துக்கொண்டிருக்கிறாள் என்பது தெரிகிறது. ஆனால், இவன் அதை மறைத்துக்கொள்ளக் கூடியவனாக இல்லை. சுவாரஸ்யம்தான்.

எழுகிறான், தோட்டத்துக்குப் போகிறான். இளைய நாய்கள் இவனைப் பார்த்ததில் மகிழ்ச்சி அடைகின்றன: அவற்றின் கூண்டுக்குள், முன்னும்பின்னுமாய்த் துள்ளியபடி சிணுங்குகின்றன. ஆனால், அந்தக் கிழட்டுப் பெட்டை புல்டாக் லேசாய் அசைகிறதுமில்லை.

அவளுடைய கூண்டுக்குள் நுழைகிறான். கதவை மூடுகிறான். அவள் தலையை உயர்த்தி இவனை ஏறிடுகிறாள். மீண்டும் தலையைத் தொங்கப்போடுகிறாள்; அவளுடைய கிழட்டு முலைகள் தளர்ந்து தொங்குகின்றன.

இவன் குந்தியிருந்து, அவளுடைய காதுகளுக்குப் பின்னால் வருடுகிறான். 'கைவிடப்பட்டுவிட்டோமா?' முணுமுணுக்கிறான்.

அவளருகில் வெறுந்தரையில் நீட்டிப் படுக்கிறான். மேலே வெளிர்நீலத்தில் வானம். இவனுடைய கைகால்கள் தளர்கின்றன.

இதே நிலையில்தான் லூஸி இவனைப் பார்க்கிறாள். இவன் ஆழ்ந்து உறங்கியிருந்திருக்க வேண்டும்: அவள் தண்ணீர் வாளியோடு கூண்டுக்குள் நிற்பதுதான் இவனுடைய முதல் நினைவு, அதோடு பெட்டை எழுந்திருந்து அவளுடைய பாதங்களை முகர்ந்துகொண்டிருப்பது.

'நட்பு வளர்க்கிறீர்களா?' லூஸி கேட்கிறாள்.

'இவளோடு நட்புகொள்வது எளிதல்ல.'

'பாவம் கேட்டி, அவள் துக்கத்தில் இருக்கிறாள். அவள் யாருக்கும் தேவை இல்லை. அது அவளுக்கும் தெரியும். இதில் முரண் என்னவென்றால் இந்த ஊர் முழுக்க அவளுடைய வாரிசுகள் இருக்கும். அவை இவளோடு அவற்றின் வீடுகளைப் பகிர்ந்துகொள்ளவே விரும்பும். ஆனால், இவளை அப்படி அழைத்துக்கொள்ள அவற்றுக்கு அதிகாரம் இல்லை. அறைகலன்கள், அபாயச்சங்கொலி ஆகியவற்றின் ஒரு பகுதி அவை. நம்மைக் கடவுள்களைப் போல நடத்திக் கண்ணியப்படுத்தும் இவற்றை, பதிலுக்கு நாம் பொருட்களைப் போல நடத்துகிறோம்.'

அவர்கள் கூண்டைவிட்டு வெளியேறுகிறார்கள். பெட்டை தளர்ந்து அமர்ந்து கண்களை மூடிக்கொள்கிறாள்.

'தேவாலயப் பாதிரிமார்கள் இவை குறித்து நீண்ட விவாதங்கள் செய்து கடைசியில் அவற்றுக்கு ஆன்மா இல்லை என முடிவுசெய்தார்கள். அவற்றின் ஆன்மா அவற்றின் உடலோடு பிணைக்கப்பட்டு அவற்றோடு மரணிக்கின்றன' என்கிறான்.

'எனக்கொரு ஆன்மா இருக்கிறதா என்றே எனக்குத் தெரியவில்லை. ஒரு ஆன்மாவைப் பார்க்க நேர்ந்தால் அதை என்னால் இனம் காணவும் முடியாது.' லூஸி தோள்களைக் குலுக்குகிறாள்.

'அது உண்மையல்ல. நீ ஒரு ஆன்மா. நாம் எல்லோரும் ஆன்மாக்களே. நாம் பிறப்பதற்கு முன்பிருந்தே நாம் ஆன்மாக்கள்.'

இவனை விசித்திரமாய் உற்றுப்பார்க்கிறாள்.

'அவளை என்ன செய்யப்போகிறாய்?' இவன் கேட்கிறான்.

'கேட்டியையா? அவளை வைத்துக்கொள்ள வேண்டிவந்தால் அப்படியே செய்வேன்.'

'நீ யூதனேஷியா செய்ததே இல்லையா?'

'இல்லை நான் செய்வதில்லை. பெவ் செய்கிறாள். யாரும் செய்ய விரும்பாத வேலை என்பதால் அவள் அதை ஏற்றுக்கொண்டாள். அது அவளைப் பயங்கரமாக பாதிக்கிறது. நீங்கள் அவளைக் குறைத்து மதிப்பிட்டுவிட்டீர்கள். நீங்கள் நினைப்பதைவிட அவள் சுவாரஸ்யமான நபர். உங்கள் மதிப்பீடுகளின்படியும்கூட.'

இவனுடைய மதிப்பீடுகள்: அவை என்ன? கட்டையான, சிறிய, விரும்பத்தகாத குரலுள்ள பெண்கள் அலட்சியத்துக்கு உரியவர்கள் என்பதா? துக்கத்தின் நிழலொன்று இவன் மீது கவிகிறது; கூண்டுக்குள் தனியாக இருக்கும் கேட்டியை நினைத்து, இவனை நினைத்து, எல்லோரையும் நினைத்து நீண்ட பெருமூச்சு விடுகிறான். அதை அடக்க முற்படவில்லை. 'என்னை மன்னித்துவிடு லூஸி' என்கிறான்.

'உங்களை மன்னிக்கவா? எதற்காக?' அவள் மெலிதாய்ப் புன்னகைக்கிறாள், கேலியாய்.

'உன்னை இந்த உலகுக்குக் கொண்டுவரப் பணிக்கப்பட்ட ஜென்மங்களுள் ஒன்றாய் இருந்ததற்கு, நல்ல வழிகாட்டியாக இல்லாமல் போனதற்கு. நான் போய் பெவ் ஷாவுக்கு உதவுகிறேன். ஆனால், அவளை பெவ் என்று அழைக்க மாட்டேன் என்ற நிபந்தனையின் பேரில்தான். என்னவொரு மடத்தனமான பெயர் அது. எனக்கு ஆடுமாடுகளை நினைவூட்டுகிறது. எப்போது தொடங்கட்டும்?'

'நான் அவளுக்குத் தொலைபேசுகிறேன்.'

10

சிகிச்சையகத்துக்கு வெளியில் இருக்கும் பலகை விலங்குநல அமைப்பு W. O. 1529 என்கிறது. அதற்குக் கீழே அன்றாட அலுவல் நேரம் பற்றிய ஒரு வரி. ஆனால், அதன் மீது ஒரு நாடாப்பட்டை ஒட்டப்பட்டிருக்கிறது. வாசலில், காத்திருப்போரின் நீண்ட வரிசை, சிலர் விலங்குகளுடன் இருக்கிறார்கள். இவன் காரை விட்டு இறங்கியதுமே காசு கேட்டு கெஞ்சிக்கொண்டும், இவனை வெறுமனே வெறித்துக்கொண்டும் சிறுவர்கள் இவனைச் சுற்றிச் சூழ்கிறார்கள். அந்த நெரிசலுக்குள், உரிமையாளர்களின் வார் பிடிக்குள் இருக்கும் இரண்டு நாய்கள் ஒன்றைப் பார்த்து ஒன்று குரைத்துக்கொண்டும் குதற முற்பட்டுக்கொண்டும் இருந்த நாராச ஒலிக்குமிடையே நுழைந்துபோகிறான்.

அந்தச் சிறிய, அறைக்கலன்கள் ஏதுமற்ற காத்திருப்பு அறை நெரிசலாய் இருக்கிறது. உள்ளே செல்ல இவன் யாருடைய கால்களின் மீதோ ஏற வேண்டியிருக்கிறது.

'மிஸஸ் ஷா?' இவன் விசாரிக்கிறான்.

நெகிழித் திரையால் மூடப்பட்டிருக்கும் வாசலைக் காட்டித் தலையை ஆட்டுகிறாள் ஒரு முதிய பெண்மணி. அவளும் ஒரு சிறிய கயிற்றால் கட்டப்பட்டிருக்கும், பதற்றத்துடன் வெறிக்கும் நாய்களைக் கவனித்துக்கொண்டிருக்கும், குளம்புகளால் தரையில் அடித்துக்கொண்டிருக்கும் ஒரு ஆட்டைத் தன் கைகளில் பிடித்துக்கொண்டிருக்கிறாள்.

மூத்திர வீச்சமடிக்கும் உள்ளறையில் ஒரு குட்டையான ஸ்டீல் மேஜையில் ஏதோ காரியமாக இருக்கிறாள் பெவ் ஷா. ரிஜ்பாக் நாய்க்கும் நரிக்கும் பிறந்த கலப்பினம்போல் தோற்றமளிக்கும் ஒரு இளம்நாயின் வாய்க்குள் பென்சில் விளக்கொன்றை வைத்து

அதன் தொண்டையை ஆராய்ந்து கொண்டிருக்கிறாள். மேஜை மீது வெறுங்காலுடன் மண்டியிட்டிருக்கும், அந்த நாயின் உரிமையாளன் என்று வெளிப்படையாகத் தெரியும் ஒரு சிறுவன் நாயின் தலையைத் தன் புஜத்தின்கீழ் இடுக்கிக்கொண்டு அதன் வாயைத் திறந்தபடியே வைக்க முயன்றுகொண்டிருக்கிறான். ஒரு மெல்லிய, சளசளக்கும் உறுமல் அதன் தொண்டையிலிருந்து வெளிப்பட்டுக்கொண்டிருக்கிறது, வலிமைமிக்க அதன் பின்னங்கால்கள் நெரித்துக்கொள்கின்றன. தடுமாற்றத்தோடு இவனும் அந்தப் போராட்டத்தில் சேர்ந்துகொள்கிறான். அதன் பின்னங்கால்களைச் சேர்த்துப்பிணைத்து அதன் அடிமுதுகைத் தரையில் அழுத்தி அமரச்செய்கிறான்.

'நன்றி' என்கிறாள் பெவ் ஷா. அவளுடைய முகம் சிவந்து போயிருக்கிறது. 'பல் உடைந்த இடத்தில் சீழ்க்கட்டி உருவாகியிருக்கிறது. நம்மிடம் கிருமிக்கொல்லி மருந்துகள் இல்லை. ஆகவே *போய்ட்டீ*[11]! அவனை அசையாமல் பிடி நாம் இதை அறுத்தெறிய வேண்டும். அதன் பிறகு சரியாகிவிடும் என்று நம்புவோம்.'

வாய்க்குள்ளே ஒரு கூர்க்கத்தியைத் திணிக்கிறாள். நாய் பயங்கரமாகத் துள்ளுகிறது. இவனிடமிருந்து விடுபடுகிறது. சிறுவனிடமிருந்தும் கிட்டத்தட்ட விடுபட்டு விடுகிறது. அது மேஜையிலிருந்து குதிக்க எத்தனிக்கும்போது இவன் அதைப் பற்றிக்கொள்கிறான். ஒரு நொடி, பயமும் சினமும் நிரம்பிய அதன் விழிகள் இவனுடைய விழிகளுக்குள் முறைத்துப்பார்க்கின்றன.

'இப்படி -அவனுடைய பக்கவாட்டில்' என்கிறாள் பெவ் ஷா. கொஞ்சலொலி எழுப்பிக்கொண்டு, நாயைத் திறமையாகப் புரட்டி, பக்கவாட்டில் திருப்புகிறாள். 'வார்ப்பட்டை எங்கே?' என்கிறாள். பட்டையால் அதன் உடலைச் சுற்றி இவன் நீட்ட, அவள் அதைப் பூட்டுகிறாள். 'இப்போது' எனும் பெவ் ஷா, 'ஆறுதலான எண்ணங்களைச் சிந்தியுங்கள், சக்திமிக்க சொற்களை. அவற்றால் நீங்கள் என்ன நினைக்கிறீர்கள் என்பதை மோப்பம் பிடித்துவிட முடியும்.'

இவன் தன் முழு எடையையும் அந்த நாய் மீது சாய்க்கிறான். ஒரு கையில் பழைய துணியைச் சுற்றிக்கொண்டு, சிறுவன் மெல்ல அதன் தாடையைத் தென்னித் திறக்கிறான். நாயின்

---

11 பையா

விழிகள் திகிலில் உருள்கின்றன. அவற்றால் நீங்கள் என்ன நினைக்கிறீர்கள் என்பதை மோப்பம் பிடித்துவிட முடியும்: என்ன உளறல்! 'இதோ இதோ அவ்வளவுதான்!' இவன் முணுமுணுக்கிறான். பெவ் ஷா மறுபடியும் அந்தக் கத்தியை உள்ளே நுழைக்கிறாள். நாய் வாயைப் பிளக்கிறது. விரைக்கிறது. பிறகு, தளர்கிறது.

'முடிந்தது. இனி இயற்கையன்னையிடம் விட்டுவிட வேண்டியதுதான்.' அவள் வார்ப்பட்டையின் பூட்டை விலக்கி, சிறுவனிடம் கொச்சையான கோஸாவில் பேசுகிறாள். நாய் எழுந்து, மேஜைக்கு அடியில் சென்று பதுங்குகிறது. மேற்பரப்பில் ரத்தமும் எச்சிலும் சிதறிக்கிடக்க, பெவ் ஷா அதைத் துடைக்கிறாள். சிறுவன் நாயிடம் நயந்துபேசி அதை வெளியில் அழைக்கிறான்.

'நன்றி மிஸ்டர் லூரி. உங்களிடத்தில் ஒரு நல்ல அணுக்கம் இருக்கிறது. விலங்குகளை உங்களுக்குப் பிடிக்கும் என்று அனுமானிக்கிறேன்.'

'எனக்கு விலங்குகளைப் பிடிக்குமா? நான் அவற்றை உண்பவன். ஆகவே, எனக்கு அவற்றைப் பிடிக்கும் என்றே நினைக்கிறேன். அவற்றின் சில பாகங்களை.'

அவளுடைய கேசம் சிறு சுருள்களின் திரளாக இருக்கிறது. இவளே கேசச்சுருட்டிகளை வைத்துச் சுருள்களை உண்டாக்கிக்கொள்வாளோ? வாய்ப்பில்லை: அது ஒரு நாளின் பல மணிநேரங்களை எடுத்துக்கொள்ளும். ஒரு டெஸ்ஸிடுரா[12]வை இவ்வளவு நெருக்கத்தில் இவன் பார்த்ததே இல்லை. அவளுடைய செவி நரம்புகளும் நாசி நரம்புகளும் சிகப்பும் கருநீலமும் கலந்த சரிகைப் பின்னல்கள்போல் இருக்கின்றன. அடுத்தது, நேரடியாக நெஞ்சிலிருந்து புறப்பட்டுவரும் ஒரு முகவாய், பவுட்டர் புறாக்களுக்கு இருப்பதைப் போல. மொத்தத்தில், பார்க்கச் சகிக்கவில்லை.

இவனுடைய வார்த்தைகளையே அவள் நினைத்துக் கொண்டிருக்கிறாள். அதன் தொனி அவளுக்குப் புரியவில்லை என்பது தெரிகிறது.

---

12 அடித்தொண்டையிலிருந்து பாடும் பாடகி/பாடல்.

‘உண்மை. நம் நாட்டில் ஏராளமான விலங்குகளைத் தின்றுதீர்க்கிறோம். இது ஒன்றும் நமக்கு நல்லது செய்வதாகவும் தெரியவில்லை. அவற்றிடம் இதையெல்லாம் நாம்எப்படி நியாயப்படுத்தப்போகிறோம்?’ என்கிறாள். பிறகு: ‘நாம் அடுத்ததைக் கவனிக்கலாமா?’

நியாயப்படுத்துவதா? எப்போது? இறுதித்தீர்ப்பு நாளிலா? இன்னமும் கேட்க இவன் ஆர்வமாய் இருக்கிறான். ஆனால், இது சமயமில்லை.

அந்த ஆடு, முழுதாய் வளர்ந்த ஒரு கிடாய். நடக்கவே முடியாமல் இருக்கிறது. அதன் விரைப்பையின் ஒருபாதி மஞ்சளும் கருநீலமுமாய் பலூனைப் போல ஊதியிருக்கிறது; மறுபாதி கட்டித்தட்டிப்போன ரத்தமும் அழுக்கும் சேர்ந்த மொத்தையாக இருக்கிறது. அவன் நாய்களால் தாக்கப்பட்டான் என்று அந்த வயதான பெண் சொல்கிறாள். ஆனாலும், அது பேரளவுக்குத் தெளிவாகவும் நல்ல மனநிலையோடும் தீரமாகவும் இருக்கிறது. பெவ் ஷா அதைப் பரிசோதித்துக்கொண்டிருக்கும்போது கொஞ்சம் புழுக்கையைத் தரையில் சிதறவிடுகிறது. அதனுடைய தலையின் புறமாக நிற்கும் அந்தப் பெண், கொம்புகளைப் பற்றிக்கொண்டு கண்டிப்பதுபோல பாவனைகாட்டுகிறாள்.

பெவ் ஷா விரைப்பையை ஒரு பஞ்சுத்துணியால் ஒத்துகிறாள். ஆடு உதைக்கிறது. ‘அவனுடைய கால்களைக் கட்ட முடியுமா?’ என்று கேட்கிறவள், கட்டும் விதத்தையும் சைகையால் காட்டுகிறாள். இவன் வலது பின்னங்காலை வலது முன்னங்காலோடு சேர்த்துக்கட்டுகிறான். ஆடு மறுபடி உதைக்கிறது. முன்னும் பின்னுமாய் ஆடுகிறது. அவள் காயத்தை மென்மையாய் ஒத்துக்கிறாள். ஆடு நடுங்குகிறது, கனைக்கிறது; அடித்தொண்டையிலிருந்து வருகிற கர்ணக்கடூரமான ஒலி.

பொருக்கு வெளியேறும்போதே, அது உயிர்க்காயமாக இருப்பதை, முட்டைப் புழுக்கள் தங்கள் குருட்டு மண்டைகளை வெளியில் நீட்டிக்கொண்டிருப்பதை இவன் பார்க்கிறான். கிடுகிடுக்கிறான். ‘ஈக்கள்’ என்கிறாள் பெவ் ஷா. ‘குறைந்தது ஒரு வாரமானவை.’ அவள் உதடுகளை இறுக்கிக்கொள்கிறாள். அந்தப்பெண்ணிடம், ‘நீ இவனை ரொம்பவும் முன்னேயே கூட்டிவந்திருக்க வேண்டும்’ என்கிறாள். அவள் ‘ஆம்’ என்கிறாள். ‘ஒவ்வொரு இரவிலும் அந்த நாய்கள் வருகின்றன. மோசம்

ரொம்ப மோசம். இவனைப் போன்ற ஒருவனுக்கு விலை ஐந்நூறு ராண்டுகள், தெரியுமா?'

பெவ் ஷா எழுந்துகொள்கிறாள். 'நம்மால் என்ன செய்ய முடியும் என்று எனக்குத் தெரியவில்லை. இதை நீக்கும் சிகிச்சையைச் செய்வதில் எனக்கு அனுபவமில்லை. அவள் வியாழக்கிழமைகளில் வரும் டாக்டர் ஊஸ்துசென்னுக்காகக் காத்திருக்கலாம். ஆனால், இந்தப் பயல் எப்படியும் மலடாகிவிடுவான். அதற்கு சம்மதமா? மேலும், கிருமிக்கொல்லிகள் குறித்த கேள்வியும் உண்டு. கிருமிக்கொல்லி மருந்துகளுக்குப் பணம் செலவழிக்க அவள் தயாரா?'

பெவ் அந்த ஆட்டின் அருகில் மண்டியிடுகிறாள். அதன் குரல்வளையைத் தன் மூக்கால் வருடுகிறாள். அதன் தொண்டையைத் தன் கேசத்தால் மேல் நோக்கித் தேய்க்கிறாள். ஆடு நடுங்குகிறது. ஆனால், அசையாதிருக்கிறது. அந்தப் பெண்ணிடம் அதன் கொம்புகளை விட்டுவிடும்படி சைகை செய்கிறாள். பெண் கீழ்ப்படிகிறாள். ஆடு அசைகிறதில்லை.

அவள் கிசுகிசுக்கிறாள். 'நீ என்ன சொல்கிறாய் நண்பா?' அது அவள் சொல்வதைக் கவனிக்கிறது. 'நீ என்ன சொல்கிறாய்? இது போதுமா?'

ஆடு ஆடாமல் அசையாமல் வசியப்பட்டதுபோல் நிற்கிறது. பெவ் ஷா அதைத் தன் தலையால் வருடுவதைத் தொடர்கிறாள். தன்னினைவு இழந்து தனியுலகில் இருக்கிறவளைப் போல் தோன்றுகிறாள்.

தன்னை நிலைப்படுத்திக்கொண்டு எழுந்துகொள்கிறாள். அந்தப் பெண்ணிடம், 'காலங்கடந்துவிட்டது என்று நினைக்கிறேன். என்னால் இவனை சரிசெய்ய முடியாது. வியாழக்கிழமை வரும் டாக்டருக்காகக் காத்திருக்கலாம் அல்லது என்னிடம் விட்டுச்செல்லலாம். நான் இவனுக்கு ஒரு அமைதியான முடிவைத் தருவேன். இவன் தனக்காக அதைச் செய்ய என்னை அனுமதிப்பான். செய்யவா? இவனை இங்கே வைத்துக்கொள்ளவா?'

அந்தப் பெண் குழம்புகிறாள். பிறகு, தலையை ஆட்டுகிறாள். வாசலை நோக்கி ஆட்டை இழுத்துச்செல்கிறாள்.

'அதன் பிறகு நீ அவனை எடுத்துக்கொள்ளலாம். அவனுக்கு அதில் நான் உதவுவேன். அவ்வளவுதான்.' அவள் தன் குரலைக் கட்டுப்படுத்திக்கொள்ள முயன்றாலும் அதில் தோல்வியின் சாயல் தொனிப்பதை இவனால் கேட்க முடிகிறது. ஆடும் அதைக் கேட்கிறது: மடங்கிப் பிதுங்கும் அந்த வீக்கம் நடுங்குமாறு அதன் வார்ப்பட்டையை உதைக்கிறது. பட்டையின் முடிச்சை அந்தப் பெண் நெகிழ்த்துகிறாள். ஒதுக்கிவிடுகிறாள். பிறகு, அவர்கள் மறைகிறார்கள்.

'நீங்கள் பேசியது எனக்குப் புரியவில்லையே?' இவன் கேட்கிறான்.

பெவ் ஷா முகத்தை மறைத்துக்கொள்கிறாள். மூக்கைச் சிந்துகிறாள். 'ஒன்றுமில்லை. இப்படி மோசமான நோயாளிகளுக்கென நான் போதுமான அளவு லீதல் வைத்திருக்கிறேன். ஆனால், உரிமையாளர்களை நாம் கட்டாயப்படுத்த முடியாது. அது அவர்கள் விலங்கு. அவர்கள் தங்கள் விருப்பத்துக்கு ஏற்பவே அவற்றைக் கொல்வார்கள். எவ்வளவு பெரிய துயரம்! தைரியமான, நேர்மையான தன்னம்பிக்கை கொண்ட எவ்வளவு நல்ல பயல்.'

லீதல்: மருந்தின் பெயரோ? மருந்து நிறுவனங்களுக்கு அப்பால் இவன் அதை யோசிக்கப்போவதில்லை. திடீர் இருள், லீத்தெ[13] நதிநீரிலிருந்து பிறந்த சொல். 'ஒருவேளை நீங்கள் ஊகிப்பதற்கும் அதிகமாகவே அவன் புரிந்துகொள்வானாக இருக்கலாம்' என்கிறான். இவனுக்கே ஆச்சரியமான வகையில், இவன் அவளுக்கு ஆறுதல் சொல்ல முயல்கிறான். 'ஒருவேளை அவன் இதை முன்னமே அறிந்திருக்கலாம். சொல்லப்போனால், பிறக்கும்போதே இந்த முன்னறிவுடன் பிறந்திருக்கலாம். என்னதான் சொன்னாலும், இது ஆப்ரிக்கா. ஆதியிலிருந்தே இங்கு ஆடுகள் இருந்திருக்கின்றன. உலோகம் எதற்கானது, நெருப்பு எதற்கானது என்று அவற்றுக்குச் சொல்லப்பட வேண்டியதில்லை. ஒரு ஆட்டுக்கு சாவு எப்படி வரும் என்பது அவற்றுக்குத் தெரியும். அவை தயாராகத்தான் பிறக்கின்றன.'

'அப்படியா நினைக்கிறீர்கள். எனக்கு அவ்வளவு நிச்சயமாகச் சொல்ல முடியவில்லை. நாம் சாகத் தயாராக இருப்பதாக எனக்குத் தோன்றவில்லை, நாம் யாருமே, வழித்துணை என்று யாரும் இல்லாமல்.'

---

13 Lethe – கிரேக்கத் தொன்மங்களில் வரும் ஆறு. அதன் நீரை அருந்துகிறவர்களுக்கு முழு மறதியுண்டாகும்..

எல்லாம் அதனதன் இடத்தில் சரியாகப் பொருந்திக்கொள்ளத் தொடங்கிவிட்டது. அவலட்சணமான இந்தக் குள்ளப் பெண் எப்படிப்பட்ட காரியத்தில் தன்னை ஈடுபடுத்திக்கொண்டிருக்கிறாள் என்பதற்கான முதல் குறிப்பு இவனுக்குக் கிடைத்திருக்கிறது. இந்த அழுக்குக் கட்டடம் குணப்படுத்தும் இடமல்ல அவளுடைய மருத்துவ அறிவு அதற்கெல்லாம் போதாது, இது கடைசிக் கட்டத்துக்கானது. இவன் ஒரு கதையை நினைவில் கொண்டுவர முயல்கிறான் அவர் பெயரென்ன? செயின்ட் ஹுபர்ட்டா? வேட்டைக்காரர்களின் நாய்களிடமிருந்து தப்பி, மூச்சிறைத்துக்கொண்டு பரிதவித்து ஓடிவந்த ஒரு மானுக்குப் புகலளித்தவர். பெவ் ஷா ஒரு கால்நடை வைத்தியரல்ல, புத்துலகின் குழப்பச் சிந்தனைகளோடு இருக்கும் ஒரு பாதிரிப்பெண், வதைபட்டுக்கொண்டிருக்கும் ஆப்ரிக்க விலங்குகளின் சுமையைக் குறைக்க, அபத்தமான வழியில் முயன்று பார்க்கிறவள். இவன் அவளை சுவாரஸ்யமானவளாகக் கருதுவான் என்று லூஸி எண்ணினாள். அவளுடைய நினைப்பு தவறு. சுவாரஸ்யம் அதற்கான சொல்லல்ல.

அறுவை அரங்கிலேயே அன்றைய பகல் முழுவதையும் கழிக்கிறான். இயன்ற அளவுக்கு உதவுகிறான். அன்றைய பொழுதின் கடைசி நோயாளியையும் பார்த்தபிறகு பெவ் ஷா இவனுக்கு முற்றத்தைக் காட்டுகிறாள். பறவைக்கூண்டில் ஒரே ஒரு பறவைதான் இருக்கிறது. சிறகு முறிந்த இளம் மீன்-பருந்து. அது தவிர்த்து எங்கெங்கும் நாய்கள்: லூஸியினதைப் போன்ற, நன்கு பராமரிக்கப்படும், உயரினத்தவையல்ல, எலும்பும் தோலுமான கலப்பின நாய்கள், இரண்டு பட்டிகள் நிரம்ப, குரைத்துக்கொண்டும், வள்ளென்று பிடுங்கிக்கொண்டும், உற்சாகமாய்க் குதித்துக்கொண்டும் இருப்பவை.

உலர்வுணவைக் கொட்டிவைக்கவும் தண்ணீர்த் தொட்டிகளில் நீர் நிரப்பவும் இவன் அவளுக்கு உதவுகிறான். இரண்டு பத்து கிலோ பைகளை அவர்கள் காலிசெய்கிறார்கள்.

‘இதற்கெல்லாம் ஆகும் செலவுக்கு என்ன செய்கிறீர்கள்?’

‘மொத்தமாக வாங்குவோம். பொதுமக்களிடம் நிதி திரட்டுவோம். நன்கொடைகள் கிடைக்கின்றன. இலவசக் கருத்தடை முகாம் நடத்துகிறோம். அதற்கு மானியம் கிடைக்கும்.’

‘கருத்தடை செய்வது யார்?’

'டாக்டர் ஊஸ்துசென். எங்கள் கால்நடை மருத்துவர். ஆனால், அவர் வாரத்தில் ஒரு மதியம்தான் வருகிறார்.'

இவன் அந்த நாய்கள் உண்பதைப் பார்த்துக்கொண்டிருக்கிறான். அங்கே பெரிதாகச் சண்டைகள் நடக்காதது குறித்து ஆச்சரியப்படுகிறான். சிறியவை, பலகீனமானவை பொறுத்திருக்கின்றன. தங்களுக்கு மிஞ்சியதை ஏற்றுக் கொள்கின்றன. தங்கள் முறைக்காகக் காத்திருக்கின்றன.

'பிரச்சினை, அவை அளவுக்கு அதிகமாக இருப்பதுதான். அவற்றுக்கு அது புரியாது. அவற்றுக்கு இதைச் சொல்லவும் நமக்கு வழியில்லை. நம்முடைய அளவுகோலின்படிதான் அளவுக்கு அதிகம். அவற்றுக்கு அப்படியல்ல. தம் போக்கிலேயே விட்டோம் என்றால் அவை பெருகிப் பெருகி, உலகையே நிரப்பிவிடும். நிறைய வாரிசுகள் இருப்பது தவறு என்று அவை நினைப்பதில்லை. எவ்வளவு நிறையவோ அவ்வளவு குதூகலம். பூனைகளும் இப்படித்தான்.'

'எலிகளும்.'

'ஆம், எலிகளும். இதைச் சொன்னதும் நினைவுவருகிறது: வீட்டுக்குப் போனதும் உண்ணிகள் இருக்கின்றனவா என்று சோதித்துக்கொள்ளுங்கள்.'

நாய்களில் ஒன்று, வயிறுநிரம்பி, திருப்தியில் கண்கள் மின்ன, வேலியினூடாக இவனுடைய விரல்களை முகர்ந்துபார்த்து நக்குகிறது.

'இவையெல்லாம் சமத்துவம் பேணுகிறவை இல்லையா? பிரிவுகள் இல்லை. இன்னொன்றின் பின்பாகத்தை முகரக்கூடாத அளவுக்கு பெருமையும் வல்லமையும் கொண்டவை என்று யாரும் எல்லை.' இவன் குத்துக்காலிட்டு அமர்ந்து, அந்த நாய் இவனுடைய முகத்தை, சுவாசத்தை முகர்ந்து பார்க்க அனுமதிக்கிறான். அதற்கு இவனுடைய நினைப்பின்படி ஒரு புத்திசாலித்தனமான முகம் இருக்கிறது, அப்படிப்பட்ட எதுவுமாக அது இல்லாதிருக்க வாய்ப்பு இருக்கிறது என்றாலுமே. 'இவை எல்லாமே சாகப்போகிறவையா?'

'யாருக்கும் வேண்டாதவை. அவற்றை நாங்கள் மண்ணுக்கு அனுப்பிவிடுவோம்.'

‘அந்தக் காரியத்தைச் செய்வது நீங்கள்தானா?’

‘ஆம்.’

‘அப்போது நீங்கள் வருந்துவதில்லையா?’

‘மிகவும் வருந்துகிறேன். மிகவும் ஆழமாக வருந்துகிறேன். ஆனால், வருத்தமே அடையாத யாரோ ஒருவர் அதைச் செய்வதை நான் விரும்பவில்லை. நீங்கள் எப்படி?’

மௌனமாக இருக்கிறான். பிறகு: ‘என் மகள் என்னை உங்களிடம் ஏன் அனுப்பினாள் என்று தெரியுமா?’

‘நீங்கள் ஏதோ பிரச்சினையில் இருப்பதாகச் சொன்னாள்’.

‘வெறும் பிரச்சினை இல்லை. மானக்கேடு என்று சொல்வதுதான் சரியாக இருக்கும் என்று நினைக்கிறேன்.’

அவளைக் கூர்ந்து கவனிக்கிறான். அவள் சங்கடப்படுவதுபோல் இருக்கிறது; ஆனால், ஒருவேளை அப்படிக் கற்பனை செய்துகொள்கிறான் என்றும் இருக்கலாம்.

‘அது பற்றித் தெரிந்த பிறகும் என்னால் ஏதும் பிரயோசனம் இருக்கும் என்றா நினைக்கிறீர்கள்?’

‘உங்களுக்கு மனம் இருந்தால். . .’ அவள் கைகளை விரிக்கிறாள். அவற்றைச் சேர்த்து அழுத்துகிறாள். மறுபடி திறக்கிறாள். என்ன பேசுவதென்று அவளுக்குத் தெரியவில்லை. அதில் அவளுக்கு இவன் உதவவுகிறானும் இல்லை.

இதற்கு முன் இவன் தன் மகளுடன் மிகச்சிறு காலமே தங்கியிருந்திருக்கிறான். இப்போது அவளுடைய வீட்டை, வாழ்வைப் பகிர்ந்துகொள்கிறான். பழைய பழக்கங்கள், பெற்றவர்களின் பழக்கங்கள் திரும்பிவிடாதிருக்க இவன் கவனமாயிருக்க வேண்டும்: கழிப்பறைத் தாளை அதற்கான உருளையில் வைப்பது, விளக்குகளை அணைப்பது, நுரையிருக்கையிலிருந்து பூனையை விரட்டுவது. இவன் தன்னையே கண்டித்துக்கொள்கிறான், முதுமைக்குத் தயாராகிக்கொள், இங்கே பொருந்திக்கொள்ளப் பழகிக்கொள், முதியோர் இல்லத்துக்குத் தயாராகிக்கொள்.

களைத்திருப்பதாக பாவனைசெய்து, இரவுணவுக்குப் பிறகு, தன்னுடைய அறைக்குள் ஒதுங்கிக்கொள்கிறான். அங்கே லூஸி அவளுடைய வாழ்வை வாழும் ஓசை மங்கலாகக் கேட்கிறது: இழுப்பறைகளை அவள் திறந்து மூடுவது, வானொலி, தொலைபேசி உரையாடல். அவள் ஜொஹனஸ்பர்க்கில் இருக்கும் ஹெலனிடம்தான் தொலைபேசிக் கொண்டிருக்கிறாளோ? இவனுடைய இருப்பு அவர்கள் இருவரையும் பிரித்துவைத்திருக்கிறதோ? இவன் இந்த வீட்டில் இருக்கும்போது அவர்கள் இருவருமாகப் படுக்கையைப் பகிர்ந்துகொள்ளத் துணிவார்களா? இரவில் கட்டில் ஓசை எழுப்பினால் அவர்கள் கூச்சப்படுவார்களா? நிறுத்திக்கொள்ளும் அளவுக்குக் கூச்சம்கொள்வார்களா? ஆனால், பெண்கள் சேர்ந்து என்ன செய்வார்கள் என்று இவனுக்கு என்ன தெரியும்? ஒருவேளை கட்டில் ஓசை எழுப்பும் அளவுக்குப் பெண்கள் ஒன்றும் செய்ய மாட்டார்களாய் இருக்கும். அதுவுமல்லாமல், குறிப்பாக இந்த இருவரையும், லூஸியையும் ஹெலனையும் பற்றி இவனுக்கு என்ன தெரியும்? ஒருவேளை அவர்கள் படுக்கையைப் பகிர்ந்துகொள்வது குழந்தைகளைப் போல மட்டுமேயாக இருக்கலாம். ஒட்டிக்கொண்டு, உரசிக்கொண்டு, பேசிச் சிரித்துக்கொண்டு, சிறுமிப்பருவத்தை மீட்டெடுத்துக்கொண்டு – காதலர்கள் என்பதைவிட சகோதரிகள் என்பதாக. படுக்கையைப் பகிர்ந்துகொள்வது, குளியல் தொட்டியைப் பகிர்ந்துகொள்வது, இஞ்சி பிரெட்டும் பிஸ்கெட்டுகளும் செய்வது, ஒருவரின் ஆடைகளை மற்றவர் அணிவது. சாப்பிக்[14] காதல்: எடை கூடிப்போவதை அலட்சியம் செய்வதற்கான சாக்கு.

உண்மை என்னவென்றால், தன் மகள் இச்சையின் உச்சகட்டத்தில் இன்னொரு பெண்ணுடன், அதிலும் சாதாரணமான ஒருத்தியுடன் இருப்பதை யோசித்துப்பார்க்க இவன் விரும்பவில்லை. ஆனால், காதலுக்குரிய அந்த நபர் ஒரு ஆணாக இருந்தால் மட்டும் இவன் மகிழப்போகிறானா? லூஸிக்காக எதைத்தான் வேண்டுகிறான்? அவள் என்றென்றைக்கும் குழந்தையாகவே, என்றென்றைக்கும் கபடமற்றவளாகவே, என்றென்றைக்கும் தன்னுடையவளாக மட்டுமே இருந்துவிட வேண்டும் என்பதையல்ல, நிச்சயமாக அல்ல. ஆனால், இவன் ஒரு தந்தை, அது இவனுக்கு விதிக்கப்பட்டிருக்கிறது, அதோடு ஒரு தந்தைக்கு வயது ஏறஏற

14 பெண்களை விரும்பும் பெண்கள். ஆண்களையும் விரும்பக்கூடியவர்கள்.

அவன் அதைத் தடுக்க முடியாது தன் மகளை நோக்கித் திரும்புகிறான். அவள் அவனுடைய இரண்டாவது ரட்சிப்பாக ஆகிறாள், அவனுடைய இளமையின் மணப்பெண் மீண்டும் பிறக்கிறாள். தேவதைக் கதைகளில் ராணிகள் தொடர்ந்து தங்கள் மகள்களைக் கொல்லத் துடிப்பதில் வியக்க ஏதுமில்லை.

பெருமூச்செறிகிறான். பாவம் லூஸி. பாவம் மகள்கள். எப்பேர்பட்ட விதி, தாங்கிக்கொள்ள எப்படியான சுமை! மகன்களுக்கும்: அவர்களுக்கும் அவர்களுடைய துயரங்கள் இருக்கும், ஆனால் அதுகுறித்து இவனுக்கு அவ்வளவாகத் தெரியாது.

தூங்கினால் நன்றாக இருக்கும் என்று நினைக்கிறான். ஆனால், குளிர்கிறது. உறக்கமே வரவில்லை.

எழுந்து, மேல்கோட்டு ஒன்றைத் தோள்களைச் சுற்றிப் போர்த்திக்கொண்டு படுக்கைக்குத் திரும்புகிறான். பைரனின் 1820ஆம் வருடத்திய கடிதங்களைப் படித்துக்கொண்டிருக்கிறான். பருத்து, நடுத்தர வயதான முப்பத்தியிரண்டில், பைரன் குயிசியோலிக்களுடன் ரவெனாவில் வாழ்ந்துகொண்டிருக்கிறான்: மனதுக்கு இனிய அவனுடைய ஆசைநாயகி, குட்டைக்கால் தெரசாவுடனும், பிரபுவும் வன்மம் நிறைந்தவனுமான அவளுடைய கணவனுடனும். கோடை வெப்பம், பின்மாலைத் தேநீர், நாட்டுப்புறக் கிசுகிசுக்கள், மறைக்கப்படாத கொட்டாவிகள். பெண்கள் வட்டமாய் அமர்ந்திருக்க, ஆண்கள் சுரத்தில்லாமல் ஃபரோவை வாசிப்பார்கள் என்று எழுதுகிறான் பைரன். கள்ளக்காதலில் திருமணத்தின் உளச்சலிப்புகள் அத்தனையும் மீளக்கண்டெடுக்கப்படுகின்றன. ‘முப்பதுகளை எப்போதுமே உண்மையான தீவிரமான காதலுக்கான தடையாகத்தான் நான் நினைத்திருக்கிறேன்.’

இவன் மீண்டும் பெருமூச்செறிகிறான். இலையுதிர்காலத்துக்கும் அதற்குப் பின்னான கூதிர்காலத்துக்கும் முந்தைய கோடைதான் எவ்வளவு குறுகியது. இவன் நள்ளிரவைத்தாண்டியும் படித்துக்கொண்டிருக்கிறான். ஆனாலும், இவனால் உறங்கவே முடிகிறதில்லை.

௪

11

புதன்கிழமை. இவன் அதிகாலையிலேயே விழித்துவிடுகிறான். ஆனால், லூஸி இவனுக்கு முன்பே எழுந்துவிட்டிருக்கிறாள். அணையில் நீந்தும் காட்டுவாத்துகளை அவள் வேடிக்கை பார்த்துக் கொண்டிருப்பதைக் காண்கிறான்.

'அழகாக இருக்கின்றன இல்லையா?' என்கிறாள் அவள். 'ஒவ்வொரு வருடமும் அவை திரும்பிவருகின்றன. இதே மூன்று வாத்துகளும். இவை வருகை தரக்கூடியவளாய் இருப்பதற்கு நான் கொடுத்துவைத்திருக்கிறேன் என்று தோன்றுகிறது. தேர்ந்தெடுக்கபட்டவளாக இருப்பதற்கு.'

மூன்று. அதுவும் தீர்வுகளில் ஒன்றாக இருக்கும்தான். இவனும் லூஸியும் மெலனியும். அல்லது இவனும் மெலனியும் சொரயாவும்.

அவர்கள் இருவருமாக காலையுணவை உண்கிறார்கள். பிறகு, இரண்டு டாபர்மேன்களையும் நடைக்காகக் கூட்டிச்செல்கிறார்கள்.

'இங்கே, உலகின் இந்தப் பகுதியில், உங்களால் வாழ முடியும் என்று நினைக்கிறீர்களா?' திடீரென்று லூஸி கேட்கிறாள்.

'ஏன்? உனக்குப் புதிய நாய் பராமரிப்பாளன் தேவைப்படுகிறானா?'

'இல்லை, நான் அப்படி நினைக்கவில்லை. ஆனால், ரோட்ஸ் பல்கலையில் உங்களால் நிச்சயமாக ஒரு வேலை வாங்கிவிட முடியுமே உங்களுக்கு அங்கே ஆட்களைத் தெரிந்திருக்குமே அல்லது போர்ட் எலிசபெத்திலாவது.'

'எனக்கு அப்படித் தோன்றவில்லை லூஸி. நான் இனி விலை போகிறவனில்லை. இந்த அவதூறு என்னோடு ஒட்டியபடி

என்னைத் தொடர்ந்தே வரும். இல்லை, இனி நான் ஏதாவது வேலையை எடுத்தேனென்றால் அது ஒரு கணக்கர், இன்னமும் அப்படியான வேலைகள் இருந்தால், அல்லது ஒரு நாய்ப்பட்டி உதவியாளன் என்று இது மாதிரியான ஏதாவது அபத்தமான வேலையாகத்தான் இருந்தாக வேண்டும்.'

'ஆனால், இந்த அவதூறு - பரப்புரைக்கு ஒரு முடிவுகட்ட வேண்டும் என்றால், உங்களுக்காக நீங்கள் எதிர்த்துநிற்க வேண்டுமல்லவா? ஓடிப்போனால் வதந்திகள் பெருகாதா?'

பிள்ளைப் பிராயத்தில், லூஸி, அமைதியாகவும் தன்னை வெளிப்படுத்திக் கொள்ளாதவளாகவும், இவனை ஆழ்ந்து கவனிப்பவளாகவும் இருந்தாளேயொழிய, இவன் அறிந்தவரையில் என்றுமே இவனிடம் குற்றங்காண்பவளாக இருந்ததில்லை. இப்போது அவளுடைய இருபதுகளின் மத்தியில் அவள் தன்னைத் தனிப்படுத்திக்கொள்ளத் தொடங்கியிருக்கிறாள். நாய்கள், தோட்டமிடுதல், சோதிட சாஸ்திரப் புத்தகங்கள், இருபாலர் உடுத்தும் உடைகள்: நன்கு சிந்திக்கப்பட்ட, காரியார்த்தமான விடுதலையறிக்கையை ஒவ்வொன்றிலும் அடையாளம் கண்டுகொள்கிறான்.

ஆண்களிடமிருந்து அவள் தன்னைத் திருப்பிக்கொண்டதிலும்கூட. அது அவளுடைய வாழ்க்கையை அவளே அமைத்துக்கொள்வது. இவனுடைய நிழலிலிருந்து வெளியேறுவது. நல்லது! அதை இவன் அங்கீகரிக்கிறான்!

'நான் அப்படிச் செய்திருப்பதாகவா நீ நினைக்கிறாய்? குற்றம் நிகழ்ந்த இடத்திலிருந்து ஓடிவிட்டதாக?'

'சரி, பின்வாங்கியிருக்கிறீர்கள். நடைமுறையில் இரண்டுக்கும் என்ன வித்தியாசம்?'

'விஷயத்தைத் தவறவிடுகிறாய் என் அருமைப் பெண்ணே. நான் எழுப்ப வேண்டுமென்று நீ விரும்பும் பிரச்சினை இனிமேல் எழுப்பப்படவே முடியாதது பஸ்டா[15]. நம் காலத்தில் அதற்கு வாய்ப்பில்லை. அதை எழுப்ப முயன்றிருந்தாலும் செவியுறப்பட்டிருக்க மாட்டேன்.

'இதில் உண்மையில்லை. நீங்கள் சொல்லிக்கொள்கிற மாதிரி நீங்கள் காலாவதியாகிப்போன ஒரு டைனோசராகவே

---

15 Basta (Italian)– முடிந்தது.

இருந்தாலும், டைனோசர் பேசுவதைக்கேட்கும் ஆர்வம் இருக்கவே செய்கிறது. நான் அந்த ஆர்வமுள்ளவர்களில் ஒருத்திதான். உங்கள் பிரச்சினைதான் என்ன? சொல்லுங்கள் கேட்போம்.'

தயங்குகிறான். அவனுடைய நெருங்கிய உறவுகளைப்பற்றி அவன் வெளியில் கொட்டிவிட வேண்டும் என்று அவள் உண்மையாகவே நினைக்கிறாளா?

'என் பிரச்சினை காமுறுதலுக்கான உரிமை மீது, சிறு பறவைகளைக்கூட நடுங்கச்செய்கிற காதல் கடவுளின்மீது, தங்கியிருப்பது.'

இவன் தன்னை அந்தச் சிறுமியின் அடுக்குமாடிக் குடியிருப்பில், அவளுடைய படுக்கையறையில், வெளியில் மழை பொழிந்துகொண்டிருக்க, மூலையில் இருக்கும் கணப்புக் கருவி பாரஃபின் வாடையை வெளியிட்டுக்கொண்டிருக்க, அவள் மேலாகக் குனிந்து, அவளுடைய கரங்கள் இறந்துபோன நபரின் கரங்களைப் போல பொத்தென்று விழுந்துகிடக்க, அவளுடைய ஆடைகளை உரிந்துகொண்டிருக்கக் காண்கிறான். அப்போது நான் ஈரோஸின் சேவகனாகவே இருந்தேன்: இவன் சொல்ல விரும்புவது இதைத்தான், ஆனால் அதைச் சொல்லும் அளவுக்கு நாணங்கெட்டுவிட்டானா என்ன? என் வழியே செயல்பட்டது ஒரு கடவுள். இந்தப் பாசாங்கு வேறு. ஆனால், அது பொய்யில்லை, முழுக்கப் பொய்யில்லை. அந்த ஈனத்தனமான காரியத்திலும் பெருந்தன்மைமிக்க ஏதோ ஒன்று மலர்வதற்குத் தன்னாலானதைச் செய்துகொண்டுதான் இருந்தது. கால அவகாசம் மிகக் குறைவாக இருக்கும் என்பதை இவன் மட்டும் அறிந்திருந்தால்!

மீண்டும் முயல்கிறான், இன்னும் மெதுவாக. 'நீ சிறியவளாக இருந்தபோது, நாம் கெனில்வர்த்தில் வாழ்ந்துகொண்டிருந்த சமயம், நம் அடுத்த வீட்டுக்காரர்கள் ஒரு நாய் வைத்திருந்தார்கள். கோல்டன் ரெட்ரீவர். உனக்கு நினைவிருக்கிறதா என்று தெரியவில்லை.'

'மங்கலாய்.'

'அது ஒரு ஆண் நாய். எப்போதெல்லாம் அதன் பார்வையெல்லையில் ஒரு பெட்டை இருக்குமோ அப்போதெல்லாம் அது உற்சாகத்தில்

துள்ளத் தொடங்கிவிடும். சமாளிக்க முடியாதபடியும் ஆகிவிடும். பிறகு, அந்தச் சுற்றுவட்டாரத்தில் ஏதாவதொரு பெட்டையைப் பார்த்துவிட்டால் அது உற்சாகமடைந்து கட்டுக்கடங்காமல் ஆகிவிடும். பிறகு, பவ்லோ[16]வின் கீழ்படியவைக்கும் முறைப்படி அதன் உரிமையாளர்கள் அதை அடிப்பார்கள். அந்தப் பாவப்பட்ட நாய்க்கு இதற்கென்ன செய்வது என்று தெரியாதவரை இப்படியே போனது. அதன்பிறகு பெட்டையின் வாடை வந்துவிட்டாலே அது தன் காதுகளைத் தொங்கப்போட்டுக்கொண்டும், வாலைக் கால்களுக்கிடையில் திணித்துக்கொண்டும், முனகிக்கொண்டும் ஒளிந்துகொள்ள இடம் தேடித் தோட்டம் முழுக்கச் சுற்றிச்சுற்றி வரும்.'

இவன் நிறுத்துகிறான். 'என்ன சொல்லவருகிறீர்கள்' என்கிறாள் லூஸி. ஆம், உண்மையில் என்னதான் சொல்ல வருகிறான்?

'அந்தக் காட்சியில் இருந்த மிக அவலமான ஏதோவொன்று என்னைக் கசப்புறச்செய்தது. என்னைப் பொறுத்தவரை, செருப்பைக் கடிப்பது போன்ற ஒரு குற்றத்துக்காக ஒருவர் ஒரு நாயைத் தண்டிக்க முடியும், நாய் அதிலுள்ள நியாயத்தை ஏற்றுக்கொள்ளும், கடிக்கு அடி. ஆனால், இச்சைகொள்ளுதல் வேறு கதை. தன் உள்ளுணர்வைப் பின்தொடர்ந்ததன் பொருட்டுத் தண்டிக்கப்படுவதிலுள்ள நியாயத்தை எந்த மிருகமும் ஏற்றுக்கொள்ளாது.'

'ஆக, ஆண்பிறவிகள் அவர்களுடைய உந்துதல்களைப் பரிசீலனைக்கு உட்படுத்தாமலே பின்தொடர்வதற்கு அனுமதிக்கப்பட்டுவிட வேண்டும். இதுதான் கதையின் நீதி?'

'இல்லை, நீதி அதுவல்ல. கெனில்வர்த் சம்பவத்தின் அவலம் என்னவாக இருந்ததென்றால் பரிதாபத்துக்குரிய அந்த நாய் தன் இயல்பைத் தானே வெறுக்கத் தொடங்கிவிட்டிருந்தது என்பதுதான். அதற்கு இனிமேல் அடிவாங்கும் தேவையே இல்லாமல் போய்விட்டது. அதுவே தன்னைத் தண்டித்துக்கொள்ளத் தயாராகிவிட்டது. இதற்கு அந்த நாயைச் சுட்டுக்கொல்வதே மேலானதாக இருந்திருக்கும்.'

'அல்லது, அதை ஒழுங்குக்குக் கொண்டுவந்திருப்பது.'

---

16 Ivan Pavlov – விலங்குகளின் செயல்பாடுகளை ஆய்ந்து அறிக்கைகள் வெளியிட்ட ரஷ்ய, விலங்கியல் நிபுணர்.

'இருக்கலாம். ஆனால், அடியாழத்தில் தான் சுடப்படுவதற்கே அது முன்னுரிமை அளித்திருக்கும் என்றுதான் நினைக்கிறேன். அதற்கு அளிக்கப்பட்ட தேர்வுகளில் அதைத்தான் அது தேர்ந்தெடுத்திருக்கக்கூடும்: ஒருபக்கம், தன் இயல்பை மறுப்பது, இன்னொருபக்கம், தன் மிச்ச வாழ்நாளை வரவேற்பறையை வளையவந்தபடி, பெருமூச்சோடு பூனையை முகர்ந்துபார்த்தபடி, உடலைப் பெருக்கவைத்துக்கொண்டு கழிப்பது.'

'நீங்கள் எப்போதுமே இப்படித்தான் உணர்ந்தீர்களா டேவிட்?'

'இல்லை, எல்லா நேரமும் இல்லை. சிலசமயங்களில் அப்படியே நேர்மாறாகவும் உணர்ந்திருக்கிறேன். இச்சை என்பது ஒரு சுமை. அது இல்லாமலேயே நாம் நலமாக இருக்கலாம் என்று.'

'இந்தக் கண்ணோட்டத்தைத்தான் நான் எனக்கே வரிந்துகொண்டிருக்கிறேன் என்பதைச் சொல்லியாக வேண்டும்' என்றாள் லூஸி.

அவள் மேலே தொடர்வதற்காகக் காத்திருக்கிறான். ஆனால், அவள் பேசுகிறாளில்லை. 'என்னவோ! சரி, விஷயத்துக்கு வருவோம், நீங்கள் சேதாரமின்றி வெளியேற்றப்பட்டுவிட்டீர்கள். பலிகடா வனவாசம் போயிருக்கிறது என்று உங்களுடைய சகபணியாளர்கள் மறுபடியும் நிம்மதிப்பெருமூச்சு விட்டுக்கொள்ளலாம்.'

இது வாக்குமூலமா? கேள்வியா? இவன் வெறும் ஒரு பலிகடா என்றா அவள் நினைக்கிறாள்?

இவன் எச்சரிக்கையாகப் பேசுகிறான், 'பலிகடாவாக்குதல் என்பது சரியான விளக்கமில்லை என்று நினைக்கிறேன். பலிகடாவாக்குதல் என்பது மதங்களின் அதிகாரம் பின்னணியில் இருந்தபோது நடைமுறைச் செயல்பாட்டில் இருந்தது. நகரத்தின் பாவங்கள் எல்லாவற்றையும் மூட்டைகட்டி ஒரு ஆட்டின் முதுகிலேற்றி அதை வெளியில் விரட்டிவிட, நகரம் பரிசுத்தமாகிவிட்டது. சடங்குகளை எப்படிப் பொருள்கொள்வது என்பது கடவுள்கள் உள்பட எல்லோருக்குமே தெரிந்திருந்ததால் அதைச் செயல்படுத்த இயன்றது. பிறகு, கடவுள்கள் இறந்துபோய்விட, திடீரென்று இறையுதவி இல்லாமலே நகரத்தை சுத்தப்படுத்த வேண்டியதாகிவிட்டது. குறியீடுகளுக்குப் பதிலாக நிஜச் செயல்பாடுகளே வற்புறுத்தப்பட்டன. ரோமானியச் சிந்தனையிலிருந்து தணிக்கை

பிறந்தது. கவனித்தல் கண்காணித்தல் ஆனது. கவனிக்கும் எல்லாவற்றின்மீதாகவும் கவனங்கொள்ளுதல். சுத்திகரிப்போ களையெடுப்பால் பதிலிசெய்யப்பட்டது.'

தன்னை மறந்து சிற்றுரையாற்றுகிறான். 'எப்படியோ, நகரத்துக்குப் பிரியாவிடை கொடுத்துவிட்டு, வனவாசத்தில் நான் என்ன செய்துகொண்டிருக்கிறேன்? நாய்களுக்கு வைத்தியம் பார்த்துக்கொண்டிருக்கிறேன். கருத்தடை, கருணைக்கொலை இரண்டிலும் நிபுணத்துவம் அடைந்த ஒரு பெண்ணுக்கு வலதுகையாக காரியமாற்றுகிறேன்.'

லூஸி சிரிக்கிறாள். 'பெவ்? அவளும் அடக்குமுறை அமைப்பின் அங்கம் என்றா நினைக்கிறீர்கள்? பெவ் உங்களிடம் பெருமதிப்பு வைத்திருக்கிறாள். நீங்கள் ஒரு பேராசிரியர். அவளும் ஒரு பழைய பாணிப் பேராசிரியரை இதற்கு முன் பார்த்ததில்லை. உங்கள் முன் இலக்கணப் பிழைகள் புரிந்துவிடுவோமோ என்கிற அச்சத்தில் இருக்கிறாள்.'

பாதையில் அவர்களை நோக்கி மூன்று ஆண்கள் வந்துகொண்டிருக்கிறார்கள் அல்லது இரண்டு ஆண்களும் ஒரு பையனும். அவர்கள் நாட்டுப்புற ஆண்களுக்கேயுரிய நீண்ட எட்டுகளால் வேகமாக நடந்துகொண்டிருக்கிறார்கள். லூஸியின் அருகில் நாய் தன் வேகத்தைக் குறைக்கிறது. சிலிர்த்துக்கொள்கிறது.

'நாம் அஞ்சவேண்டுமா என்ன?' கிசுகிசுக்கிறான்.

'தெரியவில்லை.'

அவள் டாபர்மேனின் பட்டையை இறுக்குகிறாள். அந்த நபர்கள் அவர்களை நெருங்கிவிட்டார்கள். ஒரு தலையசைப்பு, ஒரு வந்தனம், அத்துடன் அவர்கள் கடந்து சென்றுவிட்டிருக்கிறார்கள்.

'யார் அவர்கள்?' இவன் கேட்கிறான்.

'இதற்கு முன் நான் அவர்களைப் பார்த்ததே இல்லை.'

அவர்கள் தோப்பின் எல்லையை அடைந்தவுடன் திரும்பிப்பார்க்கிறார்கள். அந்நியர்கள் கண்களில் படவில்லை.

அவர்கள் வீட்டை நெருங்குகையில், கூண்டில் நாய்கள் உரக்கக் குரைத்துக்கொண்டிருப்பதைச் செவியுறுகிறார்கள். லூஸி நடையின் வேகத்தைக் கூட்டுகிறாள்.

அந்த மூவரும் அங்கே இவர்களுக்காகக் காத்துக் கொண்டிருக்கிறார்கள். ஆண்கள் இருவரும் விலகி நின்றிருக்க சிறுவன் கூண்டுகளுக்கு அருகில், நாய்களிடம் சீறிக்கொண்டும் பயமுறுத்தும் விதமான சேட்டைகளைச் செய்துகொண்டும் இருக்கிறான். நாய்கள், ஆத்திரத்தில் குரைத்தபடி எகிறிக்கொண்டிருக்கின்றன. லூஸியின் அருகில் சங்கிலியின் பிடியிலிருக்கும் நாய் தன்னை விடுவித்துக்கொள்ள எத்தனிக்கிறது. இவன் தன்னுடையதாகத் தத்தெடுத்துக்கொண்டிருக்கும் வயதான பெட்டை புல்டாகும் மெல்லிய குரலில் உறுமுகிறது.

'பெட்ருஸ்!' லூஸி அழைக்கிறாள். ஆனால், பெட்ருஸின் சுவடே இல்லை. 'நாய்களை விட்டு விலகி நில்.' அவள் குரலெழுப்புகிறாள். 'ஹம்பா!'[17] சிறுவன் மெல்ல விலகி தன்னுடைய கூட்டாளிகளுடன் மீண்டும் இணைந்துகொள்கிறான். அவனுக்குத் தட்டையான, உணர்ச்சிகளை வெளிப்படுத்தாத முகம், சிறிய இடுங்கிய கண்கள், பூப்போட்ட சட்டையும், தொளதொளப்பான காற்சட்டையும், மஞ்சள் நிற சிறிய வேனல் தொப்பியும் அணிந்திருக்கிறான். அவனுடைய கூட்டாளிகள் இருவரும் டங்கரீஸ் அணிந்திருக்கிறார்கள். அவர்களில் உயரமானவன் அழகன், குறிப்பிட்டுச் சொல்லும் அளவு அழகன், உயர்ந்த நெற்றியும், செதுக்கின கன்ன எலும்புகளும், அகன்று விடைத்த மூக்குத்துவாரங்களுமாய் இருக்கிறான்.

லூஸி தங்களை நெருங்குவதைக் கண்டு நாய்கள் அமைதியடைகின்றன. அவள் மூன்றாவது கூண்டைத் திறந்து, இரண்டு டாபர்மேன்களையும் அதனுள்ளே விடுகிறாள். துணிச்சலான செய்கைதான் என்று இவன் தனக்குள் எண்ணிக்கொள்கிறான்; ஆனால், புத்திசாலித்தனமானதா?

அவர்களிடம் கேட்கிறாள்: 'உங்களுக்கு என்ன வேண்டும்?'

இளையவன் பேசுகிறான். 'நாங்கள் தொலைபேசியாக வேண்டும்.'

'எதற்காகத் தொலைபேசவேண்டும்?'

---

17 Hamba(Afrikaans) – தள்ளிப்போ.

அவன் தனக்குப் பின்னால் குறிப்பாகச் சுட்டாமல் கையை நீட்டி, 'அவனுடைய சகோதரி, அவளுக்கு விபத்து' என்கிறான்.

'விபத்தா?'

'ஆமாம், மிக மோசமாக.'

'எப்படிப்பட்ட விபத்து?'

'குழந்தை பிறக்கிறது.'

'அவனுடைய சகோதரிக்குப் பிரசவமா?'

'ஆம்.'

'நீங்கள் எங்கிருந்து வருகிறீர்கள்?'

'எராஸ்முஸ்க்ரால்.'

இவனும் லூஸியும் பார்வைகளைப் பரிமாறிக்கொள்கிறார்கள். எராஸ்முஸ்க்ரால் காட்டிலாகாவின் ஆளுகைக்குள்ளிருக்கும் ஒரு குக்கிராமம். மின்சாரமோ தொலைபேசி வசதியோ இல்லாதது. இந்தக் கதை நம்பத்தகுந்ததுதான்.

'காட்டிலாகா அலுவலகத்திலிருந்து ஏன் தொலைபேசவில்லை?'

'அங்கே யாரும் இல்லை.'

'இங்கே வெளியிலேயே இருங்கள்.' லூஸி இவனிடம் முணுமுணுக்கிறாள். பிறகு சிறுவனிடம்: 'தொலைபேச வேண்டியது உங்களில் யார்?'

அவன் உயரமான அந்த அழகனைக் காட்டுகிறான்.

'உள்ளே வா' என்கிறாள் லூஸி. அவள் புழக்கடைக்கதவைத் தாழ் நீக்கி உள்ளே நுழைகிறாள். உயரமான மனிதன் தொடர்கிறான். ஒரு நிமிடத்துக்குப் பிறகு இரண்டாமவன் இவனை இடித்துத் தள்ளிக்கொண்டு அவனும் வீட்டினுள் நுழைகிறான்.

ஏதோ சரியில்லை. இவனுக்கு உடனே உறைக்கிறது. உள்ளே அவனைப் பின்தொடர்வதா அல்லது அந்தச் சிறுவனிடம் ஒரு கண் வைத்துக்கொள்ளக்கூடிய இடத்திலேயே காத்திருப்பதா என்று ஒரு நொடி நிச்சயமில்லாதவனாய், 'லூஸி வெளியில் வா!' என்று அழைக்கிறான்.

வீடு மௌனமாயிருக்கிறது. 'லூஸி!' மறுபடி அழைக்கிறான். பிறகு, உள்ளே நுழையவிருக்கும் சமயத்தில் கதவின் தாழ்ப்பாள் திருகிப் பூட்டிக்கொள்கிறது.

'பெட்ருஸ்!' என்று இவன் எவ்வளவு இயலுமோ அவ்வளவு உரக்கக் கத்துகிறான்.

சிறுவன் திரும்பி, முன்கதவை நோக்கிப் பாய்ந்தோடுகிறான். இவன் புல்டாகின் கழுத்துப்பட்டையை விடுவிக்கிறான். 'பிடி அவனை' என்று இரைகிறான். நாய் பெரும்பாய்ச்சலாக அவன் பின்னே தாவுகிறது.

வீட்டின் முன்புறத்தில் அது அவனைப் பிடித்துவிடுகிறது. சிறுவன் பீன்ஸ் பந்தலிலிருந்து ஒரு குச்சியைப் பிடுங்கி, நாயை அருகில் வரவிடாமல் தடுக்க அதைப் பயன்படுத்திக்கொள்கிறான். 'ச்சூ... ச்சூ... ச்சூ' அவனுக்கு மூச்சிரைக்கிறது. குச்சியை வீசிக்கொண்டிருக்கிறான். நாய் மெல்ல உறுமிக்கொண்டே இடவலமாய் சுற்றுகிறது.

அவர்களை அப்படியே விட்டுவிட்டு இவன் மீண்டும் அடுப்படிக் கதவை நோக்கி விரைகிறான். கதவின் கீழ்க்கீல் இறுக்கப்பட்டிருக்கவில்லை: ஒருசில ஆவேசமான உதைகளுக்குப் பிறகு அது விரியத் திறந்துகொள்கிறது. நான்கு கால்களால் தவழ்ந்து அடுப்படிக்குள் நுழைகிறான்.

நடுமண்டையில் ஒரு அடி இவனைத் தடுத்து நிறுத்துகிறது. கைகால்கள் செயலிழந்து சுருள்வதற்குமுன், நான் இன்னமும் சுயநினைவோடு இருக்கிறேன் என்றால் நான் நலமாகவே இருக்கிறேன் என்று நினைத்துக்கொள்ள இவனுக்கு அவகாசம் இருக்கிறது.

அடுப்படித் தரைமீது தான் இழுத்துசெல்லப்படுவது இவனுக்குத் தெரிகிறது. பிறகு, நினைவிழக்கிறான்.

சில்லென்று இருக்கும் பாவோடுகள் மீது குப்புறக் கிடக்கிறான். எழ முயல்கிறான். ஆனால், எப்படியோ இவனுடைய கால்கள் அசைய முடியாமல் தடுக்கப்பட்டிருக்கின்றன. மீண்டும் கண்களை மூடிக்கொள்கிறான்.

இவன் கழிப்பறையில் இருக்கிறான். லூஸி வீட்டுக் கழிப்பறையில். தடுமாறிக்கொண்டே எழுகிறான். கதவு பூட்டப்பட்டிருக்கிறது. சாவியைக் காணவில்லை.

கழிப்பிருக்கை மீது அமர்கிறான். தன்னை மீட்டுக்கொள்ள முயல்கிறான். வீடு சந்தடியற்று இருக்கிறது; நாய்கள் குரைத்துக் கொண்டிருக்கின்றன. ஆனால், அது சீற்றத்தால் என்பதைக்காட்டிலும் கடமைக்காக என்பதாகவே தெரிகிறது.

'லூஸி!'என்று குளறுகிறான். பிறகு, உரக்க, 'லூஸி!'

கதவை உதைக்க முயல்கிறான். ஆனால், இவன் தன்னிலையில் இல்லை. இடமும் மிகக்குறுகியது. கதவோ மிகப் பழையதும் உறுதியானதுமாக இருக்கிறது.

ஆக, அது வந்தேவிட்டது, சோதனையின் நாள். எச்சரிக்காமல், ஆரவாரமில்லாமல் அது இங்கே இருக்கிறது. இவன் அதனுள் சிக்கிக்கொண்டிருக்கிறான். மார்புக்கூட்டில் இதயம் அதனுடைய மௌன மொழியில், தானும் அதை உணர்ந்துகொண்டுவிட்டது போல, பலமாக அறைந்துகொள்கிறது. இந்தச் சோதனையின் இறுதிவரை அவர்கள் எப்படித் தாக்குப்பிடிப்பார்கள்? இவனும் இவன் இதயமும்?

இவனுடைய குழந்தை அந்நியர்களின் கைகளில் இருக்கிறாள். இன்னும் ஒரு நிமிடத்தில், இன்னும் ஒரு மணிநேரத்தில், காலங்கடந்துவிடும்; அவளுக்கு நிகழ்ந்துகொண்டிருப்பது கல்லில் செதுக்கப்பட்டதாக, கடந்த காலத்துக்குரியதாக ஆகிவிடும். ஆனால், இப்போது தாமதமாகிவிடவில்லை. இப்போதே இவன் ஏதாவது செய்தாக வேண்டும்.

இவன் செவிமெடுக்க பெருமுயற்சிசெய்தும் வீட்டிலிருந்து எந்த ஓசையையும் கிரகிக்க முடியவில்லை. இருந்தும், இவனுடைய குழந்தை அழைப்பாள் என்றால், அது எவ்வளவு ஓசையற்றதாக இருந்தாலும், இவனுக்கு நிச்சயமாகக் கேட்கும்!

கதவை இடிக்கிறான். 'லூஸி!' என்று குரலெழுப்புகிறான். 'லூஸி! பேசு என்னிடம்!'

கதவு திறக்கிறது. நிலைதடுமாறிப்போகும்படி இவனை இடிக்கிறது. எதிரில் அந்த இரண்டாமவன் நிற்கிறான், உயரங்குறைவானவன், கையில் ஒரு லிட்டர் புட்டியொன்றின் கழுத்தைப் பிடித்தபடி. 'சாவிகள்' என்கிறான்.

'இல்லை.'

அவன் இவனைத் தள்ளுகிறான். இவன் தடுமாறிப் பின்னகர்ந்து பொத்தென்று கீழே உட்கார்கிறான். அந்த மனிதன் பாட்டிலை உயர்த்துகிறான். அவனுடைய முகம் கோபத்தின் சுவடேயின்றி அமைதியாய் இருக்கிறது. அவன் செய்வது அவனுக்கு இடப்பட்ட ஒரு வேலையை மட்டுமே: ஒருவரை ஒரு பொருளை ஒப்படைக்கும்படிச் செய்வது. இவனை ஒரு பாட்டிலால் தாக்கச்சொல்லிப் பணித்தால் இவனை அவன் தாக்குவான். எத்தனை முறை அவசியமோ அத்தனை முறை தாக்குவான். அவசியம் என்றால் அந்த புட்டியை உடைக்கவும் செய்வான்.

'எடுத்துக்கொள்.' இவன் சொல்கிறான். 'எல்லாவற்றையும் எடுத்துக்கொள். என் மகளை மட்டும் விட்டுவிடு.'

ஒரு வார்த்தையின்றி அவன் சாவிகளை எடுத்துக்கொள்கிறான். மறுபடி இவனை அடைக்கிறான்.

இவன் நடுங்குகிறான். ஆபத்தான மூன்றுபேர். இவன் ஏன் அதை சரியான நேரத்தில் கண்டுகொள்ளவில்லை? ஆனால், அவர்கள் இவனுக்குத் தீங்கிழைக்கவில்லை. இப்போதுவரை இல்லை. இந்த வீடு அவர்களுக்கு வழங்குவது அவர்களுக்குப் போதுமானதாய் இருக்க சாத்தியம் இருக்கிறதா? லூஸிக்கும் தீங்கிழைக்காமல் விட்டுவிடுவது சாத்தியமாகுமா?

வீட்டின் பின்புறத்திலிருந்து பேச்சு சப்தம் வருகிறது. நாய்களின் குரைப்பு பரபரப்புற்று மேலும் உரக்கிறது. இவன் கழிப்பிருக்கை மீதேறி நின்று, ஜன்னல் கம்பிகளினூடாகப் பார்க்கிறான்.

லூஸியின் கட்டைத் துப்பாக்கியையும், பிதுங்கிக்கொண்டிருக்கும் குப்பைப்பை ஒன்றையும் சுமந்தபடி இரண்டாமவன், வீட்டின் வளைவில் மறைந்துபோய்க் கொண்டிருக்கிறான். ஒரு காரின் கதவு அறைபடும் சப்தம். இவன் அந்த ஓசையைக் கண்டுகொள்கிறான்: இவனுடைய கார்தான். அவன் வெறுங்கையோடு மீண்டும் தோன்றுகிறான். ஒரு நொடி, இவர்கள் இருவரும் ஒருவர் கண்ணுக்குள் மற்றவர் பார்த்துக்கொள்கிறார்கள். அவன் 'ஹாய்' என்கிறான். கொடூரமாகப் புன்னகைக்கிறான். ஏதோ சில வார்த்தைகளை உதிர்க்கிறான். அங்கே வெடிச்சிரிப்பொன்று எழுகிறது. ஒரு நிமிடத்துக்குப்பின் அந்தச் சிறுவன் அவனுடன் இணைந்துகொள்கிறான். அவர்கள் ஜன்னலின் கீழே நிற்கிறார்கள். தங்கள் கைதியைப் பார்வையிடுகிறார்கள். இவனுடைய விதியை ஆலோசிக்கிறார்கள்.

இவன் இத்தாலி பேசுகிறவன்தான், பிரெஞ்சு பேசுகிறவன்தான், ஆனால் இருண்ட ஆப்ரிக்காவின் இந்த இடத்தில் இத்தாலியும் பிரெஞ்சும் இவனைக் காப்பாற்றாது. இவன் நாதியற்ற ஒருவன். ஒரு ஆன்ட் சாலி, சித்திரக்கதைப் புத்தகத்தின் ஒரு கதாபாத்திரம், கொதித்துக்கொண்டிருக்கும் கொப்பரையில் இவனைப் போட வேண்டும் எனத் தொலைவில் காட்டுமிராண்டிகள் அவர்களுடைய சொந்த ஆதிமொழியில் உரையாடிக்கொண்டிருக்க, மேலங்கியும் தொப்பியும் அணிந்து கட்டுண்ட கைகளும் உயர்த்திய விழிகளுமாகக் காத்திருக்கும் ஒரு சமயப்பரப்பாளன் இவன். சமயப்பரப்பாளர் பணி: நாகரிகத்துக்கு உயர்த்துவதற்கான அந்த அமைப்பு என்ன செய்து கிழித்துவிட்டது? அப்படி எதுவுமே இவனுக்குப் பார்க்கக் கிடைக்கவில்லையே.

உயரமானவன் இப்போது கையில் அந்தக் கட்டைத் துப்பாக்கியுடன் முன்வாசல் பக்கமிருந்து வெளிப்படுகிறான். பழக்கப்பட்ட லாவகத்துடன் வெடியுறையைத் துப்பாக்கியின் கட்டைப்பகுதிக்குள் நுழைத்துவிட்டு, முனையை நாய்க்கூண்டினுள் திணிக்கிறான். ஜெர்மன் ஷெப்பர்டுகளில் மிகப் பெரியது ஆங்காரத்தில் வாய்நீர் வடிய அதைக் கவ்வுகிறது. ஒரு கனத்த அதிர்வு, ரத்தமும் மூளைத்துணுக்குகளும் கூண்டில் சிதறுகின்றன. குரைப்பு ஒரு நொடி ஸ்தம்பிக்கிறது. அவன் மேலும் இருமுறை சுடுகிறான். மார்பினூடாகச் சுடப்பட்ட ஒரு நாய் அக்கணமே சாகிறது; மற்றது பிளந்த தொண்டைக் காயத்துடன் பொத்தென்று கீழே குந்துகிறது, காதுகளைச் சரிக்கிறது, ஒரு கருணைக்கொலையை நிகழ்த்துவதற்குக்கூட மனமில்லாத அந்த ஜென்மத்தைப் பார்வையால் தொடர்கிறது.

நிசப்தம் கவிகிறது. எஞ்சியிருக்கும் மூன்று நாய்கள், ஒளிவதற்கு இடமின்றி, மெல்ல முனகியபடி, குழப்பத்தில் தடுமாறிக்கொண்டு, நாய்க்கூண்டின் பின்புறத்துக்குப் பின்வாங்குகின்றன. ஒவ்வொரு சுடுகைக்கும் இடையில் நேரம் எடுத்துக்கொண்டு அவற்றைச் சுட்டுத்தள்ளுகிறான்.

நடைபாதையில் காலடியோசை. கழிப்பறைக் கதவு மறுபடியும் வீசித் திறந்துகொள்கிறது. இரண்டாவது ஆள் இவன் முன்னால் நின்றிருக்கிறான்; பூப்போட்டச் சட்டையில் இருக்கும் சிறுவன் அவனுக்குப் பின்னே டப்பாவிலிருந்து ஐஸ்க்ரீமை அள்ளித் தின்றபடி நின்றிருக்கிறான். இவன் தன்னுடைய தோள்களால் இடித்துத் தள்ளிக்கொண்டு அவனைத் தாண்டிப்போக

முயல்கிறான். பிறகு, தடாலென்று விழுகிறான். ஒரு வகையான இடறிவிடல்; அவர்கள் இதைக் கால்பந்தாட்டத்தில் பயிற்சி செய்திருக்க வேண்டும்.

இவன் தரையோடு தரையாய்க் கிடக்கையில் தலையிலிருந்து கால்வரை திரவத்தால் தெளிக்கப்படுகிறான். கண்கள் எரிகின்றன. இவன் அவற்றைத் துடைத்துக்கொள்ள முயல்கிறான். இவன் அந்த மணத்தைக் கண்டுகொள்கிறான்; மிதேல் திராவகம். எழுந்துகொள்ளச் சிரமப்பட்டுக்கொண்டிருக்கையில் மீண்டும் கழிப்பறைக்குள் தள்ளப்படுகிறான். தீக்குச்சியொன்று உரசப்படும் ஓசை, அக்கணமே இவன் அடர்ந்த நீலநிற ஜுவாலைக்குள் மூழ்குகிறான்.

ஆக, இவனுடைய கணிப்பு தவறு! இவனும் இவன் மகளும் அவ்வளவு எளிதில் தப்பிவிடப்படப்போவதில்லை. இவன் எரிந்துபோகக்கூடும்; இவன் இறந்துபோகக்கூடும்; இவன் இறந்துபோகக்கூடுமென்றால் லூஸியும் இறந்துபோகக்கூடும்தான்; முக்கியமாக, லூஸி!

இவன் தன் முகத்தின் மீது ஒரு பைத்தியக்காரனைப் போல அறைந்துகொள்கிறான்; கேசத்தைத் தீக்கொழுந்து பற்றிக்கொண்டதில் சடசடக்கிறது. விழுந்து புரள்கிறான். பீதியை மாத்திரமே அன்றி வார்த்தைகளைக் கொண்டிராத வடிவமற்ற கதறல்களாகக் குழறுகிறான். எழுந்துகொள்ள முயலும்போது மீண்டும் கீழே அழுத்தப்படுகிறான். ஒரு நொடி பார்வை தெளிவடைகிறது. தன் முகத்திலிருந்து சில அங்குலத் தொலைவில் நீலநிற டங்கரீஸையும் ஒரு சப்பாத்தையும் பார்க்கிறான். சப்பாத்தின் விரல்பகுதி மேல்நோக்கி வளைந்திருக்கிறது; அடிப்பாகத்திலிருந்து புற்தாள்கள் துருத்திக்கொண்டிருக்கின்றன.

இவனுடைய கையின் பின்புறம் ஜுவாலையொன்று ஓசையின்றி நடனமாடிக்கொண்டிருக்கிறது. சிரமப்பட்டு முழந்தாளிட்டமர்ந்து கையைக் கழிவுப்பீங்கானுக்குள் நுழைக்கிறான். இவனுக்குப் பின்னால் கதவு சாத்தப்பட்டு, சாவி திருகப்படுகிறது.

இவன் கழிவுப்பீங்கான் மீது கவிழ்கிறான். முகத்தில் தண்ணீரை விசிறிக்கொள்கிறான். தலையையும் நனைத்துக்கொள்கிறான். கருகிய கேசத்தின் துர்மணம். எழுந்துநின்று ஆடையில் இருக்கும் கடைசி ஜுவாலைகளை அடித்து அணைக்கிறான்.

நனைத்த காகிதப்பட்டைகளால் முகத்தை ஒற்றுகிறான். கண்கள் கடுத்துக்கொண்டிருக்கின்றன. ஒரு இமை ஏற்கெனவே மூடிக்கொண்டிருக்கிறது. ஒரு கையைத் தலையினூடாக ஓட்டுகிறான். விரல்கள் புகையொட்டால் கறுப்பாகி மீள்கின்றன. ஒரு செவிக்கு மேலாக ஒற்றைக் கொத்தைத் தவிர மண்டையில் முடியே கொண்டிராதவன்போல் தோன்றுகிறான்; தலையின் மேற்பகுதி முழுக்க இளகிக்கிடக்கிறது. ஒவ்வொன்றும் இளகுகிறது. ஒவ்வொன்றும் எரிகிறது, எரிந்தது, எரிந்துமுடிந்தது. 'லூஸி!' குரலெழுப்புகிறான். 'நீ எங்கிருக்கிறாய்?'

நீலநிற டங்கரீஸ்ஸில் இருக்கும் அந்த இருவருடன் லூஸி போராடுவதுபோல, அவர்களை எதிர்த்துப் போராடுவதுபோல இவனுக்கு ஒரு காட்சி தோன்றுகிறது. இவன் துள்ளி அதை உதற முயல்கிறான்.

தன்னுடைய கார் கிளப்பப்படுவதையும் அதன் டயர்கள் சரளைக்கல் பரப்பில் நெறிபடுவதையும் செவியுறுகிறான். இது முடிந்துவிட்டதா? அவர்கள், நம்பமுடியாதவகையில், போய்க்கொண்டிருக்கிறார்களா?

'லூஸி!' இவன் கத்துகிறான், திரும்பத்திரும்ப, தன்னுடைய குரலில் ஒரு பைத்தியக்காரனின் கீச்சிடலைத் தன்னால் கேட்க முடிகிறவரை.

இறுதியில், ஒரு ஆசீர்வாதம்போல, பூட்டினுள் சாவி திருகுகிறது. இவன் கதவைத் திறக்கிற சமயத்தில் லூஸி இவனுக்குத் தன்னுடைய முதுகைக் காட்டித் திரும்பியிருக்கிறாள். குளியலாடை ஒன்றை அணிந்திருக்கிறாள். வெற்றுப்பாதங்களோடிருக்கிறாள். கூந்தல் ஈரமாக இருக்கிறது.

குளிர்சாதனப் பெட்டி திறந்தும், தரையெங்கும் உணவு சிதறியும் இருக்கும் சமையலறைக்கு அவளைப் பின்தொடர்ந்து செல்கிறான். அவள் பின்புறக்கதவுக்கு அருகில் நின்றபடி நாய்ப்பட்டிகளின் படுகொலைகளை உள்வாங்குகிறாள். 'என் செல்லங்கள், என் செல்லங்கள்!' என்று அவள் முணுமுணுப்பதைக் கேட்கிறான்.

அவள் முதல் கூண்டைத் திறந்து உள்ளே நுழைகிறாள். தொண்டைக்காயத்தோடு இருந்த நாய் எப்படியோ இன்னமும் மூச்சுவிட்டுக்கொண்டிருக்கிறது. அவள் குனிந்து அதனிடம் பேசுகிறாள். அது பலவீனமாகத் தன் வாலை ஆட்டுகிறது.

‘லூஸி!’ மறுபடி அழைக்கிறான். இப்போது முதன்முறையாக இவன் மீது தன் பார்வையைத் திருப்புகிறாள். முகத்தில் ஒரு கடுகடுப்பு தோன்றுகிறது. ‘ஐயோ, என்ன செய்து தொலைத்தார்கள் உங்களை?’

‘என் உயிரே!’ என்கிறான் இவன். கூண்டுக்குள் அவளைத் தொடர்ந்துசென்று அவளைத் தன் கைகளுக்குள் அள்ளிக்கொள்ள முயல்கிறான். மென்மையாக, தீர்மானமாக, அவள் தன்னை விடுவித்துக்கொள்கிறாள்.

வரவேற்பறை அலங்கோலமாக இருக்கிறது. அவ்வாறே இவனுடைய அறையும். பொருட்கள் எடுத்துக்கொள்ளப்பட்டிருக்கின்றன; இவனுடைய மேற்கோட்டு, நல்ல சப்பாத்துகள், ஆனால் அது இதனுடைய தொடக்கம் மட்டும்தான்.

இவன் ஒரு கண்ணாடியில் தன்னைப் பார்த்துக்கொள்கிறான். பழுப்புச் சாம்பல், இவன் தலைமுடியில் மிச்சமிருப்பது அதுதான், உச்சந்தலையையும் முன்மண்டையையும் மெழுகியிருக்கிறது. அதற்குக் கீழே இருக்கும் மேல்தலைச்சருமம் சினச் சிவப்பில் இருக்கிறது. அந்தத் தோலைத் தொடுகிறான்: அது வலிமிக்கதாய் இருக்கிறது, கசியவும் ஆரம்பித்திருக்கிறது. ஒரு கண்ணிமை வீங்கி மூடிக்கொண்டிருக்கிறது: புருவங்கள் போய்விட்டிருக்கின்றன, கண்ணிமை மயிர்களும்கூட.

குளியலறைக்குச் செல்கிறான். ஆனால், கதவு சார்த்தப்பட்டிருக்கிறது. ‘உள்ளே வர வேண்டாம்’ என்கிறது லூஸியின் குரல்.

‘நீ நலமாக இருக்கிறாயா? காயப்பட்டிருக்கிறாயா?’

முட்டாள்தனமான கேள்விகள்; அவள் பதிலளிக்கிறாளில்லை.

இவன் தன் தலைமீது குவளைகுவளையாக நீரை ஊற்றி, சமையலறைக் குழாய்க்குக் கீழே சாம்பலைக் கழுவ முயல்கிறான். முதுகில் நீர் வழிகிறது; குளிரில் நடுங்கத் தொடங்குகிறான்.

நாட்டின் ஒவ்வொரு பகுதியிலும், ஒவ்வொரு நாளும், ஒவ்வொரு மணிநேரமும், ஒவ்வொரு நிமிடமும் இது நிகழ்ந்து கொண்டுதான் இருக்கிறது என்று தனக்குத்தானே சொல்லிக்கொள்கிறான். உயிரோடு தப்பிப் பிழைத்திருக்கும் வரையில் நீ அதிர்ஷ்டசாலி என்று எண்ணிக்கொள். வேகமெடுத்துப் பாயும் அந்த காரில் இந்தக் கணம் ஒரு கைதியாக இல்லாமல்போனவரையில்,

அல்லது ஒரு அருவிப்பள்ளத்தின் அடியில் மண்டையில் துப்பாக்கிக் குண்டோடு விழுந்துகிடக்காமல் இருக்கும்வரையில், நீ அதிர்ஷ்டசாலி என்று எண்ணிக்கொள். லூஸியும் அதிர்ஷ்டசாலி என்றே எண்ணிக்கொள். அனைத்துக்கும் மேலாக, லூஸி.

சொந்தமாக எதையும் வைத்திருப்பதன் ஆபத்து; ஒரு கார், ஒரு ஜோடி சப்பாத்துகள், ஒரு பாக்கெட் சிகரெட். புழக்கத்துக்கு அவை போதுமானவை அல்ல, கார்கள், காலணிகள், சிகரெட்டுகள் போதுமான அளவு இல்லை. மிக அதிகமான மனிதர்கள், மிகக் குறைவான பொருட்கள். என்ன இருக்கிறதோ அது சுழற்சி முறைக்குள் சென்றாகவேண்டும் என்றால்தான் ஒவ்வொருவரும் ஒருநாள் மகிழ்ச்சியாக இருக்கும் வாய்ப்பைப் பெற முடியும். இதுதான் கோட்பாடு. இந்தக் கோட்பாட்டையும் இது கொடுக்கும் சமாதானங்களையும் பற்றிக்கொள். மனிதகுலக் குரூரமெல்லாம் இல்லை இது. ஒரு பரந்த சுழற்சி அமைப்பு. இதில் இரக்கம், வன்முறை என்பதெல்லாம் வேலைக்கு ஆகாதவை. இந்த நாட்டில் ஒருவர் வாழ்க்கையை இப்படித்தான் பார்த்தாக வேண்டும்: அதன் ஒழுங்கமைக்கப்பட்ட கோணத்தில். இல்லாவிட்டால் பைத்தியம் பிடித்துவிடும். கார்கள், சப்பாத்துகள், இந்த வரிசையில் பெண்களும்கூட. இந்த அமைப்பில் பெண்களுக்கான ஒரு மூலையும் இருந்தாக வேண்டும், அவர்களுக்கு நிகழ்வனவற்றுக்கும்.

லூஸி இவனுக்குப் பின்னால் வந்து நிற்கிறாள். இப்போது அவள் சட்டையும் மழைக்கோட்டும் அணிந்திருக்கிறாள்; அவளுடைய கூந்தல் இழுத்து வாரப்பட்டிருக்கிறது, முகம் சுத்தமாகவும் குறிப்புகளற்றும் இருக்கிறது. அவளுடைய கண்களுக்குள் பார்க்கிறான். 'என் உயிரே, என் உயிரே...' பிறகு ஒரு திடீர்க் கண்ணீர் பெருக்கில் திணறுகிறான்.

இவனை ஆறுதல்படுத்த ஒற்றை விரலைக்கூட அவள் அசைக்கிறாளில்லை. 'உங்கள் தலை பார்ப்பதற்குப் பயங்கரமாக இருக்கிறது' என்று குறிப்பிடுகிறாள். 'குளியலறை அலமாரியில் பேபி ஆயில் இருக்கிறது. கொஞ்சம் தடவிக்கொள்ளுங்கள். உங்கள் கார் போய்விட்டதா?'

'ஆம். அவர்கள் எலிசபெத் துறைமுகம் இருக்கும் திசையில் சென்றுவிட்டார்கள் என்று நினைக்கிறேன். நான் காவல்துறைக்குத் தொலைபேச வேண்டும்.'

‘உங்களால் முடியாது. தொலைபேசி நொறுக்கப்பட்டிருக்கிறது.’

அங்கிருந்து அகல்கிறாள். இவன் படுக்கையில் அமர்ந்து காத்திருக்கிறான். தன்னைச் சுற்றி ஒரு கம்பளியால் போர்த்திக்கொண்டிருக்கும்போதும் தொடர்ந்து நடுங்குகிறான். மணிக்கட்டுகளில் ஒன்று வீங்கி வலியில் தெறித்துக்கொண்டிருக்கிறது. அதை எப்படிக்காயப்படுத்திக்கொண்டான் என்பது இவனுக்கு நினைவில்லை. ஏற்கெனவே இருட்டிவிட்டது. அந்த முழு மதியமும் ஒரு மின்னலாய் மறைந்ததுபோல் இருக்கிறது.

லூஸி திரும்புகிறாள். ‘கோம்பியினுடைய கார்ச் சக்கரங்களில் அவர்கள் காற்றைப் பிடுங்கிவிட்டிருக்கிறார்கள். நான் எட்டிங்கரின் வீட்டுக்குப் போகிறேன். நடக்க வேண்டும். அதிக நேரம் எடுத்துக்கொள்ள மாட்டேன்.’ இடைநிறுத்துகிறாள். ‘டேவிட், மற்றவர்கள் கேட்கும்போது நீங்கள் தயவுசெய்து உங்களுடைய கதையை, உங்களுக்கு நிகழ்ந்ததை மட்டும் சொல்வதோடு நிறுத்திக்கொள்ள முடியுமா?’

இவனுக்குப் புரியவில்லை.

‘உங்களுக்கு நிகழ்ந்ததை நீங்கள் சொல்லுங்கள், எனக்கு நிகழ்ந்ததை நான் சொல்கிறேன்.’ அதைத் திரும்பச் சொல்கிறாள்.

கரகரவென்று உடைந்து நொறுங்கிக்கொண்டிருக்கும் குரலில், ‘நீ தவறு செய்துகொண்டிருக்கிறாய்’ என்கிறான்.

‘நானொன்றும் தவறு செய்யவில்லை.’

‘என் மகளே, என் மகளே!’ என்றபடி தன் கரங்களை அவளை நோக்கி நீட்டுகிறான். அவள் உள்ளே வரவில்லை என்றதும் இவன் எழுந்து, கம்பளியைக் கீழே வைத்துவிட்டு, அவளைத் தன் கரங்களுக்குள் வாரிக்கொள்கிறான். இவனுடைய அரவணைப்பில் அவள் ஒரு தூணைப் போல விரைப்பாக நிற்கிறாள், எதையும் திருப்பித்தராதவளாய்.

ơ

12

எட்டிங்கர் சிடுசிடுப்பான தோற்றமுடைய முதியவர், ஆங்கிலத்தை ஜெர்மன் தொனிக்கப் பேசுபவர். அவருடைய மனைவி இறந்துவிட்டார். பிள்ளைகள் ஜெர்மனிக்கே திரும்பிவிட அவர் மட்டும் ஆப்ரிக்காவில் தனித்து விடப்பட்டிருக்கிறார். தன்னுடைய சிறிய சரக்கு வாகனத்தில் லூஸியைப் பக்கத்தில் இருத்திக்கொண்டு வந்துசேர்ந்தவர் இஞ்சினை ஓடவிட்டபடியே காத்திருக்கிறார்.

க்ரஹாம்ஸ்டவுன் சாலையில் இருக்கும்போது அவர் சொல்கிறார் ‘ஆம், என்னுடைய பெரட்டா இல்லாமல் நான் எங்குமே செல்வதில்லை.’ இடுப்பில் இருக்கும் துப்பாக்கியுறையைத் தட்டுகிறார். ‘உங்களை நீங்களேதான் பாதுகாத்துக்கொண்டாக வேண்டும். ஏனென்றால், காவல்துறை உங்களைப் பாதுகாக்கப் போவதில்லை. இனி இல்லை. அதில் உங்களுக்கு சந்தேகமே வேண்டாம்.’

எட்டிங்கர் சொல்வது சரியா? இவன் மட்டும் துப்பாக்கி வைத்திருந்தான் என்றால் லூஸியைக் காப்பாற்றியிருப்பானா? அதில் இவனுக்கு நம்பிக்கை இல்லை. ஒருவேளை இவனிடம் துப்பாக்கி இருந்திருந்தால் இந்நேரம் இவன் செத்திருக்கலாம், இவனும் லூஸியும், இருவரும்.

தன்னுடைய கரங்கள் மிகமெலிதாக நடுங்குவதை இவன் கவனிக்கிறான். லூஸியும் அவளுடைய மார்புக்குக் குறுக்காகக் கரங்களைக் கட்டியிருக்கிறாள். அவளும் நடுங்குவதால்தானோ?

எட்டிங்கர் அவர்களை காவல்நிலையத்துக்கு அழைத்துச்செல்வார் என்று இவன் எதிர்பார்த்திருந்தான். ஆனால், லூஸி அவரை

மருத்துவமனைக்குப் போகச் சொல்லியிருக்கிறாள் என்று தெரிகிறது.

‘எனக்காகவா இல்லை உனக்காகவா?’ அவளைக் கேட்கிறான்.

‘உங்களுக்காக.’

‘காவல்துறையினர் என்னையும் பார்க்கவேண்டும் என்று கேட்க மாட்டார்களா?’

‘நான் அவர்களிடம் சொல்ல முடியாத எதையும் நீங்கள் சொல்லிவிட முடியாது. அல்லது அப்படி எதுவும் இருக்கிறதா?’

மருத்துவமனையில் விபத்துப்பிரிவு என்று குறிப்பிடப்பட்டிருக்கும் கதவைத் திறந்துசென்று இவனுக்கான படிவத்தை நிரப்பிவிட்டு, காத்திருக்கும் அறையில் இவனை அமரச்செய்கிறாள். அவள் வலிமையே உருவாய், மிகுந்த செயலூக்கத்துடன் இருக்கிறாள். இவனுடைய நடுக்கமோ உடலெங்கும் பரவுவதுபோல் இருக்கிறது.

‘அவர்கள் உங்களைப் போகச் சொல்லிவிட்டால் இங்கேயே காத்திருங்கள். உங்களை அழைத்துச்செல்ல நான் வருவேன்’ என்கிறாள்.

‘நீ மருத்துவரைப் பார்க்கவில்லையா?’

தோளைக் குலுக்குகிறாள். ஒருவேளை அவள் நடுங்கிக் கொண்டிருந்தாலும் அதைச் சிறிதும் காட்டிக்கொள்கிறாளில்லை.

பருமனான, சகோதரிகளாக இருக்கக்கூடிய இரண்டு பெண்களில் முனகிக்கொண்டிருக்கும் குழந்தையைக் கையில் வைத்திருக்கும் ஒருத்திக்கும், ரத்தத்தில் தோய்ந்திருக்கும் பஞ்சு சுற்றப்பட்டிருக்கும் கையோடு இருக்கும் ஒரு மனிதனுக்கும் இடையில் இவனுக்கு இருக்கை கிடைக்கிறது. வரிசையில் அவனுடைய எண் பன்னிரண்டு. சுவர்க்கடிகாரம் மணி 5.45 என்கிறது. இவன் காயம்படாத கண்ணை மூடி ஒரு தூக்க மயக்கத்துக்குள் ஆழ்கிறான். மயக்கத்தினுள் அந்தச் சகோதரிகள் புரிபடாத எதையோ தொடர்ந்து முணுமுணுக்கிறார்கள், *ஷுஷொதோன்.*[18] இவன் விழிகளைத் திறந்துபார்க்கிறபோது கடிகாரம் இன்னமும் 5.45 என்றே சொல்கிறது. ஒருவேளை

18 Chuchotantes (French)– பெண்களின் கிசுகிசுப்பு.

பழுதாகியிருக்குமோ? இல்லை: பெரியமுள் துடித்து, 5.46-க்கு வந்துநிற்கிறது.

ஒரு செவிலி இவனை அழைப்பதற்குள் இரண்டு மணிநேரம் கழிகிறது. பணியில் இருந்த, ஒரே இந்தியப் பெண் மருத்துவரைப் பார்க்க இவனுடைய முறை வருவதற்கு இன்னமும் இவன் காத்திருக்க நேர்கிறது.

இவனுடைய தலைச்சருமத்தில் இருக்கும் தீக்காயங்கள் ஆபத்தானவையல்ல. ஆனாலும், தொற்று ஏற்படாமல் கவனமாக இருக்க வேண்டும் என்கிறாள் அவள். இவனுடைய கண்ணுக்கு மருத்துவம் செய்ய அதிக நேரம் எடுத்துக்கொள்கிறாள். மேல், கீழ் இமைகள் ஒட்டிக்கொண்டிருக்கின்றன; அவற்றைப் பிரிப்பது தாங்கமுடியாத வலியைத் தருவதாக இருக்கிறது.

'நீங்கள் அதிர்ஷ்டக்காரர். கண்ணுக்கு எந்தப் பாதிப்பும் ஏற்படவில்லை. அவர்கள் மட்டும் பெட்ரோல் பயன்படுத்தியிருந்தால் கதையே வேறு.' பரிசோதனைக்குப் பிறகு அவள் விளக்குகிறாள்.

மருந்துப்பட்டி ஒட்டப்பட்ட தலையில் கட்டுபோடப்பட்டு, கண் மூடப்பட்டு, மணிக்கட்டில் ஐஸ்பட்டி பிணைக்கப்பட்டு, வெளியில் வருகிறான். காத்திருப்பறையில் பில் ஷா இருப்பார் என்று எதிர்பார்த்திருக்கவில்லை. இவனைவிட ஒரு அடி உயரங்குறைவான பில், இவனுடைய தோளைப்பற்றி இறுக்குகிறார். 'அதிர்ச்சியாக இருக்கிறது. மிகவும் அதிர்ச்சியாக இருக்கிறது. லூஸி எங்கள் வீட்டில் இருக்கிறாள். அவளே வந்து உங்களை அழைத்துச்செல்ல இருந்தாள். ஆனால், பெவ் ஒத்துக்கொள்ளவே இல்லை. எப்படி இருக்கிறீர்கள்?' என்றார்.

'நன்றாகத்தான் இருக்கிறேன். லேசான தீக்காயங்கள். பெரிதாக ஒன்றுமில்லை. உங்கள் மாலையை நாங்கள் பாழாக்கிவிட்டோம். மன்னிக்கவேண்டும்.'

'சேச்சே! நண்பர்கள் இதற்கு இல்லாமல் வேறு எதற்கு இருக்கிறோம்? நீங்களும் இதைத்தான் செய்திருப்பீர்கள்.'

கல்மிஷமில்லாத அந்தப் பேச்சு இவன் மனதில் இறங்கி அங்கேயே தங்கிவிட்டது. பில் ஷா நம்புகிறார், பில் ஷாவின் தலை காயப்படுத்தப்பட்டு, தீ வைக்கவும் பட்டிருந்தால், டேவிட் லூரியாகிய இவன் மருத்துவமனைக்குச் சென்று, படிப்பதற்கு

ஒரு செய்தித்தாள்கூட இல்லாமல் காத்திருந்து, அவரை வீட்டுக்கு அழைத்துச்செல்வான் என்று. அவரும் டேவிட் லூரியும் ஒருமுறை ஒரு கோப்பைத் தேநீரை சேர்ந்து அருந்திவிட்டதால் டேவிட் லூரி தன்னுடைய நண்பர் என்றும், அவர்கள் ஒருவருக்கொருவர் கடமைப்பட்டவர்கள் என்றும் பில் ஷா நம்புகிறார். பில் ஷாவின் நினைப்பு சரியா தவறா? அங்கிருந்து இருநூறு கிலோமீட்டருக்கும் குறைவான தொலைவில் இருக்கும் ஹாங்க்கியில் பிறந்த பில் ஷா, நண்பர்களை உண்டாக்கிக்கொள்வதில் ஆர்வமற்ற ஆண்களும், ஆண்களுக்கு இடையிலான நட்பு என்ற எண்ணமே ஐயுறவுவாதத்தால் புரையோடிப்போயிருக்கும் ஆண்களும் இருக்கிறார்கள் என்பதை உணராத அளவுக்கு இந்த உலகத்தை அறியாதவரா? *நேசிப்பது* என்ற முற்கால ஆங்கில வினைச்சொல்லிலிருந்து *நேசர்* என்ற சொல், பின்னர் அதிலிருந்து *நண்பர்* என்ற நவீன ஆங்கிலச் சொல். பில் ஷாவைப் பொறுத்தவரை தேநீர் அருந்துதல் என்பதே அசைக்கமுடியாத ஒரு அன்புப் பிணைப்பை உண்டாக்கிவிடுமா? ஆனாலும், பில் மற்றும் பெவ் ஷா இல்லாமல், கிழவர் எட்டிங்கர் இல்லாமல், இனம்புரியாத இப்படியான பிணைப்புகள் இல்லாமல் இவன் நிலைமை என்னவாகியிருக்கும்? சீரழிக்கப்பட்ட அந்தப் பண்ணையில், அறுத்தெறியப்பட்ட தொலைபேசிக்கும் சுட்டுக்கொல்லப்பட்ட நாய்களுக்கும் மத்தியில்?

காரில் போய்க்கொண்டிருக்கிறார்கள், மறுபடியும் பில் ஷா சொல்கிறார், 'அதிர்ச்சிகரமான சம்பவம். அக்கிரமம். செய்தித்தாள்களில் படிக்கும்போதே துன்பம் தரக்கூடியது. அதிலும் நமக்குத் தெரிந்தவர்களுக்கு நடந்தால், அது நமக்கே நடந்துவிட்டதைப் போல்தான். மறுபடியும் ஒரு போர்க்காலத்துக்குப் போய்விட்டதைப் போல இருக்கிறது.'

பதில் சொல்ல இவன் மெனக்கெடவில்லை. இந்த நாள் இன்னமும் சாகவில்லை. உயிரோடிருக்கிறது. *போர், அக்கிரமம்:* இந்த நாளை முடித்துவைப்பதற்காகச் சொல்லப்படும் ஒவ்வொரு சொல்லையும் அது தன் கரிய குரல்வளையால் விழுங்கிக்கொள்கிறது.

பெவ் ஷா அவர்களைப் பார்க்க வாசலுக்கு வருகிறாள். லூஸி தூக்க மாத்திரை போட்டுக்கொண்டு படுத்திருக்கிறாள்; அவளை தொந்தரவு செய்யாதிருப்பது உசிதம் என்கிறாள்.

'காவல்நிலையத்துக்குப் போயிருந்தாளா?'

'ஆம், உங்கள் காரைப் பற்றி அறிவிப்பொன்று வெளியிடப்பட்டிருக்கிறது.'

'மருத்துவரைப் பார்த்தாளா?'

'பார்த்தாகிவிட்டது. நீங்கள் எப்படி இருக்கிறீர்கள்? உங்களுக்குக் கடுமையான தீக்காயம் என்று லூஸி சொன்னாள்.'

'காயம் பட்டிருக்கிறது. பார்க்கப் பயங்கரமாக இருந்தாலும் உண்மையில் அவ்வளவு மோசமில்லை.'

'சரி, நீங்கள் உணவருந்திவிட்டு ஓய்வெடுக்க வேண்டும்.'

'எனக்குப் பசியில்லை.'

அவள் இவனுக்காக அவர்களுடைய பெரிய, பழையபாணி, இரும்பு வார்ப்புத் தொட்டியில் நீர் நிரப்புகிறாள். ஆவிபறக்கும் நீரில் இவன் தன்னுடைய வெளிறிப்போன உடலைக் கிடத்தி ஆசுவாசம்கொள்ள முயல்கிறான். ஆனால், எழுந்துகொள்ள முயலும்போது வழுக்கிவிழத்தெரிகிறான்: ஒரு குழந்தையைப் போல பலவீனமாக இருக்கிறான், நிதானம் இல்லை. பில் ஷாவை அழைத்து, தொட்டிக்குள்ளிருந்து வெளியில் வர, உடலைத் துடைத்துக்கொள்ள, கடனாகப் பெற்ற இரவு உடையை அணிந்துகொள்ள என்று எல்லாவற்றுக்கும் அவருடைய உதவியைப் பெறும் மானகேட்டுக்கு ஆளாக வேண்டிவருகிறது. பின்னர், பில்லும் பெவ்வும் மெல்லிய குரலில் பேசிக்கொள்வதைக் கேட்கிறான். அவர்கள் பேசிக்கொள்வது இவனைப் பற்றிதான் என்று அறிகிறான்.

மருத்துவமனையிலிருந்து ஒரு பிதுக்குக்குப்பி வலிநிவாரணி, தீக்காயத்துக்கான மருந்துப்பட்டைப் பொதிகள் மற்றும் தலையைத் தாங்கிப் பிடித்துக்கொள்வதற்கான அலுமினியக்கருவி இவற்றோடுதான் வந்திருக்கிறான். பூனைவாடையடிக்கும் ஒரு நுரையிருக்கையில் பெவ் ஷா இவனைப் படுக்கச்செய்கிறாள். ஆச்சரியப்படும்படியாகச் சட்டென்று உறங்கிவிடுகிறான். இரவின் நடுவில் அதீதமானவொரு தெளிந்த மனநிலையோடு எழுகிறான். ஒரு காட்சியுரு தோன்றியிருக்கிறது: லூஸி இவனிடம் பேசியிருக்கிறாள்; அவளுடைய வார்த்தைகள் - என்னிடம் வாருங்கள், என்னைக் காப்பாற்றுங்கள் - அவனுள்

இன்னமும் எதிரொலிக்கின்றன. வெண்ணிற ஒளிவெள்ளப் பின்னணியில், ஈரக்கூந்தல் பின்னால் இழுத்து வாரப்பட்டிருக்க, கைகளை நீட்டியபடி அவள் நிற்கிறாள்.

இவன் எழுகிறான். ஒரு நாற்காலியில் மோதி அதைப் எகிறச் செய்கிறான். விளக்கு எரிகிறது. இவனுக்கு எதிரில் பெவ் ஷா இரவு உடையில் நிற்கிறாள். 'நான் லூஸியிடம் பேச வேண்டும்.' இவன் முனகுகிறான்: வாய் உலர்ந்திருக்கிறது, நா தடித்திருக்கிறது.

லூஸியின் அறைக்கதவு திறக்கிறது. லூஸி அந்தக்காட்சியுருவில் இருந்ததைப் போல இல்லவே இல்லை. உறக்கத்தால் அவள் முகம் ஊதியிருக்கிறது. நிச்சயமாக அவளுடையதல்லாத ஒரு இரவு உடையின் இடுப்புச்சுருக்கை இறுக்கிக்கொண்டிருக்கிறாள்.

'மன்னித்துக்கொள், ஒரு கனவுகண்டேன்' என்கிறான். *காட்சியுரு* எனும் சொல், திடீரென்று பழம்பாணியினாலானதாகவும் விசித்திரமானதாகவும் தோன்றுகிறது. 'நீ என்னை அழைக்கிறாற்போல் தோன்றியது.'

லூஸி தலையை அசைக்கிறாள். 'இல்லை. நீங்கள் போய் உறங்குங்கள்.'

அவள் சொல்வதும் சரிதான். அதிகாலை மணி மூன்று ஆகிறது. ஆனால், அன்று இரண்டாம் முறையாக அவள் இவனிடம் ஒரு குழந்தையிடம் பேசுவதுபோல - குழந்தையிடம் அல்லது முதியவரிடம் பேசுவதுபோல் பேசுவதை இவன் கவனிக்கத் தவறவில்லை.

இவன் மறுபடியும் உறங்க முயல்கிறான். ஆனால், முடியவில்லை. அது மாத்திரைகளின் விளைவாக இருக்க வேண்டும் என்று நினைத்துக்கொள்கிறான்: அது ஒரு காட்சியுருவில்லை, கனவுகூட இல்லை, வெறும்ரசாயனவிளைவாலான உருவெளித்தோற்றம் மட்டுமே. எதுவானாலும் ஒளிவெள்ளத்தின் நடுவில் தோன்றிய பெண்ணுரு இவன் எதிரிலேயே தங்கிவிட்டது. 'என்னைக் காப்பாற்றுங்கள்!' இவனுடைய மகள் கதறுகிறாள், அவளுடைய வார்த்தைகள் தெளிவாக, எதிரொலித்தபடி, கேட்கிறது. லூஸியின் ஆன்மா உண்மையாகவே அவளுடைய உடலை நீங்கி இவனிடம் வருவது சாத்தியமா? ஆன்மாக்களில் நம்பிக்கை

அற்றவர்களுக்கும் ஆன்மா இருக்குமா, அவர்களுடைய ஆன்மாக்கள் சுதந்திரமாக வாழ்க்கையை வாழுமா?

விடிய இன்னமும் நேரம் இருக்கிறது. இவனுடைய மணிக்கட்டு நோகிறது. கண்கள் எரிகின்றன. தலைச்சருமம் புண்ணாகவும் அழன்றும் இருக்கிறது. கவனமாக விளக்கைப் பொருத்திவிட்டு எழுகிறான். தன்னைச்சுற்றி ஒரு போர்வையால் போர்த்திக்கொண்டு லூஸியின் அறைக்கதவைத் தள்ளித் திறந்துகொண்டு நுழைகிறான். படுக்கைக்கு அருகில் ஒரு நாற்காலி இருக்கிறது; அமர்கிறான். புலன்கள் அவள் விழித்திருப்பதைச் சொல்கின்றன.

இவன் என்ன செய்கிறான்? தன்னுடைய சின்ன மகளைக் காவல்காக்கிறான், துன்பத்திலிருந்து அவளைப் பாதுகாக்கிறான், துர்சக்திகளை விரட்டுகிறான். சிறிதுநேரம் கழித்து அவள் ஆசுவாசம்கொள்ளத் தொடங்குவதை உணர்கிறான். அவளுடைய உதடுகள் திறந்துகொள்ளும் மெல்லோசை. பிறகு, மிகமிக மென்மையான குறட்டை.

விடிந்துவிட்டது. பெவ் ஷா காலையுணவுக்கு சோள அவலும் தேநீரும் தருகிறாள். பிறகு, லூஸியின் அறைக்குள் சென்றுவிடுகிறாள்.

'அவள் எப்படி இருக்கிறாள்?' அவள் வெளியில் வந்ததும் கேட்கிறான்.

பெவ் ஷா பதிலுக்கு, சுருக்கமாகத் தலையை மட்டும் ஆட்டுகிறாள். உனக்கு சம்பந்தமில்லாத விஷயம் என்று சொல்வதுபோல. மாதவிலக்கு, குழந்தைப்பிறப்பு, வல்லுறவும் அதன் விளைவுகளும்; உதிர விவகாரங்கள்; ஒரு பெண்ணின் சுமை, பெண்களுக்கே உரியவை.

பெண்கள் மட்டும் குழுவாக வாழும், அவர்கள் விரும்பும் நேரத்தில் மட்டும் ஆண்களின் வருகையை ஏற்கும் அமைப்பில் அவர்கள் மகிழ்ச்சியாக இருப்பார்களோ என்று இவன் எண்ணிலடங்காத முறையாக மீண்டும் யோசிக்கிறான். ஒருவேளை லூஸியைத் தன்பால்மோகி என்று நினைப்பது தவறோ. ஒருவேளை அவள் பெண்களின் அண்மையை விரும்புகிறவள் மட்டுமாக இருக்கலாம். இல்லை ஒருவேளை

எல்லாப் பெண்ணினத் தன்பால்மோகிகளுமே ஆண்களின் தேவை இல்லாதவர்களாகவே இருப்பார்களோ என்னவோ.

அவர்கள், ஹெலனும் அவளும், வல்லுறவுக்கு எதிராகக் கடும் எதிர்ப்பு மனோபாவம் கொண்டவர்களாக இருப்பதில் ஆச்சரியமில்லை. வல்லுறவானது பெருங்குழப்பம் மற்றும் கலப்புகளின் கடவுள், ஒழுங்குகளைக் கலைப்பது. ஒரு தன்பால்மோகியை வல்லுறவுக்குள்ளாக்குவது ஒரு கன்னியை வன்புணர்வதினும் மோசமானது; ஒரு தாக்குதல் என்பதற்கும் அதிகமானது. அந்த ஆண்கள், தாங்கள் செய்யத்துணிந்தது என்னவென்று அறிந்திருந்தார்களா? விஷயம் வெளியில் கசிந்துவிட்டதா?

ஒன்பது மணிக்கு, பில் ஷா பணிக்குக் கிளம்பிய பிறகு, இவன் லூஸியின் அறைக்கதவைத் தட்டுகிறான். அவள் சுவற்றைப் பார்த்துக்கொண்டு படுத்திருக்கிறாள். அவளருகில் அமர்ந்து அவளுடைய கன்னத்தைத் தொடுகிறான். அது கண்ணீரால் நனைந்திருக்கிறது.

'இதைப் பேசுவது எளிதான ஒன்றாக இல்லை. என்றாலும், நீ மருத்துவரைப் பார்த்தாயா?' என்கிறான்.

அவள் எழுந்தமர்ந்து மூக்கைச் சிந்துகிறாள். 'நேற்றிரவு பொது மருத்துவரைப் பார்த்தேன்.'

'எல்லா விளைவுகளைப்பற்றியும் கவனமெடுத்துக்கொண்டாரா?'

'அவர், அவர் ஒரு பெண்.' அவளுடைய குரலில் இப்போது சீற்றத்தின் கீறல் தோன்றுகிறது. 'அவர் என்ன செய்ய முடியும்? ஒரு மருத்துவரால் எல்லாப் பின்விளைவுகளுக்கும் எப்படிக் கவனம் கொடுக்க முடியும்? யோசித்துப் பேசுங்கள்.'

இவன் எழுந்துகொள்கிறான். அவள் எரிச்சலடைய முடிவுசெய்திருக்கிறாள் என்றால் இவனாலும் எரிச்சலடைய முடியும். 'கேட்டதற்கு வருந்துகிறேன். இன்றைக்கு என்ன செய்வதாக இருக்கிறாய்?'

'என்ன செய்வதா? பண்ணைக்குச் சென்று சுத்தம்செய்வதுதான்.'

'பிறகு?'

'பிறகு எப்போதும்போல இருப்பது.'

'பண்ணையிலா?'

'ஆமாம் வேறெங்கே? பண்ணையில்தான்.'

'யோசித்துப் பேசு லூஸி. எல்லாம் மாறிவிட்டது. விட்ட இடத்திலிருந்து இனி நாம் தொடங்க முடியாது.'

'ஏன் முடியாது?'

'ஏனென்றால், அது நல்ல உபாயமல்ல. ஏனென்றால், அது பாதுகாப்பானதல்ல.'

'எப்போதுமே அது பாதுகாப்பானதாக இருக்கவில்லை. மேலும், நல்லதா கெட்டதா என்றெல்லாம் பார்க்க அது ஒரு உபாயம் அல்ல. நான் ஒரு உபாயத்துக்காகத் திரும்பிச்செல்லவில்லை. திரும்பிச்செல்கிறேன். அவ்வளவுதான்.'

இரவல் இரவுடையோடு நிமிர்ந்தமர்ந்துகொண்டு கழுத்தை நேராக்கி, விழிகள் பளபளக்க, இவனை எதிர்கொள்கிறாள். அவள் தன் தந்தையின் சின்ன மகள் இல்லை. இனி எப்போதும் இல்லை.

6

13

அவர்கள் கிளம்புவதற்கு முன், இவனுடைய காயங்களின் கட்டுகளை மாற்ற வேண்டியிருக்கிறது. குறுகலான அந்தச் சிறிய குளியலறையில் பெவ் ஷா மருந்துப் பட்டைகளை அவிழ்க்கிறாள். இவனுடைய இமை இன்னமும் மூடியேதான் இருக்கிறது. அதோடு தலைச்சருமத்தில் கொப்புளங்கள் கிளம்பியிருக்கின்றன. ஆனாலும், இதைவிடவும் நிலைமை மோசமாய் இருந்திருக்கக்கூடும்தான். வலதுச் செவிமடலின் வெளிப்பகுதியே அதீத வலி கொடுப்பது: அந்த இளம் மருத்துவர் சொன்னதுபோல நிஜமாகவே நெருப்புப் பற்றிக்கொண்ட இவனுடைய ஒரே பாகம் அதுதான்.

வெளியே தெரியும் இவனுடைய தலைச்சருமத்தின் இளஞ்சிவப்புநிற அடித்தோலை பெவ் ஷா கிருமிநாசினிக் கலவையால் கழுவுகிறாள். பிறகு, இடுக்கிமுள்ளால். வழவழப்பான மஞ்சள்நிற மருத்துப்பட்டைகளை அதன் மீது இடுகிறாள். இமையடுக்கு, செவியிடுக்குகளில் மென்மையாக மருந்து தடவுகிறாள். வேலை செய்யும்போது அவள் பேசுவதில்லை. சிகிச்சையகத்துக்கு வந்திருந்த அந்த ஆட்டை இவன் நினைத்துக்கொள்கிறான். அவளுடைய கரத்துக்குத் தன்னை ஒப்புக்கொடுத்துக்கொண்ட அதுவும் இதே அமைதியை உணர்ந்திருக்குமா என்று யோசிக்கிறான்.

'அவ்வளவுதான்.' இறுதியாகப் பின்னகர்ந்து நின்றுகொண்டு சொல்கிறாள்.

சீரான வெள்ளைத் தொப்பியும், அடைபட்டிருக்கும் விழியுமாக இருக்கும் தன்னுடைய உருவத்தைக் கண்ணாடியில் பரிசீலிக்கிறான். 'பிரமாதம்' என்கிறான். ஆனால்,

நினைத்துக்கொள்வது: பதப்படுத்தப்பட்ட சடலம்போல இருக்கிறது.

அந்த வல்லுறவுச் சம்பவம் குறித்துப் பேச மீண்டும் முயல்கிறான். 'நேற்றிரவு பொதுமருத்துவரைப் பார்த்ததாக லூஸி சொல்கிறாள்.'

'ஆம்.'

'கர்ப்பம் உண்டாகும் அபாயம் இருக்கிறது. பால்வினை நோய் உண்டாகும் ஆபத்து, எய்ட்ஸ் ஆபத்தும் இருக்கிறது. அவள் மகப்பேறு மருத்துவரையும் பார்த்துவிட வேண்டாமா?'

பெவ் ஷா அசௌகர்யமாக நெளிகிறாள். 'நீங்களே லூஸியைக் கேளுங்களேன்.'

'நான் கேட்டுவிட்டேன். அவள் யோசிக்காமல் பேசுவதுபோல் தோன்றுகிறது.'

'இன்னொரு முறை கேளுங்கள்.'

மணி பதினொன்றைத் தாண்டிவிட்டது. ஆனால், லூஸி கிளம்புவதற்கான அறிகுறியே காட்டுகிறாளில்லை. இவன் தோட்டத்துக்குள் இலக்கற்றுத் திரிகிறான். உள்ளே ஒரு மனச்சோர்வு கவிகிறது. இந்த மனநிலையை எப்படி மாற்றிக்கொள்வது என்று தெரியவில்லை என்பது மட்டுமல்ல. நேற்றைய தினத்தின் நிகழ்வுகள் இவனை ஆழ்ந்த அதிர்ச்சிக்கு உள்ளாக்கிவிட்டிருக்கின்றன. இந்த நடுக்கமும் இயலாமையும் அந்த அதிர்ச்சியின் முதலாவதும் மிக மேலோட்டமானதுமான அறிகுறிகள் மட்டுமே. தனக்குள் தன்னுடைய முக்கிய உறுப்பொன்று காயப்பட்டிருப்பதாக, அடிபட்டிருப்பதாக உணர்கிறான் - அது இதயமாகவும் இருக்கலாம். முதன்முறையாக, வயது முதிர்ந்த ஒருவனாக, தாங்கவியலாத துன்பத்துக்கு ஆளானவனாக, நம்பிக்கைகளற்று, ஆசைகளேதுமற்று, வருங்காலம் குறித்து எந்த எதிர்பார்ப்புகளும் அற்றவனாக இருப்பது எப்படியிருக்கும் என்று இவனுக்குத் தெரியவருகிறது. கோழியிறகுகளின் நாற்றத்துக்கும் அழுகும் ஆப்பிள்களின் துர்மணத்துக்கும் இடையில் ஒரு பிளாஸ்டிக் நாற்காலியில் குலைந்துகிடக்கும் இவன் தனக்கு இந்த உலகத்தின் மீதிருந்த ஆர்வம் சொட்டுச்சொட்டாக வடிந்து கொண்டிருப்பதாக உணர்கிறான். மொத்த ரத்தமும் வடிந்து காய்வதற்கு வாரங்களாகலாம், மாதங்களாகலாம். ஆனால், இப்போது ரத்தம்

வெளியேறிக்கொண்டுதான் இருக்கிறது. அது வடிந்துமுடிந்த பிறகு, சிலந்தி வலையில் இருக்கும் பூச்சிக்கூடுபோல, தொட்டால் உடைந்துவிடுபவனாக, உமியைவிடவும் எடை குறைந்தவனாக இருப்பான், பறந்து தொலைந்துவிடத் தயாராக.

லூஸியிடமிருந்து உதவியை எதிர்பார்க்க முடியாது. லூஸி இருளிலிருந்து ஒளிக்கான தன்னுடைய பாதையைப் பொறுமையாக, மெதுவாக, கண்டெடுத்தாகவேண்டும். அவள் மீண்டும் அவளாக மாறும்வரை அவர்களுடைய தினப்படி வாழ்க்கையின் பொறுப்பு இவனுடையது. ஆனால், அது திடீரென்று வந்துவிட்டது. அவன் சுமக்கத் தயார்படுத்திக்கொண்டிராத கடமை அது: பண்ணை, தோட்டம், நாய்ப்பட்டிகள். லூஸியின் எதிர்காலம், இவனுடைய எதிர்காலம், பண்ணையின் எதிர்காலம் ஆகிய மொத்தமும் - இவனுக்கு எல்லாமே விட்டுப்போயிற்று: எல்லாம் ஒழியட்டும், எனக்கு ஒரு அக்கறையும் இல்லை என்று சொல்ல விரும்புகிறான். அன்று வந்திருந்த அந்த ஆண்களைப் பொறுத்தமட்டில், அவர்கள் எங்கிருந்தாலும் நாசமாய்ப் போகவேண்டும் என்று நினைக்கிறான். மற்றபடி அவர்களைப் பற்றி நினைக்கவே இவன் விரும்பவில்லை.

வெறும் பின்விளைவுதான். அவன் தனக்குத்தானே சொல்லிக்கொள்கிறான். ஆக்கரமிப்பின் பின்விளைவு மட்டும்தான். காலப்போக்கில் உயிரியக்கம் தன்னைத்தானே சீராக்கிக் கொண்டுவிடும். பிறகு, அதனுள் இருக்கும் ஆவியான நான் பழைய நானாக ஆகிவிடுவேன். ஆனால், உண்மை இதற்கு நேர்மாறானது, இவனுக்குத் தெரிகிறது. வாழ்தலின் இன்பம் இவனுள்ளிருந்து உறிஞ்சப்பட்டுவிட்டது. ஓடையின் மீதிருக்கும் இலையைப் போல, தென்றலில் ஊதுகாளான்போல இவன் தன்னுடைய முடிவை நோக்கி மிதக்கத் தொடங்கிவிட்டான். இவனுக்கு அது தெளிவாகத் தெரிகிறது. இவனுள் அது நிராசையை (இந்தச் சொல் நீங்கப்போவதே இல்லை) நிறைக்கிறது. உயிர்க் குருதி அவன் உடலைவிட்டு நீங்கிக்கொண்டிருக்கிறது, நிராசை அதன் இடத்தை எடுத்துக்கொண்டிருக்கிறது. மணமற்ற, சுவையற்ற, ஊட்டமற்ற ஒரு வாயுவைப் போன்ற நிராசை. நீ அதை சுவாசிக்கிறாய், உன்னுடைய கைகால்கள் தொய்கின்றன, நீ கவலையேபடவில்லை, அதன் உலோகக்கரம் உன் குரல்வளையைத் தொடும் கணத்தில்கூட.

வாசலில் அழைப்புமணி ஒலிக்கிறது: நேர்த்தியான சீருடையில் இரண்டு இளம் காவலதிகாரிகள், விசாரணையைத் தொடங்கத் தயாராக. லூஸி அவளுடைய அறையிலிருந்து, கோலம் குலைந்தவளாக வெளிப்படுகிறாள். நேற்று அணிந்திருந்த அதே ஆடைகளை அணிந்திருக்கிறாள். காலையுணவை மறுக்கிறாள். காவலதிகாரிகள் தங்களுடைய வாகனத்தில் பின்தொடர, பெவ் அவர்களைப் பண்ணைக்கு அழைத்துச்செல்கிறாள்.

நாய்களின் சடலங்கள் அவை செத்துவிழுந்த கூண்டுகளுக்குள்ளேயே கிடக்கின்றன: புல்டாக் கேட்டி இன்னமும் அங்கே இருக்கிறது: கொட்டிலுக்கு அருகில் அது விலக்கத்தோடு ஒளிந்திருப்பதை அவர்கள் பார்த்துவிடுகிறார்கள். பெட்ருஸின் அறிகுறியே இல்லை.

வீட்டுக்குள்ளே இரண்டு காவலதிகாரிகளும் தம் தொப்பிகளை எடுத்துக் கரங்களுக்கு அடியில் வைத்துக்கொள்கிறார்கள். இவன் விலகிநின்று, லூஸி, தான் சொல்வதற்காகத் தேர்ந்திருக்கும் கதையை அவளையே சொல்ல அனுமதிக்கிறான். அவர்கள் மிகுந்த மரியாதையுடன் செவிமெடுக்கிறார்கள். அவளுடைய ஒவ்வொரு வார்த்தையையும் குறித்துக்கொள்கிறார்கள். நோட்டுப்புத்தகத்தின் தாள்களில் அவர்களுடைய பேனா தயக்கத்தோடு நகர்கிறது. அவர்கள் அவளுடைய தலைமுறையினர்தான். ஆனாலும், அவளிடமிருந்து விலக்கம் பேணுகிறார்கள். அவள் ஏதோ கறைபட்ட உயிரினம்போலவும், அந்தக்கறை அவர்களுக்கும் தாவி அவர்களையும் அழுக்காக்கிவிடும் என்பதைப் போலவும்.

அவள் ஒப்பிக்கிறாள், மூன்று ஆண்கள் இருந்தார்கள், அல்லது இரண்டு ஆண்களும் ஒரு சிறுவனும். வீட்டுக்குள் தந்திரமாக நுழைந்து, பணம், ஆடைகள், ஒரு தொலைக்காட்சி, ஒரு சிடி ப்ளேயர், குண்டுகளோடு இருந்த ஒரு கட்டைத் துப்பாக்கி (அவள் பொருட்களைப் பட்டியலிடுகிறாள்) ஆகியவற்றை எடுத்துச்சென்றனர். அவளுடைய தந்தை அவர்களைத் தடுத்தபோது அவர்கள் அவரைத் தாக்கினார்கள். அவர் மீது ஸ்பிரிட்டை ஊற்றி நெருப்பைப் பற்றவைக்க முயன்றார்கள். பிறகு, நாய்களைச் சுட்டுவிட்டு, அவருடைய காரில் ஏறிப் போய்விட்டார்கள். அவள் அந்த ஆண்கள் குறித்து விவரிக்கிறாள், அவர்கள் உடுத்தியிருந்ததையும்; காரை விவரிக்கிறாள்.

பேசிக்கொண்டிருக்கும் நேரம் முழுவதும் லூஸி நீடுறுதியாய் இவனைப் பார்த்தபடியே இருக்கிறாள். ஏதோ இவனிடமிருந்துதான் தைரியம் பெற்றுக்கொள்பவள்போல அல்லது அவளுக்கு மாறாய் இவன் பேசிவிடக்கூடாது என்பதுபோல. அதிகாரிகளில் ஒருவன் 'முழுச் சம்பவமும் முடிய எவ்வளவு நேரமானது?' என்று கேட்க, 'இருபது அல்லது முப்பது நிமிடங்கள்' என்கிறாள். அது உண்மைக்கு மாறானது என்பதை இவனும் அவளும் அறிவார்கள். அது முடிய இன்னமும் வெகுநேரம் பிடித்தது. எவ்வளவு நேரம் பிடித்தது? அந்த வீட்டின் பெண்மணியிடம் அந்த ஆண்கள் தங்கள் காரியத்தை முடித்துக்கொள்ள எவ்வளவு நேரம் தேவைப்பட்டதோ அவ்வளவு.

எப்படியானாலும் இவன் குறுக்கிடுகிறானில்லை: இவனுக்கு எதிலுமே பிடிப்பில்லாமல் போய்விட்டிருக்கிறது: லூஸி தன் கதையைத் தொடர, இவன் அதைச் செவியுறுகிறானில்லை. நினைவின் விளிம்பில் கவிந்துகொண்டிருந்த கடந்த இரவின் வார்த்தைகள் வடிவம்கொள்ளத் தொடங்கிவிட்டன. *கழிப்பறைக்குள் பூட்டப்பட்ட இரண்டு முதிய பெண்மணிகள்/ திங்கள் முதல் சனிவரை அங்கேயே இருந்தார்கள்/ அவர்கள் அங்கே இருந்ததை யாரும் அறியவில்லை.* இவனுடைய மகள் பயன்படுத்திக் கொள்ளப்பட்டிருந்தபோது இவன் கழிப்பறையில் பூட்டப்பட்டிருந்தான். இவனுடைய குழந்தைப்பிராயத்தின் பாடல், இவனை நோக்கி விரலை நீட்டிக் குரலெழுப்புகிறது. *ஓ அன்பே என்னவாகயிருக்கும் அது?* லூஸியின் ரகசியம்; அவனுடைய அவமானம்.

காவலதிகாரிகள் வீடு முழுக்க எச்சரிக்கையோடு நகர்ந்து ஆய்வுசெய்கிறார்கள். ரத்தம் இல்லை, கவிழ்க்கப்பட்ட அறைக்கலன்கள் ஏதும் இல்லை. அடுப்படியின் அலங்கோலம் துப்புரவாக்கப்பட்டிருக்கிறது (யார் செய்தது லூஸியா? எப்போது?) கழிப்பறைக் கதவுக்குப் பின்னே எரிந்துமுடிந்த இரண்டு தீக்குச்சிகள். அவர்கள் அவற்றைக் கவனிக்கவே இல்லை.

லூஸியின் அறையில் அந்த இரட்டைப் படுக்கையின் விரிப்புகள் அத்தனையும் அகற்றப்பட்டிருக்கின்றன. குற்றம் நிகழ்ந்த இடம், இவன் நினைத்துக்கொள்கிறான்; அத்தோடு, அந்த நினைப்பைப்

படித்துவிட்டவர்கள்போல அந்தக் காவலதிகாரிகள் விழிகளைத் திருப்பிக்கொண்டு, கடந்து செல்கிறார்கள்.

ஒரு குளிர்காலக் காலையின் அமைதியான வீடு, கூட்டியோ குறைத்தோ சொல்ல வேறு ஏதுமில்லை.

'துப்பறியும் நிபுணரொருவர் வந்து ரேகைத்தடங்களைப் பார்வையிடுவார்.' கிளம்பும்போது அவர்கள் சொல்கிறார்கள். 'எதையும் தொட்டுவிடாமல் இருக்க முயலுங்கள். அவர்கள் எடுத்துச் சென்றுவிட்ட வேறு எதுவும் நினைவுவந்தால் காவல் நிலையத்துக்குத் தொலைபேசுங்கள்.'

அவர்கள் கிளம்பிய மறுநொடியே தொலைபேசியைப் பழுதுபார்க்கும் நபர் வருகிறார். பின்னாலேயே, கிழவர் எட்டிங்கர் வருகிறார். காணாமல் போயிருக்கும் பெட்ருஸைப் பற்றி அவர் மறைகுறிப்பாய்ச் சொல்கிறார், 'அவர்களில் ஒருவனையும் நாம் நம்ப முடியாது.' மேலும், கோம்பியைச் சரிசெய்ய ஒரு *ஆள்காரனை*[19] அனுப்புவதாகச் சொல்கிறார்.

முன்பெல்லாம் *ஆள்காரன்* என்ற வார்த்தை பிரயோகிக்கப்படும்போது, லூஸி கடுங்கோபம் கொள்வதை இவன் பார்த்திருக்கிறான். இப்போது எதிர்ப்பு காட்டாமல் இருக்கிறாள்.

எட்டிங்கரோடு வாசல்வரைநடக்கிறான்.

'பாவம் லூஸி.' எட்டிங்கர் குறிப்பிடுகிறார். 'அவளுக்கு இது மிகவும் பயங்கரமாக இருந்திருக்க வேண்டும். ஆனால், இது இன்னமும் மோசமாகப் போயிருக்கவும்கூடும்.'

'அப்படியா? எப்படி?'

'அவர்கள் அவளைத் தங்களோடு இழுத்துச்சென்றிருக்கக்கூடுமே.'

இவன் அம்மட்டோடு நிறுத்திக்கொள்கிறான். இந்த எட்டிட்ங்கர் ஒன்றும் முட்டாளில்லை.

இறுதியாக, இவனும் லூஸியும் தனிமையில் இருக்கிறார்கள். இவன் உதவ முற்படுகிறான். 'இடத்தைக் காட்டினாய் என்றால், நான் நாய்களை புதைத்துவிடுகிறேன். அவற்றின் உரிமையாளர்களிடம் என்ன சொல்லப்போகிறாய்?'

19 Boy– ஆப்ரிக்கப் பணியாள்.

'உண்மையைச் சொல்வேன்.'

'இதற்குக் காப்பீட்டுத்தொகை கிடைக்குமா?'

'எனக்குத் தெரியவில்லையே. படுகொலைகளுக்குக் காப்பீட்டுத்தொகை கொடுப்பார்களா என்று தெரியவில்லை. கேட்டுப்பார்க்க வேண்டும்.'

ஒரு தயக்கம். 'நீ ஏன் மொத்தக் கதையையும் சொல்ல மாட்டேன் என்கிறாய் லூஸி?'

'நான் முழுக் கதையையும்தான் சொல்லியிருக்கிறேன். நான் என்ன சொல்லியிருக்கிறேனோ அதுதான் முழுக் கதை.'

இவன் கலக்கத்தோடு தலையை அசைக்கிறான். 'உன்னிடம் உனக்கான காரணங்கள் இருக்கும் என்பதில் எனக்குச் சந்தேகமில்லை. ஆனால், விரிவான பின்னணியில் இது சரியான அணுகுமுறைதான் என்பதில் உறுதியாக இருக்கிறாயா?'

அவள் பதிலளிக்கிறாளில்லை. இவனும் அப்போதைக்கு அவளுக்கு அழுத்தம் கொடுக்கிறானில்லை. ஆனால், இவனுடைய நினைவு அத்துமீறல் நிகழ்த்திய அந்த மூவரிடம் செல்கிறது, அந்த மூன்று ஆக்கிரமிப்பாளர்கள், ஒருவேளை இவன் தன் வாழ்நாளில் இனி எப்போதும் மீண்டும் அவர்களைப் பார்க்காமலே போய்விடலாம், எனினும் அவர்கள் இப்போது இவனுடைய, இவனது மகளினுடைய வாழ்க்கையிலும்கூட, நிரந்தரமான அங்கமாக இருக்கிறவர்கள். அவர்களும் செய்தித்தாள்களைப் பார்ப்பார்கள், புரணிப்பேச்சுக்களைக் கேட்பார்கள். திருட்டுக்கும் தாக்குதலுக்காகவும் தவிர வேறு எதற்காகவும் தாங்கள் தேடப்படவில்லை என்பதைப் படிப்பார்கள். அந்தப் பெண்ணின் உடல்மீது ஒரு போர்வையைப் போல மௌனம் போர்த்தப்பட்டிருப்பது அவர்களுக்குத் தெரியவரும். வெட்கக்கேடாகிவிட்டது வெளியில் சொல்லமுடியாத வெட்கக்கேடு, அவர்கள் ஒருவருக்கொருவர் சொல்லி ஆரவாரமாகக் கெக்கலிப்பார்கள். தாங்கள் அடித்த கொள்ளையை நினைவுகூர்வார்கள். அவர்களுக்கு அப்படிப்பட்ட வெற்றியைக் கொடுக்க லூஸி தயாராய் இருக்கிறாளா?

லூஸி சொல்லுமிடத்தில், எல்லைக்கோட்டுக்கு மிக அருகில், இவன் குழிபறிக்கிறான். முழுதாக வளர்ந்த ஆறு நாய்களுக்கான

சவக்குழி: சமீபத்தில் உழப்பட்டிருக்கும் நிலத்திலும் அதற்கு ஒரு முழு மணிநேரம் பிடிக்கிறது, முடிக்கும்போது முதுகு நோகிறது, கரங்கள் நோகின்றன, மணிக்கட்டு மீண்டும் வலிக்கத் தொடங்குகிறது. ஒரு தள்ளுவண்டியில் இருக்கும் அந்தச் சடலங்களைக் கவிழ்க்கிறான். தொண்டையில் காயம்பட்ட அந்த நாய் இன்னமும் தன்னுடைய ரத்தமிழுகிய பற்களை வெறித்துக் காட்டுகிறது. இவன் நினைத்துக்கொள்கிறான் - பீப்பாயில் இருக்கும் சுடுமீனைப்போல. கறுப்பின மனிதன் ஒருவனின் வாடையடித்துவிட்டாலே சீறுவதற்கென்று நாய்கள் இனப்பெருக்கம் செய்யப்படும் நாட்டில், இது, வெறுக்கத்தக்கது என்றாலும்கூட கிளர்ச்சியூட்டுவதாகவும் இருக்கலாம். மதிய வேளையில் திருப்திதரும் ஒரு வேலை, எல்லாப் பழிவாங்கல்களிலும்போல வெறியூட்டுவது. குழிக்குள், ஒவ்வொன்றாக, நாய்களைத் தள்ளுகிறான், பிறகு அதை மூடுகிறான்.

திரும்பிவரும்போது, பொருட்கள் சேகரித்துவைக்கும், ஊசல் வாடையடிக்கும் நிலவறையில் லூஸி தற்காலிகப் படுக்கையொன்றை விரித்துக்கொண்டிருக்கக் காண்கிறான்.

'இது யாருக்கு?'

'எனக்குத்தான்.'

'உபரி அறையொன்று இருக்கிறதே அது என்ன ஆயிற்று?'

'அதன் கூரைப் பலகைகள் பழுதுபட்டிருக்கின்றன.'

'பின்கட்டில் இருக்கும் அந்தப் பெரிய அறை?'

'அங்கு குளிர்பதனப்பெட்டி பெரிதாய் ஓலமிடுகிறது.'

அது உண்மையல்ல. பின்கட்டு அறையில் இருக்கும் குளிர்பதனப்பெட்டி லேசாய் உறுமுவதுகூட கிடையாது. அதில் இருக்கும் பொருட்கள்தான் லூஸி அங்கே உறங்க மறுக்கக் காரணம்: இனி நாய்களுக்கு வேண்டியிராத இறைச்சிக்கழிவு, எலும்புகள், நாய்களுக்கான இறைச்சித் துண்டங்கள்.

'என்னுடைய அறையில் இருந்துகொள். நான் இங்கு உறங்குகிறேன்.' பிறகு, உடனடியாகத் தன்னுடைய பொருட்களைக் காலிசெய்யும் வேலையில் இறங்குகிறான்.

ஒரு மூலையில் காலி ஜாடிப் பெட்டிகளும், தெற்கு பார்த்திருக்கும் ஒரே ஜன்னலும் உள்ள இந்தக் குகைக்குள் இவன் ஜாகை மாற்றத்தான் வேண்டுமா? லூஸியை ஆக்ரமித்தவர்களின் ஆவியுருக்கள் இன்னமும் அவளுடைய படுக்கையறையில் உலவிக்கொண்டிருக்கின்றன என்றால் அவை கட்டாயமாகத் துரத்தப்பட வேண்டும். அவை தங்களுடைய புனிதத்தலமாக அதை மாற்றிக்கொள்ள அனுமதிக்கப்படக்கூடாது. ஆகவே, இவன் தன்னுடைய பொருட்களை லூஸியின் அறைக்குக் கொண்டுசெல்கிறான்.

மாலை மங்குகிறது. அவர்களுக்குப் பசியில்லை. ஆனாலும், உண்கிறார்கள். உண்பது ஒரு சடங்கு. சடங்குகள் விஷயங்களை எளிதாக்குகின்றன.

எவ்வளவு மென்மையாக இயலுமோ அவ்வளவு மென்மையாக அந்தக் கேள்வியை மீண்டும் முன்வைக்கிறான். 'லூஸி என் உயிரே, நீ ஏன் அதைச் சொல்ல மறுக்கிறாய்? நடந்தது ஒரு குற்றம். குற்றத்துக்கு இலக்காக நேர்வதில் வெட்கப்பட ஒன்றுமில்லை. அப்படி இலக்காவதை நீ தீர்மானிக்கவில்லை. உன் தரப்பு குற்றமற்றது.'

மேஜைக்கு மறுபுறத்தில் அமர்ந்திருக்கும் லூஸி, நீண்ட மூச்செடுத்து தன்னை நிலைப்படுத்திக்கொள்கிறாள். பிறகு, நெடிய மூச்சொன்றை வெளியிட்டுத் தலையை ஆட்டுகிறாள்.

'நான் ஊகிக்கவா? நீ எனக்கு எதையோ நினைவுபடுத்த முயல்கிறாயா?'

'எதை நினைவுபடுத்த முயல்கிறேன்?'

'ஆண்களின் கைகளில் பெண்கள் எதற்கெல்லாம் ஆளாகிறார்கள் என்பதை.'

'அப்படியெல்லாம் நான் யோசிக்கவே இல்லை. உங்களுக்கும் இதற்கும் ஒரு சம்மந்தமும் இல்லை டேவிட். காவலர்களிடம் அந்தக் குறிப்பிட்ட புகாரை ஏன் அளிக்கவில்லை என்று நீங்கள் தெரிந்துகொள்ள விரும்புகிறீர்கள். நீங்கள் இந்த விஷயம் குறித்து மறுபடியும் பேசாமல் இருக்க ஒப்புக்கொள்ளும் பட்சத்தில் சொல்கிறேன். காரணம் இதுதான், என்னைப் பொறுத்தவரை எனக்கு நிகழ்ந்தது முழுக்கமுழுக்க என்னுடைய தனிப்பட்ட விவகாரம். வேறொரு சமயத்தில் வேறொரு இடத்தில் இது

ஒரு பொது விவகாரமாகக் கருதப்படக்கூடும். ஆனால், இந்த இடத்தில், இந்த சமயத்தில் அப்படியல்ல. இது என்னுடைய விவகாரம். எனது மட்டுமே.'

'அப்படி என்ன இடமாக இருக்கிறது இது?'

'இது தென்னாப்பிரிக்காவாக இருக்கிறது.'

'நான் உடன்பட முடியாது. நீ செய்வதற்கு உடன்படவே முடியாது. உனக்கு நேர்ந்ததை எதிர்க்காமல் ஏற்றுக்கொள்வதால் மட்டும் நீ எட்டிங்கர் போன்ற விவசாயிகளிடமிருந்து உன்னைத் தனித்துக் காட்டிக்கொண்டுவிட முடியுமா? இங்கு நிகழ்ந்தது ஒரு பரிட்சை என்று நினைக்கிறாயா: நீ தேர்வாகிவிட்டால் உன்னுடைய பாதுகாப்பான எதிர்காலத்துக்கென்று ஒரு பட்டயம் கொடுப்பார்களா அல்லது கடந்துபோகும் கொள்ளை நோய்கள் உன்னைத் தாக்காதிருக்க, உன்னுடைய வாசற்கதவின் விட்டத்தில் ஒரு புனிதச்சின்னத்தை வரைந்துதருவார்களா? பழிவெறி அப்படிச் செயல்படுவதில்லை லூஸி. பழிவெறி நெருப்பைப் போன்றது. அது எவ்வளவுக்கெவ்வளவு கபளீகரம் செய்கிறதோ அவ்வளவுக்குப் பசிகொள்ளும்.'

'நிறுத்துங்கள் டேவிட்! இந்தக் கொள்ளைநோய்கள், நெருப்பு குறித்த பேச்சைக் கேட்க நான் தயாராக இல்லை. என்னைக் காப்பாற்றிக்கொள்வது மட்டுமே என் நோக்கமில்லை. நீங்கள் அப்படி நினைத்தால் என்னுடைய நோக்கம் உங்களுக்குப் புரியவில்லை என்பதே அர்த்தம்.'

'அப்படியென்றால் புரிந்துகொள்வதற்கு நீ எனக்கு உதவு. தனிப்பட்ட முறையில் ஏதாவது பாவவிமோசனம் எய்த முயல்கிறாயா? கடந்தகாலப் பாவங்களுக்கான பரிகாரமாக நிகழ்காலத்தில் துன்பம் அனுபவிக்க முடிவெடுத்திருக்கிறாயா?'

'இல்லை. நீங்கள் தொடர்ந்து என்னைத் தவறாகவே புரிந்துகொள்கிறீர்கள். குற்றவுணர்வு, பாவவிமோசனம் என்பவையெல்லாம் கருத்தியல்கள். நான் கருத்தியல்களின் கட்டளைப்படி வாழ்கிறவளில்லை. நீங்கள் முயன்றாலே ஒழிய உங்களால் இதைப் புரிந்துகொள்ள முடியாது, என்னால் உங்களுக்கு உதவ இயலாது.'

இவன் பதில் சொல்ல விரும்புகிறான். ஆனால், இவனைப் பேச விடுகிறாளில்லை. 'டேவிட் நாம் ஒப்பந்தம்

செய்துகொண்டிருக்கிறோம். நான் இந்த உரையாடலை நீட்டிக்க விரும்பவில்லை.'

அவர்கள் இருவரும் எப்போதுமே இவ்வளவு கசப்புணர்வுடனான விலகலை உணர்ந்ததில்லை. இவன் ஆடிப்போகிறான்.

ơ

14

ஒரு புதிய நாள். எட்டிங்கர் தொலைபேசியில் அழைத்து, 'தற்போதைக்கு' ஒரு துப்பாக்கியை இரவல் தருவதாகச் சொல்கிறார்.

'நன்றி. நாங்கள் இதுகுறித்து யோசிக்கிறோம்' என்று பதில் சொல்கிறான்.

இவன் குணமாகத் தொடங்கியதுமே லூஸியின் கருவிகளை எடுத்து அடுப்பபடிக்கதவைச் சரிசெய்கிறான். கம்பிகள், பாதுகாப்புக்கான வாயிற்கதவுகள், ஒரு சுற்று முள்வேலி இப்படி எட்டிங்கர் செய்திருக்கும் அத்தனையையும் அவர்களும் பொருத்தியாக வேண்டும். பண்ணையை அவர்கள் ஒரு கோட்டையாக மாற்றியாக வேண்டும். லூஸி ஒரு கைத்துப்பாக்கியையும் ஒரு வாக்கிடாக்கியையும் வாங்குவதுடன் துப்பாக்கிசுடும் பயிற்சியும் மேற்கொள்ளவேண்டும். ஆனால், அவள் இதற்கெல்லாம் ஒப்புக்கொள்வாளா? அவள் இங்கு இருப்பதே அந்த நிலத்தை நேசிப்பதாலும், இந்தப் பழைய நாட்டுப்புறத்தனமான வாழ்க்கையை விரும்புவதாலும்தான். அம்மாதிரியான வாழ்க்கையும் அவளுக்கு விலக்கப்பட்டுவிட்டது என்றால் அவள் நேசிக்கவென என்னதான் மீதம் இருக்கிறது?

கேட்டி அதன் மறைவிடத்திலிருந்து மெல்ல வெளியில் வரவழைக்கப்பட்டு அடுப்பபடியில் தங்கவைக்கப்பட்டிருக்கிறது. அது குரலெழுப்பாமலும் பயந்துபோயும் இருக்கிறது. சதா லூஸியைப் பின்தொடர்ந்துகொண்டும் அவளுடைய பாதங்களை உரசிக்கொண்டும் இருக்கிறது. வாழ்க்கை ஒரு நொடியிலிருந்து இன்னொரு நொடிக்கு இடையில் மாறிக்கொண்டே இருக்கிறது. வீடு அந்நியமானதாகவும் வன்முறைக்கு ஆளானதாகவும்

தோன்றுகிறது; அவர்கள் எப்போதும் எச்சரிக்கையாகவே இருக்கிறார்கள், ஓசைகளை உற்றுக் கவனித்தபடி.

பிறகு, பெட்ருஸ் அவன் திரும்புகையை நிகழ்த்துகிறான். குண்டும்குழியுமான அந்த ஓடுபாதையில் ஒரு பழைய லாரி முனகியபடி வந்து தொழுவத்தின் அருகில் நிற்கிறது. அவனுடைய உருவளவுக்கு மிக இறுக்கமாக இருக்கும் சூட்டை அணிந்திருக்கும் அவன் காரிலிருந்து இறங்குகிறான். அவனுடைய மனைவியும் வண்டியோட்டியும் அவனைத் தொடர்ந்து இறங்குகிறார்கள். இரண்டு நபர்கள் லாரியிலிருந்து, அட்டைப்பெட்டிகள், கிரீஸ் பூசிய கம்புகள், துத்தநாகத்தகடுகள், நெகிழிக்குழாய் உருளைகள், இறுதியாக ஏகப்பட்ட இரைச்சல் மற்றும் களேபரத்தோடு, பாதி வளர்ச்சியடைந்த இரண்டு ஆடுகள் - பின்னர் அவற்றை பெட்ருஸ் வேலிக்கம்பியோடு சேர்த்துக்கட்டினான் - ஆகியவற்றை இறக்குகிறார்கள். லாரி, தொழுவத்தை ஒரு பெரிய சுற்று சுற்றிவிட்டு, ஓடுபாதையில் தடதடத்துச் திரும்பிச்செல்கிறது. பெட்ருஸும் அவன் மனைவியும் உள்ளே சென்று மறைகின்றனர். ஆஸ்பெஸ்டாஸ் குழாய் புகைபோக்கியிலிருந்து புகைச்சுருளொன்று கிளம்பத் தொடங்குகிறது.

இவன் பார்த்துக்கொண்டே இருக்கிறான். பெட்ருஸின் மனைவி வெளியில் வந்து ஒரு அலட்சியமான பாவனையுடன் கையை அகல வீசி, குப்பைவாளியில் இருப்பதைக் கொட்டுகிறாள். வாட்டசாட்டமான பெண், இவன் நினைக்கிறான், நாட்டுப்புற பாணியில் நீளப்பாவாடையும், உயரத்தூக்கிக் கட்டப்பட்ட தலைக்குட்டையுமாக. வாட்டசாட்டமான ஒரு பெண்ணும் அதிர்ஷ்டக்காரனான ஒரு ஆணும். ஆனால், அவர்கள் எங்கே போயிருந்தார்கள்?

'பெட்ருஸ் திரும்பிவிட்டான். ஏராளமான கட்டுமானப் பொருட்களுடன்.' இவன் லூஸியிடம் சொல்கிறான்.

'நல்லது.'

'அவன் போகவிருப்பதாக உன்னிடம் ஏன் சொல்லவில்லை? இம்மிபிசகாமல் அதே நேரத்தில் அவன் காணாமல் போனதில் ஏதோ விவகாரம் இருப்பதாக உனக்குப் படவில்லையா?'

'நான் பெட்ருஸுக்குக் கட்டளையிட்டுக் கொண்டிருக்க முடியாது. அவனுக்கு அவன்தான் எசமானன்.'

கேட்ட கேள்விக்கான பதில் இது இல்லை. ஆனால், அதையும் கடந்துபோகிறான். இப்போதைக்கு, லூஸியைப் பொறுத்தமட்டில் எல்லாவற்றையும் கடந்துபோக அனுமதிக்க முடிவெடுத்திருக்கிறான்.

லூஸி தனிமையிலேயே இருக்கிறாள். எந்த உணர்வையும் வெளிப்படுத்துகிறாளில்லை. அவளைச் சுற்றியிருக்கும் எதன் மீதும் ஆர்வம் காட்டுவதில்லை. பண்ணையத்தைப் பற்றி எதுவுமே தெரியாத இவன்தான் வாத்துகளை அவற்றின் கூண்டிலிருந்து வெளியில் விட வேண்டியிருக்கிறது, கண்மாய்கள் செயல்படும் விதத்தைப் புரிந்துகொண்டு தோட்டம் காய்ந்துவிடாமல் இருக்க நீர்ப்பாய்ச்ச வேண்டியிருக்கிறது. லூஸி மணிக்கணக்காகப் படுக்கையில் கிடக்கிறாள், விட்டத்தை வெறித்துப் பார்த்துக்கொண்டோ, கணக்கற்றவற்றைச் சேகரித்துவைத்திருக்கிறாள் என்று தோன்றும் பழைய பத்திரிகைகளைப் பார்த்துக்கொண்டோ. அவற்றை அவள் அவசரஅவசரமாகப் புரட்டுகிறாள், அவற்றில் இல்லாத எதையோ தேடிக்கொண்டிருப்பவளைப் போல. எட்வின் ட்ரூட் பற்றி மேற்கொண்டு தகவல் ஏதும் இல்லை.

டங்கரீஸ் அணிந்திருக்கும், அணையில் வேலையாய் இருக்கும், பெட்ருஸை அவன் அறியாமல் இவன் கண்காணிக்கிறான். இன்னமும் அவன் லூஸியை வந்து பார்க்கவில்லை என்பது இவனுக்குச் சரியாகப் படவில்லை. மெல்ல நடந்துபோகிறான். முகமன் சொல்லிக்கொள்கிறார்கள். 'கேள்விப்பட்டிருப்பாயே, நீ போயிருந்தபோது, புதன் அன்று இங்கே பெரிய கொள்ளை நிகழ்ந்தது.'

'ஆம். கேள்விப்பட்டேன். இது மோசம். ரொம்ப மோசமான விஷயம். ஆனால், இப்போது நீங்கள் நலமாக இருக்கிறீர்கள்.'

இவன் நலமாகிவிட்டானா? லூஸி நலமாகிவிட்டாளா? பெட்ருஸ் இதையொரு கேள்வியாகக் கேட்கிறானோ? இது கேள்விபோல தொனிக்கவில்லையே. ஆனால், இவன் அதை வேறு மாதிரியாக எடுத்துக்கொள்ளவும் முடியாது. நாகரிகம் கருதினால் முடியாது. இப்போது கேள்வி என்னவென்றால், பதில் என்ன என்பதுதான்?

‘நான் உயிரோடு இருக்கிறேன். ஒருவர் உயிரோடு இருக்கிறார் என்றால் அவர் நலமாக இருக்கிறார், அப்படித்தானே. அப்படியென்றால், நான் நலமாக இருக்கிறேன்’ என்கிறான். தயங்கி, காத்திருக்கிறான், ஒரு நிசப்தம் உருவாக அனுமதிக்கிறான், பெட்ருஸ் அடுத்த கேள்வியைக் கேட்டு நிரப்பியாக வேண்டிய நிசப்தம்: *‘லூஸி எப்படி இருக்கிறாள்?’*

இவன் நினைத்தது தவறு. பெட்ருஸ் கேட்கிறான், ‘லூஸி நாளைக்குச் சந்தைக்குப் போவாளா?’

‘எனக்குத் தெரியாது.’

‘ஏனென்றால், நாளை அவள் போகவில்லை என்றால் கடையை இழக்கவேண்டிவரும். அப்படியும் நடக்கலாம்.’

‘நாளைக்கு நீ சந்தைக்குப் போவாயா என்று பெட்ருஸ் தெரிந்துகொள்ள விரும்புகிறான். நீ கடையை இழக்க நேரலாம் என்று அஞ்சுகிறான்.’ இவன் லூஸியிடம் தெரிவிக்கிறான்.

‘எனக்குப் போகவே தோன்றவில்லை. நீங்கள் இருவருமாகப் போகலாமே.’

‘முடிவாகத்தான் சொல்கிறாயா? ஒரு வாரத்தைத் தவறவிடுவது சரியாகப்படவில்லையே.’

அவள் பதில் சொல்கிறாளில்லை. தன்னுடைய முகத்தை மறைத்துக்கொள்ளவே அவள் நினைப்பாள். ஏன் என்று அவனுக்குத் தெரியும். அந்த மானக்கேட்டின் காரணமாய். அந்த வெட்கக்கேட்டால். அந்த வருகையாளர்கள் சாதித்தது இதைத்தான்; தன்னம்பிக்கைமிக்க, நாகரிகமான இந்த இளம் பெண்ணுக்கு அவர்கள் இதைச் செய்துவிட்டார்கள். மாவட்டத்துக்குள் இந்தச் செய்தி ஒரு கறை பரவுவதுபோல பரவிக்கொண்டிருக்கிறது. அவள் பரப்ப நினைத்த கதையல்ல, இது அவர்களுடையது, அவர்களே அதன் உரிமையாளர்கள்: அவளுக்கான இடத்தில் அவளை எப்படி வைத்துவிட்டார்கள் என்பது, ஒரு பெண்ணுக்கான உபயோகம் என்னவென்று அவளுக்கு அவர்கள் எப்படிக் காட்டித்தந்தார்கள் என்பது.

ஒற்றைக் கண்ணோடும் வெள்ளைக் குல்லாவோடும் தன்னைப் பொதுவெளியில் நிறுத்திக்கொள்வதற்குத் தன்னளவில் இவனுக்கும் கூச்சமாகத்தான் இருக்கிறது. ஆனால், லூஸிக்காக

இந்தச் சந்தை விவகாரத்திலும் ஈடுபடுகிறான், கடையில் பெட்ருஸின் அருகில் அமர்ந்துகொண்டு, நயமற்ற ஆர்வத்துடன் வெறித்துப் பார்க்கப்படுவதை சகித்துக்கொண்டு, வருத்தம் தெரிவிக்க முன்வரும் லூஸியின் நண்பர்களுக்கு அழகாகப் பதில் சொல்லிக்கொண்டு இருக்கிறான். 'ஆம், ஒரு கார் போய்விட்டது. ஆம், நாய்களும்தான், ஒன்றைத் தவிர எல்லாம். இல்லை, என் மகள் நலமாக இருக்கிறாள், இன்றைக்குத்தான் என்னவோ கொஞ்சம் சுகவீனம். இல்லை, எங்களுக்கு நம்பிக்கை இல்லை, காவலதிகாரிகளுக்கும் ஏராளமான பணிச்சுமை, உங்களுக்கே தெரியுமே. ஆம், கட்டாயம் அவளிடம் தெரிவிக்கிறேன்.'

ஹெரால்டில் அவர்களைப் பற்றிப் பிரசுரமாகியிருப்பதைப் படிக்கிறான். அடையாளம் தெரியாத தாக்குதல்காரர்கள் என்று அந்த ஆண்கள் குறிப்பிடப்பட்டிருக்கிறார்கள். 'மூன்று அடையாளம் தெரியாத தாக்குதல்காரர்களால் மிஸ் லூஸி லூரியும் அவருடைய வயதான தகப்பனாரும் சலேமின் நகர்ப்புற எல்லையைத்தாண்டி இருக்கும் அவர்களுடைய சிறிய பண்ணை நிலத்தில் தாக்கப்பட்டு, துணிமணிகள், மின்சாதனப்பொருட்கள், ஒரு சுடும் ஆயுதமும் கொள்ளையடிக்கப் பட்டிருக்கின்றன. அவர்கள் ஒரு 1993 டொயாட்டா கொரோலா பதிவெண் 507644-இல் தப்பிக்கும் முன் ஒரு கொடுமையான திருப்பமாக ஆறு காவல் நாய்களையும் சுட்டுக்கொன்றிருக்கிறார்கள். இந்தத் தாக்குதலில் லேசான காயங்களுக்கு ஆளான மிஸ்டர் லூரி, செட்லர்ஸ் மருத்துவமனையில் சிகிச்சை பெற்ற பிறகு வீடு திரும்பினார்.'

மிஸ் லூரியின் வயதான தகப்பனாருக்கும், இயற்கைக் கவி வில்லியம் வர்ட்ஸ்வர்த்தின் சீடனும், சமீப காலம்வரை கேப் டவுன் பல்கலைக்கழகத்தில் பேராசிரியராய் இருந்த டேவிட் லூரிக்கும் இடையில் யாதொரு தொடர்பும் கொடுக்கப்படவில்லை என்பதில் இவன் மகிழ்ச்சியடைகிறான்.

வியாபாரத்தைப் பொறுத்தமட்டில் இவன் செய்வதற்குப் பெரிதாக எதுவுமில்லை. பொருட்களை வேகமாகவும் சீராகவும் பரப்பிவைப்பது, அவற்றின் விலையை அறிந்து பணம் பெற்றுக்கொள்வது, சில்லரை மாற்றுவது என்று எல்லாவற்றையும் செய்வது பெட்ருஸே. உண்மையில், பெட்ருஸ்தான் வேலை செய்கிறான், இவன் உட்கார்ந்து கைகளைத் தேய்த்துக்கொண்டிருக்கிறான். முற்காலத்தில்

போலவே: எசமானனும் வேலையாளுமாக.[20] பெட்ருஸுக்கு ஆணைகள் பிறப்பிக்க இவன் துணியவில்லை என்பதுதான் ஒரே வித்தியாசம். என்ன செய்ய வேண்டுமோ அதை பெட்ருஸே செய்துவிடுகிறான், அவ்வளவுதான்.

என்ன செய்தும் என்ன, அவர்களுடைய வியாபாரம் குறைவாகத்தான் இருக்கிறது: முன்னூறு ராண்டுகளுக்கும் கம்மி. காரணம், லூஸி இல்லாததுதான். அதில் சந்தேகமே இல்லை. பெட்டிபெட்டியாக மலர்களையும், பைப்பையாகக் காய்கறிகளையும் கோம்பியில் திரும்ப ஏற்ற வேண்டியிருக்கிறது. பெட்ருஸ் தலையை ஆட்டுகிறான். 'இது சரியில்லை' என்கிறான்.

தான் அங்கிருந்து கிளம்பிப்போயிருந்தது பற்றி பெட்ருஸ் இதுவரை ஒரு விளக்கமும் கொடுக்கவில்லை. தன் விருப்பப்படி வரவும்போகவும் பெட்ருஸுக்கு உரிமையுண்டு; அதை அவன் செயல்படுத்திக்கொண்டும் விட்டான்; அவனுடைய மௌனமும் அவனுடைய அதிகாரத்துக்கு உட்பட்டதே. ஆனால், கேள்விகள் நிலைத்திருக்கின்றன. அந்த அந்நியர்கள் யார் என்று பெட்ருஸுக்குத் தெரியுமா? அவன் வாயிலிருந்து வெளியில் வந்து விழுந்த ஏதோ ஒரு வார்த்தையால்தான் அன்று அவர்கள் எட்டிங்கர் போன்றவர்களை விட்டுவிட்டு, லூஸியைத் தங்கள் இலக்காகத் தேர்ந்தெடுத்தார்களா? அவர்கள் என்ன திட்டமிட்டிருக்கிறார்கள் என்று பெட்ருஸுக்கு முன்பே தெரியுமா?

இதுவே பழைய காலமாய் இருந்தால், பெட்ருஸை உண்டு இல்லையென்று செய்திருப்பார்கள். பழைய காலமாக இருந்தால் அவனிடம் கடுஞ்சினம் காட்டி அவனை மூட்டையைக் கட்டிக்கொண்டுஓடச்செய்து, அவனுடைய இடத்தில் வேறு யாரையாவது அமர்த்தும் அளவுக்குப் போயிருப்பார்கள். ஆனால், என்னதான் பெட்ருஸ் கூலிக்கு அமர்த்தப்பட்டவன் என்றாலும், கறாராகச் சொல்லப்போனால் இனியும் பெட்ருஸ் கூலிக்காரனல்ல. கறாராகச் சொல்லப்போனால், பெட்ருஸை இன்னாரென்று சொல்வது கடினம். ஓரளவுக்கு ஒத்துவரக்கூடிய ஒரு வார்த்தை அண்டை வீட்டுக்காரன் என்பதுதான். பெட்ருஸ் தன்னுடைய உழைப்பை, அது அவனுக்கு ஏற்புடையது என்பதால், விற்கும், ஒரு அண்டைவீட்டுக்காரன். அவன் தன்னுடைய உழைப்பை ஒரு ஒப்பந்தத்தின் பேரில்

20 bass en klass: (Afrikaans)

விற்கிறான், எழுதப்படாத ஒப்பந்தத்தின் பேரில், சந்தேகத்தின் அடிப்படையில் அவனை வேலைநீக்கம் செய்வதற்கான சட்டப்பிரிவு அந்த ஒப்பந்தத்தில் இல்லை. இது அவர்கள் வாழும் ஒரு புது உலகம், இவனும் லூஸியும் பெட்ருஸும். பெட்ருஸுக்கு இது தெரியும், இவனுக்கும் இது தெரியும், இவனுக்குத் தெரியும் என்பது பெட்ருஸுக்குத் தெரியும்.

இதையெல்லாம் தாண்டியும் இவன் பெட்ருஸுடன் அணுக்கமாக உணர்கிறான், எச்சரிக்கையோடுதான் என்றாலும், அவனை விரும்பவும்கூட தயாராக இருக்கிறான். பெட்ருஸ் இவனுடைய தலைமுறையைச் சேர்ந்த ஆண். பெட்ருஸ் எவ்வளவோ கஷ்டநஷ்டங்களைப் பார்த்திருப்பான் என்பதில் சந்தேகமில்லை, சொல்வதற்கு அவனிடம் ஒரு கதை இருக்கும் என்பதிலும் சந்தேகமில்லை. என்றாவது ஒருநாள் பெட்ருஸின் கதையைக் கேட்கவும் இவனுக்கு சம்மதம்தான். ஆனால், அது ஆங்கிலத்தில் சொல்லப்படாதிருத்தல் நலம். தென்னாப்பிரிக்காவின் உண்மையைச் சொல்ல ஆங்கிலம் பொருத்தமற்ற மொழி என்பதை அவன் நாளுக்குநாள் நன்றாக உணர்கிறான். ஆங்கிலத்தின் வாக்கியமாக்கம் குறித்த விதிமுறைகள் மேலும்மேலும் இழுபட்டு இறுகிப்போனவையாக மாறிவிட்டன; தெளிவைத் தொலைத்துவிட்டன; தெளிவுத்தன்மையைத் தொலைத்துவிட்டன, தெளிவாக்கத்தைத் தொலைத்துவிட்டன. மண்ணில் புதைந்து படிமமான ஒரு டைனோசரைப் போல இந்த மொழி இறுகிப்போய்விட்டது. ஆங்கிலத்தின் வார்ப்பச்சில் பெட்ருஸின் கதையை வைத்து அழுத்தினால் அது அழன்றுபோன, காலாவதியான ஒன்றாகவே வெளிவரும்.

பெட்ருஸிடம் இவனைக் கவர்வது அவனுடைய முகம், அவனுடைய முகமும் அவனுடைய கரங்களும். நேர்மையான பாடுபடல் என்று ஏதேனும் ஒன்று உண்டு என்றால் அதன் அடையாளங்களைச் சுமப்பவன் பெட்ருஸ். பொறுமையும் ஆற்றலும் நெஞ்சுரமுமான மனிதன். உழுகுலத்தான், ஒரு *பேசான்*[21], நாட்டுப்புறத்தான். சதிகாரன், சூழ்ச்சிக்காரன், சந்தேகமில்லாமல் பொய்சொல்லியும்கூட, எல்லா உழவர்களையும்போல. நேர்மையான பாடுபடலும் நேர்மையான சூதும்.

21 Paysan – Old French Paisan.

வருங்காலத்தில் பெட்ருஸ் என்னவெல்லாம் செய்வான் என்பதை இவன் அனுமானித்திருக்கிறான். தன்னுடைய ஒன்றரை ஹெக்டேர் நிலத்தைக் காலத்துக்கும் உழுதுகொண்டிருப்பதில் பெட்ருஸ் திருப்தியடைந்துவிட மாட்டான். தன்னுடைய ஹிப்பி, நாடோடி நண்பர்களைவிடவும் லூஸி சற்று அதிகம் தாக்குப்பிடித்திருக்கலாம். ஆனால், பெட்ருஸைப் பொறுத்தவரை அவள் வெறும் கோழித்தீவனம்தான்: பண்ணையம் மீது ஆர்வம் கொண்ட ஒரு பொழுதுபோக்கியே தவிர உழத்தி அல்ல. லூஸியின் பண்ணையை அபகரித்துக்கொள்ளவே பெட்ருஸ் விரும்புவான். பிறகு, எட்டிங்கரினுடையதையும் அபகரிக்க எண்ணுவான் அல்லது குறைந்தது அதில் ஒரு மந்தையை மேய்க்கும் அளவையாவது. எட்டிங்கரை அவ்வளவு எளிதில் வீழ்த்திவிட முடியாது. லூஸி வெறும் வந்தேறி; எட்டிங்கரோ குடியானவர், மண்ணின் மைந்தர், தன் மண்ணைக் குரங்குப்பிடியாகப் பற்றிக்கொள்பவர், *பழம் தின்று கொட்டை போட்டவர்*, ஆனாலும் பார்த்துக்கொண்டிருக்கும்போதே இறந்துவிடக்கூடியவர், அவருடைய மகனோ எப்போதோ பறந்துவிட்டான்.

அந்த விதத்தில், எட்டிங்கர் முட்டாளாக இருந்துவிட்டார். ஒரு நல்ல குடியானவன் ஏராளமான மகன்களைப் பெற்றுக்கொள்வதில் அக்கறைகொள்பவன்.

வருங்காலத்தைப் பற்றி பெட்ருஸ் கொண்டிருக்கும் பார்வையில் லூஸி போன்றவர்களுக்கு இடமே இல்லை. ஆனால், இதனால் மட்டும் அவன் எதிரியாகிவிடுவதும் இல்லை. கிராமப்புற வாழ்க்கையில் அண்டை அயலார்கள் ஒருவருக்கெதிராக ஒருவர் சூழ்ச்சி செய்துகொள்வதும், அடுத்தவர் நிலத்தில், புழுவெட்டு ஏற்பட்டு பயிர்கள் வளர்ச்சியற்றுப் போக வேண்டும் என்றும், அவர்களுக்குப் பொருளாதாரச் சேதம் நேர வேண்டும் என்றும் மனதார விரும்புவதும் சகஜம் என்றாலும் துன்ப காலங்களில் கைகொடுப்பவர்களும் அவர்களே ஆவார்கள்.

ஆகமோசமான, குரூரமான வாசிப்பு என்று பார்த்தால், அது லூஸிக்கு ஒரு பாடம் புகட்டுவதற்காக அந்த மூன்று அந்நியர்களை ஏற்பாடுசெய்து, அவர்களுக்கான சன்மானமாகப் பொருட்களைத் திருடச்சொன்னதும் பெட்ருஸாக இருக்கலாம் என்பதுதான். ஆனால், இவனாலேயே நம்பமுடியாத அளவுக்கு இது எளிமையானதாக இருக்கிறது. அசல் உண்மை பேரளவு

- அதற்கான வார்த்தையைத் தேடுகிறான் - மனித இன ஆராய்ச்சியோடு தொடர்புடையது என்று நினைக்கிறான். அதன் அடியாழம்வரை போகவேண்டியிருக்கும். அதற்கு வாரக்கணக்கில், மாதக்கணக்கில் பொறுமை தேவைப்படும். அவசரமில்லாமல் ஏராளமான ஜனங்களிடம் உரையாட வேண்டியிருக்கும், மொழிபெயர்ப்பாளர் ஒருவரோடும் அவர் அலுவலகத்தில் உரையாட வேண்டியிருக்கும்.

அதே சமயம், ஏதோ நடக்கப்போகிறது என்று பெட்ருஸுக்குத் தெரிந்திருக்கும் என்று இவன் நம்பவே செய்கிறான்; பெட்ருஸ் நினைத்திருந்தால் லூஸியை எச்சரித்திருக்க முடியும் என்றும். அதனாலேயே இவன் இந்த விவகாரத்தை விடுவதாய் இல்லை. அதனாலேயே இவன் பெட்ருஸைத் தொடர்ந்து நச்சரிக்கிறான்.

பெட்ருஸ் அந்தக் காரையணையிலிருந்து தண்ணீரை வெளியேற்றிவிட்டு அதில் இருக்கும் பாசியை நீக்கிச் சுத்தம்செய்து கொண்டிருக்கிறான். விரும்பத்தக்க வேலையில்லை. என்றாலும், இவன் உதவ முன்வருகிறான். லூஸியின் ரப்பர் ஜோடுகளுக்குள் திணிக்கப்பட்டிருக்கும் பாதங்களோடு இவன் அணைக்குள் இறங்குகிறான். வழுக்கும் தரையில் கவனமாகக் கால்களைப் பதிக்கிறான். சிறிது நேரம் தேய்ப்பது, சுரண்டுவது, சேற்றை அள்ளி வெளியில் இடுவது என்று இவனும் பெட்ருஸும் இணக்கமாகச் செயலாற்றுகிறார்கள். பிறகு, இவன் வெடிக்கிறான்.

‘பெட்ருஸ் இங்கே பார். இங்கே வந்திருந்த நபர்கள் புதியவர்கள் என்பதை என்னால் நம்பவே முடியவில்லை. திடீரென்று எங்கிருந்தோ வந்து, அவர்கள் செய்ததைச் செய்துவிட்டு, அதற்குப் பிறகு ஆவியுருக்களைப் போல மறைந்துவிட்டார்கள் என்பதை என்னால் நம்ப முடியவில்லை. அதோடு அவர்கள் அன்று எங்களைக் குறிவைத்ததற்குக் காரணம் அன்று அவர்கள் சந்தித்த முதல் வெள்ளை ஆட்கள் நாங்கள்தான் என்பதையும் என்னால் நம்ப முடியவில்லை. நீ என்ன நினைக்கிறாய்? நான் நினைப்பது தவறா?’

பெட்ருஸ் ஒரு புகைப்பானைப் புகைக்கிறான், அது பழைய பாணிப் புகைப்பான், வளைந்த தண்டும், கிண்ணத்தின் மீது சிறிய வெள்ளி மூடியும் கொண்டது. இப்போது அவன் நிமிர்கிறான், தன்னுடைய டங்கரீஸின் பையிலிருந்து அந்தப் புகைப்பானை எடுக்கிறான், மூடியைத் திறக்கிறான், கிண்ணத்துக்குள்

புகையிலையைத் திணிக்கிறான், பற்றவைக்கப்படாத புகைப்பானை வாயில் வைத்து இழுக்கிறான். அணையின் சுவர்களுக்கு வெளியே, மலைகளைத்தாண்டி, விரிந்திருக்கும் கிராமத்தைப் பார்த்து நினைவுகளில் ஆழ்ந்திருப்பதுபோல வெறிக்கிறான். அவனுடைய முகபாவத்தில் பூரண அமைதி தெரிகிறது.

'அவர்களைக் காவல்துறை பிடிக்க வேண்டும்,' என்கிறான் இறுதியில். 'அவர்களைக் காவல்துறை பிடித்துச் சிறையில் அடைக்க வேண்டும். அதுதான் காவல்துறையின் வேலை.'

'ஆனால், துப்பு கிடைக்காமல் காவல்துறையால் அவர்களைப் பிடிக்க முடியாது. அந்த ஆட்களுக்கு காட்டிலாகா அலுவலகத்தைப் பற்றித் தெரிந்திருந்தது. அவர்களுக்கு லூஸியைப் பற்றித்தெரிந்திருந்திருக்கிறது என்பதில் எனக்கு சந்தேகமே இல்லை. இந்த மாகாணத்துக்கு அவர்கள் முற்றிலும் புதியவர்கள் என்றால் அவர்களுக்கு இதெல்லாம் எப்படித் தெரிந்திருக்கும்?'

இதை ஒரு கேள்வியாக எடுத்துக்கொள்ளாமல் இருப்பதையே பெட்ருஸ் தேர்வுசெய்கிறான். அவன் புகைப்பானைத்தன் சட்டைப்பையில் வைத்துக்கொண்டு, துடைப்பத்துக்குப் பதிலாக மண்வெட்டியை எடுக்கிறான்.

'அது வெறும் திருட்டு மட்டுமல்ல பெட்ருஸ்.' இவன் வலியுறுத்துகிறான். 'அவர்கள் திருடுவதற்காக மட்டும் வரவில்லை. இதை எனக்கு நிகழ்த்துவதற்காக மட்டும் அவர்கள் வரவில்லை.' தன்னுடைய காயத்தின் கட்டையும் கண் பட்டையையும் தொடுகிறான். 'அவர்கள் வந்தது வேறொன்றைச் செய்யவும்தான். நான் என்ன சொல்கிறேன் என்று உனக்குத் தெரியும், தெரியாவிட்டாலும் நிச்சயமாக உன்னால் ஊகிக்க முடியும். அவர்கள் செய்ய வந்ததைச் செய்த பிறகு லூஸி வழக்கம்போல் தன்னுடைய வாழ்க்கையை வாழ்வாள் என்று யாரும் எப்படி எதிர்பார்க்க முடியும். நான் லூஸியைப் பெற்றவன். அந்த நபர்கள் பிடிபட்டுச் சட்டத்தின் முன் இழுத்துவரப்பட்டு, தண்டிக்கப்படவேண்டும் என்று நினைக்கிறேன். நான் நினைப்பது தவறா? நீதி வேண்டும் என்று நான் நினைப்பது தவறா?'

பெட்ருஸின் வாயிலிருந்து அந்த வார்த்தைகளை எப்படி வரவழைப்பது என்பது குறித்தெல்லாம் இவன் யோசிக்கவில்லை, இதை அவன் சொல்ல இவன் கேட்டுவிட வேண்டும் அவ்வளவுதான். 'இல்லை, நீங்கள் நினைப்பது தவறில்லை' என்பதை.

இவனுள்ளாகக் கோபக்கிளர்ச்சி ஓடுகிறது, அவனைத் திடீரென்று தாக்கிவிடலாம் எனும் அளவுக்கு வலுகொண்டதாக. மண்வெட்டியை அணையின் அடியில் குத்தி அது நிரம்ப சேற்றையும் களையையும் வெட்டி, தோளைத்தாண்டி, அணைச் சுவற்றைத்தாண்டி வீசி எறிகிறான். ஆத்திரத்தின் சாட்டையால் உன்னை நீயே அடித்துக்கொள்கிறாய் என்று தன்னைத்தானே கண்டித்துக்கொள்கிறான்: நிறுத்து அதை. ஆனாலும், இந்தக்கணமே பெட்ருஸின் கழுத்தைப் பிடித்து நெறிக்க வேண்டும் என்று தோன்றுகிறது. என்னுடைய மகளின் இடத்தில் உன் மனைவி மட்டும் இருத்திருந்தால் என்று பெட்ருஸிடம் சொல்லத்துடிக்கிறான், இந்நேரம் நீ உன்னுடைய புகைப்பானைத் தட்டிக்கொண்டு வார்த்தைகளை நிறுத்தி நிதானமாகப் பேசிக்கொண்டிருக்க மாட்டாய். அத்துமீறல்: இந்த வார்த்தைதான் பெட்ருஸின் வாயிலிருந்து இவன் பிடுங்கத்துடிப்பது. ஆம் அது ஒரு அத்துமீறல், ஆம் அது ஒரு அக்கிரமச்செயல். இதை பெட்ருஸ் சொல்லிக் கேட்க வேண்டும் என்று நினைக்கிறான்.

மௌனமாக, அருகருகில், இவனும் பெட்ருஸுமாக வேலையை முடிக்கிறார்கள்.

பண்ணையில் இப்படியாகத்தான் இவனுடைய நாட்கள் கழிகின்றன. வாய்க்கால் மதகுகளைச் சுத்தம்செய்ய பெட்ருஸுக்கு உதவுகிறான். தோட்டம் காய்ந்துவிடாமல் காக்கிறான். சந்தைக்கான பொருட்களைக் கட்டிவைக்கிறான். சிகிச்சையகத்தில் பெவ் ஷாவுக்கு உதவுகிறான். தரையைப் பெருக்குகிறான், சமைக்கிறான், லூஸி செய்வதை நிறுத்திவிட்ட எல்லா வேலைகளையும் செய்கிறான். அதிகாலை தொட்டு அந்திவரை வேலை செய்தபடி இருக்கிறான்.

ஆச்சரியப்படுத்தும் வேகத்தில் கண் குணமாகிறது: ஒரே வாரத்தில் இவனால் மீண்டும் பார்க்க முடிகிறது. தீக்காயங்கள் ஆற நேரம் எடுக்கிறது. தொப்பியையும் காதை மறைக்கும் கட்டையும் தொடர்ந்து அணிகிறான். கட்டை எடுத்துவிட்டால்,

அந்தக் காது, சிப்பியை நீங்கிய ஒரு இளஞ்சிவப்பு நத்தையைப் போல இருக்கிறது: மற்றவர்கள் பார்வைக்கு அதை வெளிப்படுத்தும் அளவுக்கு எப்போது துணிவான் என்று இவனுக்குத் தெரியவில்லை.

வெயிலிலிருந்து பாதுகாத்துக்கொள்ளவும், சொல்லப்போனால் தன் முகத்தை மறைத்துக்கொள்வதற்காகவும், ஒரு தொப்பி வாங்குகிறான். விசித்திரமாக, விசித்திரத்திலும் மோசம், குரூரமாக சாலையில் குழந்தைகளை மருட்டும் பரிதாப ஜீவன்போல தோன்றுவதற்கு பழகிக்கொள்ள முனைகிறான். 'அந்த ஆள் ஏன் அப்படிப் பயங்கரமாக இருக்கிறான்' என்று அவர்கள் தம் தாய்மாரைக் கேட்க, அவர்களின் வாய் பொத்தப்பட வேண்டியிருக்கிறது.

சலேமில் இருக்கும் கடைகளுக்குத் தன்னால் முடிகிறபோது அரிதாகவே போகிறான், க்ரஹாம்ஸ்டவுனுக்கு சனிக்கிழமைகளில் மட்டும். திடீரென்று இவனொரு துறவியாகிவிட்டிருக்கிறான், ஒரு கிராமத்துத்துறவி. அலைதலுக்கு ஒரு முற்றுப்புள்ளி, இதயம் அதே அளவுக்குக் காதல்கொள்ள முடிந்தாலும் நிலவு இன்னமும் அதேபோல மின்னுகிறது என்றாலும். இப்படித் திடீரென்று அது முடிவுக்கு வருமென்று யார்தான் ஊகித்திருக்க முடியும்: காதலிப்பதும் அலைதலும்!

கேப் டவுனின் கிசுகிசுப்பரப்பில் இவர்களுடைய துரதிர்ஷடக்கதை ஒரு சுற்று வந்திருக்கும் என்பதில் இவனுக்குச் சந்தேகமில்லை. திரிக்கப்பட்ட எதுவும் ரோஸலிந்துக்குப் போய்ச்சேரக்கூடாது என்பதில் இவன் அக்கறைகொள்கிறான். தொலைபேசியில் அவளை இருமுறை அழைத்தும் வெற்றி கிட்டவில்லை. அவள் பணிபுரியும் பயண ஏற்பாட்டு முகமைக்கு மூன்றாம் முறை அழைக்கிறான். அவள் சாரணப்பணிக்காக மடகஸ்கர் போயிருப்பதாகச் சொல்லப்படுகிறது: அன்டனானரிவோவில் இருக்கும் ஒரு விடுதியின் தொலைநகல் எண் அவனுக்குத் தரப்படுகிறது.

இவன் ஒரு அஞ்சல் வரைகிறான்: 'லூஸியும் நானும் கொஞ்சம் அதிர்ஷ்டம் கெட்டுப்போனோம். என்னுடைய கார் திருடுபோயிற்று. கைகலப்பும் நடந்தது. அதில் எனக்கு லேசாக அடிபட்டது. பெரிதாக ஒன்றுமில்லை ஆடிப்போய்விட்டோம் என்றாலும் நலமாவே இருக்கிறோம். வதந்திகளுக்கு முன்பாக நானே உனக்குத் தெரியப்படுத்திவிட எண்ணினேன். உன்

சுற்றுப்பயணம் நன்றாகப் போகிறதென்று நம்புகிறேன்.' ஒப்புதலுக்காக அதை லூஸியிடமும், அனுப்புவதற்காக பெவ் ஷாவிடமும் கொடுக்கிறான். ஆப்ரிக்காவின் அதிஇருளார்ந்த பகுதியில் இருக்கும் ரோஸலிந்துக்கு.

லூஸி தேறுகிறாளில்லை. இரவெல்லாம் விழித்திருக்கிறாள், உறக்கம் வருவதில்லை என்று சொல்லிக்கொண்டு; பிறகு, பகலில் ஒரு குழந்தையைப் போல் கட்டைவிரலை வாயிலிட்டுக்கொண்டு நுரையிருக்கையில் உறங்குகிறாள். உணவு மீதான விருப்பத்தை இழந்துவிட்டிருக்கிறாள்: அவள் இறைச்சியைத் தொடவும் மறுப்பதால் இவன் சமைக்கத் தெரியாத உணவு வகைகளையெல்லாம் செய்து அவளை உண்ணவைக்கப் போராட வேண்டியிருக்கிறது.

இதற்காக இவன் இங்கே வரவில்லையே அறியவொண்ணாததின் மத்தியில் சிக்கிக்கொள்ள, பிசாசுகளை விரட்ட, மகளுக்குப் பணிவிடைகள் செய்ய, அழிந்துகொண்டிருக்கும் ஒரு தொழில் முயற்சியைக் காப்பதற்கு முயற்சி எடுக்க. இவன் இங்கே எதற்காகவாவது வந்திருக்கிறான் என்றால் அது தன்னைத்தானே மீட்டுக்கொள்ளவும் தன் வலிமையைத் திரட்டிக்கொள்ளவும்தான். இங்கோ நாளுக்குநாள் இவன் தன்னை இழந்துகொண்டிருக்கிறான்.

பிசாசுகள் இவனையும் விட்டுவைக்கவில்லை. ரத்தப்படுக்கையில் மூழ்குவதாக, அல்லது மூச்சிரைத்துக்கொண்டு, ஓசையெழும்பாமல் அலறிக்கொண்டு, பருந்து போன்ற முக அமைப்புகொண்ட, பெனின் முகமூடி[22] அணிந்திருக்கும் அல்லது தோத்[23]போல இருக்கும் மனிதனிடமிருந்து தப்பிக்க ஓடுவது போலவெல்லாம் இவனுக்குக் கொடுங்கனவுகள் வருகின்றன. ஓர் இரவு, உறக்கக் கலக்கத்தில், அரைக்கிறுக்கனாகி, படுக்கையுறைகளை அகற்றி, மெத்தையைத் திருப்பிப்போட்டு, கறைகள் இருக்கின்றனவா என்று தேடுகிறான்.

பைரனைக் குறித்த திட்டமும் அப்படியே இருக்கிறது. கேப் டவுனிலிருந்து கொண்டுவந்த புத்தகங்களில் இரண்டு கடிதத் தொகுதிகள் மட்டுமே இருக்கின்றன - மற்றவை, திருடுபோன காரில் இருந்தன. க்ரஹம்ஸ்டவுன் பொது நூலகத்தில்

---

22 Benin – ஆப்ரிக்காவின் பாரம்பரிய முகமூடிகளில் ஒன்று.

23 Thoth– பறவை முகமும் மனித உடலும் கொண்ட பண்டைய எகிப்திய கடவுள்.

தேர்ந்தெடுக்கப்பட்ட கவிதைகளின் தொகுப்பு மட்டுமே இருக்கிறது. ஆனால், இவன் இன்னமும் படித்துகொண்டே இருக்க வேண்டுமா? பழைய ரவென்னாவில் பைரனும் அவனுடைய நேசத்துக்குரியவளும் நேரத்தை எப்படிக் கழித்தார்கள் என்று இன்னமும் இவனுக்குத் தெரிய வேண்டியது ஏதாவது இருக்கிறதா? இந்நேரத்துக்கு இவனால் பைரனுக்கு நிகரான இன்னொரு பைரனையும், ஏன் தெரசாவையுமே உருவாக்கியிருக்க முடியாதா?

உண்மையைச் சொல்ல வேண்டும் என்றால் இதைப் பல மாதங்களாக இவன் தள்ளிப்போட்டுக்கொண்டே இருக்கிறான்: வெற்றுத்தாளுக்கு முகம் கொடுக்க வேண்டியிருக்கும், முதல் இசைக்குறிப்பை வரையும், தன்னுடைய தகமையை உணர்ந்துகொள்ளும் அந்த முதல் கணத்தை. சேர்ந்து பாடும் காதலர்களுக்காக இவன் புத்தகங்களிலிருந்து பறித்துக்கொண்டவை பாடல் வரிகள், பெண்ணின் உச்சஸ்தாயி மற்றும் ஆணின் உச்சஸ்தாயி ஏற்கெனவே இவனுடைய மனதில் அச்சாகப் பதிந்து, வார்த்தைகள் புலப்படாமல் பாம்புகளைப்போல ஒன்றையொன்று பின்னிக்கிடக்கின்றன. உச்சம் அடையாத மெல்லிசையாக; பளிங்கு மாடிப்படிகளை அளக்கும் ஊருயிரியின் சரசரப்பாக; துரோகமிழைக்கப்பட்ட கணவனின் நாராசமான ஊளை பின்னணியில் துடிக்க. இருண்மை மிக்க அந்த மூவரும் உயிர்ப்பிக்கப்படவிருக்கும் இடம் இதுதானா: கேப் டவுனில் அல்லாமல், பழைய கஃப்ராரியாவிலா?

ϭ

15

அந்த இரண்டு குட்டி ஆடுகளும் நாள் முழுக்க தொழுவத்துக்குப் பின்னாலுள்ள நிலத்தின் ஒரு தரிசுப் பரப்பில் கட்டப்பட்டிருக்கின்றன. அவற்றின் சலுப்பூட்டும் இடைவிடாத கதறல் இவனுக்கு எரிச்சலூட்டத் தொடங்கியிருக்கிறது. மிதிவண்டியைத் தலைகீழாகப் போட்டு அதைச் செப்பனிட்டுக்கொண்டிருக்கும் பெட்ருஸை நெருங்குகிறான். 'அந்த ஆடுகளை அவை மேயக்கூடிய இடத்தில் கட்டலாமல்லவா?' என்கிறான்.

'அவை விருந்துக்கானவை. சனிக்கிழமை அன்று விருந்துக்காக அவற்றை வெட்டப்போகிறேன். நீங்களும் லூஸியும் வரவேண்டும்.' அவனுடைய கைகளைச் சுத்தமாகத் துடைக்கிறான். 'நான் உங்களையும் லூஸியையும் விருந்துக்கு அழைக்கிறேன்.'

'சனிக்கிழமையா?'

'ஆம். சனிக்கிழமை அன்று நான் ஒரு விருந்து கொடுக்கிறேன். பெரிய விருந்து.'

'நன்றி. என்னதான் அவை விருந்துக்கானவை என்றாலும் அவற்றை மேயவிட வேண்டும் என்று உனக்குத் தோன்றவில்லையா?

ஒரு மணிநேரத்துக்குப் பிறகும் அவை இன்னமும் அங்கேயே பிணைக்கப்பட்டு, துயரத்துடன் கதறிக்கொண்டிருக்கின்றன. பெட்ருஸை எங்குமே காணக்கிடைக்கவில்லை. எரிச்சலோடு இவன் அவற்றின் கட்டை அவிழ்த்து, ஏராளமாகப் புற்கள் இருக்கும் அணைப்பகுதிக்கு இழுத்துச்செல்கிறான்.

ஒரே மூச்சில் நீர் அருந்திவிட்டு ஆடுகள் நிதானமாக மேயத் தொடங்குகின்றன. ஒத்த அளவும், ஒரே அடையாளக் குறிகளும், ஒன்றே போன்ற அசைவுகளுமாக இருக்கும், கருமுகம் கொண்ட பெர்ஷிய இனத்தைச் சேர்ந்தவை அவை. இரட்டைப்பிறவிகள், எல்லாச் சாத்தியங்களிலும், பிறப்பிலேயே கசாப்புக்கடைக்காரனின் கத்திக்கென நாள்குறிக்கப்பட்டவை. சரிதான், அதில் அதிசயமாக ஒன்றுமில்லை. ஒரு ஆடு என்றைக்கு வயது முதிர்வால் இறந்திருக்கிறது? தங்களைத் தாங்களே உடமை கொள்ளாதவை ஆடுகள், அவற்றின் உயிர் அவற்றினுடையது அல்ல. அவை தங்களின் கடைசிச் சொட்டுவரை பயன்படுத்தப்படுவதற்காகவே இருப்பவை. அவற்றின் தசை உண்ணப்படுவதற்காக, அவற்றின் எலும்புகள் நொறுக்கப்பட்டுக் கோழித்தீவனமாக ஆக்கப்படுவதற்காக, எதுவும் மிஞ்சாது, மிஞ்சிப்போனால் பித்தப்பை ஒன்று நீங்கலாக, அதைத்தான் யாரும் உண்ண மாட்டார்கள். தேக்கார்த்தே[24] இதை யோசித்திருக்க வேண்டும். இருண்ட, கசப்பான பித்தப்பையில் மறைந்துகொண்டிருக்கும் ஆன்மாவை.

'பெட்ருஸ் நம்மை ஒரு விருந்துக்கு அழைத்திருக்கிறான். அவன் எதற்காக இப்போது விருந்து கொடுக்கிறான்?' இவன் லூஸியிடம் கேட்கிறான்.

'நிலம் கிரையமாற்றம் செய்யப்பட்டதற்காக இருக்கும் என்று நினைக்கிறேன். சட்டபூர்வமாக அடுத்த மாதத்தின் முதல் தேதியில் அவனுக்கு அது கிடைத்துவிடும். அவனைப் பொறுத்தவரையில் இது பெரிய விஷயம். நாம் முகத்தைக் காட்டிவிட்டாவது வரவேண்டும். அவர்களுக்குப் பரிசு ஒன்றும் எடுத்துச்செல்ல வேண்டும்.'

'அவன் அந்த இரண்டு ஆடுகளையும் வெட்டப்போகிறான். இரண்டு ஆடுகள் அவ்வளவுக்குக் காணுமென்று எனக்குத் தோன்றவில்லை.'

'பெட்ருஸ் ஒரு கருமி. முற்காலத்தில் என்றால் ஒரு எருதை வெட்டுவார்கள்.'

'அவனுடைய பழக்கவழக்கங்கள், வெட்டப்போகும் மிருகங்களை அவற்றை உண்ணவிருக்கும் ஜனங்களுக்கு அறிமுகப்படுத்த வீட்டுக்குக் கொண்டுவருவது எதுவும் எனக்குப் பிடிக்கவில்லை.'

---

24 பிரான்ஸின் மெய்யியல் அறிஞர்.

'எப்படிச் செய்தால் உங்களுக்கு உவப்பாயிருக்கும்? ஒரு கசாப்புக்கடையில் வைத்து அவை வெட்டப்படுவதா, நீங்கள் அதைப் பற்றி யோசிக்க வேண்டிய தேவை இருக்காது என்பதற்காகவா?'

'ஆமாம்.'

'விழித்துக்கொள்ளுங்கள், டேவிட். இது கிராமப்புறம். இது ஆப்ரிக்கா.'

இப்போதெல்லாம் காரணமே இல்லாமல் லூஸி சிடுசிடுக்கிறாள். அமைதியாக நகர்ந்துவிடுவதே இவனுடைய வழக்கமான எதிர்வினையாக இருக்கிறது. அந்த வீட்டில் அவர்கள் இருவரும் அந்நியர்களாக வாழும் கணங்கள் அதிகரிக்கின்றன.

பொறுமை காக்க வேண்டும் என்றும், அந்த தாக்குதலின் நிழலில் அவள் இன்னமும் வாழ்ந்துகொண்டிருப்பதால் அவள் மீண்டும் அவளாக மாற இன்னும் காலம் பிடிக்கும் என்றும் தனக்குத்தானே சொல்லிக்கொள்கிறான். ஆனால், இவன் நினைப்பு பொய்யாகுமோ? இப்படியொரு தாக்குதலுக்குப் பிறகு ஒருவர் அவராக மாறவே முடியாமல் போகுமானால்? இப்படியொரு தாக்குதல் ஒருவரை வேறொருவராக, முற்றிலுமே இருள்கவிந்தவராக மாற்றிவிடுமானால்?

லூஸியின் இந்தச் சிடுசிடுப்பான மனநிலைக்கு மேலதிகக் குரூர விளக்கமொன்று மனதில் தோன்றுவதை இவனால் துடைத்தெறிய முடியவில்லை. அதே நாளில் திடீரென்று லூஸியிடம் கேட்கிறான், 'லூஸி. நீ என்னிடமிருந்து எதையும் மறைக்கவில்லையே? அந்த ஆண்களிடமிருந்து நீ எதையேனும் பற்றிக்கொண்டுவிடவில்லையே?'

இரவு உடையோடே நுரையிருக்கையில் உட்கார்ந்தவாறு பூனையுடன் விளையாடிக் கொண்டிருக்கிறாள் லூஸி. பிற்பகல் நேரம். பூனை இளமையும் எச்சரிக்கையுணர்வும் மிக்கது, விளையாட்டுத்தன்மையுள்ளது. உடையின் இடைவார்ப்பட்டையை லூஸி அதன் முன் தொங்கவிடுகிறாள். பூனை பட்டையை அறைகிறது, விரைந்த, மென்பாத உதைகள். ஒன்று-இரண்டு-மூன்று-நான்கு.

'ஆண்களா? எந்த ஆண்கள்?' இடைவாரை அவள் இன்னொருபுறம் தொங்கவிட, பூனை அதை விரட்டிச்செல்கிறது.

'எந்த ஆண்களா?' இவன் இதயம் நிற்கிறது. இவளுக்கென்ன பைத்தியம் பிடித்துவிட்டதா? அதை நினைவுகொள்ள மறுக்கிறாளா?

ஆனால், அவள் இவனை வெறுமனே சீண்டியிருக்கிறாள். 'டேவிட் நான் என்ன இன்னமும் குழந்தையா? நான் ஒரு மருத்துவரைப் பார்த்துவிட்டேன், சோதனைகள் செய்தாகிற்று, புத்தியுள்ள எவரும் என்னவெல்லாம் செய்ய வேண்டுமோ அவற்றையெல்லாம் செய்துவிட்டேன். இனி நான் காத்திருக்க வேண்டியது மட்டும்தான்.'

'ஓ சரிதான். காத்திருத்தல் என்று நான் எதை நினைக்கிறேனோ அதைத்தானே சொல்கிறாய்?'

'ஆமாம்.'

'அதற்கு எவ்வளவு காலம் பிடிக்கும்?'

தோளைக் குலுக்குகிறாள். 'ஒரு மாதம். மூன்று மாதங்கள். இன்னமும் அதிகமாகலாம். ஒருவர் எத்தனைக் காலம் காத்திருக்க வேண்டும் என்பதற்கு அறிவியல் இன்னமும் ஒரு வரம்பு வகுக்கவில்லை. ஒருவேளை காலமெல்லாம் காத்திருக்க வேண்டியிருக்கலாம்.'

வார்ப்பட்டையின் மீது பூனை சட்டென்று பாய்கிறது. ஆனால், விளையாட்டு இப்போது முடிந்துவிட்டது.

இவன் தன் மகளின் அருகில் போய் அமர்கிறான்; நுரையிருக்கையிலிருந்து குதிக்கும் பூனை ஏமாற்றத்துடன் அகல்கிறது. அவளுடைய கையைப் பிடிக்கிறான். இப்போது அவளுக்கு மிக அருகில் இவன் இருப்பதால், சுத்தமின்மையின் ஒரு மெல்லிய அழுகல்வாடை இவனை அடைகிறது. 'நிச்சயமாகக் காலமெல்லாம் காத்திருக்க வேண்டியிருக்காது என் உயிரே. நிச்சயமாக அதிலிருந்தாவது நீ விலக்கம் பெறுவாய்.'

ஆடுகள் அன்றைய நாளின் மிகுதிப் பொழுதையும் அணைக்கு அருகில் அவை கட்டப்பட்ட இடத்திலேயே கழிக்கின்றன. மறுநாள் காலை அவை மறுபடியும் அந்தத் தொழுவத்தின் பின்புறத் தரிசுவெளிக்கு வந்துசேர்ந்திருக்கின்றன.

சனிக்கிழமை காலைவரை, அவற்றுக்கு இன்னமும் இரண்டு நாட்கள் மீதமிருக்கின்றன என்றுதான் தோன்றுகிறது. வாழ்வின் இறுதி இரண்டு நாட்களைக் கழிப்பதற்கு இது மிகவும் பரிதாபமான வழியே. கிராமப்புறச் செயல்பாடுகள் - இம்மாதிரியானவற்றை லூஸி இப்படித்தான் குறிப்பிடுகிறாள். இவனுடைய சொற்கள் வேறு; குரூரம், கல்நெஞ்சத்தனம். நகரத்தைக் கிராமம் நிறுத்துப்பார்க்குமானால் கிராமத்தைப் பற்றி நகரமும் தீர்ப்பெழுதலாமே.

பெட்ருஸிடமிருந்து அந்த ஆடுகளை வாங்கிவிடலாம் என்று யோசிக்கிறான். ஆனால், என்ன சாதித்துவிட முடியும்? பெட்ருஸ் அந்தப் பணத்தில் வெட்டுவதற்கான புதிய மிருகங்களை வாங்கிவிட்டு மிகுதிப்பணத்தைத் தன் சட்டைப்பைக்குள் போட்டுக்கொள்வான். அடிமைத்தளையிலிருந்து ஆடுகளை விடுவித்துவிட்டு இவன் மட்டும் அவற்றை வைத்துக்கொண்டு என்ன செய்வான்? அவற்றைப் பொதுச்சாலையில் திரிய விட்டுவிடுவானா? நாய்க்கூண்டுகளுக்குள் அவற்றை விட்டு, இரையாக வைக்கோல் தருவானா?

அந்த இரு பெர்ஷியன்களுக்கும் இவனுக்கும் இடையில் ஒரு பந்தம் உருவாகிவிட்டிருக்கிறது. ஆனால், அது எப்படி நடந்தது என்றுதான் இவனுக்குத் தெரியவில்லை. அந்தப் பந்தம் பிரியத்தால் வந்ததல்ல. அந்த இரண்டின் மீதான குறிப்பிட்ட பந்தமாக மட்டும் அது இல்லை, வயலில் ஒரு மந்தையோடு இருக்குமானால் அவற்றை இவனால் இனங்காணக்கூட இயலாதுதான். இருந்தும் ஏனோ காரணமே இல்லாமல், திடீரென்று அவற்றின் இனமே இவனுக்கு முக்கியமானதாக ஆகியிருக்கிறது.

வெயிலில் அவற்றின் முன்பு நின்றுகொண்டிருப்பவன், மனதின் சலசலப்பு அடங்குவதற்காகவும் ஒரு சமிக்ஞைக்காகவும் காத்திருக்கிறான்.

ஆடுகளில் ஒன்றின் காதுக்குள் ஒரு பூச்சி புக முயல்கிறது. காது சொடுக்கிக்கொள்கிறது. பூச்சி பறக்க எழுகிறது, சுற்றுகிறது, திரும்புகிறது, அமர்கிறது. காது மறுபடி சொடுக்கிக்கொள்கிறது.

இவன் ஒரு அடி முன்னே எடுத்துவைக்கிறான். ஆடு பதற்றத்தோடு பின்வாங்கிச் சங்கிலியின் எல்லைக்குச் செல்கிறது.

அழுகிப்போன விரைகளுடன் வந்த அந்த முதிய ஆட்டுக்கிடாயை மூக்கோடு சேர்த்து, அணைத்துத் தடவி, ஆறுதலளித்து, அதனுடைய உலகினுள் நுழைந்த பெவ் ஷாவின் நினைவு இவனுக்கு வருகிறது. அவளுக்கு எப்படி இது சாத்தியப்படுகிறது, மிருகங்களோடான இந்தத் தோழமை? இவனிடம் இல்லாத திறமை அது. அதற்கு ஒரு குறிப்பட்ட வகையான நபராக இருக்க வேண்டும்போல, சிக்கல்கள் அதிகம் இல்லாதவர்களாக இருக்க வேண்டியிருக்கலாம்.

வசந்தத்தின் அத்தனைப் பிரகாசத்துடனும் சூரியன் முகத்தில் விழுகிறது. நான் மாற வேண்டுமோ. யோசிக்கிறான். நான் பெவ் ஷாவைப் போல ஆக வேண்டுமோ?

லூஸியிடம் பேசுகிறான். 'பெட்ருஸின் இந்த விருந்து குறித்து யோசித்தேன். சுருக்கமாகச் சொல்ல வேண்டுமென்றால் போவதில் எனக்கு விருப்பமில்லை. அவமதிப்பதாகத் தோன்றாமல் அப்படிச் செய்ய ஏதும் வழி இருக்கிறதா?'

'அந்த ஆடுகள்தான் காரணமா?'

'ஆம். இல்லை. நான் என்னுடைய கருத்துகளை மாற்றிக் கொள்ளவெல்லாம் இல்லை. நீ அப்படி யோசிக்க வேண்டாம். விலங்குகளுக்கென்று தனிப்பட்ட வாழ்க்கை இருப்பதாகவெல்லாம் நான் இப்போதும் நம்பவில்லை. என்னைப் பொறுத்தவரையில், அவற்றில் எது வாழப்போகிறது, எது சாகப் போகிறது என்பதெல்லாம் கவலைகொள்ளத் தகுதியான விஷயமில்லை. என்றாலும்...'

'என்றாலும்?'

'என்றாலும், இந்த விஷயத்தில் கலக்கமடைந்திருக்கிறேன். ஏன் என்று சொல்லத் தெரியவில்லை.'

'பெட்ருஸும் அவனுடைய விருந்தாளிகளும் உங்களுடைய மென்னுணர்வுகளுக்கு மதிப்புகொடுத்து நீங்கள் வருந்தாமல் இருக்க வேண்டி அவர்களுடைய இறைச்சி சாப்ஸை விட்டுக்கொடுக்கப்போவதில்லை.'

'நான் அதை எதிர்பார்க்கவில்லை. நான் விரும்புவதெல்லாம் அந்த விருந்தினர்களில் ஒருவனாய் இல்லாமல் இருக்க வேண்டும் என்பதையே, இந்த முறை மட்டும். மன்னித்துவிடு.

நான் இப்படியெல்லாம் பேசுவேன் என்று கற்பனைகூட செய்திருக்கவில்லை.'

'கடவுள் மர்மமான வழிகளில் செயல்படுபவர் டேவிட்.'

'என்னைக் கேலிசெய்யாதே.'

சனிக்கிழமை நெருங்குகிறது. சந்தைக்கிழமை. 'நாம் கடை போட வேண்டுமா?' லூஸியைக் கேட்கிறான். 'நீங்களே முடிவெடுங்கள்.' இவன் கடை போடவில்லை.

இவன் அவளுடைய தீர்மானத்தைக் கேள்வி கேட்கவில்லை; சொல்லப்போனால் ஆசுவாசம் கொள்கிறான்.

தேவாலயத்துக்கு உடுத்திச்செல்லும் விசேஷ ஆடைகள்போல் இருப்பதாக இவனுக்குத் தோன்றும் உடைகளை உடுத்திக்கொண்டு வரும் திடகாத்திரமான அரைடஜன் பெண்கள் குழுவின் வருகையோடு பெட்ருஸின் விருந்துக்கான ஆயத்தங்கள் சனிக்கிழமை மதியம் தொடங்குகின்றன. தொழுவத்தின் பின்புறம் அவர்கள் அடுப்பு மூட்டுகிறார்கள். சீக்கிரமே காற்றில் இறைச்சி வேகும் வாடை வருகிறது, அதிலிருந்து, காரியம், இரட்டைக் காரியம் முடிந்துவிட்டதைப் புரிந்துகொள்கிறான், எல்லாம் முடிந்துவிட்டது.

இவன் துக்கம்காக்க வேண்டுமோ? துக்கம் அனுஷ்டிக்கத்தெரியாத ஜீவராசிகளுக்காகத் துக்கம்காப்பது சரிதானா? தன் இதயத்துக்குள்ளே பார்க்கும் இவனுக்குத் தெளிவற்ற துயரமே காணக்கிடைக்கிறது.

அதீதமான அண்மை, நாம் பெட்ருஸுக்கு அதீதமான அண்மையில் வாழ்கிறோம். அந்நியர்களோடு ஒரு வீட்டைப் பகிர்ந்துகொள்வதுபோல் இருக்கிறது, இரைச்சல்களைப் பகிர்ந்துகொள்வது, வாடைகளைப் பகிர்ந்துகொள்வது.

லூஸியின் அறைக்கதவைத் தட்டுகிறான். 'ஒரு நடை போகலாமா?'

'நன்றி, நான் வரவில்லை. கேட்டியை அழைத்துச்செல்லுங்கள்.'

புல்டாகை அழைத்துச்செல்கிறான். ஆனால், அது மெதுவாகவும் சோர்வாகவும் வருவதில் எரிச்சலுற்று அதைப் பண்ணைக்குத் திருப்பி விரட்டிவிட்டு, ஒரு எட்டு கிலோமீட்டர் தொலைவுக்கு

நடக்க ஆரம்பிக்கிறான். வேகமாய் நடந்து களைப்பு உண்டாக்கிக்கொள்ள விழைகிறான்.

ஐந்து மணிக்கு விருந்தினர்கள் வரத் தொடங்குகிறார்கள், காரில், வாடகைக்காரில், நடந்தும். இவன் அடுப்படி ஜன்னல் திரைக்குப் பின்னாலிருந்து கவனிக்கிறான். பெரும்பாலானோர், விருந்தளிப்பவனின் தலைமுறையினர், ஆர்ந்தமர்ந்தவர்கள், திண்மையானவர்கள். ஒரு வயதான பெண்மணியைச் சுற்றி பெரிய ஆரவாரம் நடக்கிறது: அவரை வரவேற்க, நீலநிறசூட்டும், அடிக்கும் இளஞ்சிவப்பில் சட்டையும் அணிந்திருக்கும் பெட்ருஸ், கீழே செல்லும் பாதை நெடுக நடக்கிறான்.

இளைஞர்கள் வருவதற்குள் இருட்டிவிடுகிறது. காற்றோடு பேச்சு சப்தமும் சிரிப்பும் இசையும் சேர்ந்துவருகின்றன, ஜோஹனஸ்பர்கை, இவனுடைய இளமையை நினைவுபடுத்தும் இசை. சகித்துக்கொள்ளக்கூடியதுதான். தனக்குள்ளாக நினைத்துக்கொள்கிறான் உல்லாசமானதும்கூட.

‘நேரமாகிவிட்டது நீங்கள் வருகிறீர்களா?’ லூஸி கேட்கிறாள்.

வழக்கத்துக்கு மாறாக, முழங்காலைத்தொடும் ஆடையும், குதிஉயர்ந்த செருப்பும், வர்ணம் பூசப்பட்ட மரப்பாசிகளாலான கழுத்தணியும் அதற்குப் பொருத்தமான காதணிகளும் அணிந்திருக்கிறாள். ஆனால், இந்த அலங்காரம் அவளுக்கு அழகுசெய்திருக்கிறதா என்பதில் இவனுக்குத் தெளிவில்லை.

‘சரிதான், நான் வருகிறேன். தயாராக இருக்கிறேன்.’

‘நீங்கள் சூட் ஒன்றும் கொண்டுவரவில்லையா?’

‘இல்லை.’

‘அப்படியென்றால் கழுத்துப்பட்டையாவது அணியுங்கள்.’

‘நாம் கிராமப்புறத்தில் அல்லவா இருக்கிறோம்.’

‘அதனாலேயேதான் நாம் நல்லவிதமாக உடுத்திக்கொள்ள வேண்டும். இது பெட்ருஸின் வாழ்வில் முக்கியமான நாள்.’

அவள் ஒரு சிறிய கை விளக்கை ஏந்திவருகிறாள். அவர்கள் பெட்ருஸின் வீடு இருக்கும் மேட்டுக்கு ஏறிப்போகிறார்கள். தந்தையும் மகளும் கைகளைக் கோத்துக்கொண்டு. அவள்

பாதைக்கு வெளிச்சம் காட்ட, இவன் பரிசுப்பொருளை ஏந்திவருகிறான்.

திறந்திருக்கும் கதவின் முன்னே அவர்கள் புன்னகைத்தவாறு தயங்கிநிற்கிறார்கள். பெட்ருஸைக் காணவில்லை. ஆனால், விருந்துக்கென்று உடுத்தியிருக்கும் சிறுமியொருத்தி அவர்களை உள்ளே அழைத்துச்செல்கிறாள்.

அந்தப் பழைய லாயத்துக்கு நல்ல கூரை இல்லை. சரியான தரையும் இல்லை. ஆனால், விசாலமாக இருக்கிறது. குறைந்தபட்சம் அதில் மின் வசதி இருக்கிறது. திரையிடப்பட்ட விளக்குகளும், சுவற்றின் படங்களும் (வான்கோவின் சூரியகாந்திகள், ட்ரெட்சிக்காஃபின் நீலஆடைப்பெண், பார்பரெல்லா உடையில் ஜேன் ஃபான்டா, கோல் போடும் டாக்டர் குமாலோ) அதன் மந்தத்தன்மையைக் கொஞ்சம் குறைக்கின்றன.

அங்கே அவர்கள் மட்டும்தான் வெள்ளையர்கள். அவன் முன்பு கேட்டிருந்த பழம்பாணி ஆப்ரிக்க ஜாஸ் இசைக்கான நடனம் ஆடப்பட்டுக்கொண்டிருக்கிறது. குறுகுறுப்பான பார்வைகள் அவர்கள் இருவர்மீதும் பதிகின்றன அல்லது ஒருவேளை இவனுடைய குல்லாய் மீது மட்டும்.

சில பெண்களை லூஸிக்குத் தெரிந்திருக்கிறது. அவள் அறிமுகப்படலத்தைத் தொடங்குகிறாள். அப்போது பெட்ருஸ் இவர்கள் பக்கம் வருகிறான். அவன் பரபரப்பான விருந்தோம்பியாக நடந்துகொள்கிறானில்லை. இவர்களுக்குப் பானம் எதுவும் தருகிறானுமில்லை. ஆனால், ‘இனி நாய்களில்லை. இனிமேல் நான் நாய்க்காரனில்லை’ என்று மட்டும் சொல்கிறான். லூஸி அதை ஒரு நகைச்சுவை என்று ஒத்துக்கொள்வதைத் தேர்வு செய்கிறாள்; ஆக, எல்லாம் சரியாக இருப்பது போலவே தோன்றுகிறது.

‘நாங்கள் உனக்காக ஒன்று கொண்டுவந்திருக்கிறோம். ஆனால், அதை உன்னுடைய மனைவியிடம்தான் கொடுக்க நினைக்கிறேன். அது வீட்டு உபயோகத்துக்கானது’ என்கிறாள் லூஸி.

அடுப்படி, அப்படித்தான் அதை அவர்கள் சொல்வார்களென்றால், அங்கிருந்து தன் மனைவியை வரச்சொல்கிறான் பெட்ருஸ். அவளை இவன் நெருக்கத்தில் பார்ப்பது இதுதான்

முதன்முறை. அவள் இளையவள் லூஸியைவிடவும் இளமையானவள் அழகான என்பதைவிட இனிமையான முகம் என்று சொல்லலாம், வெட்கப்பட்டுக்கொண்டும், நிச்சயமாகக் கர்ப்பமாயும் இருக்கிறாள். லூஸியின் கைகளைப் பற்றிக்கொள்கிறாள். இவனுடைய கைகளைப் பற்றவில்லை. இவனை ஏறிட்டுப் பார்க்கிறாளுமில்லை.

லூஸி, கோஸாவில் சில வார்த்தைகள் பேசிவிட்டு அவளிடம் பொட்டலத்தைப் பரிசளிக்கிறாள். இப்போது இவர்களைச் சுற்றி அரைடஜன் பார்வையாளர்களும் இருக்கிறார்கள். 'அவள் அதைப் பிரிக்கவேண்டும்' என்கிறான் பெட்ருஸ்.

'ஆம், நீ அதைப் பிரிக்க வேண்டும்.' லூஸியும் சொல்கிறாள்.

அந்த இளம் மனைவி, மாண்டலின்களும் இலைகளுடன் கூடிய சிறு கிளைகளுமான அலங்காரமான அந்தப் பொதிக்காகிதத்தைக் கிழித்துவிடக்கூடாது என்கிற கவனத்துடன் பொட்டலத்தைப் பிரிக்கிறாள். அழகான அஷந்தி கோலங்கள் வரையப்பட்ட துணி அது. 'நன்றி.' ஆங்கிலத்தில் கிசுகிசுக்கிறாள்.

'இது ஒரு படுக்கை விரிப்பு.' பெட்ருஸுக்கு லூஸி விளக்குகிறாள்.

'லூஸி எங்கள் கொடைவள்ளல்' என்கிறான் பெட்ருஸ்; பிறகு லூஸியிடம், 'நீ எங்களுடைய கொடைவள்ளல்' என்கிறான்.

ரசனையற்ற வார்த்தை, இவனுக்கு அப்படித்தான் படுகிறது, இருபுறமும் கூரானது, இந்தக் கணத்தைத் திரிந்துபோகச் செய்வது. ஆனாலும், பெட்ருஸைக் குறைசொல்ல முடியுமா? அவன் இவ்வளவு பெருமிதத்தோடு பாவிக்கும் இந்த மொழி, களைத்துப்போய், உளுத்துப்போய், உட்பக்கத்திலிருந்து கரையான்களால் அரித்துப்போனதைப் போல இருப்பதை அவன் அறிவானா? இப்போது நம்பிக்கைக்கு உகந்தவை ஓரசைச் சொற்கள் மட்டுமே. அவற்றிலும் எல்லாவற்றைக் குறித்தும் அப்படிச் சொல்லிவிட முடியாது.

செய்வதற்கு என்ன இருக்கிறது? ஒருகாலத்தில் தொடர்பியல் துறையில் ஆசிரியனாய் இருந்த இவனுக்கு செய்வதற்கு ஏதும் இருப்பதாகவே தெரியவில்லை, ஏபிசியிலிருந்து மறுபடி ஆரம்பிப்பதைத் தவிர. இப்படியான பெரிய வார்த்தைகள் மீளமைக்கப்பட்டு, சுத்திகரிக்கப்பட்டு, நம்பத்தகுந்தவையாகி

மீண்டும் ஒரு சுற்றுவரும்போது இவன் இறந்துபோய்ப் பலகாலம் ஆகியிருக்கும்.

தன்னுடைய கல்லறை மீது வாத்து ஒன்று பீடுநடை போடுவதைப்போல இவன் நடுங்குகிறான்.

'குழந்தை - குழந்தையை எப்போது எதிர்பார்க்கிறீர்கள்?' பெட்ருஸின் மனைவியைக் கேட்கிறான்.

அவள் புரியாதவளாய்ப் பார்க்கிறாள்.

'அக்டோபரில், குழந்தை அக்டோபரில் வருகிறது. அது ஒரு பையனாக இருக்கும் என்று நாங்கள் நம்புகிறோம்.' பெட்ருஸ் இடைமறிக்கிறான்.

'ஓ. ஏன் பெண் குழந்தைகள் மேல் என்ன வெறுப்பு உனக்கு?'

'நாங்கள் ஆண் குழந்தைக்காகத்தான் பிரார்த்திக்கிறோம். முதலாவது பையனாய் இருப்பது எப்போதும் சிறப்பு. அப்போதுதான் அவன் தன்னுடைய சகோதரிகளைத் திருத்தலாம் - ஒழுங்காக இருக்கச் சொல்லித்தரலாம். ஆமாம்.' நிறுத்தி, மறுபடியும், 'பெண் என்றாலே செலவுதான்.' என்கிறான். தன்னுடைய கட்டைவிரலையும் சுட்டுவிரலையும் சேர்த்துத் தேய்க்கிறான். 'எப்போதும் பணம், பணம், பணம்.'

இந்தச் சைகையை இவன் பார்த்து வெகுகாலமாகிவிட்டது. முன்பெல்லாம் யூதர்கள் குறித்து இப்படிச் சொல்லப்பட்டது: அர்த்தபூர்வமாக அதேபோல் தலையைச் சாய்த்து. ஆனால், ஐரோப்பியக் கலாச்சாரத்தின் பாகமான இந்தத் துணுக்கைக் குறித்தெல்லாம் பெட்ருஸுக்குத் தெரிந்திருக்க வாய்ப்பில்லை.

'பையன்களும் செலவு வைப்பார்கள்' என்கிறான் உரையாடலில் தன்னுடைய பங்காக.

பெட்ருஸ் யார் பேச்சையும் கவனிக்கவில்லை. தன்போக்கில் தொடர்கிறான் 'நீங்கள் அவர்களுக்கு அதை வாங்கித்தர வேண்டும், இதை வாங்கித்தர வேண்டும். இப்போது, இன்றைக்கு, ஆண் பெண்ணுக்காக செலவழிக்கிறானில்லை. நான் செய்கிறேன்.' அவன் தன்னுடைய மனைவியின் தலைக்கு மேலாகத் தன் கையை வைக்கிறான். அவள் அடக்கத்துடன் கண்களைத் தாழ்த்திக்கொள்கிறாள். 'நான் செலவழிக்கிறேன்.

ஆனால், அது பழம்பழக்கம். ஆடைகள், நயமான பொருட்கள், எல்லாவற்றுக்கும் அதே கதைதான்: செலவழி, செலவழி, செலவழி.' விரல்களை மறுபடி தேய்க்கிறான். 'இல்லை. பையன்தான் உசத்தி. உங்கள் மகளைத் தவிர. உங்கள் மகள் வித்தியாசமானவள். உங்கள் மகள் ஒரு பையனுக்குச் சமமானவள். கிட்டத்தட்ட.' அவனுடைய நகைச்சுவையை ரசித்து அவனே சிரித்துக்கொள்கிறான். 'என்ன, லூஸி!'

லூஸி புன்னகைக்கிறாள். ஆனால், இவனுக்கு அவள் சங்கடப்படுவது தெரிகிறது. 'நான் நடனமாடப்போகிறேன்.' முணுமுணுத்துவிட்டு நகர்கிறாள்.

இன்றைய பாணி எனத் தோன்றும் நடன அசைவுகளோடு லூஸி தனியாக ஆடிக்கொண்டிருக்கிறாள். சீக்கிரமே, உயரமான, உல்லாசமான, அருமையாக உடுத்திக்கொண்டிருக்கும் இளைஞனொருவன் அவளோடு சேர்ந்து ஆட வருகிறான். அவளுக்கு எதிரில், விரல்களைச் சொடுக்கியபடி, புன்னகையைத் தெறிக்கவிட்டபடி ஆடி அவளை வசீகரிக்க முயன்றுகொண்டிருக்கிறான்.

பெண்கள் கம்பிகளில் சுட்ட மாமிசத் துண்டங்கள் அடங்கிய தட்டுகளை ஏந்திக்கொண்டு வெளியிலிருந்து உள்ளே வருகிறார்கள். காற்றில் பசியைத் தூண்டும் மணம் நிறைகிறது. இளமையும் கூச்சலும் உயிர்ப்புமானதும் பழமையின் சுவடே இல்லாததுமான புதிய விருந்தாளிகளின் படை கிளம்பிவருகிறது. விருந்து களைகட்டுகிறது.

இவனுடைய கைக்கு உணவுத்தட்டு ஒன்று வந்துசேர்கிறது. அதை பெட்ருஸுக்குக் கைமாற்றுகிறான். 'இல்லை' என்கிறான் பெட்ருஸ். 'உங்களுக்கானது. நீங்கள் மறுத்தால் இரவு முழுக்க நாம் இப்படியே தட்டைக் கைமாற்றிக்கொண்டே இருக்க வேண்டியதுதான்.'

பெட்ருஸும் அவன் மனைவியும் இவன் கூடவே நிறைய நேரம் செலவழிக்கிறார்கள், இவன் சகஜமாக உணர்வதற்காக. அன்பான ஆட்கள் என்று இவன் நினைத்துக்கொள்கிறான். கிராமத்து ஆட்கள்.

எதிரில் இருக்கும் லூஸியைப் பார்க்கிறான். அந்த இளைஞன் இப்போது அவளிடமிருந்து ஒருசில அங்குல இடைவெளியில்

மட்டுமே ஆடிக்கொண்டிருக்கிறான். கால்களை மிக உயரே தூக்கித் தொப்பென்று தரையில் அடிக்கிறான். கைகளை உந்துகிறான். தனக்குத்தானே ரசித்து ஆடிக்கொள்கிறான்.

இவன் ஏந்திக்கொண்டிருக்கும் தட்டில் இரண்டு இறைச்சி சாப்ஸ்கள், ஒரு அவித்த உருளைக்கிழங்கு, குழம்பில் மிதக்கும் ஒரு கரண்டிச் சோறு, இன்னமும் ஒரு துண்டு பூசணி எல்லாம் இருக்கின்றன. இவன் அமர ஒரு நாற்காலியைத் தேடி, ஈரம்பளபளக்கும் விழிகளோடு இருக்கும் ஒரு தொத்தல் கிழவனுடன் அதைப் பகிர்ந்துகொள்கிறான். 'இதை நான் உண்ணத்தான் போகிறேன்' என்று தனக்குள் சொல்லிக்கொள்கிறான். இதை உண்டுவிட்டு பிறகு பாவமன்னிப்பு கோருவேன்.

இதோ லூஸி, வேகமான சுவாசமும் முகத்தில் பதற்றமுமாக இவனருகில் வருகிறாள், 'நாம் கிளம்பலாமா? அவர்கள் இங்கே இருக்கிறார்கள்' என்கிறாள்.

'யார் இங்கே இருக்கிறார்கள்?'

'வெளியில் அவர்களில் ஒருவனைப் பார்த்தேன். டேவிட், நான் குழப்பம் விளைவிக்க விரும்பவில்லை. உடனடியாகக் கிளம்பிவிடலாம்.'

'இதைப் பிடி.' தட்டை அவள் கையில் கொடுத்துவிட்டு, பின்கதவைத் திறக்கப்போகிறான்.

உள்ளே இருப்பவர்களுக்கு இணையாக அத்தனை விருந்தாளிகள் அங்கும் இருக்கிறார்கள், நெருப்பைச் சுற்றிக் கும்பல்களாகக் கூடி, பேசிக்கொண்டு, குடித்துக்கொண்டு, சிரித்துக்கொண்டு இருக்கிறார்கள். நெருப்புக்கு அந்தப் பக்கத்திலிருந்து யாரோ இவனை வெறித்துப்பார்க்கிறார்கள். எல்லாம் சட்டென்று புரிபடுகிறது. இவன் அந்த முகத்தை அறிவான், மிக நன்றாக அறிவான். உடல்களினூடாகத் தன் வழியைப் பிதுக்குகிறான். ஆம் இப்போது நான் ஒரு தகராறைச் செய்யப்போகிறேன், இவன் நினைத்துக்கொள்கிறான். இன்றைக்கென்று இது நடக்கயிருப்பது வருந்தத்தக்கதுதான். ஆனால், சில விஷயங்களை ஒத்திப்போட முடியாது.

அந்தச் சிறுவனுக்கு நேரெதிரில் தன்னை நிறுத்துகிறான். அவர்களில் இவன் மூன்றாமவன். சோதா-முகத்துக் கற்றுக்குட்டி,

கீழ்ப்படியும் நாய். 'எனக்கு உன்னைத் தெரியும்' என்கிறான் இறுக்கமாக.

சிறுவன் அதிர்ந்ததாகத் தெரியவில்லை. சொல்லப்போனால், அவன் இந்தக் கணத்துக்காகக் காத்துக்கொண்டிருந்ததாக, இதற்காகத் தயாராகிக் கொண்டிருந்ததாகத் தோன்றுகிறது. அவனுடைய குரல்வளையிலிருந்து கிளம்பிவரும் குரல் ஆங்காரத்தில் தடித்திருக்கிறது. 'யார் நீ?' என்கிறான். ஆனால், அந்த வார்த்தைகளுக்கான பொருள் வேறு: *'எந்த உரிமையின் பேரால் நீ இங்கு இருக்கிறாய்?'* அவனுடைய மொத்த உடலும் வன்முறையைக் கக்கிக்கொண்டிருக்கிறது.

இதோ அங்கே பெட்ருஸ் வருகிறான். கோஸாவில் வேகமாய்ப் பேசுகிறான்.

இவன் பெட்ருஸின் சட்டை மீது ஒரு கையை வைக்கிறான். பெட்ருஸ் அதைத் தட்டிவிட்டு எரிச்சலாய் முறைக்கிறான். 'இது யாரென்று தெரியுமா உனக்கு?' பெட்ருஸைக் கேட்கிறான்.

'இல்லை, இங்கு என்ன நடக்கிறதென்று எனக்கொன்றும் புரியவில்லை. என்ன பிரச்சினை இங்கே? என்ன பிரச்சினை?' ஆத்திரமாகக் கேட்கிறான்.

'இவன் இந்தப் பொறுக்கி முன்பே இங்கு வந்திருக்கிறான், அவனுடைய கூட்டாளிகளுடன். இவன் அவர்களுள் ஒருவன். ஆனால், அவனே சொல்லட்டும் இங்கே என்ன பிரச்சினை என்று. அவனைப் போலீஸ் தேடுவது ஏன் என்று அவனே உனக்குச் சொல்லட்டும்.'

'இது உண்மையில்லை.' சிறுவன் கத்துகிறான். மறுபடியும் பெட்ருஸுடன் கோபாவேசமாக ஏதோ பேசுகிறான். இசை இன்னமும் இரவின் காற்றில் தன்னைக் கரைத்துக்கொண்டுதான் இருக்கிறது. ஆனால், யாரும் ஆடவில்லை: பெட்ருஸின் விருந்தாளிகள் இவர்களைச் சுற்றிக் கூடுகிறார்கள், தள்ளிக்கொண்டும் இடித்துக்கொண்டும் புகுந்துகொண்டும். நிலைமை சரியில்லை.

'நீங்கள் என்ன பேசுகிறீர்கள் என்று தனக்குப் புரியவில்லை என்கிறான்.' பெட்ருஸ் விளக்குகிறான்.

'அவன் பொய் சொல்கிறான். அவனுக்கு நன்றாகத் தெரியும். லூஸி அதை உறுதிசெய்வாள்.'

ஆனால், லூஸிதான் உறுதிசெய்ய மாட்டாளே. அவள் இந்த அந்நியர்களின் முன் வந்து இந்தச் சிறுவனைப் பார்த்து, விரலை நீட்டி, ஆம், இவன் அவர்களில் ஒருவன். அந்தக் காரியத்தைச் செய்தவர்களில் இவனும் ஒருவன் என்று சொல்வாளென்று இவன் எப்படி எதிர்பார்க்க முடியும்?

'நான் காவல்துறைக்குத் தொலைபேசப் போகிறேன்' என்கிறான்.

பார்வையாளர்களிடமிருந்து எதிர்ப்பின் முணுமுணுப்பு எழுகிறது.

'நான் காவல்துறைக்குத் தொலைபேசத்தான் போகிறேன்.' பெட்ருஸிடம் மீண்டும் சொல்கிறான். பெட்ருஸ் இறுகிய முகத்தவனாய் இருக்கிறான்.

கவிந்திருக்கும் மௌனத்துக்கு இடையில் உள்ளே லூஸி காத்திருக்கும் இடத்துக்குத் திரும்புகிறான். 'நாம் போகலாம்' என்கிறான்.

விருந்தாளிகள் நகர்ந்து வழிவிடுகிறார்கள். அவர்களுடைய உடல்மொழியில் இப்போது சிநேகபாவமில்லை. லூஸி கைவிளக்கை மறந்துவிட்டிருக்கிறாள்: அவர்கள் இருளில் வழிதவறுகிறார்கள்; லூஸி அவளுடைய காலணிகளைக் கழற்ற வேண்டியிருக்கிறது; அவர்களுடைய பண்ணை வீட்டுக்குள் நுழைவதற்குள், உருளைக்கிழங்கு பாத்தியை மிதித்து நாசம் செய்துவிடுகிறார்கள்.

இவன் தொலைபேசியைக் கையில் எடுக்கும்போது லூஸி தடுக்கிறாள். 'டேவிட் வேண்டாம். இப்படிச் செய்ய வேண்டாம். அது பெட்ருஸின் தவறல்ல. காவல்துறையை அழைத்தீர்கள் என்றால் அவனுடைய இந்த இரவு பாழாகிவிடும். சிந்தித்துச் செயல்படுங்கள்.'

அதிர்ந்துபோகிறான். மகளிடம் இரைந்து பேசும் அளவுக்கு அதிர்ந்துவிடுகிறான். 'கடவுளின் பேரால் கேட்கிறேன் லூஸி, இது எப்படி பெட்ருஸின் தவறில்லாமல் போகும்? முதல் தடவையே ஏதோ ஒருவகையில் அந்த ஆட்களை உள்ளே கொண்டுவந்தவன் அவன்தான். இப்போது மறுபடியும் அவர்களை இங்கே

அழைக்கும் அளவுக்கு அவனுக்குத் துணிச்சல் வந்திருக்கிறது. நான் சிந்தித்துச் செயல்பட வேண்டுமா? உண்மையாக லூஸி, ஆரம்பத்திலிருந்து முடிவுவரை இது எனக்குப் புரியவே இல்லை. நீ ஏன் அவர்கள் மீது அந்த முக்கியமான குற்றச்சாட்டைப் பதிவுசெய்யவில்லை என்பதிலிருந்து இப்போது நீ பெட்ருஸைப் பாதுகாக்க நினைப்பதுவரை எனக்குப் புரியவில்லை. பெட்ருஸ் குற்றமற்றவனல்ல, பெட்ருஸ் இருப்பது அவர்களோடு.'

'என்னிடம் இரைந்து பேசாதீர்கள் டேவிட். இது என்னுடைய வாழ்க்கை. இங்கே வாழவிருக்கிறவள் நான். எனக்கு நிகழ்ந்தது என்னுடைய தனிப்பட்ட விவகாரம். என்னுடையது மட்டுமே. உங்களுடையது அல்ல. மேலும், எனக்கு உரிமை என்று ஒன்று இருக்கிறது என்றால் அது இப்படியான விசாரணைகளுக்கு ஆளாகாமல் இருக்கும் உரிமைதான். என்னை நியாயப்படுத்திக்கொள்ள வேண்டிய தேவை இல்லாமல் இருப்பது - உங்களிடமானாலும், மற்ற யாரிடமானாலும். பெட்ருஸைப் பொறுத்தவரை, அவன் ஒன்றும் என்னுடைய கூலியாள் அல்ல, என்னுடைய அபிப்பிராயத்தில் அவன் தவறான ஆட்களோடு கூட்டு வைத்திருக்கிறான் என்பதாலெல்லாம் அவனை விரட்டிவிட முடியாது. அதெல்லாம் முடிந்துபோய்விட்டது. காற்றோடு போயாகிவிட்டது. நீங்கள் பெட்ருஸைக் குற்றஞ்சாட்ட வேண்டும் என்றால் முதலில் உங்கள் ஆதாரங்களைக் குறித்து நீங்கள் உறுதியாய் இருந்திருக்க வேண்டும். நீங்கள் காவல்துறையைக் கூப்பிட முடியாது. நான் அதற்கு அனுமதிக்க மாட்டேன். காலைவரை பொறுத்திருங்கள். பெட்ருஸின் தரப்புக்கதை என்ன என்பதைக் கேட்கும்வரை பொறுத்திருங்கள்.'

'ஆனால், அதற்குள் அந்தப் பயல் காணாமல்போய்விடுவான்!'

'அவன் காணாமல்போகமாட்டான். பெட்ருஸுக்கு அவனைத் தெரியும். எப்படியானாலும் கிழக்கு கேப்பிலிருந்து யாரும் அப்படி மறைந்துபோய்விட முடியாது. இது அந்த மாதிரியான இடமல்ல.'

'லூஸி, லூஸி. உன்னிடம் மன்றாடிக்கொள்கிறேன்! நீ கடந்தகாலத்தின் தவறுகளைச் சரிசெய்ய நினைக்கிறாய். ஆனால், இது அதற்கான வழியல்ல. இப்போது நீ உனக்காக எழுந்துநிற்கத் தவறிவிட்டால் உன்னால் என்றைக்குமே தலையை நிமிர்த்தி நிற்க முடியாது. நீ மூட்டை முடிச்சைக்

கட்டிக்கொண்டு ஓடிவிட வேண்டியதுதான். காவல்துறையைப் பொறுத்தவரையில் நீ அவர்களைக் கூப்பிடத் தயங்கும் அளவுக்கு உனக்கு சங்கடமென்றால் முதன்முறையே நாம் அவர்களை இதில் சம்மந்தப்படுத்தியிருக்கக் கூடாது. நாம் வாயை மூடிக்கொண்டு அடுத்த தாக்குதலுக்காகக் காத்திருந்திருக்க வேண்டும். அல்லாவிட்டால் நம் குரல்வளையை நாமே அறுத்திருந்திருக்க வேண்டும்.'

'நிறுத்துங்கள் டேவிட். உங்களிடம் என்னுடைய நிலைப்பாட்டை விளக்க வேண்டிய அவசியமே இல்லை. நடந்தது என்னவென்று உங்களுக்குத் தெரியாது.'

'எனக்குத் தெரியாதா?'

'தெரியாது, நீங்கள் அதைத் புரிந்துகொள்ளக்கூட தொடங்கவில்லை. கொஞ்சம் நிதானமாக அதைப் பற்றி யோசியுங்கள். காவல்துறையை நாம் ஏன் அழைத்தோம் என்று உங்களுக்கு நினைவுபடுத்துகிறேன்: காப்பீட்டுப் பணத்துக்காகத்தான் அழைத்தோம். நாம் குற்றப்பத்திரிகை தாக்கல் செய்வதற்காக. அப்படிச் செய்யாவிட்டால் காப்பீட்டுத்தொகை கிடைக்காது என்பதற்காகத்தான் அழைத்தோம்.'

'லூஸி நீ என்னைத் திகைக்கச் செய்கிறாய். அது உண்மையே கிடையாது. உனக்கும் அது நன்றாகத் தெரியும். பெட்ருஸ் விஷயத்தில், நான் மறுபடி சொல்கிறேன்: இப்போது நீ பின்வாங்கினால், இப்படிச் செய்தால், உன்னை நீயே மன்னித்துக்கொள்ள இயலாமல் போய்விடும். உனக்கான உன்னுடைய கடமை ஒன்று உண்டு. உன்னுடைய எதிர்காலத்துக்கென்று, உன்னுடைய சுயகௌரவத்துக்கென்று. காவல்துறையை அழைக்க என்னை அனுமதி. அல்லது நீயே அழை.'

'முடியாது.'

முடியாது: லூஸி இறுதி வார்த்தையைச் சொல்லிவிட்டாள். அவளுடைய அறைக்குத் திரும்புகிறாள். இவன் முகத்தில் அறைந்தார்போல கதவை மூடுகிறாள். இவனை வெளியில் நிறுத்துகிறாள். அவர்கள் இருவரும் படிப்படியாகக் கடினப்பட்டுப்போய், ஏதோ இவனும் அவளும் கணவன் மனைவி

என்பதுபோல விலகிப்போய்விட்டார்கள். அதைச் சரிசெய்ய இவனால் இயன்றது எதுவுமில்லை. அவர்களுடைய சச்சரவுகள் அத்தனையும் வெளியேற வழியில்லாமல் சிக்கிக்கொண்டுவிட்ட கணவன் மனைவியினுடையதைப் போல் ஆகிவிட்டன. அவளோடு இவன் வசிக்கவந்த நாளை எப்படியெல்லாம் சபித்துக்கொண்டிருக்கிறாளோ! இவன் தொலைந்தால் போதும் என்றுதான் அவள் நினைத்துக்கொண்டிருக்க வேண்டும், எவ்வளவு சீக்கிரமோ அவ்வளவு நல்லது.

ஆனால், காலப்போக்கில் அவளும் போய்த்தான் ஆகவேண்டும். பண்ணையில் தனித்திருக்கும் ஒரு பெண்ணாக அவளுக்கு எதிர்காலம் என்று எதுவுமில்லை என்பது தெளிவு. துப்பாக்கிகள், கம்பிவேலிகள், அபாய எச்சரிக்கை அமைப்புகள் ஆகியவற்றோடு இருக்கும் எட்டிங்கரின் நாட்களுமே எண்ணப்பட்டுக் கொண்டிருக்கின்றன. லூஸிக்கு அறிவு என்று ஒன்று இருக்குமேயானால் சாவைவிடவும் மோசமான விதி அவளுக்கு விதிக்கப்படும் முன் அவள் கிளம்பிவிடுவாள். ஆனால், அவள்தான் கிளம்பமாட்டாளே. அவள் பிடிவாதக்காரி. அவளாகத் தேர்ந்தெடுத்துக்கொண்ட இந்த வாழ்வில் மூழ்கிப்போய் இருக்கிறாள்.

வீட்டிலிருந்து வெளியில் வருகிறான். இருளில் கவனமாக நடந்து பின்புறம் வழியாகத் தொழுவத்தை அடைகிறான்.

கொழுந்துவிட்டு எரிந்துகொண்டிருந்த நெருப்பு அணைந்திருக்கிறது. இசை நின்றுவிட்டிருக்கிறது. பின்பக்கக் கதவின் அருகில் கும்பல் ஒன்று தெரிகிறது. ஒரு ட்ராக்டரை உள்ளே அனுமதிக்கலாம்போல அத்தனைப் பெரிய கதவு. அவர்களின் தலைகளினூடாகப் பார்க்கிறான்.

அறைநடுவே விருந்தினர்களில் ஒருவன் நிற்கிறான், நடுத்தர வயதினன். மழிக்கப்பட்ட தலையும் தடித்த கழுத்துமாக; அடர்நிறத்தில் சூட் அணிந்திருக்கிறான், கழுத்தைச் சுற்றி அணிந்திருக்கும் தங்கச்சங்கிலியில் ஒரு முஷ்டியின் அளவினதான பதக்கத்தை அணிந்திருக்கிறான், குழுத்தலைவர்கள் தங்களுக்கு வழங்கப்படும் பதவிச் சின்னத்தை அணிந்து கொண்டிருப்பதைப்போல. பர்மிங்ஹாமிலோ கொவென்ட்ரியிலோ ஏதோ ஒரு தொழிற்சாலையில் பெட்டிபெட்டியாகத் தயாரிக்கப்பட்ட பதக்கங்கள்; ஒரு பக்கம் கடுத்தமுகத்துப் பேரரசி விக்டோரியாவின் தலை, மறுபக்கம்

ஆப்ரிக்கக் காட்டு இரலை மான்கள் அல்லது அங்கே ஏராளமாக இருக்கும் ஐபிஸ் நாரைகளின் உருவம் பொறிக்கப்பட்டவை. குழுத்தலைவர்களின் பயன்பாட்டுக்கென்றே ஆன பதக்கங்கள். பழைய சாம்ராஜ்யம் முழுவதற்கும் அனுப்பிவைக்கப்பட்டவை: நாக்புர், ஃபிஜி, தங்கக் கடற்கரை மற்றும் கஃப்ராரியா.

அந்த மனிதன் பேசிக்கொண்டிருக்கிறான், சுழற்சியான காலக்கூறுகளில் ஏற்றமும் இறக்கமுமாக இசைபடச் சொற்பொழிவாற்றுகிறான். என்ன பேசுகிறான் என்று இவனுக்குப் புரிகிறதில்லை. ஆனால், அவ்வப்போதான இடைநிறுத்தங்களையும், பார்வையாளர்களிடமிருந்தான அங்கீகரிப்பின் முணுமுணுப்புகளையும் கேட்கிறான். இளைஞர்களும் முதியவர்களுமாய் இருக்கும் அவர்களை அந்த மனிதன் திருப்தியும் நிறைவுமாக உணரச்செய்கிறான் என்பது வெளிப்படையாகத் தெரிகிறது.

சுற்றிலும் பார்க்கிறான். அந்தப் பையன், மிக அருகில், கதவுக்கு உள்ளேதான் நிற்கிறான். அவனுடைய கண்கள் இவன் மீது அச்சத்துடன் மோதுகின்றன. மற்ற கண்களும் இவன் பக்கம் திரும்புகின்றன: இந்த அந்நியனின் பக்கம், இந்த மற்றவனின் பக்கம். பதக்கம் அணிந்திருக்கும் மனிதனின் முகம் கடுக்கிறது. ஒரு நொடி தடுமாறுகிறான். மீண்டும் குரலை உயர்த்துகிறான்.

இவனோ அந்தக் கவனக்குவிப்பைப் பொருட்படுத்துகிறானில்லை. அவர்கள் தெரிந்துகொள்ளட்டும் நான் இங்கேதான் இருக்கிறேன் என்று, அந்தப் பெரிய வீட்டில் நான் ஒளிந்துகொண்டிருக்கவில்லை என்று. இதனால், அவர்களுடைய கொண்டாட்டம் பாழாகிறதென்றால், அப்படியே ஆகட்டும். தன்னுடைய வெள்ளைக் குல்லாவைத் தொடுவதற்குக் கையை உயர்த்துகிறான். முதன்முறையாக அதை நினைத்துப் பெருமைகொள்கிறான், அவனுக்கென்றே பிரத்யேகமான ஒன்றை அணிந்திருப்பதற்காக.

ơ

16

மறுநாள் காலை முழுக்க லூஸி இவனைப் பார்ப்பதைத் தவிர்க்கிறாள். அவள் உறுதியளித்திருந்த, பெட்ருஸுடனான சந்திப்பு நிகழ்வதில்லை. பிறகு, மதியம் பெட்ருஸே வந்து பின்புறக்கதவைத் தட்டுகிறான், எப்போதும்போல காரியமே கண்ணாக, கால்ஜோடுகளும் டங்கரீஸுமாக. குழாய்களைப் பதிக்கும் நேரம் வந்துவிட்டது என்கிறான். நீர்தேக்க அணையிலிருந்து அவனுடைய புது வீடு இருக்கும் இடத்துக்கு - அது இருநூறு மீட்டர் தொலைவிலானது - பிவிசி பைப்புகளைப் போட வேண்டும் என்கிறான். அதற்கான கருவிகளை அவன் இரவல் பெற்றுக்கொள்ளலாமா, சீராக்கியைப் பொருத்த டேவிட் உதவுவானா?

'சீராக்கிகளைப் பற்றி எனக்கு ஒன்றும் தெரியாது. குழாய்ச் சீரமைப்புப் பணி பற்றியும் ஏதும் தெரியாது.' பெட்ருஸுக்கு உதவும் மனநிலையில் இவன் இல்லை.

'குழாய்ச் சீரமைப்புப் பணியெல்லாம் இல்லை. இது குழாய் இணைப்பு. வெறுமே குழாய் போடுவதுதான்.' பெட்ருஸ் சொல்கிறான்.

அணைக்கு நடக்கும் வழியில் வெவ்வெறு விதமான சீராக்கிகள், அழுத்தத் தடுப்பிதழ் மூடிகள், முனையங்கள் குறித்தெல்லாம் பேசுகிறான்; அவனுடைய வார்த்தைகளில் அவனுடைய நிபுணத்துவத்தைக் காட்டிக்கொள்ளும் ஆர்ப்பாட்டம் இருக்கிறது. புதுக் குழாய்கள் லூஸியின் நிலத்தைத் தாண்டித்தான் வர வேண்டியிருக்கிறது, அவள் அனுமதி கொடுத்தது மிகவும் நல்லதாகிற்று என்கிறான். அவள் 'முன்னே-பார்க்கிறவள்'. 'அவள் முன்னே பார்க்கிற பெண், பின்னால் பார்க்கிறவளில்லை.'

அந்தக் கொண்டாட்டத்தைப் பற்றி, சதா சிமிட்டிக்கொண்டிருக்கும் விழிகளையுடைய அந்தச் சிறுவனைப் பற்றியெல்லாம் பெட்ருஸ் எதுவும் பேசுகிறானில்லை. அப்படியெல்லாம் ஒன்றுமே நடக்கவில்லை என்பதுபோல் இருக்கிறான்.

அணைக்கட்டில் இவனுடைய வேலை என்ன என்பது சீக்கிரமே தெளிவாகிறது. குழாயைப் பொருத்துவதிலோ குழாயமைப்புப் பணியிலோ இவனுடைய யோசனைகள் அவனுக்குத் தேவையில்லை, பொருட்களை வைத்துக்கொள்ளவும் கருவிகளை எடுத்துக்கொடுக்கவுமே இவன் வேண்டியிருக்கிறான் சொல்லப்போனால் அவனுடைய எடுபிடியாக. அந்த வேலை குறித்து இவனுக்கு ஆட்சேபணையும் இல்லை. பெட்ருஸ் நல்ல வேலைக்காரன், அவன் செய்வதைப் பார்த்துக்கொண்டிருப்பதே நல்ல கற்றல்தான். அதே பெட்ருஸைத்தான் இவன் வெறுக்கவும் தொடங்கியிருக்கிறான். பெட்ருஸ் தன்னுடைய திட்டங்களைப் பற்றி நிறுத்தாமல் புருபுருத்துக்கொண்டிருக்க, இவனுக்கு அவன் மீதான எரிச்சல் மேலும் மேலும் அதிகரிக்கிறது. யாருமற்ற ஒரு தீவில் பெட்ருஸோடு மாட்டிக்கொண்டுவிட்டால்... என்று நினைத்துப்பார்க்கவே அச்சமாக இருக்கிறது. அவனைத் திருமணம் செய்துகொள்ள வேண்டிவந்தால் அதைவிடக்கொடுமை வேறு எதுவுமில்லை. மிகவும் அதிகாரம் செலுத்துக்கூடிய ஒரு ஆளுமை. இளம் மனைவி மகிழ்ச்சியாகத்தான் தெரிகிறாள், ஆனால் மூத்த மனைவி சொல்வதற்கு எத்தனைக் கதைகள் உள்ளனவோ.

இறுதியில் இவனுடைய பொறுமை எல்லைமீற, அவனுடைய சலசலப்புக்குக் குறுக்கே பாய்கிறான். 'பெட்ருஸ், நேற்றிரவு உன் வீட்டில் இருந்த அந்த இளைஞன் அவன் பெயர் என்ன, இப்போது அவன் எங்கே இருக்கிறான்?'

பெட்ருஸ் அவனுடைய தொப்பியைக் கழட்டுகிறான், நெற்றியைத் துடைக்கிறான். இன்று அவன் தென்னாப்பிரிக்க ரயில்வே மற்றும் துறைமுகத்தின் வெள்ளிச் சின்னம் பொறித்த கூம்புத் தொப்பியை அணிந்திருக்கிறான். நிறைய தொப்பிகளைச் சேகரித்து வைத்திருப்பான்போல் தெரிகிறது.

பெட்ருஸ் முகத்தைச் சுளிக்கிறான், 'இதோ பாருங்கள் டேவிட், அந்தப் பையனைத் திருடன் என்று நீங்கள் சொல்லிக்கொண்டிருப்பது மிகவும் கஷ்டமாக இருக்கிறது. அவனைத் திருடன் என்று நீங்கள் சொல்கிறீர்கள் என்று

அவன் ரொம்பவும் கோபமாய் இருக்கிறான். அப்படித்தான் எல்லோரிடமும் சொல்லிக்கொண்டிருக்கிறான். நானோ, நான்தான் அமைதியை நிலைநிறுத்த வேண்டியவனாய் இருக்கிறேன். அதனால், இது எனக்கும் சிரமம்தான்.'

'உன்னை இந்த வழக்கில் சம்மந்தப்படுத்தும் எண்ணமே எனக்கில்லை பெட்ருஸ். அந்தப் பையனின் பெயரையும் விவரங்களையும் என்னிடம் சொல், நான் காவல் துறைக்குத் தகவல் தெரிவித்துவிடுகிறேன். பிறகு, விசாரணை நடத்தி அவனையும் அவன் நண்பர்களையும் நீதியின் முன் நிறுத்துவதைக் காவல் துறையிடம் விட்டுவிடுவோம். நீயும் சம்மந்தப்படப்போவதில்லை, நானும் சம்மந்தப்படப்போவதில்லை, அது சட்டம் முடிவுசெய்ய வேண்டிய விஷயமாய் ஆகிவிடும்.'

பெட்ருஸ் நீட்டி நிமிர்கிறான், அவனுடைய முகத்தில் கதிரொளி பட்டுத் தெரிக்கிறது. 'ஆனால், காப்பீட்டுக்காரர்கள் உங்களுக்குப் புதிய கார் கொடுப்பார்கள்.'

இதென்ன கேள்வியா? அறிவிப்பா? என்ன விளையாட்டு விளையாடுகிறான் பெட்ருஸ்?

பொறுமையைக் கடைப்பிடிக்க முயன்றபடி அவனுக்கு விளக்குகிறான், 'காப்பீட்டுக்காரர்கள் எனக்குப் புது காரெல்லாம் கொடுக்க மாட்டார்கள். இந்த நாட்டில் நிகழும் கார் திருட்டுகளால் அவர்கள் இன்னமும் திவாலாகவில்லை என்று வைத்துக்கொண்டாலும், அந்தப் பழைய காருக்கான மதிப்பு என்று காப்பீட்டுக்காரர்கள் அவர்களுக்குரிய வழியில் கணிப்பதில் ஒரு குறிப்பிட்ட சதவீதத்தை எனக்குத் தருவார்கள். புது கார் வாங்க அது போதாது. அதை விடு. இந்த வழக்கில் ஒரு அறம் சம்மந்தப்பட்டிருக்கிறது. காப்பீட்டு முகமைகள் நமக்கு நீதி வழங்கட்டும் என்று விட்டுவிட முடியாது. அது அவற்றின் வேலையல்ல.'

'ஆனால், இந்தப் பையனிடமிருந்து உங்களுக்கு உங்கள் கார் கிடைக்காது. அவனால் உங்கள் காரை உங்களுக்குக் கொடுக்க முடியாது. உங்கள் கார் எங்கே என்று அவனுக்குத் தெரியாது. உங்கள் கார் தொலைந்துவிட்டது. காப்பீட்டுத் தொகையில் இன்னொரு கார் வாங்குங்கள். அப்போது உங்களுக்கு மறுபடியும் கார் கிடைத்துவிடும். அதுதான் சரி.'

இந்த முட்டுச்சந்தில் வந்து நின்றாயிற்று. இவன் புதிய வழியை நாடுகிறான். 'பெட்ருஸ் இங்கே பார், அந்தப் பையன் உனக்கு உறவினனா?'

பெட்ருஸ் அந்தக் கேள்வியைப் புறக்கணிக்கிறான், 'அது சரி, நீங்கள் ஏன் அந்தப் பையனைக் காவல் துறையிடம் பிடித்துக்கொடுக்க நினைக்கிறீர்கள்? அவன் ரொம்பச் சிறியவன், அவனைச் சிறையில் போட முடியாது' என்கிறான்.

'அவனுக்குப் பதினெட்டு வயதாகிவிட்டது என்றால் அவன் விசாரணைக்கு உட்படுத்தப்படலாம். அவனுக்குப் பதினாறு என்றாலும் அவனை விசாரிக்கலாம்.'

'இல்லை, இல்லை, அவனுக்குப் பதினெட்டெல்லாம் இல்லை.'

'உனக்கு எப்படித் தெரியும்? அவனைப் பார்த்தால் பதினெட்டு இருக்கும்போல்தான் படுகிறது. பதினெட்டுக்கு மேலேயும் இருக்கலாம்.'

'எனக்குத் தெரியும், எனக்குத் தெரியும்! அவன் வெறும் சிறுவன். அவன் சிறைக்குக்குப் போகக் கூடாது. சட்டம் அதுதான். ஒரு சிறுவனைச் சிறையில் போட முடியாது. அவனை விட்டுவிட வேண்டும்!'

பெட்ருஸைப் பொறுத்தவரை இத்தோடு இந்த விவாதத்தை முடிவுக்குக் கொண்டுவந்தாயிற்று. அவ்வளவு பெரிய உருவத்தை மடக்கி குத்துக்காலிட்டு அமர்ந்து, நீர் வெளியேறும் குழாயில் இணைப்பு முனையைப் பொருத்துகிறான்.

'பெட்ருஸ், என் மகள் ஒரு நல்ல அண்டை வீட்டுக்காரியாக இருக்க விரும்புகிறாள் - ஒரு நல்ல குடிமகளாகவும் நல்ல அண்டை வீட்டுக்காரியாகவும். அவள் கிழக்கு கேப்பை நேசிக்கிறாள். அவள் இங்கு தன்னுடைய வாழ்க்கையை அமைத்துக்கொள்ள நினைக்கிறாள். அனைவருடனும் இணக்கமாக இருக்க விரும்புகிறாள். ஆனால், ஒரு கீறல்கூட படாமல் தப்பித்துவிடக்கூடிய பொறுக்கிகளால் அவள் எந்த நிமிடமும் தாக்கப்படும் அபாயம் இருக்கும்போது இதெல்லாம் எப்படி சாத்தியப்படும்? நீயேதான் பார்க்கிறாயே!'

குழாய் இணைப்புகளை முடுக்க பெட்ருஸ் போராடிக் கொண்டிருக்கிறான். அவனுடைய கைகளின் சருமத்தில்

ஆழமான, சொரசொரப்பான வெடிப்புகள் இருக்கின்றன; அந்த வேலையைச் செய்துகொண்டிருக்கும்போது அவன் முக்கிமுனகுகிறான்; பேச்சைக் கேட்டதற்கான அறிகுறிகூட தெரிகிறதில்லை.

திடீரென்று, 'லூஸி இங்கே பத்திரமாக இருக்கிறாள்' என்று அறிவிக்கிறான். 'எல்லாம் சரியாகிவிட்டது. நீங்கள் அவளை இங்கேயே விடலாம். அவள் பத்திரமாக இருக்கிறாள்.'

'இல்லை பெட்ருஸ், அவள் பத்திரமாக இல்லை! அவள் பத்திரமாக இல்லவேயில்லை. இருபத்தியொன்றாம் தேதி இங்கே என்ன நடந்தது என்று உனக்குத் தெரியும்.'

'ஆம். என்ன நடந்தது என்று எனக்குத் தெரியும். ஆனால், இப்போது எல்லாம் சரியாகிவிட்டது.'

'எல்லாம் சரியாகிவிட்டது என்று யார் சொன்னது?'

'நான் சொல்கிறேன்.'

'நீ சொல்கிறாயா? நீ அவளைப் பாதுகாப்பாயா?'

'நான் அவளைப் பாதுகாப்பேன்.'

'சென்ற முறை நீ அவளைப் பாதுகாக்கவில்லையே.'

பெட்ருஸ் குழாய் மீது இன்னும் கொஞ்சம் மசகு பூசுகிறான்.

'என்ன நடந்தது என்று உனக்குத் தெரியும் என்கிறாய். ஆனால், நீ அவளைச் சென்ற முறை காப்பாற்றவில்லையே.' இவன் மறுபடியும் சொல்கிறான். 'நீ கிளம்பிப்போகிறாய். உடனே அந்த மூன்று பொறுக்கிகள் உள்ளே வருகிறார்கள். இப்போது பார்த்தால் அவர்களில் ஒருவனுடன் நீ நட்பாய் இருக்கிறாய். இதையெல்லாம் வைத்து நான் என்னவென்று முடிவெடுப்பது?'

இப்போது அவன் பெட்ருஸைக் கிட்டத்தட்ட குற்றம்சாட்டியே விட்டான். ஆனால், ஏன் கூடாது?

'அந்தப் பையன் குற்றமற்றவன்' என்கிறான் பெட்ருஸ். 'அவன் குற்றவாளியல்ல. அவன் திருடனல்ல.'

'நான் பேசுவது திருட்டைப் பற்றி மட்டுமல்ல. இன்னொரு குற்றமும் நிகழ்ந்தது. இன்னமும் பெரிய குற்றம். என்ன நடந்தது

என்று உனக்குத் தெரியும் என்று சொல்கிறாய். நான் என்ன சொல்ல வருகிறேன் என்று உனக்குப் புரிந்திருக்கும்.'

'அவன் குற்றம் செய்யவில்லை. அவன் மிகவும் சிறியவன். ஏதோ பெரிய தவறு நடந்துவிட்டது.'

'உனக்குத் தெரியுமா?'

'எனக்குத் தெரியும்.' குழாய் உள்ளே போய்விட்டது. பெட்ருஸ் பிணைக்கட்டையை மடக்கி இறுக்குகிறான், எழுகிறான், முதுகை நிமிர்த்துகிறான். 'எனக்குத் தெரியும். நான் சொல்கிறேன். எனக்குத் தெரியும்.'

'உனக்குத் தெரியும். உனக்கு எதிர்காலம் தெரியும். இதற்கெல்லாம் நான் என்ன பதில் சொல்ல முடியும்? நீ பேசியாயிற்று. நான் இனியும் இங்கே இருக்க வேண்டுமா?'

'வேண்டாம், இனி வேலை சுளுதான், இனி குழாயை உள்ளே பொருத்த வேண்டியதுதான்.'

பெட்ருஸ் வேண்டுமானால் காப்பீட்டு முகமை மீது பெரிதாய் நம்பிக்கை வைத்திருக்கலாம், ஆனால் இவனுடைய கோரிக்கை மீது எந்த நடவடிக்கையும் எடுக்கப்படவில்லை. வாகனம் இல்லாமல், இவன் பண்ணை நிலத்தில் வழிதவறியவனைப் போல உணர்கிறான்.

சிகிச்சையகத்துக்குச் செல்லும் மதியங்களில் ஒன்றில் இவன் பெவ் ஷாவிடம் கொட்டித்தீர்க்கிறான். 'எனக்கும் லூஸிக்கும் ஒத்துவரவில்லை. அதில் ஆச்சரியம் இல்லைதான். பெற்றோரும் பிள்ளைகளும் ஒன்றாக வாழ இயலாத இனங்கள். வழக்கமான சூழ்நிலையாக இருந்தால் நான் இந்நேரம் வெளியேறியிருப்பேன். கேப் டவுன் போயிருப்பேன். ஆனால், லூஸியைப் பண்ணையில் தனியே விட்டுச்செல்ல முடியாது. அவள் பாதுகாப்பாக இல்லை. எல்லாவற்றையும் பெட்ருஸிடம் ஒப்படைத்துவிட்டு ஒரு விடுப்பு எடுத்துக்கொள்ளச்சொல்லி வலியுறுத்த முயல்கிறேன். ஆனால், அவள் நான் சொல்வதைக் கேட்பதாயில்லை.'

'பிள்ளைகளை அவர்கள் போக்கில் விட்டுவிட வேண்டும், டேவிட். காலத்துக்கும் நீங்கள் லூஸியைப் பாதுகாக்க முடியாது.'

‘லூஸியை நான் எப்போதோ அவள் போக்கில் விட்டுவிட்டேன். என்னைப் போல அசட்டையான தகப்பன் இருக்கவே முடியாது. ஆனால், இன்றைய நிலைமை வேறு. லூஸி சர்வ நிச்சயமாக ஆபத்தில் இருக்கிறாள். அது நமக்கு நிகழ்த்தியும் காட்டப்பட்டாயிற்று.’

‘எல்லாம் சரியாகிவிடும். பெட்ருஸ் அவளைத் தன் பாதுகாப்புக்குள் கொண்டுவந்துவிடுவான்.’

‘பெட்ருஸா? அவளைத் தன் பாதுகாப்புக்குள் கொண்டுவருவதில் அவனுக்கு என்ன லாபம்?’

‘நீங்கள் பெட்ருஸைக் குறைத்து மதிப்பிடுகிறீர்கள். லூஸியின் காய்கறித் தோட்டத்தை உண்டாக்க பெட்ருஸ் நாயாய் உழைத்திருக்கிறான். பெட்ருஸ் இல்லாமல் லூஸி இப்போதிருக்கும் நிலையில் இருந்திருக்கவே முடியாது. லூஸி ஒவ்வொன்றுக்காகவும் அவனுக்குக் கடன்பட்டிருக்கிறாள் என்று நான் சொல்ல மாட்டேன். ஆனால், அவனுக்கு நிறைய கடன்பட்டிருக்கிறாள்.’

‘அது உண்மையாக இருக்கலாம். ஆனால், பெட்ருஸ் அவளுக்குக் கடன்பட்டிருக்கிறானா என்பதுதான் கேள்வி.’

‘பெட்ருஸ் நல்லவன், அனுபவசாலி. நீங்கள் அவனை நம்பலாம்.’

‘பெட்ருஸை நம்புவதா? தாடி வைத்துக்கொண்டு, புகைப்பானைப் புகைத்துக்கொண்டு, ஊன்றுகோல் வைத்துக்கொள்வதால் மட்டும் பெட்ருஸ் அந்தக் காலத்தைய கஃபிர்[25] ஆகிவிடுவானா? இந்த எண்ணமே தவறு. அவன் அந்தக் காலத்தைய கஃபிரும் இல்லை, நல்லவனும் இல்லை. என்னைப் பொறுத்தவரை, லூஸி எப்போது பிய்த்துக்கொண்டு ஓடுவாள் என்று காத்துக்கொண்டிருக்கிறவன் அவன். உங்களுக்கு நிரூபணம் வேண்டும் என்றால் எனக்கும் லூஸிக்கும் நடந்ததை மட்டும் நினைத்துப்பார்த்தால் போதும். அந்தத் திட்டம் முழுக்கமுழுக்க பெட்ருஸினுடையதாக இல்லாமல் இருக்கலாம். ஆனால், நிச்சயமாக அவன் அதைக் கண்டும் காணாமலும் இருந்துவிட்டான். அவன் திட்டமிட்டே எங்களை

25 Kaffir – கறுப்பினத்தவன், நீக்ரோ. 1948–இல் தென்னாப்பிரிக்கப் பொதுத்தேர்தலின்போது ஹெரனிக்டே நேஷனல் கட்சி ‘Die kaffer op sy plek’ (‘The Kaffir in his place’) ‘நீக்ரோக்களை அவர்களுக்குரிய இடத்தில் வைப்பது’ என்று வெறுப்பரசியல் பிரச்சாரம் செய்தது.

எச்சரிக்காமல் இருந்துவிட்டான். அவன் வேண்டுமென்றே அங்கே இல்லாமல் நழுவிவிட்டான்.'

அவனுடைய ஆங்காரம் பெவ் ஷாவைத் திடுக்கிடச்செய்கிறது. 'பாவம் லூஸி.' மெல்ல முணுமுணுக்கிறாள். 'அவள் மிகவும் சிரமப்பட்டுவிட்டாள்.'

'லூஸி என்ன பாடுபட்டாளென்று எனக்குத் தெரியும். நான் அங்கு இருந்தேனே.'

அவள் விழிவிரிய இவனைப் பார்க்கிறாள். 'ஆனால், நீங்கள் அங்கு இல்லையே டேவிட். அவள் என்னிடம் சொன்னாளே. நீங்கள் அங்கில்லை என்று.'

நீ அங்கே இல்லை. என்ன நடந்தது என்று உனக்குத் தெரியாது. இவன் அதிர்ந்துபோகிறான். லூஸி சொல்கிறபடி, பெவ் ஷா சொல்கிறபடி எங்கே இவன் இல்லாமல் இருந்தான்? அந்த அத்துமீறல்காரர்கள் அவர்களுடைய அராஜகத்தை நிகழ்த்திக்கொண்டிருந்த அறையிலா? வல்லுறவு என்றால் என்னவென்று இவன் அறிய மாட்டான் என்று அவர்கள் நினைக்கிறார்களா? தன் மகள் பட்ட பாட்டை இவனும் அனுபவிக்கவில்லை என்று அவர்கள் நினைக்கிறார்களா? இவனால் கற்பனை செய்ய இயலுவதைக் காட்டிலும் அதிகமாக எதையாவது இவனால் பார்த்திருக்க முடியுமா? அல்லது வல்லுறவு என்று வரும்போது ஒரு பெண் நிற்கும் புள்ளியில் நிற்க எந்த ஆணாலும் முடியாது என்று நினைக்கிறார்களா? பதில் என்னவாக இருந்தாலும் இவன் கொதித்துக்கொண்டிருக்கிறான், ஒரு அந்நியனைப் போல நடத்தப்படுவதில் கொதித்துக்கொண்டிருக்கிறான்.

திருடுபோன தொலைக்காட்சிப் பெட்டிக்குப் பதிலாகச் சிறிய ஒன்றை இவன் வாங்குகிறான். மாலை வேளைகளில் இரவுணவுக்குப் பிறகு இவனும் லூஸியும் நுரையிருக்கையில் அருகருகில் அமர்ந்து செய்திகளைப் பார்க்கிறார்கள். அதற்குப் பிறகு, சகித்துக்கொள்ள இயலும் என்றால் பொழுதுபோக்கு நிகழ்ச்சிகளையும்.

இவனைப் பொறுத்தவரையும் லூஸியைப் பொறுத்தமட்டிலுமே இந்த வருகை அதீதமாக நீண்டுவிட்டது என்பது உண்மைதான். ஒரு கைப்பெட்டியளவு பொருள்களோடேயே வாழ்ந்து

கொண்டிருப்பதில் சலிப்படைந்து விட்டிருக்கிறான். ஓடுபாதையில், சல்லிக்கற்கள் உண்டாக்கும் சரசரப்பொலிக்காகக் காதுகளைத் தீட்டியும் களைத்துவிட்டான். தன்னுடைய மேஜையில் அமர்வதற்கும், தன்னுடைய படுக்கையில் படுப்பதற்கும் ஏங்குகிறான். ஆனால், கேப் டவுன் வெகு தூரத்தில் இருக்கிறது. கிட்டத்தட்ட வேறொரு நாடு அது. பெவ்ஷா எடுத்துச்சொல்லியும், பெட்ருஸ் உறுதியளித்தும், லூஸி பிடிவாதமாக இருந்தும் இவன் தன்னுடைய மகளைத் தனியே விட்டுவிட்டுப் போகத் தயாராக இல்லை. இப்போதைக்கு இவனுடைய வாழ்க்கை இங்குதான்: இந்தச் சமயத்தில், இந்த இடத்தில்.

பார்வை முழுவதுமாக மீண்டுவிட்டது. தலைச்சருமம் குணமாகிக்கொண்டிருக்கிறது. இனியும் அந்த வழவழப்பான மருந்துக்கட்டைப் போடவேண்டியதில்லை. காதுக்கு மட்டும்தான் தினமும் கவனம் கொடுக்க வேண்டியிருக்கிறது. ஆக, காலம் எல்லாவற்றையும் சரிசெய்கிறதுதான். ஒருவேளை லூஸியும் குணமாகிக்கொண்டிருக்கிறாளாய் இருக்கும். ஒருவேளை, குணமாகவில்லை என்றாலும் மறந்து கொண்டிருக்கிறாளாக இருக்கலாம். அன்றைய தினத்தின் நினைவுகளுக்கு மேலாக அதைப் போர்த்த ஒரு உறைபோல, தழும்புத் திசுக்கள் வளர்ந்து கொண்டிருக்கலாம். 'திருட்டு நிகழ்ந்த அந்தத் தினத்தில்' என்று என்றாவது ஒருநாள் அவளால் சொல்ல இயலலாம், அந்த நாளில் அவர்களுக்கு நிகழ்ந்தது திருட்டு மட்டுமே என்று அவள் நினைக்கும்படியாக.

பகல் பொழுது முழுவதையும் இவன் வீட்டுக்கு வெளியில் கழிக்க முற்படுகிறான், வீட்டில் லூஸி சுதந்திரமாக சுவாசிக்க ஏதுவாக. தோட்டத்தில் வேலைசெய்கிறான்; களைத்துப்போகும்போது அணையின் அருகில் அமர்கிறான், வாத்துக் குடும்பத்தின் அசைவுகளைக் கவனித்துக்கொண்டும், பைரன் குறித்த தன்னுடைய திட்டத்தை நினைத்து ஏங்கிக்கொண்டும்.

திட்டம் முன்னேறுகிறதில்லை. இவனுக்குப் பிடிபடுவதெல்லாம் வெறும் துணுக்குக் காட்சிகள் மட்டுமே. முதற்காட்சியின் முதல் வாசகம் இன்னமும் வசப்படவில்லை; முதற்பாடலின் முதல் வரி புகைச்சுருளைப் போல நழுவிக்கொண்டே இருக்கிறது. ஒரு வருடத்துக்கும் மேலாக, ஆவியுருவில் இவனுடைய சகாக்களாக இருந்த இவனுடைய கதாபாத்திரங்கள் மெல்ல மறைந்து

கொண்டிருப்பதாக உணர்ந்து அஞ்சுகிறான். அவர்களில் மிகக் காத்திரமானவளான மார்கரிட்டா காக்னி, பைரனின் இன்னொரு வைப்பாட்டியான தெரசா குச்சியோலிக்கு எதிராக உணர்வுபொங்கப் பாடும் கன்ட்ரால்ட்டோ[26]வைக் கேட்க ஏங்கிக்கொண்டிக்கும் இவனுக்கு அவளும் மறைந்துகொண்டிருப்பது அச்சமூட்டுகிறது. அவர்களுடைய இழப்பு இவனை மனமுடையச் செய்கிறது, இந்த அகண்ட பெருவெளியில், மழுங்கிப்போன ஒருவனாக, எந்த முக்கியத்துவமும் அற்றவனாக, பார்வைக்குப் புலப்படாதவனாக, ஒரு தலைவேதனையாகத் தன்னை உணரும் அளவுக்கு.

இயலும்போதெல்லாம் விலங்குநல சிகிச்சையகத்துக்குப் போய்விடுகிறான். சிறிதும் திறமை தேவைப்படாத பணிகளான உணவிடுதல், சுத்தம்செய்தல், தரையைத் துடைத்தல் போன்றவற்றுக்குத் தன்னை ஒப்புக்கொடுக்கிறான்.

சிகிச்சையகத்தில் அவர்கள் அதிகமாகக் கவனித்துக்கொள்ளும் விலங்குகள் நாய்களே, வெகு அபூர்வமாகத்தான் பூனைகள்: ஆடுமாடுகளுக்கு மட்டுமேயான மருந்தியல் நூல்கள், ஆய்வுச் செய்தித் தொகுப்புகள், வைத்தியர்கள் என்று டி வில்லேஜில் தனியாக உண்டுபோல் தெரிகிறது. நச்சுயிரிக் காய்ச்சலால், தொற்று உண்டாகிவிட்ட கடிபட்ட புண்களால், உடைந்த கால்களால், சொறியால், உயிருக்கு ஆபத்து விளைவிக்கும் மற்றும் விளைவிக்காத - புறக்கணிப்பால், வயது முதிர்வால், சத்துக்குறைவால், குடல்புழுக்களால், பாதிக்கப்படும் நாய்கள் இங்கு வருகின்றன. ஆனால், இவை எல்லாவற்றையும்விட அதிகமாக, அவற்றின் கரு உண்டாக்கும் திறனாலேயே அங்கே கொண்டுவரப்படுகின்றன. அங்கே அவை அளவுக்கு அதிகமாக இருக்கின்றன. அங்கே ஒரு நாயைக் கொண்டுவரும் நபர், 'நான் உங்களிடம் இதைக் கொண்டுவந்தது இதைக் கொல்வதற்காகத்தான்' என்று நேரடியாகச் சொல்வதில்லை. ஆனால், அதுதான் எதிர்பார்க்கப்படுகிறது: அவர்கள் அதைத் தொலைத்துக்கட்டுவார்கள் என்று, அதை மறைந்துபோகச் செய்வார்கள் என்று, காண இயலாத இடத்துக்கு அனுப்பிவிடுவார்கள் என்று. உண்மையில், கேட்டுக்கொள்ளப்படுவது ஒரு லோஸங்[27] (இறுக்கமான உணர்வுகள் குறித்துப் பேசும்போது எப்போதுமே

---

26 Contralto (Italian) – செவ்வியல் மற்றும் இசைநாடகங்களில் அசாத்தியமான உச்சஸ்தாயியில் பாடும் பெண் குரலிசை.
27 Losung(German) – தீர்வு.

கைகொடுப்பது ஜெர்மன் மொழிதான்): பதங்கமாக்குதல், நீரிலிருந்து எரிசாராயம் பதங்கமாக்கப்படுவதைப் போல, சக்கையோ சுவையோ மிச்சமின்றி.

ஆகவே, ஞாயிறு மதியங்களில் சிகிச்சையகத்தின் கதவு மூடப்பட்டு, பூட்டப்பட்டிருக்க, அந்த வாரத்தின் மிதமிச்சமான நாய்களுக்கு இறுதித் தீர்வு அளிப்பதில் பெவ் ஷாவுக்கு இவன் உதவிக்கொண்டிருக்கிறான். இவன் அவற்றை ஒரு முறைக்கு ஒன்றாகப் பின்கட்டில் இருக்கும் கூண்டிலிருந்து கொண்டுவந்து அறுவை அரங்குக்குள், கூட்டி அல்லது தூக்கிச்செல்கிறான். தன்னுடைய இறுதி நொடிகளில் இருக்கக்கூடிய ஒவ்வொன்றுக்கும் பெவ் தனது முழு கவனத்தையும் கொடுக்கிறாள், அதைத் தடவிக்கொடுப்பது, அதனுடன் பேசுவது, அதனுடைய பயணத்தை லகுவாக்குவது. ஒருவேளை அரிதாக அந்த நாய் மயங்காதிருக்கிறது என்றால் அதற்குக் காரணம் இவனுடைய பிரசன்னம்தான்: இவன்தான் துர்கந்தத்தை வெளியிடுகிறான் *(அவற்றால் உன்னுடைய எண்ணங்களை மோப்பம் பிடிக்க முடியும்),* குற்றவுணர்வின் துர்கந்தம். எப்படியானாலும், ஊசி அதன் நரம்பைக் கண்டுபிடித்து, மருந்து அதன் இதயத்தைத் தாக்கி, அதன் கால்கள் பின்னிக்கொண்டு, கண்கள் மங்கும்வரை நாயை அசையாமல் பிடித்துக்கொள்வதும் இவன்தான்.

இதற்கு, தான் பழகிக்கொண்டு விடுவோம் என்றே நினைத்திருந்தான். ஆனால், அவ்வாறு நடக்கிறதில்லை. எத்தனைக்கெத்தனை கொலைகளுக்கு இவன் துணை செய்கிறானோ அத்தனைக்கத்தனை நடுக்கம் எடுக்கிறது. ஒரு ஞாயிறு மாலை லூஸியின் கோம்பியில் வீடு திரும்பும் வழியில் தன்னைத் தேற்றிக்கொள்ள இவன் சாலையோரத்தில் வண்டியை நிறுத்த வேண்டியிருக்கிறது. தடுக்க இயலாத கண்ணீர் முகத்தில் வழிகிறது; கரங்கள் நடுங்குகின்றன.

தனக்கு என்ன நிகழ்கிறது என்று இவனுக்குப் புரியவில்லை. சமீப காலம்வரை விலங்குகளிடம் அலட்சியம் காட்டியிருக்கிறான் என்றுதான் சொல்ல வேண்டும். கருத்தளவில் வதைத்தலை அங்கீகரிக்காதவன் என்றாலும், சுபாவத்தின்படி தான் வதைப்பவனா இரக்கமுள்ளவனா என்பதை இவனாலேயே சொல்ல முடியவில்லை. மொத்தத்தில், இவன் எதுவுமே இல்லை. தொழில்ரீதியாக வதைத்தலை வேண்டுகிற பணியில் இருக்கும் மக்களுக்கு, எடுத்துக்காட்டாக இறைச்சிக் கூடங்களில்

பணிபுரியும் மக்களுக்கு, அவர்களுடைய ஆன்மாக்களின் மேல் ஓடுகள் வளர்ந்து விடுகின்றன என்றே ஊகித்துக்கொள்கிறான். பழக்கம் கடினமுறச்செய்கிறது: பெரும்பாலானவர்களின் விஷயங்களில் அப்படித்தான், ஆனால் இவனுடைய விஷயத்தில் அப்படி இல்லை. கடினமாகிவிடும் நற்பேறு அவனுக்கு இல்லைபோல்தான் தெரிகிறது.

இவனது மொத்த இருப்பும் அறுவை அரங்கில் நிகழ்வனவற்றால் இறுகப்பற்றப்பட்டிருக்கிறது. தங்களுடைய நேரம் நெருங்கிவிட்டதை அந்த நாய்கள் தெரிந்துகொள்கின்றன என்பதில் இவனுக்கு சந்தேகமே இல்லை. அந்த அமைதியையும் மீறி, செயல்முறையின் வலியின்மையையும் மீறி, பெவ் ஷாவின் நல்ல எண்ணங்கள் மற்றும் இவன் நினைக்க முயலும் நல்லெண்ணங்களையும் மீறி, அவர்களால் புதிதாக உண்டாக்கப்பட்ட சடலங்கள் கட்டப்படும் காற்று புகாத பைகளையும் மீறி, பின்கட்டில் இருக்கும் நாய்கள் உள்ளே என்ன நடந்துகொண்டிருக்கிறது என்பதைத் தெரிந்துகொண்டு விடுகின்றன. சாவின் கருணையின்மையை உணர்ந்தவைபோல தங்கள் காதுகளை விடைத்துக்கொள்கின்றன, வால்களைத் தொங்கவிடுகின்றன, கால்களையும் இறுக்கிக்கொள்ளும் அவற்றை அந்த எல்லைக்குள் இழுத்தோ தள்ளியோ தூக்கியோ செல்ல வேண்டியிருக்கிறது. மேஜை மீது, சில நாய்கள், இடமும் வலமுமாக அடித்துப்புரள்கின்றன, சில பரிதாபமாக ஊளை எழுப்புகின்றன, தங்களைக் கடுந்துன்பத்தில் ஆழ்த்தவிருப்பது என்று அவை எவ்வாறோ புரிந்துவைத்திருக்கும் பெவ்வின் கையில் இருக்கும் ஊசியை எதுவுமே எதிர்கொண்டு பார்ப்பதில்லை.

இவனை முகர்ந்துபார்க்கும், இவனுடைய கையை நக்கும் நாய்கள்தான் மிகவும் மோசம். நக்கப்படுதல் இவனுக்கு என்றைக்குமே உவப்பானதில்லை. மேலும், இவனுடைய முதல் உந்துதல் தன்னைப் பின்னுக்கு இழுத்துக்கொள்வதாகத்தான் இருந்திருக்கிறது. உண்மையில், கொலையாளியாக இருக்கும் ஒருவன் ஆத்ம நண்பனைப் போல எதற்காக நடிக்க வேண்டும்? ஆனாலும், இணங்குகிறான். மரணத்தின் நிழல் கவிந்திருக்கும் ஒரு உயிரின் தொடுகை அருவருப்புக்குரியது என்பதைப் போல இவன் கூசி விலகுவதாக அது ஏன் உணர வேண்டும்? ஆகவே, அவற்றுக்கு விருப்பம் என்றால் அவை தன்னை நக்குவதை அனுமதிக்கிறான், அவை அனுமதித்தால் பெவ் ஷா அவற்றைத் தடவுவதையும் முத்தமிடுவதையும் போல.

இவன் உணர்ச்சிவசப்படுகிறவனல்ல. அப்படித்தான் நம்புகிறான். தான் கொல்லும் விலங்குகளோடோ, பெவ் ஷாவோடோ உணர்ச்சிகரமான பிணைப்பு எதையும் வைத்துக்கொள்ளாமல் இருக்க முயல்கிறான். 'யாராவது இதைச் செய்துதானே ஆக வேண்டும்' என்று அவள் பதிலுக்குச் சொல்வதைச் செவியுறக் கூடாது என்பதற்காக, 'உன்னால் எப்படி இதைச் செய்ய முடிகிறது' என்று அவளிடம் சொல்லிவிடாமல் தடுத்துக்கொள்கிறான். ஆழமாக யோசித்தால், பெவ் ஷா விடுதலையளிக்கும் தேவதையாகப் பார்க்கப்படாமல் ஒரு பிசாசாகப் பார்க்கப்படுவதற்கான வாய்ப்புகளும் இருப்பதை இவன் மறுக்கிறானில்லை, கருணை என்று அவள் போர்த்திக்கொள்ளும் போர்வையின் கீழே ஒரு கசாப்புக்கடைக்காரனின் கடினமான இதயம் ஒளிந்திருக்க வாய்ப்பு இருக்கலாம் என்பதையும். திறந்த மனதுடன் இருக்க முயல்கிறான்.

ஊசியைச் செலுத்துவது பெவ் ஷாவாக இருப்பதால் சடலங்களை அகற்றி, செய்ய வேண்டியதைச் செய்யும் பொறுப்பை ஏற்றுக்கொள்பவன் இவனாக இருக்கிறான். ஒவ்வொரு கொலைப்படலத்தின் மறுநாள் காலையும் சுமையேற்றப்பட்ட கோம்பியை செட்லர்ஸ் மருத்துவமனையின் மைதானத்தில் இருக்கும் எரிகூடத்துக்கு ஓட்டிச்செல்கிறான். அங்கேதான் கறுநிறப் பைகளில் இருக்கும் சடலங்களை எரிதழலிடம் ஒப்படைக்கிறான்.

காரியம் முடிந்ததுமே பைகளை வண்டியிலேற்றி எரிகூடப் பணியாளர்களிடம் அவற்றை எரியூட்டவிட்டுவருவது விஷயத்தை எளிதாக்கிவிடும். ஆனால், அப்படியென்றால் அந்த வாரயிறுதியில் சேர்ந்த எச்சங்களோடு அவற்றை அங்கே விட்டுவைப்பதாகிவிடும்: மருத்துவமனைக் கழிவுகளோடு, சாலையோரங்களிலிருந்து எடுக்கப்பட்ட அழுகும் சடலங்களோடு, தோற்பதனீட்டுத் தொழிற்சாலைகளின் நாற்றமடிக்கும் கூளங்களோடு - சாதாரண மற்றும் பயங்கரமானவற்றின் கலவைகளோடு. இப்படிப்பட்ட அவமதிப்பை அவற்றுக்குச் செய்ய இவன் தயாராகயில்லை.

அதனால், ஞாயிறு மாலைகளில் லூஸியின் கோம்பியில் அந்தப் பைகளை எடுத்துக்கொண்டு பண்ணைக்கு வருகிறான். இரவில் அதை அங்கே நிறுத்திவைக்கிறான். திங்கள் காலைகளில் அவற்றை

மருத்துவமனையின் மைதானத்துக்கு எடுத்துச்செல்கிறான். அங்கே இவனே அவற்றை ஊட்டுத்தள்ளுவண்டியில் ஒவ்வொன்றாக ஏற்றி, தள்ளுவண்டியை இயக்கும் வளைவியைச் சுழற்றி, நெம்புகோலை இழுத்து அதில் இருப்பவற்றை இரும்புக் கதவினூடாக தழலுக்குள் தள்ளுகிறான். இந்த வேலையை வழக்கமாகச் செய்யும் பணியாட்களோ அருகில் நின்றபடி இதைப் பார்த்துக்கொண்டிருக்கிறார்கள்.

முதல் திங்கட்கிழமை எரியூட்டும் வேலையை அவர்களிடமே விட்டிருந்தான். சாக்காட்டு விறைப்பால் இரவினூடாக சடலங்கள் இறுகிப்போயிருந்தன. செத்த கால்கள் தள்ளுவண்டியின் கம்பிகளில் சிக்கிக்கொள்ள, எரிகலத்திலிருந்து திரும்பிவரும் ஊட்டுத்தள்ளுவண்டியில், எரிந்துபோன நெகிழிப்பையோடு, பெரும்பாலான சமயங்களில், அந்த நாயும், கருப்படித்துப்போய், இளித்தபடி, கரிந்த ரோமத்தின் வாடையோடு சவாரி செய்தபடி வந்தது. சிறிது நேரத்தில் மீண்டும் அதை உள்ளே திணிப்பதற்கு முன், விறைத்துப்போயிருக்கும் கால்களை உடைப்பதற்காக, பணியாட்கள் அந்தப் பைகளைத் தகட்டுவாரியின் பின்கட்டையால் அடிக்கத் தொடங்கிவிட்டனர். அந்த சமயத்தில்தான் இவன் குறுக்கிட்டு அந்த வேலையைத் தானே செய்யத் தலைப்பட்டது.

அனற்புகையை வெளியேற்றும் ஒரு மின்காற்றாடியுடனான அந்த எரியுலையானது கற்கரியை எரிபொருளாகக் கொண்டது; 1950-இல் அந்த மருத்துவமனை தொடங்கப்பட்டபோது நிறுவப்பட்டதாக இருக்கலாம் என்று ஊகிக்கிறான். அது வாரத்தில் ஆறு நாட்கள், திங்கள் முதல் சனி வரை இயங்குகிறது, ஞாயிறுகளில் ஓய்கிறது. பணியாட்குழு வேலைக்கு வந்ததும், முதலில், முந்தின தினத்தின் சாம்பலை வெளியேற்றிவிட்டு, பிறகு நெருப்பைப் பற்றவைக்கிறார்கள். ஒன்பது மணியளவில் அதன் சுடு அறையில், ஆயிரம் சென்டிகிரேடுகள் அளவுக்கு வெப்பம் உண்டாக்கப்படுகிறது, எலும்பைச் சுண்ணாம்பாக்கத் தேவையான அளவு. நண்பகல் வரைக்கும் நெருப்பு தூண்டப்படுகிறது; பிறகு, அது குளிர்ந்தடங்க முழு மதியமும் எடுக்கிறது.

அந்தக் குழுவினரின் பெயர்களை இவன் அறிய மாட்டான், இவனுடையதும் அவர்களுக்குத் தெரியாது. அவர்களைப் பொறுத்தமட்டில் இவன், விலங்குநலக் காப்பகத்திலிருந்து

திங்கள் காலைகளில் பைகளோடு வரத் தொடங்கி, அதிலிருந்து இன்னும்இன்னும் விரைவாக வரத் தொடங்கிய ஒரு மனிதன். இவன் வருகிறான், தன்னுடைய வேலையைச் செய்கிறான், போகிறான்; கம்பிவேலி, கொண்டிப் பூட்டிட்ட கதவு, மூன்று மொழிகளிலான அறிவிப்பு என்று இவற்றையெல்லாம் மீறி அந்த எரியுலையை மையமாகக் கொண்டு இயங்கும் சமூகமொன்றின் ஒரு பகுதியாக இவன் இருக்கிறானில்லை.

வேலி எப்போதோ பிடுங்கப்பட்டுவிட்டது; கதவும் அறிவிப்பும் உதாசீனப்படுத்தப்படுகின்றன. மருத்துவமனைப் பணியாட்கள் மருத்துவக் கழிவுகளின் முதற்பைகளுடன் வரும் நேரத்துக்கு முன்பே ஊசிகள், குத்தூசிகள், மறுமுறை பயன்படுத்தப்படக்கூடிய கட்டுத்துணிகள் என்று சந்தைப்படுத்தப்படக்கூடிய எதையும் கிளறி எடுப்பதற்காக அங்கே ஏராளமான பெண்களும் குழந்தைகளும் காத்திருக்கிறார்கள். முக்கியமாக, மருந்துக் கடைகளில் அல்லது சாலையில் அவர்கள் விற்றுவிடக்கூடிய மாத்திரைகளுக்காக. மருத்துவமனைத் திடலில் பகலெல்லாம் சுற்றித்திரிந்துவிட்டு, இரவில் எரியுலையை ஒட்டியிருக்கும் சுவற்றில் சாய்ந்து அல்லது அதன் குடைவுக்கு உள்ளேயேகூட அதன் வெம்மைக்காக உறங்கும் நாடோடிகளும் உண்டு.

அந்தக் கும்பலில் ஒருவனாகும் ஆர்வமே இவனுக்குக் கிடையாது. ஆனால், இவன் அங்கே இருக்கும்போது அவர்களும் அங்கு இருக்கிறார்கள்; இவன் அங்கே கழித்துக்கட்டுவதற்காகக் கொண்டுவருவது அவர்களுக்குள் ஆவலைத் தூண்டாததற்கு ஒரே காரணம் செத்த நாயின் பாகங்கள் விற்கப்படவோ உண்ணப்படவோ முடியாது என்பதுதான்.

இவன் எதற்காக இந்த வேலையை எடுத்துக்கொண்டான்? பெவ் ஷாவின் சுமையைக் குறைப்பதற்காகவா? அது மட்டும்தான் என்றால் அந்தக் கொட்டிலில் பைகளை எறிந்துவிட்டுப்போவது போதுமானது. ஒருவேளை நாய்களுக்காகவா? ஆனால், நாய்கள் இறந்துவிட்டன; அதோடு மதிப்பு அவமதிப்பு குறித்தெல்லாம் நாய்களுக்கு என்ன தெரியும்?

அப்படியென்றால் இவனுக்காகத்தான். இந்த உலகத்தைக் குறித்த இவனுடைய கருதுகோளுக்காக. அது எரியூட்டத் தோதான வடிவத்துக்காகச் சடலங்களைத் தகட்டுவாரியால் மனிதர்கள் அடிக்காத உலகம்.

அந்த நாய்கள் சிகிச்சையகத்துக்குக் கொண்டுவரப்பட்டதற்குக் காரணம் அவை தேவையற்றவை என்பதுதான்: *ஏனென்றால் நாங்கள் அளவுக்கு அதிகமாக இருக்கிறோம்.*[28] அங்குதான் அவற்றின் வாழ்க்கைக்குள் இவன் நுழைகிறான். இவன் அவற்றின் ரட்சகனாக இல்லாமல் இருக்கலாம். இவனைப் பொறுத்தமட்டில் அவை அளவுக்கு அதிகமாக இருப்பவை அல்ல. ஆனாலும், அவை செயலிழந்து போகும்போது, தங்களைக் கவனித்துக்கொள்ள இயலாத அளவுக்கு முழுமுற்றாகச் செயலிழந்து போகும்போது, பெவ் ஷாவுமே அவற்றைக் கைகழுவிவிட்ட பிறகு, அவற்றைக் கவனித்துக்கொள்ள இவன் தயாராக இருக்கிறான். நாய்க்காரன், பெட்ருஸ் முன்பொரு சமயம் தன்னை அப்படி அழைத்துக்கொண்டான். ஆனால், இப்போது இவன் நாய்க்காரனாகி இருக்கிறான்: நாய்களின் வெட்டியான், நாய்களுக்கு ஈமக்காரியம் செய்பவன்; ஒரு *ஹரிஜன்.*

செத்த நாய்களுக்கு சேவை புரிய இவனைப் போன்ற சுயநலமிக்க ஒரு மனிதன் தன்னை அர்ப்பணித்துக்கொள்வது ஆச்சரியமே. இந்த உலகத்துக்கோ, உலகம் குறித்த ஒரு கனவுக்கோ தன்னை அர்ப்பணித்துக்கொள்ள இன்னமும் ஆக்கபூர்வமான வழிகள் நிச்சயம் இருக்கும். உதாரணத்துக்கு, சிகிச்சையகத்திலேயே நீண்ட நேரம் பணிபுரியலாம். அந்தக் குப்பைக்கிடங்கில் இருக்கும் விஷங்களைத் தங்கள் உடலில் ஏற்றிக்கொள்ள வேண்டாம் என்று அங்கு வரும் குழந்தைகளை வற்புறுத்தலாம். ஏன் பைரன் குறித்த இசைநாடகத்தின் வசனங்களோடு கர்மசிரத்தையாகப் பணிபுரிவதைக்கூட மானுட குலத்துக்கான சேவை என்று எடுத்துக்கொள்ளலாம்.

ஆனால், இதையெல்லாம் செய்வதற்கு எவ்வளவோ ஆட்கள் இருக்கிறார்கள் - விலங்குநல விவகாரங்களை, சமூகத்தைச் சீர்திருத்தும் காரியங்களை, ஏன் பைரன் சமாச்சாரத்தையும் கூடத்தான். இவன் சடலங்களின் மாண்பைக் காப்பதற்கான காரணம், அதைச் செய்யும் அளவுக்கு மடையர்களாக வேறு யாரும் இல்லை என்பதுதான். இவன் அப்படித்தான் ஆகிக்கொண்டிருக்கிறான்: மடையனாக, கிறுக்கனாக, மண்டை அகராதி பிடித்தவனாக.

ർ

---

28 Because we are too menny.

17

சிகிச்சையகத்தில் அந்த ஞாயிறுக்கான அவர்களுடைய வேலைகள் முடிந்துவிட்டன. செத்த சரக்கால் கோம்பி சுமையேறியிருக்கிறது. கடைசி வேலையாக இவன் அறுவை அரங்கின் தரையைத் துடைத்துக்கொண்டிருக்கிறான்.

'அதை நான் செய்துவிடுகிறேன்.' தோட்டதிலிருந்து வரும் பெவ் ஷா சொல்கிறாள். 'நீங்கள் திரும்பிச்செல்ல விரும்புவீர்களாய் இருக்கும்.'

'எனக்கொன்றும் அவசரமில்லை.'

'ஆனாலும், நீங்கள் வேறு மாதிரியான வாழ்க்கைக்குப் பழகியவர்.'

'வேறு மாதிரியான வாழ்க்கையா? வாழ்க்கை பலமாதிரிகளில் வரும் என்பதே எனக்குத் தெரியவில்லையே.'

'இந்த வாழ்க்கை உங்களுக்கு மிகவும் மந்தமானதாகத் தோன்றும் என்று சொல்லவந்தேன். உங்களுடைய நண்பர்கள் வட்டத்தைப் பிரிந்ததில் நீங்கள் ஏங்கலாம். சிநேகிதிகள் இல்லாமல் நீங்கள் ஏங்கலாம்.'

'சிநேகிதிகள் என்றா சொன்னீர்கள். நான் கேப் டவுனை விட்டு ஏன் வந்தேன் என்பதை லூஸி உங்களுக்கு நிச்சயம் சொல்லியிருக்கிறாள். அங்கே சிநேகிதிகளால் எனக்குப் பெரிய நன்மையெல்லாம் கிட்டிவிடவில்லை.'

'நீங்கள் அவளிடம் கடுமை காட்டக்கூடாது.'

'லூஸியிடம் கடுமைகாட்டுவதா? லூஸியிடம் கடுமைகாட்டுவது என்னால் இயலாத ஒன்று.'

‘லூஸி இல்லை – கேப் டவுனில் இருக்கும் அந்த இளம்பெண். ஒரு இளம்பெண் உங்களுக்கு ஏராளமான தொல்லை கொடுத்தாள் என்று லூஸி சொல்கிறாள்.’

‘ஆம், ஒரு இளம்பெண் இருந்தாள். ஆனால், அந்த விவகாரத்தில் தொல்லை கொடுத்தவன் நான்தான். கேள்விக்கு ஆளாகியிருக்கும் அந்த இளம்பெண்ணுக்கு, அவள் எனக்குக் கொடுத்தைப் போல அதே அளவுக்காவது தொல்லையை நானும் கொடுத்தேன்.’

‘உங்கள் பல்கலைக்கழகப் பதவியை விட்டுவிட வேண்டியிருந்தது என்று லூஸி சொல்கிறாள். அது மிகவும் சிரமமாக இருந்திருக்கும். அதை நினைத்து வருந்துகிறீர்களா?’

துருவிக்கேட்பதில் எவ்வளவு ஆர்வம்! அவதூறின் வாடை பெண்களிடம் எப்படிக் கிளர்ச்சியை எழுப்பிவிடுகிறது என்று ஆச்சரியமாய் இருக்கிறது. அழகற்ற இந்தச் சிறிய ஜீவன், அவனால் தன்னை அதிர்ச்சிக்குள்ளாக்க முடியாது என்று நினைக்கிறதா? அல்லது அதிர்ச்சிக்குள்ளாவதும் அவளுடைய கடமைகளில் ஒன்றா- அத்துமீறுதலை அனுமதித்துப் படுத்துக்கிடந்து இந்த உலகில் நடக்கக்கூடிய அத்துமீறல்களில் ஒன்றைக் குறைக்க எண்ணும் ஒரு பெண் துறவியைப் போல?

‘நான் அதை நினைத்து வருந்துகிறேனா? தெரியவில்லை. கேப்டவுன் நிகழ்வு என்னை இங்கே வரவழைத்தது. இங்கு நான் மகிழ்ச்சியற்றில்லை.’

‘ஆனால், அந்த நேரத்தில் அந்த சமயத்தில் நீங்கள் வருந்தினீர்களா?’

‘அந்த நேரத்திலா? அதாவது, அந்த ஈர்ப்பின் பிடியில் இருந்தபோதா? நிச்சயமாக இல்லை. ஈர்ப்பின் பிடியில் இருக்கும்போது சந்தேகம் என்பதே இருப்பதில்லை. உங்களுக்குத் தெரியாததா என்ன?

அவள் சிவக்கிறாள். நடுவயதுப் பெண்ணொருத்தி இத்தனை முழுமையாக அவளுடைய கேசத்தின் வேர்வரை நாணுவதை இவன் பார்த்து வெகு காலமாகிறது.

‘என்றாலும், க்ராஹம்ஸ்டவுன் மிகவும் அமைதியாக இருப்பதாகவே உங்களுக்குத் தோன்றும், ஒப்பீட்டளவில்.’ அவள் முணுமுணுக்கிறாள்.

'க்ரஹாம்ஸ்டவுன் குறித்துப் புகார் ஒன்றும் இல்லை. குறைந்தபட்சம் ஆசையைத் தூண்டும் வழியிலிருந்து விலகியிருக்கிறேனே. மேலும், நான் க்ரஹாம்ஸ்டவுனில் வசிக்கவில்லையே. என் மகளுடன் ஒரு பண்ணையில் வாழ்கிறேன்.'

ஆசையைத் தூண்டும் வழியிலிருந்து விலகியிருப்பது: ஒரு பெண்ணிடம் இதைச் சொல்வதென்பது அவளைக் கேவலப்படுத்துவது, அவள் அழகற்றவளேயானாலும். அழகற்றவள் என்றால், எல்லோருக்குமா அப்படி? இளைய பெவ்விடம் பில் ஷா ஏதோ ஒன்றால் கவரப்பட்ட காலமும் இருந்திருக்குமே. ஒருவேளை, மற்ற ஆண்களுமேகூட.

இவன் அவளை இருபது வருடங்கள் இளையவளாகக் கற்பனைசெய்ய முயல்கிறான். இந்தக் குட்டைக்கழுத்தின் மீது இருக்கும் மேல்நோக்கித் திரும்பிய முகம் துடுக்குத்தனத்துடனும், புள்ளிகளோடான இந்தச் சருமம் மாசற்ற ஆரோக்கியத்துடனும் இருந்திருக்கக்கூடிய காலம். ஏதோ உந்த, நகர்ந்து, அவளுடைய உதட்டின் மீது ஒரு விரலால் வருடுகிறான்.

அவள் பார்வையைத் தாழ்த்திக்கொள்கிறாள். ஆனால், ஒதுங்குகிறாளில்லை. மாறாக, எதிர்வினை புரிகிறாள், அவளுடைய உதடுகளை இவனுடைய கையில் தேய்க்கிறாள் முத்தமிடுகிறாள் என்றும் சொல்லலாம் இது நடந்து கொண்டிருக்கும்போதே அதீதமாகச் சிவந்து கொண்டும் இருக்கிறாள்.

நடந்தது இவ்வளவுதான். அவர்கள் அவ்வளவு தொலைவே செல்கிறார்கள். ஒரு வார்த்தையும் சொல்லாமல் இவன் சிகிச்சையகத்தை விட்டு வெளியேறுகிறான். பின்னால் அவள் விளக்குகளை அணைப்பதற்குச் சொடுக்கிகளைச் சுண்டுவது கேட்கிறது.

மறுநாள் மதியம் அவளிடமிருந்து அழைப்புவருகிறது. 'சிகிச்சையகத்தில் மாலை நான்கு மணிக்குச் சந்திக்கலாமா.' கேள்வியாக அல்லாமல் அறிவிப்பாக, வலிந்துபேசும் குரலில். 'எதற்காக?' என்று இவன் கிட்டத்தட்ட கேட்டேயிருப்பான். ஆனால், அப்படிச் செய்துவிடாத அளவுக்கு இவனுக்குக் கூருணர்வு இருக்கிறது. என்றாலும், ஆச்சரியப்பட்டுப்போகிறான். இந்த விஷயத்தில் அவளுக்கு முன்னனுபவம் இல்லை

என்பதை இவனால் உறுதியாகச் சொல்லிவிட முடியும். கள்ள உறவுகள் இப்படித்தான் செயல்படுகின்றன என்று தன்னுடைய அறியாத்தனத்தால் அவள் ஊகித்திருக்கிறாள் தன்னைப் பின்தொடர்கிறவனை அந்தப் பெண்ணே தொலைபேசியில் அழைத்து, தான் தயாராக இருப்பதை அறிவிப்பது.

திங்கட்கிழமைகளில் சிகிச்சையகம் திறக்கப்படுவதில்லை. இவன் உள்ளே நுழைந்து தனக்குப் பின்னே பூட்டில் சாவியை நுழைத்துத் திருகுகிறான். பெவ் ஷா அறுவை அரங்கில் இவனுக்கு முதுகைக் காட்டிநிற்கிறாள். இவன் அவளைத் தன் கரங்களுக்குள் இழுக்கிறான்; அவள் தன்னுடைய செவியை இவனுடைய தாடையில் தேய்க்கிறாள்; இவனுடைய உதடுகள் அவளுடைய இறுகச் சுருண்டிருக்கும் கேச வளையங்களைத் தடவுகின்றன. ‘அங்கே போர்வைகள் இருக்கின்றன. அலமாரியில் கீழ்த்தட்டில்’ என்கிறாள்.

இரண்டு போர்வைகள், இளஞ்சிவப்பில் ஒன்று, சாம்பல் நிறத்தில் ஒன்று, கடைசி நிமிடத்தில் குளித்து, பூச்சுக்கள் தடவித் தன்னைத் தயாராக்கிக்கொண்டு வந்திருக்கக்கூடிய ஒரு பெண்ணால் அவளுடைய வீட்டிலிருந்து கடத்திவரப்பட்டவை. ஒவ்வொரு ஞாயிறுமே அவள் பூச்சுகள் பூசி, தன்னைத் தயார்செய்து கொள்வதோடு ஒருவேளை தேவைப்படலாம் என்று அலமாரியில் போர்வைகளையும் வைத்துதான் இருந்திருக்கிறாள் என்பது இவனுக்குத் தெரியாது. இவன் பெருநகரத்திலிருந்து வருவதாலும் இவனுடைய பெயரோடு அவதூறு ஒட்டியிருப்பதாலும், இவன் பல பெண்களோடு உறவுகொள்பவன் என்றும், தன் வழியில் வரும் ஒவ்வொரு பெண்ணும் தன்னோடு உறவுகொள்வதை எதிர்பார்க்கிறான் என்றும் அவள் நினைக்கிறாள்.

அறுவை சிகிச்சை மேஜையா, தரையா என்று தேர்வுசெய்ய வேண்டியிருக்கிறது. இவன் போர்வைகளைத் தரையில் விரிக்கிறான், சாம்பல் போர்வை அடியிலும் இளஞ்சிவப்பு மேலாகவும். விளக்குகளை அணைக்கிறான். அறையிலிருந்து வெளியேறி பின்கதவு பூட்டப்பட்டிருப்பதை உறுதிசெய்கிறான். காத்திருக்கிறான். அவள் ஆடைகளை அவிழ்க்கும் சரசரப்பைக் கேட்கிறான். பெவ். ஒரு பெவ்வுடன் தான் படுப்போம் என்று இவன் நினைத்தும் பார்த்ததில்லை.

அவள் தலையை மட்டும் வெளியில் நீட்டிக்கொண்டு போர்வைக்குள் கிடக்கிறாள். மங்கிய ஒளியிலும் அந்தக் காட்சியில் யாதொரு கவர்ச்சியுமில்லை. காற்சட்டையைக் கழற்றிவிட்டு அவள் அருகில் படுக்கிறான். கரங்களை அவளுடைய உடலில் ஓட்டுகிறான். சொல்லிக்கொள்வதற்குக்கூட அவளுக்கு மார்பகங்கள் இல்லை. கட்டைகுட்டையாக, ஏறக்குறைய இடுப்பு என்பதே இல்லாமல், ஒரு சிறிய சட்டியைப் போல.

இவனுடைய கரத்தைப் பற்றி எதையோ கொடுக்கிறாள். ஒரு கருத்தடைச் சாதனம். அத்தனையும் முன்பே யோசிக்கப்பட்டுவிட்டது, தொடக்கத்திலிருந்து முடிவுவரை.

அவர்களுடைய கூடலைப் பொறுத்தமட்டில் இவன் தன்னுடைய கடமையைச் செய்கிறான் என்பதை மட்டுமாவது சொல்லிக்கொள்ளலாம். ஆசையில்லாமல் என்றாலும் வெறுப்போடும் இல்லை. அப்போதுதான் முடிவில், பெவ் ஷா தன்னையே நினைத்து மகிழ்ந்துகொள்ள முடியும். அவள் உத்தேசித்திருந்த எல்லாமே நிறைவேற்றப்பட்டுவிட்டதே. டேவிட் லூரியாக இவனுக்கு ஆறுதல் அளிக்கப்பட்டுவிட்டது, ஒரு பெண்ணால் ஒரு ஆணுக்கு எப்படி ஆறுதல் அளிக்க முடியுமோ அப்படி; தோழி லூஸி லூரிக்கு அவளுடைய சிக்கல்பிடித்த விருந்தாளியிடமிருந்து சிறிது ஆசுவாசம் அளிக்கப்பட்டிருக்கிறது.

இருவரும் ஓய்ந்தான பிறகு அவள் அருகில் கிடந்தபடி தனக்குள்ளாக சொல்லிக்கொள்கிறான், இந்த நாளை நான் மறக்கவே கூடாது. மெலனி ஐஸக்ஸின் இனிய இளந்தசைக்குப் பிறகு நான் வந்துசேர்ந்தது இதற்குத்தான். இதற்குத்தான் நான் பழகிக்கொள்ள வேண்டும், ஏன், இதனிலும் கீழானதற்கும்.

'நேரமாகிவிட்டது, நான் போக வேண்டும்' என்கிறாள் பெவ் ஷா.

இவன் போர்வையை விலக்கிவிட்டு, தன்னை மறைத்துக்கொள்ள யாதொரு முயற்சியும் மேற்கொள்ளாமல் எழுந்துகொள்கிறான். அவளுடைய ரோமியோவின் வளைந்த தோள்களிலும் எலும்புதுருத்திய முழங்கால்களிலும் அவள் தன் விழிகளை நிறைத்துக்கொள்ள அனுமதிக்கிறான். உள்ளபடியே நேரமாகிவிட்டது. அடிவானில் மறையும் சிவப்பின் ஒளி;

நிலவு தலைக்கு நேர் மேலே தொங்குகிறது; காற்றில் புகை கமழ்கிறது; பொட்டல் வெளியின் முதல் வரிசைக் குடில்களின் இரைச்சல் கேட்கிறது. வாயிலின் அருகில் பெவ் இவனை ஒட்டிக்கொண்டு தன்னுடைய தலை இவனுடைய மார்பில் படுமாறு கடைசியாக ஒருமுறை நிற்கிறாள். தேவை என்று அவள் நினைத்ததையெல்லாம் செய்ய அனுமதித்தைப் போலவே அதையும் செய்ய இவன் அனுமதிக்கிறான். தன்னுடைய முதல் பெரும்பகலுக்குப் பிறகு எம்மா பொவாரி நிலைக்கண்ணாடியின் முன் பெருமைபொங்க நின்றதை நினைத்துக்கொள்கிறான். *எனக்கு ஒரு காதலன் இருக்கிறான்! எனக்கு ஒரு காதலன் இருக்கிறான்!* எம்மா தானாகப் பாடிக்கொள்கிறாள். சரிதான், பாவம் பெவ் ஷா, அவளும் வீட்டுக்குப் போய்க் கொஞ்சம் பாடிக்கொள்ளட்டும். அதோடு, இவன் அவளை பாவம் பெவ் ஷா என்று சொல்வதையும் நிறுத்திக்கொள்ளட்டும். அவள் ஏழை என்றால் இவன் பிச்சைக்காரன் ஆயிற்றே.

ơ

18

பெட்ருஸ் ஒரு ட்ராக்டரைக் கடன்வாங்கியிருக்கிறான். எங்கிருந்து என்று இவனுக்குத் தெரியவில்லை. லூஸி அங்கு வருவதற்கு முன்பிருந்தே தொழுவத்தின் பின்னால்கிடந்து துருவேறிக்கொண்டிருந்த ஒரு பழைய சுழல் கலப்பையை அதோடு பொருத்தியிருக்கிறான். சில மணிநேரங்களுக்குள்ளாகவே அவனுடைய நிலம் முழுவதையும் உழுதுமுடித்துவிட்டான். எல்லாமே படுவேகமாக, காரியமே கண்ணாக; எல்லாமே ஆப்ரிக்காவில் நடப்பதற்கு நேர்மாறாக. முன்பென்றால், அதாவது பத்து வருடங்களுக்கு முன்பென்றால், எருதுகளோடும் ஏர்கலப்பைகளோடும் இதற்குப் பல நாட்கள் பிடித்திருக்கும்.

இந்தப் புதிய பெட்ருஸை எதிர்கொள்ள லூஸிக்கு எத்தனை சதவீத வாய்ப்பு இருக்கிறது? பெட்ருஸ் இங்கே வந்தது, தோண்டுகிறவனாக, சுமக்கிறவனாக, தண்ணீர்க்காரனாக. இப்போது அவன் அதுபோன்ற வேலைகளுக்கெல்லாம் நேரம் இல்லாதவனாகிவிட்டான். பள்ளம் வெட்ட, சுமக்க, நீர் பாய்ச்சவெல்லாம் லூஸி எங்கு போய் ஆள் தேடுவாள்? இது மட்டும் ஒரு சதுரங்க ஆட்டமாக இருக்கும் பட்சத்தில், லூஸி எல்லாப் பக்கங்களிலிருந்தும் தோற்கடிக்கப்பட்டுவிட்டாள் என்றே இவன் சொல்வான். அவளுக்கு மட்டும் கொஞ்சமாவது கூருணர்வு இருந்தால், அவள் பின்வாங்கிவிடுவாள்: நிலவங்கியை அணுகி, ஒரு ஒப்பந்தம் போட்டுக்கொண்டு, பெட்ருஸிடம் பண்ணையின் உரிமையை ஒப்படைத்துவிட்டு, மனிதர்கள் வாழும் இடத்துக்குத் திரும்புவாள். புறநகரில் நாய்களுக்கான பட்டிகளைத் தொடங்கலாம்; பிறகு, கிளைகள் ஆரம்பித்துப் பூனைகளையும் சேர்த்துக்கொள்ளலாம். ஹிப்பிகளாக இருந்த காலத்தில் அவளும் அவளுடைய நண்பர்களும் செய்தவை: பாரம்பரிய நெசவு, பானைகளில் பாரம்பரிய அலங்காரம்,

பாரம்பரியக் கூடைமுடைவு, மேலும் சுற்றுலாப் பயணிகளுக்குப் பாசிகள் விற்பது, இதையெல்லாம் மறுபடி செய்யலாம்.

வீழ்த்தப்பட்டவள். பத்தாண்டுகளுக்குப் பிந்தைய லூஸியைக் கற்பனை செய்வதொன்றும் கடினமில்லை: முகத்தில் துயரத்தின் கோடுகளுள்ள, உடல் பருத்த பெண், வெகுகாலத்துக்கு முன்பே நடப்பு நாகரிகத்துக்கு முந்தையதாகிவிட்ட உடைகளை அணிந்திருப்பவள், செல்லப்பிராணிகளுடன் பேசிக்கொண்டு தனியாக உண்ணும் ஒருத்தி. சொல்லிக்கொள்ளும்படி ஒன்றுமில்லாத வாழ்க்கை. ஆனால், மறுதாக்குதல் குறித்த அச்சத்தோடு நாட்களைக் கடத்த வேண்டியதாக, தொலைபேசியை எடுக்கவும் யாருமற்றதான, அவளைப் பாதுகாக்க நாய்கள் மட்டும் போதுமானதாக இல்லாத வாழ்க்கையைவிடச் சிறப்பானதே.

பெட்ருஸ் தன்னுடைய புதிய ஜாகைக்காகத் தேர்ந்தெடுத்திருக்கும், பண்ணை வீட்டைப் பார்த்தபடி ஒரு சிறிய மேட்டில் இருக்கும் பகுதிக்கு இவன் சென்று அவனைப் பார்க்கிறான். நில ஆய்வாளர் முன்னரே வருகை தந்திருந்திருக்கிறார், முளைகள் அவற்றுக்கான இடங்களில் அறையப்பட்டிருக்கின்றன.

'கட்டடத்தையும் நீயே கட்டிவிட மாட்டாய் இல்லையா?' என்கிறான்.

பெட்ருஸ் நகைத்துக்கொள்கிறான். 'இல்லை, கட்டுவது திறமையான வேலை. செங்கல் அடுக்குவது, பூசுவது எல்லாவற்றுக்கும் திறமையாக இருக்க வேண்டும். ஆனால், பள்ளங்களை நான்தான் வெட்டப்போகிறேன். அதை என்னாலேயே செய்ய முடியும். அது பெரிய திறமை தேவைப்படும் வேலை அல்ல, அது ஒரு ஆள்காரனுக்குரிய வேலை. பள்ளம் பறிக்க நீங்கள் ஒரு ஆள்காரனாக இருந்தால் போதும்.'

பெட்ருஸ் அந்த வார்த்தையை மிகுந்த உல்லாசத்துடன் உச்சரிக்கிறான். இப்போதில்லை என்றாலும் அவனும் ஒரு காலத்தில் ஆள்காரனாக இருந்தவனே. இப்போது அப்படி ஒருவனாக அவன் பாத்திரம் ஏற்கலாம், மேரி ஆன்டோனெட்[29], பால்காரியின் பாத்திரத்துக்கு அவ்வப்போது மாறிக்கொண்டதைப் போல.

---

29 Marie Antoinette –பிரான்ஸின் இறுதி அரசி. ராஜபோகம் சலிக்கும்போதெல்லாம் இடைச்சி வேடம் பூண்டவள்.

இவன் விஷயத்துக்கு வருகிறான். 'நானும் லூஸியும் கேப் டவுனுக்குத் திரும்பிப்போனால், பண்ணையின் அவளுடைய பகுதியைத் தொடர்ந்து நடத்த நீ தயாராக இருக்கிறாயா? நாங்கள் உனக்கு சம்பளம் தருவோம், அல்லது நீ அதை சதவீதத்தின் அடிப்படையில் எடுத்துக்கொள்ளலாம். லாபத்திலிருந்து ஒரு பகுதி.'

'நான் லூஸியின் நிலத்தைத் தொடர்ந்து நடத்த வேண்டும். அப்படியென்றால் நான் *பண்ணையின் மேலாளனாக வேண்டும்* என்கிறான் பெட்ருஸ். அந்த வார்த்தைகளை அவன் முன்பு கேட்டே இராததுபோல, தொப்பியிலிருந்து குதிக்கும் முயலாக அவை அவன் முன்னால் குதித்ததுபோல.

'சரிதான், நீ விரும்பினால், பண்ணையின் மேலாளர் என்றே உன்னை நாங்கள் அழைப்போம்.'

'பிறகு, லூஸி ஒருநாள் திரும்ப வருவாள்.'

'நிச்சயமாக லூஸி திரும்ப வருவாள். அவள் இந்தப் பண்ணையை மிகவும் நேசிக்கிறாள். அதைக் கொடுத்துவிடும் எண்ணமே அவளுக்கு இல்லை. ஆனால், இப்போது அவள் ஒரு சிரமகாலத்தில் இருக்கிறாள். அவளுக்கு ஒரு மாற்றம் தேவை. ஒரு விடுப்பு.'

'கடல்புரத்தில்' என்கிறான் பெட்ருஸ், புகைப்பதால் மஞ்சளாகிப்போன பற்களைக் காட்டிச் சிரித்தபடி.

'ஆம், அவளுக்குப் பிடிக்கும் என்றால், கடல்புரத்தில்.' வார்த்தைகளைத் துண்டுதுண்டாகக் கத்தரித்துப் பேசும் பெட்ருஸின் பழக்கம் இவனுக்கு எரிச்சலூட்டுகிறது. பெட்ருஸுடன் நட்புகொள்ளக்கூடும் என்று அவன் நினைத்த காலம் ஒன்று இருந்தது. இப்போதோ அவனை வெறுக்கிறான்.

பெட்ருஸுடன் பேசுவது மணல் நிரம்பிய ஒரு பையைக் குத்துவதற்கு நிகரானது. 'லூஸி விடுப்பெடுத்துக்கொள்ள விரும்பினால், நம்மில் ஒருவருக்கும் அவளைக் கேள்விகேட்கும் அதிகாரம் இல்லை என்று நினைக்கிறேன். நீயும் சரி, நானும்தான்.'

'நான் எவ்வளவு காலம் பண்ணை மேலாளனாக இருக்க வேண்டும்?'

'எனக்கு இன்னமும் தெரியாது பெட்ருஸ். நான் லூஸியிடம் கலந்தாலோசிக்கவில்லை, சாத்தியக்கூறுகளை ஆராய்கிறேன். நீ ஒப்புக்கொள்வாயா என்று பார்க்கிறேன்.'

'நான்தான் அத்தனையும் செய்ய வேண்டியிருக்கும் நாய்களுக்கு உணவளிக்கவேண்டும், நானே காய்கறிகளை நடவேண்டும், நானே சந்தைக்குப் போகவேண்டும்.'

'பட்டியலிட வேண்டியதில்லை பெட்ருஸ். நாய்கள் இருக்கப்போவதில்லை. லூஸி ஒரு விடுப்பெடுத்துக்கொண்டால் நீ பண்ணையைப் பார்த்துக்கொள்ளத் தயாராக இருக்கிறாயா என்று பொதுவாகத்தான் கேட்கிறேன்.'

'கோம்பி இல்லை என்றால் நான் எப்படிச் சந்தைக்குப் போவது?'

'அது ஒரு குறிப்பான பிரச்சினை. அவ்வாறானவற்றைப் பற்றி நாம் பிறகு பேசுவோம். எனக்குப் பொதுவான ஒரு பதில் வேண்டும், முடியும் அல்லது முடியாது.'

பெட்ருஸ் தலையை ஆட்டுகிறான். 'இதெல்லாம் ரொம்ப அதிகம், ரொம்ப அதிகம்' என்கிறான்.

திடீரென்று காவல்துறையிடமிருந்து ஒரு அழைப்பு வருகிறது, போர்ட் எலிசபெத்தின் துப்பறிவுத்துறை அதிகாரி எஸ்டர்ஹைஸ் அழைக்கிறார். இவனுடைய கார் மீட்டெடுக்கப்பட்டிருக்கிறது. நியூ ப்ரைட்டன் நிலையத்தின் முகப்பில் அது இருக்கிறது, அங்கே சென்று அடையாளம் சொல்லி அதைத் திரும்பப்பெறலாம். இரண்டு நபர்கள் கைதுசெய்யப்பட்டிருக்கிறார்கள்.

'பிரமாதம்' என்கிறான் இவன், 'நான் கிட்டத்தட்ட நம்பிக்கை இழந்துவிட்டேன்.'

'இல்லை சார், முறையீட்டுப் பதிவேட்டுக்கு இரண்டு வருட ஆயுட்காலம் உண்டு.'

'கார் என்ன நிலையில் இருக்கிறது? ஓட்டமுடியுமா?'

'ஆம், ஓட்ட முடியும்.'

உணர்ந்தறிந்திராத வெற்றிப் பெருமிதத்துடன் லூஸியுடன் போர்ட் எலிசபெத்துக்கும், பிறகு நியூ ப்ரைட்டனுக்கும்

வண்டியைச் செலுத்துகிறான், அங்கிருந்து வழிகாட்டுதலை ஏற்று வான் டெவென்டர் சாலையில் இருக்கும் ஒரு தட்டையான, அரண்மனையைப் போன்ற, சுற்றிலும் இரண்டு மீட்டர் உயரத்துக்கு முள்கம்பி பொருத்தப்பட்ட வேலிமதில் உள்ள, காவல்நிலையத்துக்குச் செல்கிறான். கறாரான அறிவிப்புப் பலகைகள், நிலையத்தின்முன் வண்டிகளை நிறுத்துவதைத் தடைசெய்கின்றன. அவர்கள் சாலைக்கு வெகு தொலைவிலேயே வண்டியை நிறுத்துகிறார்கள்.

'நான் காரிலேயே காத்திருக்கிறேன்' என்கிறாள் லூஸி.

'யோசித்துதான் சொல்கிறாயா?'

'இந்த இடமே எனக்குப் பிடிக்கவில்லை. நான் காத்திருக்கிறேன்.'

துறை அலுவலகத்தில் ஆஜராகிறவன், சுழன்றுசெல்லும் நடைவழிகளின் ஊடாக வாகனத் திருட்டு அலகுக்கு வழிகாட்டப்படுகிறான். துப்பறிவுத்துறை அதிகாரி எஸ்டர்ஹைஸ் சிறிய, பருத்த, வெள்ளையர். கோப்புகளை ஆராய்கிறார், பிறகு எண்ணிக்கையில் அடங்காத வாகனங்கள் ஒன்றுக்கொன்று மோதுமாறு நிறுத்தப்பட்டிருக்கும் முகப்புவெளிக்கு இவனை அழைத்துச்செல்கிறார். பிரிவுவாரியாக இவர்கள் வாகனங்களைப் பார்வையிடுகிறார்கள்.

'அதை எங்கே கண்டுபிடித்தீர்கள்?' எஸ்டர்ஹைஸைக் கேட்கிறான்.

'இங்கே நியூ ப்ரைட்டனில். நீங்கள் அதிர்ஷ்டசாலி. வழக்கமாக, பழைய கொரோலாக்களை இந்தத் திருட்டுப்பயல்கள் அவற்றின் பாகங்களுக்காக உடைத்து நொறுக்கிவிடுவார்கள்.'

'கைதுசெய்திருப்பதாகச் சொன்னீர்களே?'

'இரண்டு நபர்கள். ஒரு சிறு துப்பு கிடைத்ததில் பிடித்தோம். ஒரு வீடுமுழுக்க திருட்டுப் பொருட்களைக் கண்டுபிடித்தோம். தொலைக்காட்சிப்பெட்டிகள், ஒளியொலிப்பேழைகள், குளிர்சாதனப்பெட்டிகள், அங்கு இல்லாத பொருட்களே இல்லை.'

'இப்போது அந்த ஆட்கள் எங்கே?'

'அவர்கள் பெயிலில் வெளியேறிவிட்டார்கள்.'

‘அவர்களை விடுவிக்கும் முன்னரே என்னை அழைத்து அடையாளம் காணச் சொல்லியிருப்பதுதானே சரியானதாக இருக்க முடியும்? இப்போது அவர்கள் பெயிலில் வெளியேறிய கையோடு மாயமாகியும் இருப்பார்கள். உங்களுக்கேதான் தெரியுமே.’

துப்பறிவாளர் இறுக்கமும் மௌனமுமாக இருக்கிறார்.

அவர்கள் ஒரு வெள்ளை கொரோலாவுக்கு முன்னால் நிற்கிறார்கள். ‘இது என்னுடைய கார் அல்ல. என்னுடைய காரில் சிஏ தகடுகள் இருக்கும். என்னுடைய முறையீட்டுப் பதிவில் சொல்லியிருக்கிறேன்.’ அவன் தாளில் எண்ணைக் காட்டுகிறான். *சிஏ 507644.*

‘அவர்கள் அவற்றில் வேறு வண்ணம் பூசிவிடுவார்கள். போலித் தகடுகளை மாட்டுவார்கள். தகடுகளை அவர்களுக்குள் சுற்றலில் விடுவார்கள்.’

‘எப்படியானாலும் இது என்னுடைய கார் அல்ல. இதைத் திறக்க முடியுமா?’

அதிகாரி காரைத் திறக்கிறார். உட்புறம், நனைந்த நாளிதழ் மற்றும் பொரித்த கோழியின் மணத்தால் நிறைந்திருக்கிறது.

‘என்னுடையதில் ஒலிப்பெருக்கிச் சாதனம் கிடையாது. இது என்னுடைய காரல்ல. இங்கே இருக்கும் மற்ற கார்களுள் என்னுடையது இல்லை என்று நிச்சயமாகச் சொல்ல முடியுமா?’

அங்கே இருப்பவற்றை அவர்கள் சுற்றிப்பார்க்கிறார்கள். இவனுடைய கார் அங்கு இல்லை. எஸ்டர்ஹைஸ் தலையைச் சொரிகிறார். ‘நான் பார்க்கிறேன். ஏதோ மாறாட்டம் நடந்திருக்கிறது. உங்கள் எண்ணைக் கொடுத்துவிட்டுச் செல்லுங்கள். நான் அழைக்கிறேன்.’

லூஸி கண்களை மூடிக்கொண்டு, கோம்பியின் இயக்காழிக்குப் பின்னால் அமர்ந்திருக்கிறாள். இவன் ஜன்னலைத் தட்ட, அவள் கதவைத் திறக்கிறாள்.

உள்ளே நுழைந்தவாறு, ‘எல்லாமே வெறும் குழப்படி. அவர்களிடம் ஒரு கொரோலா இருக்கிறதுதான். ஆனால், அது என்னுடையதல்ல’ என்கிறான்.

'அந்த ஆட்களைப் பார்த்தீர்களா?'

'ஆட்களா?'

'இரண்டு நபர்களைக் கைது செய்திருக்கிறார்கள் என்றீர்களே?'

'அவர்கள் பெயிலில் மறுபடி வெளியேறிவிட்டார்கள். எப்படியும் அது என்னுடைய கார் இல்லை. ஆகவே, கைது செய்யப்பட்டவர்கள் யாராக இருந்தாலும் அவர்கள் என் காரைத் திருடியவர்களாக இருக்க முடியாது.'

அங்கே நெடியமௌனம் நிலவுகிறது. 'உங்கள் பேச்சில் ஏதாவது தர்க்க ஒழுங்கு இருக்கிறதா?' அவள் கேட்கிறாள். எஞ்சினை முடுக்குகிறாள், வண்டியினுடைய இயக்காழியின்மேல் மூர்க்கமாகக் குத்துகிறாள்.

'அவர்கள் பிடிபடுவதில் உனக்கு இவ்வளவு ஆவல் இருக்கும் என்று நான் எதிர்பார்க்கவில்லை' என்கிறான். தன்னுடைய குரலில் இருக்கும் எரிச்சல் இவனுக்குக் கேட்கிறது என்றாலும், அதை மறைத்துக்கொள்ள ஏதும் செய்கிறானில்லை. 'அவர்கள் கைது செய்யப்பட்டால் அவர்கள் விசாரணைக்கும் அது தொடர்பான அத்தனைக்கும் ஆளாவார்கள் என்று அர்த்தமாகிறது. நீ சாட்சியம் கூறவேண்டியிருக்கும். நீ அதற்குத் தயாராக இருக்கிறாயா?'

லூஸி எஞ்சினை அணைக்கிறாள். கண்ணீரை அடக்கிக்கொள்ளும் போராட்டத்தில் அவளுடைய முகம் இறுகுகிறது.

'எப்படியானாலும் விஷயம் ஆறிப்போய்விட்டது. நம்முடைய நண்பர்கள் பிடிபடப்போவதில்லை, இந்த ஊர் போலீசார் இருக்கும்வரை அது நடக்கப்போவதே இல்லை. ஆகவே, நாம் அதை மறந்துவிடவேண்டியதுதான்.'

இவன் நிதானித்துக்கொள்கிறான். இவன் நச்சரிப்பவனாக, சலிப்படையச் செய்பவனாக ஆகிக்கொண்டிருக்கிறான். ஆனால், அதுகுறித்து எதுவும் செய்வதற்கும் இல்லை. 'லூஸி, உன்னுடைய தேர்வுகளைப் பரிசீலிக்க வேண்டிய நேரம் வந்துவிட்டது. ஒன்று, கொடும் நினைவுகளால் நிறைந்திருக்கும் இந்த வீட்டிலேயே தங்கியிருந்து சதா வேதனைப்பட்டுக் கொண்டிருக்கலாம் அல்லது அந்தக் கதையைத் தூக்கிப் பின்னால் எறிந்துவிட்டு, புதியதொரு அத்தியாயத்தை வேறு எங்காவது தொடங்கலாம்.

இவைதான் என்னைப் பொறுத்தமட்டில் மாற்று ஏற்பாடுகள். நீ தங்கியிருக்கத்தான் விரும்புவாய் என்பதை அறிவேன். ஆனால், மாற்றுப் பாதையை யோசிக்கவேணும் கூடாதா? நாம் இருவரும் அதுகுறித்து அறிவார்ந்து பேசிக்கொள்ளக் கூடாதா?"

தலையை உலுக்கிக்கொள்கிறாள். 'என்னால் இனியும் பேச முடியாது டேவிட், என்னால் முடியவில்லை, அவ்வளவுதான்.' அவள் மென்குரலில், வேகவேகமாக, வார்த்தைகள் வற்றிப்போய்விடும் என்று அஞ்சுகிறவளைப் போல் பேசுகிறாள். 'நான் தெளிவாக இல்லை என்பதை அறிகிறேன். விளக்கிப் பேசவே விரும்புகிறேன். ஆனால், என்னால் முடியவில்லை. நீங்கள் யாராக இருக்கிறீர்கள் என்பதாலும் நான் யாராக இருக்கிறேன் என்பதாலும் என்னால் அது இயலவில்லை. மன்னியுங்கள். உங்கள் கார் மற்றும் இந்த ஏமாற்றம் குறித்து வருந்துகிறேன்.'

முகத்தை இயக்காழியின் மீது இருக்கும் தன்னுடைய கரங்கள் மீது சாய்க்கிறாள், சுமையால் அவளுடைய தோள்கள் ஏறித்தாழ்கின்றன.

மீண்டும் அதே உணர்வு இவனுள்ளே பரவுகிறது: மரமரப்பு, அசட்டை மனோபாவம், அதோடு எடையற்ற உணர்வும், ஏதோ உட்புறத்திலிருந்து இவன் அரித்துத் தின்னப்பட்டதுபோலவும், இதயத்தின் பொக்கையான கூடு மட்டும் எஞ்சியிருப்பதுபோலவும். இவன் நினைக்கிறான், இந்த நிலையில் இருக்கும் ஒரு மனிதன் எப்படிச் சொற்களைச் சேகரிப்பான், மரித்தவர்களை உயிர்ப்பிக்கும் இசையை எப்படிப் படைப்பான்?

நடைபாதையில், ஐந்தடி தூர இடைவெளியில், கந்தலாடையும் செருப்புமாக அமர்ந்திருக்கும் ஒரு பெண் மூர்க்கமாக இவர்களை முறைத்துப்பார்த்துக்கொண்டிருக்கிறாள். இவன் ஒரு அரவணைக்கும் கரத்தை லூஸியின் தோளில் வைக்கிறான், நினைத்துக்கொள்கிறான், என் மகள், என் உயிரினும் இனிய மகள். இப்போது, நான் வழிகாட்டுவதற்காக என்னிடம் சாட்டப்பட்டிருப்பவள். இனிவரும் நாட்களில் ஒன்றில் எனக்கு வழிகாட்ட இருப்பவள்.

அவளால் இவனுடைய எண்ணங்களைப் படிக்க முடியுமா?

வண்டியை இப்போது இவன் ஓட்டுகிறான். வீட்டுக்குச் செல்லும் பாதி வழியில் இவன் எதிர்பாராத தருணத்தில் லூஸி பேசுகிறாள். 'அது மிகக் குறிப்பாக எனக்கானதாக இருந்தது. அது அவ்வளவு தனிப்பட்ட வெறுப்புடன் நிகழ்த்தப்பட்டது. எதையும்விட அதுதான் என்னை ஸ்தம்பிக்கச்செய்தது. மற்ற எல்லாமும்... வழக்கமானதே. ஆனால், என்னை ஏன் அவர்கள் அவ்வளவு வெறுத்தார்கள்? இதற்கு முன் நான் அவர்களைப் பார்த்ததுகூட இல்லையே.'

மேலும் எதிர்பார்த்துக் காத்திருக்கிறான். ஆனால், அந்தத் தருணத்துக்கு அவ்வளவுதான். முடிவில் இவனே பேசத் தொடங்குகிறான், 'அவர்கள் வழியாகப் பேசியிருப்பது வரலாறு, தவறுகளின் வரலாறு. இது உதவுகிறது என்றால் இந்த வழியிலேயே யோசித்துப்பாரேன். அது தனிப்பட்ட நிகழ்வு என்பதுபோல் தோன்றலாம். ஆனால், அது உண்மையல்ல. அது இறங்கிவந்தது முன்னோர்களிடமிருந்து.'

'இது எனக்கு உதவவில்லை. அந்த அதிர்ச்சி நீங்க மறுக்கிறது. அந்தச் செயலில் இருந்ததை, வெறுக்கப்படுதல் தரும் அதிர்ச்சியைச் சொல்கிறேன்.'

அந்தச் செயலில். அவள் குறிப்பிடுவதாக இவன் நினைப்பதைத்தான் அவள் குறிப்பிடுகிறாளா?

'நீ இன்னமும் அச்சத்தில் இருக்கிறாயா?'

'ஆம்.'

'அவர்கள் திரும்ப வருவார்கள் எனும் அச்சத்தில்?'

'ஆம்.'

'அவர்களுக்கு எதிராக போலீசிடம் புகார் தரவில்லை என்றால் அவர்கள் திரும்ப வர மாட்டார்கள் என்று நீ நினைத்தாயா? அப்படித்தான் உன்னிடம் நீ சொல்லிக்கொண்டாயா?'

'இல்லை.'

'பிறகு?'

மௌனமாய் இருக்கிறாள்.

'லூஸி, இதை மிக எளிமையாகக் கையாளலாம். நாய்ப்பட்டிகளை மூடிவிடு. உடனே செய். வீட்டைப் பூட்டு. அதைப் பாதுகாக்க பெட்ருஸுக்கு சம்பளம் பேசு. இந்த ஊரில் எல்லாம் சீராகும்வரை, ஆறு மாதமோ ஒரு வருடமோ விடுப்பு எடுத்துக்கொள். கடல் தாண்டிப்போ. ஹாலந்துக்குப் போ. நான் பணம் தருகிறேன். நீ திரும்பிவந்ததும் எல்லாவற்றையும் சரிசெய்யலாம், புதிதாய்த் தொடங்கலாம்.'

'நான் இப்போது போனால், திரும்பிவரமாட்டேன் டேவிட். உதவ முன்வந்ததற்கு நன்றி. ஆனால், அது சரிவராது. நான் எனக்குள்ளாகவே நூறு முறையாவது யோசித்துப்பார்க்காத எந்த ஆலோசனையையும் நீங்கள் எனக்குத் தந்துவிட முடியாது.'

'அப்படியென்றால் நீ என்னதான் செய்வதாய் இருக்கிறாய்?'

'எனக்குத் தெரியவில்லை. ஆனால், நான் என்ன முடிவெடுத்தாலும் எந்த வற்புறுத்தலும் இல்லாமல் நானாக எடுக்க விரும்புகிறேன். உங்களால் புரிந்துகொள்ள முடியாத விஷயங்களும் இருக்கின்றன.'

'எனக்கு என்ன புரியாது?'

'முதலாவதாக, அன்று எனக்கு என்ன நிகழ்ந்ததென்று உங்களுக்குப் புரியாது. நீங்கள் எனக்காகக் கவலைப்படுகிறீர்கள். அதன் அருமையை உணர்கிறேன். உங்களுக்குப் புரிந்துவிட்டது என்று நினைக்கிறீர்கள். ஆனால், உங்களுக்குப் புரியவில்லை. ஏனென்றால், உங்களால் அது முடியாது.'

இவன் வேகத்தைக் குறைத்து வண்டியை சாலையிலிருந்து விலக்கி நிறுத்துகிறான். 'வேண்டாம். இங்கே வேண்டாம். இது மோசமான இடம். இங்கே நிறுத்துவது ஆபத்தாகலாம்' என்கிறாள் லூஸி.

வேகமெடுக்கிறான். 'ஆனால் நேர்மாறாக, நான் எல்லாவற்றையும் மிகவும் நன்றாகவே புரிந்துகொண்டிருக்கிறேன். இதுவரையிலும் நாம் தவிர்த்துக்கொண்டிருந்த சொல்லை உச்சரித்துவிடுகிறேன். நீ வன்புணரப்பட்டாய். அதை மூன்றால் பெருக்கிச் சொல்ல வேண்டும். மூன்று நபர்களால்.'

'மேலும்?'

'நீ உயிருக்கு அஞ்சிக்கொண்டிருந்தாய். உன்னைப் உபயோகப்படுத்திக்கொண்டானதும் கொல்லப்படுவாய் என்று அஞ்சினாய். கழித்துக்கட்டப்படுவாய் என்றும். அவர்களைப் பொறுத்தவரை நீ ஒரு பொருட்டே இல்லை என்பதால்.'

'மேலும்?' அவளுடைய குரல் இப்போது கிசுகிசுக்கிறது.

'மேலும், நான் எதுவுமே செய்யாமல் இருந்தேன். நான் உன்னைக் காப்பாற்றவில்லை.'

இது இவனுடைய ஒப்புதல் வாக்குமூலம்.

இவனுடைய கையில் அவசரமாகத் தட்டுகிறாள். 'உங்களைக் குற்றம் சொல்லிக்கொள்ள வேண்டாம் டேவிட். நீங்கள் என்னைக் காப்பாற்றியிருக்க முடியும் என்று எதிர்பார்க்க முடியாது. அவர்கள் மட்டும் ஒரு வாரத்துக்கு முன்பு வந்திருந்தால், நான் வீட்டில் தனியாகத்தான் இருந்திருப்பேன். ஆனால், நீங்கள் சொல்வது உண்மைதான். நான் அவர்களுக்கு ஒரு பொருட்டல்ல, பொருட்டேயல்ல. என்னால் அதை உணர முடிந்தது.'

ஒரு சிறிய மௌனம். மீள்கிறாள், 'அவர்கள் இதை முன்பே செய்திருக்கிறார்கள் என்று நினைக்கிறேன்.' இப்போது அவள் குரல் சீராக இருக்கிறது. 'குறைந்தபட்சம் மூத்தவர்களான அந்த இருவர். முதலும் முதன்மையுமாக அவர்கள் வல்லுறவாளர்கள் என்றே நினைக்கிறேன். பொருள்களைத் திருடுவது வெறும் இடைநிகழ்வு. உபதொழில். அவர்கள் வேலையே வன்புணர்வதுதான்.'

'அவர்கள் திரும்ப வருவார்கள் என்று நினைக்கிறாயா?'

'நான் அவர்களுடைய எல்லைக்குள் இருக்கிறேன் என்றே நினைக்கிறேன். அவர்கள் என்னைக் குறிவைத்துவிட்டார்கள். என்னைத் தேடித் திரும்ப வருவார்கள்.'

'அப்படியென்றால் நீ நிச்சயமாக இங்கே இருக்க முடியாது.'

'ஏன் முடியாது?'

'ஏனென்றால், அது அவர்களை மீண்டும் வரவழைக்கும் அழைப்பாகிவிடும்.'

அவள் பதிலளிக்கும் முன் நெடுநேரம் நினைவில் ஆழ்கிறாள். 'ஆனால், அதை இன்னொரு கண்ணோட்டத்தில் பார்க்க முடியாதா டேவிட்? அது ஏன்... அது ஏன் ஒருவர் இங்கே நிலைத்து வாழ்வதற்காக அவர் செலுத்தும் கட்டணமாக இருக்கக் கூடாது? ஒருவேளை அவர்கள் அதை அப்படித்தான் பார்க்கிறார்கள்போல; ஒருவேளை நானும் அதை அப்படித்தான் பார்க்கவேண்டும்போல. ஏதோ ஒருவகையில் நான் கடன்பட்டவள் என்று அவர்கள் நினைக்கிறார்கள். அந்தக் கடனை வசூலிக்கிறவர்களாகத் தங்களை நினைத்துக்கொள்கிறார்கள், வரி வசூலிப்பவர்களாக. இங்கே கட்டணம் செலுத்தாமல் தங்க நான் ஏன் அனுமதிக்கப்படவேண்டும்? அப்படித்தான் அவர்கள் தங்களுக்கே சொல்லிக்கொள்வார்களாக இருக்கும்.'

'நிச்சயமாக அவர்கள் தங்களுக்குள் நிறைய சொல்லிக் கொள்வார்கள்தான். தங்களை நியாயப்படுத்திக்கொள்ளும் கதைகளை உருவாக்கித்தானே ஆக வேண்டும். ஆனால், நீ உன் உணர்வுகளை நம்பு. அவர்களிடம் வெறுப்பை மட்டுமே உணர்ந்தாக நீ சொன்னாய்.'

'வெறுப்பு... ஆண்கள், உடலுறவு என்று வரும்போது இப்போதெல்லாம் என்னை எதுவுமே திகைக்கச்செய்வதில்லை டேவிட். ஆண்களுக்கு, பெண்ணை வெறுப்பது, உடலுறவை மேலும் சுவாரஸ்யமாக்குகிறதோ என்னவோ. நீங்கள் ஒரு ஆண், உங்களுக்குத் தெரிந்திருக்க வேண்டுமே. அறிமுகமற்ற யாருடனாவது உடலுறவுகொள்ளும்போது — அவளைச் சிறைப்படுத்தும்போது, அழுத்திப்பிடிக்கும்போது, உங்களுக்கு அடியில் அவளைச் சாய்க்கும்போது, உங்கள் மொத்த எடையையும் அவள் மீது சுமத்தும்போது — அது கிட்டத்தட்ட கொல்வதைப் போல இருக்கும் அல்லவா? கத்தியை உள்ளே சொருகுவதுபோல; மீண்டும் வெளியில் எடுப்பதுபோல, ரத்தத்தில் தோய்ந்திருக்கும் அந்த உடலை நீங்குவதுபோல — அது கொல்வதைப் போல, கொன்றுவிட்டு தப்பிவிடுவது போல உணரச்செய்வது இல்லையா?'

நீங்கள் ஒரு ஆண், உங்களுக்குத் தெரிந்திருக்க வேண்டுமே: சொந்தத் தகப்பனிடம் யாராவது இப்படிப் பேசுவார்களா? அவளும் அவனும் ஒரே தரப்பைச் சேர்ந்தவர்கள்தானா?

'இருக்கலாம். சில சமயங்களில். சில ஆண்களுக்கு' என்கிறான். பிறகு, யோசிக்காமல்படுவேகமாகக் கேட்டுவிடுகிறான்: 'அவர்கள்

இருவரோடும் அது அப்படித்தான் இருந்ததா? மரணத்தோடு போராடுவதுபோல?'

'அவர்கள் ஒருவரையொருவர் தூண்டிவிட்டுக்கொள்பவர்கள். அதனால்தான் அதைச் சேர்ந்தேசெய்கிறார்களாக இருக்கும். ஒரு குழுவில் இருக்கும் நாய்களைப் போல.'

'அந்த மூன்றாமவன், அந்தச் சிறுவன்?'

'அவன் அங்கிருந்தது கற்றுக்கொள்வதற்கு.'

சைகாட் அறிவிப்புப் பலகையைத் தாண்டிவிடுகிறார்கள். நேரம் கடந்துவிட்டது.

'அவர்கள் மட்டும் வெள்ளையர்களாக இருந்திருந்தால் நீ அவர்களைப் பற்றி இப்படிப் பேச மாட்டாய். உதாரணத்துக்கு, டெஸ்பாட்சைச் சேர்ந்த வெள்ளைப் பொறுக்கிகளாக இருந்திருந்தால்.'

'அப்படியா?'

'ஆம், பேசியிருக்கமாட்டாய். நான் உன்னைக் குறைசொல்லவில்லை, அது இப்போது முக்கியமில்லை. ஆனால், நீ இப்போது பேசுவது புதிதாக இருக்கிறது. அடிமைத்தனம். அவர்கள் உன்னை அவர்களுக்கு அடிமையாக்க நினைக்கிறார்கள்.'

'அடிமைத்தனமல்ல. கீழ்ப்படிதல், கட்டுப்பாட்டில் இருத்தல்.'

தலையை ஆட்டுக்கிறான். 'நாராசமாக இருக்கிறது லூஸி. விற்றுவிடு. பண்ணையை பெட்ருஸிடம் விற்றுவிட்டுக் கிளம்பிவா.'

'முடியாது.'

அவ்வளவோடு உரையாடல் முடிவுக்கு வருகிறது. ஆனால், லூஸியின் வார்த்தைகள் இவன் மனதில் எதிரொலிக்கின்றன. ரத்தத்தில் தோய்ந்திருப்பது. அவள் என்ன சொல்லவருகிறாள்? எனில், ஒரு ரத்தப்படுக்கையை, ஒரு ரத்தக்குளியலை இவன் தன் கனவில் கண்டது சரிதானா?

அவர்கள் வேலையே வன்புணர்வுதான். வந்திருந்த மூவரும் அவ்வளவு ஒன்றும் பழையதாகிவிடாதிருந்த அந்த டொயோட்டாவில் திரும்பிச்செல்வதை, அந்தப் பின்னிருக்கையானது வீட்டு உபயோகப் பொருட்களால் நிரம்பியிருப்பதை, அவர்களுடைய குறிகள் அவர்களுடைய ஆயுதங்கள், அவர்களுடைய கால்களுக்கிடையில் கதகதப்பாகவும் திருப்தியடைந்த நிலையிலும் திணித்துவைக்கப்பட்டிருப்பதை நினைத்துப்பார்க்கிறான், *செல்லக்கொஞ்சல்* எனும் சொல்தான் இவன் நினைவுக்கு வருகிறது. அவர்களுடைய அந்த மதியத்தின் வேலையில் ஆனந்தம்கொள்ள அவர்களுக்கு எல்லாக் காரணங்களும் இருந்திருக்க வேண்டும், அவர்களுடைய தொழிலில் அவர்கள் மகிழ்ச்சியாக உணர்ந்திருக்க வேண்டும்.

தான் சிறுவனாயிருந்தபோது, பத்திரிகைச் செய்திகளில் *வல்லுறவு* என்ற சொல்லைக் கருத்தூன்றிக் கவனித்துக்கொண்டிருந்ததையும், அது மிகச்சரியாக எதைப் பொருள்படுத்துகிறது என்னும் புதிரை விடுவிக்க முயன்றுகொண்டிருந்ததையும், பொதுவாக மெல்லினமாகிய *ல* எனும் எழுத்து, யாரும் உரக்கச்சொல்ல அஞ்சும் பயங்கரத்தைக் கொண்டிருக்கும் அந்தச் சொல்லுக்கு நடுவில் என்ன செய்துகொண்டிருந்தது என்று ஆச்சரியம் கொண்டிருந்ததையும் நினைவுகூர்கிறான், நூலகத்தின் ஓவியப்புத்தகம் ஒன்றில் *சபைன் பெண்கள் வல்லுறவு* என்ற தலைப்பில் ஒரு ஓவியம் இருந்தது: மிகக் குறைவாக ரோமானியக் கவச உடைகளை உடுத்திக் குதிரைகள் மீது அமர்ந்திருக்கும் ஆண்கள், மெல்லிய மேலாடைகளுடன் கைகளைக் காற்றில் வீசிக் கதறிக்கொண்டிருக்கும் பெண்கள். இப்படிப்பட்ட உடல்மொழிகளுக்கும் இவன் வல்லுறுவு பற்றிச் சிந்தித்துவைத்திருப்பதற்கும் என்ன சம்பந்தம் இருந்துகொண்டிருந்தது: பெண்ணின் மீது கவிழ்ந்துகொண்டு தன்னை அவளுள் திணித்துக்கொண்டிருக்கும் ஆண்?

பைரனை நினைத்துக்கொள்கிறான். பைரன் தன்னைத் திணித்துக்கொண்ட கணக்கிலடங்காத பெருமாட்டிகளிலும் பணிப்பெண்களிலும் அதை வல்லுறவு என்று கூறியவர்கள் இருந்திருப்பார்கள் என்பதில் சந்தேகமில்லை. ஆனால், அந்த நிகழ்வு தன்னுடைய குரல்வளை அறுபடுவதில்தான் முடியப்போகிறது என்று அச்சம்கொள்வதற்கு அவர்களில் யாருக்கும் காரணம் இருந்திருக்காது. இவனுடைய இடத்திலிருந்து,

லூஸியினிடத்திலிருந்து பார்க்கும்போது பைரன் நிச்சயமாகப் பழங்காலத்தவனாகத்தான் தோன்றுகிறான்.

லூஸி அச்சத்தில் இருந்தாள், மரணபயத்தில் இருந்தாள். அவளுடைய குரல் உள்ளொடுங்கியது, அவளால் மூச்சுவிட இயலவில்லை, அவளுடைய கைகால்கள் இயங்கமறுத்தன. இது நிஜமில்லை அந்த ஆண்கள் அவளைக் கீழே சாய்த்தபோது அவள் நினைத்துக்கொண்டாள்; இது ஒரு கனவு, ஒரு கொடுங்கனவு அவ்வளவுதான். அந்த ஆண்களோ அவர்களுடைய பங்குக்கு அவளுடைய பயத்தைப் பருகினார்கள், அதில் மட்டற்ற களிப்படைந்தார்கள், அவளுக்கு வேதனையுண்டாக்க, அவளை அச்சுறுத்த, அவளுக்கு உச்சகட்ட திகிலைக் கொடுக்க என்னவெல்லாம் செய்ய முடியுமோ செய்தார்கள். உன் நாய்களைக் கூப்பிடு என்று அவளிடம் சொன்னார்கள். உன் நாய்களைக் கூப்பிட்டுப்பாரேன்! ஏன் நாய்கள் இல்லையா? அப்படியென்றால் உனக்கு நாங்கள் காட்டுகிறோம் நாய்களை.

உங்களுக்குப் புரியவில்லை, நீங்கள் அங்கு இல்லை என்கிறாள் பெவ் ஷா. அவள் தவறாகப் புரிந்துகொண்டிருக்கிறாள். என்ன இருந்தாலும் லூஸியின் உள்ளுணர்வுதான் சரி; இவனுக்குப் புரியத்தான் செய்கிறது; இவன் கவனங்குவித்தால், இவன் தன்னை இழந்தால், அங்கு இடம்பெயர்ந்து, அந்த ஆண்களாய் ஆகி, அவர்களுள் புகுந்து, தன்னுடைய ஆவியை அவர்களுக்குள் நிரப்பிக்கொள்ள முடியும். கேள்வி என்னவென்றால், அந்தப் பெண்ணாய் மாற அவனுக்குத் துணிவு இருக்கிறதா?

இவனுடைய அறையின் தனிமையில் இருந்தவாறு தன் மகளுக்கு ஒரு கடிதம் எழுதுகிறான்:

'உயிரினிய லூஸி, இந்த உலகின் அத்தனை அன்பின் பேராலும் நான் இதை உனக்குச் சொல்ல வேண்டியிருக்கிறது. நீ அபாயகரமான தவறு ஒன்றைச் செய்யும் தருவாயில் இருக்கிறாய். வரலாற்றின் முன் உன் தலையைத் தாழ்த்திக்கொள்ள நினைக்கிறாய். ஆனால், நீ செல்லும் பாதை தவறானது. அது உன்னிலிருந்து உன்னுடைய மாண்பை அகற்றிவிடும்; உன்னை இழந்து உன்னால் வாழ முடியாது. உன்னிடம் இறைஞ்சிக்கொள்கிறேன், நான் சொல்வதைக் கேள்.'

'உன் தந்தை.'

அரை மணி நேரம் கழித்து இவனுடைய கதவுக்குக் கீழே ஒரு தபாலுறை தள்ளப்படுகிறது. 'அன்புள்ள டேவிட், நான் பேசிய எதற்குமே நீங்கள் கவனம் கொடுக்கவில்லை. நீங்கள் அறிந்த அந்த நபராக நான் இப்போது இல்லை. நான் இறந்துபோனவள், எது என்னை உயிர்ப்பிக்கும் என்று இந்தத் தருணம்வரை எனக்குத் தெரியவில்லை. எனக்குத் தெரிந்ததெல்லாம் இங்கிருந்து என்னால் போக முடியாது என்பது மட்டுமே.

'உங்களுக்கு இது புரியவில்லை, உங்களுக்குப் புரியவைக்க இதற்கு மேல் என்ன செய்வது என்று எனக்குத் தெரியவில்லை. நீங்கள் வேண்டுமென்றே சூரிய ஒளி நுழைய முடியாத மூலையில் அமர்ந்திருப்பதாகத் தோன்றுகிறது. உங்களை நான் அந்த மூன்று மனிதக்குரங்குகளில் ஒன்றாகப் பார்க்கிறேன், உள்ளங்கைகளால் கண்களைப் பொத்தியிருக்கும் ஒன்றாக.

'ஆம், நான் செல்லும் பாதை தவறானதாக இருக்கலாம். ஆனால் இப்போது இந்தப் பண்ணையை விட்டுச்சென்றால், நான் தோல்வியுற்றவளாகச் செல்வேன், என்னுடைய எஞ்சிய வாழ்நாள் முழுக்க அந்தத் தோல்வியையே சுவைப்பேன்.

'காலமெல்லாம் நான் ஒரு குழந்தையாகவே இருக்க முடியாது. நீங்கள் தந்தையாகவே இருக்க முடியாது. நீங்கள் என் நலம் நாடுகிறீர்கள் என்பது புரிகிறது. ஆனால், நான் வேண்டும் வழிகாட்டி நீங்களல்ல. இந்த நேரத்துக்கு நீங்களல்ல.

'உங்கள், லூஸி.'

அதுதான் அவர்களுக்கு இடையிலான பரிமாற்றம்; அதுதான் லூஸியின் அறுதியான சொல்.

இன்றைக்கான, நாய்களைக் கொல்லும் வேலை முடிந்துவிட்டது. கறுப்புப்பைகள் கதவுக்கு அருகில் குவிக்கப்பட்டிருக்கின்றன. ஒவ்வொன்றிலும் ஒரு உடலும் ஒரு ஆன்மாவுமாக. அறுவைசிகிச்சை அறையின் தரையில் இவனும் பெவ் ஷாவும் ஒருவர் மற்றவர் கரத்தில் கிடக்கிறார்கள். இன்னும் அரைமணியில் பெவ் அவளுடைய பில்லிடம் செல்வாள், இவன் அந்தப் பைகளை வண்டியில் அடுக்குவான்.

'நீங்கள் உங்கள் முதல் மனைவியைப் பற்றி என்னிடம் சொன்னதே இல்லை' என்கிறாள் பெவ் ஷா. 'லூஸியும் அவரைப் பற்றிப் பேசுவதில்லை.'

‘லூஸியின் அம்மா ஒரு டச்சுப் பெண். இதை அவள் உன்னிடம் சொல்லியிருப்பாள். எவலீனா. எவீ. விவாகரத்துக்குப் பிறகு அவள் மறுபடியும் ஹாலந்துக்குப் போய்விட்டாள். பின்னர், மறுமணம் புரிந்துகொண்டாள். லூஸிக்கு அவளுடைய மாற்றாந்தந்தையுடன் ஒத்துப்போகவில்லை. அவள் தென்னாப்ரிக்காவுக்கே திரும்பிவந்துவிட விரும்பினாள்.’

‘அப்படி என்றால் அவள் உங்களைத் தேர்ந்தெடுத்தாள்.’

‘ஒருவகையில் அப்படித்தான். குறிப்பிட்ட எல்லைகளை, சூழலை எல்லாவற்றையும் அவளே தேர்ந்துகொண்டாள். நான் அவளை மீண்டும் அவற்றிலிருந்து விலக்கிவைக்க முயல்கிறேன், ஒரு சிறு இடைவேளைக்காவது. அவளுக்கு ஹாலந்தில் குடும்பம் இருக்கிறது, நண்பர்களும். வாழ்வதற்கு ஏற்ற மிக சுவாரஸ்யமான இடங்களில் ஒன்றாக ஹாலந்து இல்லாமல் இருக்கலாம். ஆனால், நிச்சயமாகத் துர்கனவுகளை உற்பத்திசெய்யும் இடமாக இராது.’

‘சரி?’

‘இப்போதைக்கு, என்னுடைய எந்த அறிவுரைக்கும் லூஸி செவிசாய்ப்பதாய் இல்லை. நான் ஒரு நல்ல வழிகாட்டியல்ல என்கிறாள்.’

‘ஆனால், நீங்கள் ஆசிரியராக இருந்தவர்.’

‘மிகத் தற்செயலாக ஆசிரியரானவர்களில் ஒருவனாக இருந்தேன். போதித்தலை எனக்கான வாழ்க்கைப்பணியாக நான் கருதியதில்லை. எப்படி வாழ வேண்டும் என்று பாடம் நடத்துவது என்னுடைய விருப்பமாக இருந்ததில்லை. கற்றறிவாளன் என்று அழைக்கப்படுகிறவனாக இருந்தேன். இறந்து போனாவர்களைப் பற்றிப் புத்தகங்கள் எழுதினேன். அதைத்தான் என்னுடைய இதயம் விரும்பியது. வாழ்க்கைப்பாட்டுக்காகவே பாடம் நடத்தினேன்.’

இன்னமும் கேட்பதற்காகக் காத்திருக்கிறாள். ஆனால், இவனுக்கு இதை நீட்டிக்க மனம் இல்லை.

சூரியன் மறைந்து கொண்டிருக்கிறது, குளிரத் தொடங்குகிறது. அவர்கள் கலவிகொள்ளவில்லை; அவர்கள் இருவருமாக அதை

மட்டும்தான் செய்வார்கள் என்கிற பாசாங்கையெல்லாம் அவர்கள் நிறுத்திவிட்டார்கள்.

இவனுடைய தலைக்குள், மேடையின் தனிமையில் இருக்கும் பைரன் பாடுவதற்காக மூச்சையிழுக்கிறான். க்ரீஸுக்குக் கிளம்பும் தருவாயில் இருக்கிறான். வாழ்க்கை விலைமதிப்பற்றது என்பதை இவனுடைய முப்பத்தி ஐந்தாவது வயதில் இவன் உணரத்தொடங்கிவிட்டான்.

உலகம் கண்ணீர்த்துளிகளின் உலகமாய் இருக்கிறது, இறப்பின் சுமை இதயத்தைத் தொடுகிறது[30]: இவைதான் பைரனின் சொற்களாக இருக்க முடியும், இவனுக்கு நிச்சயமாகத் தெரியும். இசையைப் பொறுத்தமட்டில் அது எங்கோ தொலைவானில் அலைகிறது, இன்னமும் கைசேரவில்லை.

'நீங்கள் கவலைப்பட வேண்டாம்' என்கிறாள் பெவ் ஷா. அவளுடைய தலை இவனுடைய மார்பின் மீது இருக்கிறது, அறுசீர்விருத்தங்களைத் தொடர்ந்து இயற்றிக்கொண்டிருக்கும் அந்த இதயத்தின் துடிப்பைச் செவியுறுகிறாளாக இருக்கலாம். 'பில்லும் நானும் அவளைப் பார்த்துக்கொள்வோம். அடிக்கடி பண்ணைக்குப் போவோம். மேலும், பெட்ருஸ் இருக்கிறான். பெட்ருஸ் பார்த்துக்கொள்வான்.'

'தந்தைமையுடனான பெட்ருஸ்.'

'ஆம்.'

'நான் காலமெல்லாம் தகப்பனாகவே இருக்க முடியாது என்கிறாள் லூஸி. இந்த ஜென்மத்தில், லூஸியின் தந்தையாக இல்லாமல் இருப்பதை என்னால் கற்பனை செய்யக்கூட முடியாது.'

இவனுடைய குறுமயிர்க்கற்றையில் தன் விரல்களால் அலைகிறாள். 'எல்லாம் சரியாகிவிடும். நீங்களே பார்ப்பீர்கள்' என்று கிசுகிசுக்கிறாள்.

ɗ

---

30 Sunt lacrimae rerum, et mentem mortalia tangent– Aeneid (Latin) – லத்தீன் மொழிக்காவியம் அன்னியடின் வரி.

19

பதினைந்து அல்லது இருபது வருடங்களுக்கு முன்பு, புதியதாக இருந்தபோது, மந்தமானதாகக் காட்சியளித்திருக்கக்கூடிய ஆனால் இப்போது புல்தரையோடான நடைபாதைகள், மரங்கள், பாளக்காரைச் சுவர்களின் மீது தொங்கும் கொடிகள் என்று வளர்ச்சியடைந்திருக்கும் நகர விரிவாக்கத்தின் பகுதியாக இருக்கிறது இந்த வீடு. எண் 8, ரஷ்ஷம் க்ரசன்ட்டுக்கு, வர்ணம் பூசப்பட்ட தோட்டக் கதவும் வீட்டுக்குள்ளிருந்து வாயிலுக்குப் பேசக்கூடிய தொலைபேசியும் இருக்கின்றன.

இவன் பொத்தானை அழுத்துகிறான். இளங்குரலொன்று பேசுகிறது: 'ஹலோ?'

'என் பெயர் லூரி. நான் மிஸ்டர் ஐசக்ஸைத் தேடிவந்திருக்கிறேன்.'

'அவர் இன்னமும் வீட்டுக்கு வரவில்லை.'

'எத்தனை மணிக்கு வருவார்?'

'இதோ - இப்போது.' மெல்லிய அரவம் கேட்கிறது; தாழ்ப்பாளின் க்ளிக் ஒலி; இவன் வாயிற்கதவைத் தள்ளித் திறக்கிறான்.

அந்தப் பாதை வீட்டின் கதவுக்குச் செல்கிறது, அங்கே ஒரு மெலிந்த சிறுமி இவனைப் பார்த்தபடி நிற்கிறாள். அவள் பள்ளிச் சீருடையில் இருக்கிறாள்: அடர்நீலத்தில் வெளியங்கி, முழங்கால்வரை நீண்ட வெண்ணிறக் காலுறைகள், அகலக்கழுத்துச் சட்டை. இவளுக்கு மெலனியின் கண்கள், மெலனியின் அகன்ற கன்னக்கதுப்புகள், மெலனியின் கருங்கூந்தல்; குறிப்பாகச் சொல்ல வேண்டுமென்றால் இவள் இன்னமும் அழகு. மெலனி இவனிடம் குறிப்பிட்டிருக்கிற

அவளுடைய தங்கை, இந்த நொடியில் இவளுடைய பெயரைத்தான் நினைவிலிருந்து மீட்டெடுக்க இயலவில்லை.

‘வணக்கம். அப்பா வழக்கமாக எத்தனை மணிக்கு வீட்டுக்கு வருவார்?’

‘பள்ளி மூன்று மணிக்கு முடிந்துவிடும், ஆனால் வழக்கமாக அவர் காலந்தாழ்த்தியே வருவார். பரவாயில்லை, நீங்கள் உள்ளே வரலாம்.’

இவனுக்காகக் கதவைத் திறந்துவைக்கிறாள், இவன் கடக்கும்போது தன்னை சுவரோடு அழுத்திக்கொள்கிறாள். கேக் துண்டு ஒன்றைத் தின்றுகொண்டிருக்கிறாள், அதைத் தன் இரு விரல்களுக்கிடையில் நாசுக்காகப் பிடித்திருக்கிறாள். அவளுடைய மேலுதட்டின் மீது துகள்கள் ஒட்டியிருக்கின்றன. இவனுக்கு அவற்றைத்தொட்டு நீக்கிவிடும் இச்சை பிறக்கிறது; அதே நேரம், அவளுடைய சகோதரியின் நினைவு ஒரு வெப்ப அலையென எழுந்து அவனைத் தாக்குகிறது. *கடவுள் என்னைக் காப்பாற்றட்டும்,* அவன் நினைக்கிறான் – *இங்கே நான் என்ன செய்துகொண்டிருக்கிறேன்?*

‘நீங்கள் வேண்டுமானால் அமர்ந்துகொள்ளலாம்.’

அமர்கிறான். அறைக்கலன்கள் பளபளக்கின்றன. அறை அதீத சுத்தமாய் இருக்கிறது.

‘உன் பெயரென்ன?’

‘தெசிரீ.’

தெசிரீ: இப்போது இவன் நினைவுகூர்கிறான். முதலில் பிறந்தவள், மெலனி, கருநிற மேனியள், பிறகு தெசிரீ, விருப்பத்துக்குரியவள், அவர்கள் இவளுக்கு இப்படியொரு பெயரை வைத்துக் கடவுளரையும் சலனம்கொள்ளச் செய்துவிட்டார்கள்!

‘என் பெயர் டேவிட் லூரி.’ அவளைக் கவனமாகப் பார்க்கிறான். ஆனால், அவளுடைய முகபாவனையில் தெரிந்துகொண்டதற்கான அறிகுறி இல்லை. ‘நான் கேப் டவுனிலிருந்து வருகிறேன்.’

‘என் அக்கா கேப் டவுனில் இருக்கிறாள். அவள் ஒரு மாணவி.’

தலையசைக்கிறான். எனக்கு உன் அக்காவைத் தெரியும், நன்றாகத் தெரியும் என்று சொல்கிறானில்லை. ஆனால், ஒரே மரத்தின் கனி என்று நினைத்துக்கொள்கிறான், ஒருவேளை மிக அந்தரங்கமான விவரம்வரையிலும்கூட. இருந்தும் வேறுபாடுகளோடு: ரத்தநாளங்களின் வேறுபட்ட துடிப்புகள், வேறுபட்ட தாபத் தவிப்புகள். ஒரே படுக்கையில் அவர்கள் இருவரும்: ஒரு அரசனுக்கு மட்டுமே தகுதியான அனுபவம்.

மெலிதாக நடுங்குகிறான். கடிகாரத்தைப் பார்க்கிறான். 'தெசிரீ, உன்னுடைய அப்பாவை நான் பள்ளியிலேயே பார்த்துக்கொள்ளலாம் என்று நினைக்கிறேன், வழியை மட்டும் நீ சொல்வாய் என்றால்.'

பள்ளி, அந்தக் குடியிருப்புப் பகுதியின் ஓர் அங்கம்தான்: முகப்புக்கற்களாலேயே கட்டப்பட்ட ஒரு சிறிய கட்டடம், ஜன்னல்கள் உருக்கால் ஆனவை, ஒரு புழுதிச்சதுக்கத்தின் நடுவில் இருக்கிறது, முட்கம்பி வேலியிடப்பட்டிருக்கிறது. வாயிலில் இருக்கும் தூணில் எஃப். எஸ். மரைஸ் என்ற பெயரும், அடுத்ததில் நடுநிலைப்பள்ளி என்றும் இருக்கிறது.

மைதானம் காலியாக இருக்கிறது. அலுவலகம் என்று குறிக்கப்பட்டிருக்கும் பலகையைப் பார்க்கும்வரை இவன் அலைந்துதிரிகிறான். உள்ளே நடுத்தர வயதும் பருமனுமான காரியதரிசி அவளுடைய நகங்களைச் சீராக்கிக்கொண்டிருக்கிறாள். 'நான் மிஸ்டர் ஐசக்ஸைப் பார்க்க வந்திருக்கிறேன்' என்கிறான்.

'மிஸ்டர் ஐசக்ஸ், உங்களைப் பார்க்க ஒருவர் வந்திருக்கிறார்' என்று உரக்கச் சொல்லிவிட்டு இவனிடம் திரும்புகிறவள், 'நீங்கள் உள்ளே போகலாம்' என்கிறாள்.

மேஜைக்குப் பின்னாலிருந்து, பாதி எழும்பி, நிறுத்தி, யோசனையாய் இவனைப் பார்க்கிறார் ஐசக்ஸ்.

'என்னை நினைவிருக்கிறதா? கேப் டவுனிலிருந்து வருகிறேன், டேவிட் லூரி.'

'ஓ.' ஐசக்ஸ் அமர்கிறார். அளவுக்குப் பெரியதான அதே கோட்டை அணிந்திருக்கிறார்: அவருடைய கழுத்தைக் காணாமலாக்கியிருக்கும் அவருடைய சட்டைக்குள்ளிருந்து, சாக்குக்குள் பிடிபட்டிருக்கும் கூர்மூக்குப் பறவையைப்

போல அவருடைய தலை எட்டிப்பார்க்கிறது. ஜன்னல்கள் மூடப்பட்டிருக்கின்றன. மக்கிய புகைமணம் கமழ்கிறது.

'உங்களுக்கு என்னைப் பார்க்க விருப்பமில்லை என்றால் நான் உடனே கிளம்பிவிடுகிறேன்' என்கிறான்.

'இல்லை. அமருங்கள். நான் வருகைப்பதிவேடுகளைச் சோதித்துக்கொண்டிருக்கிறேன். அதை முடித்துக்கொள்ளட்டுமா?'

'நிச்சயமாக.'

மேஜை மீது சட்டமிடப்பட்ட ஒரு படம் இருக்கிறது. இவன் அமர்ந்திருக்கும் இடத்திலிருந்து அதைப் பார்க்க முடியவில்லை, ஆனால் அது என்னவாக இருக்குமென்று இவனுக்குத் தெரியும்: தந்தையின் கண்மணிகளான மெலனியும் தெசிரீயும், அவர்களைச் சுமந்திருந்த தாயுடன்.

பதிவேட்டை மூடிக்கொண்டே, 'சொல்லுங்கள், இந்த இன்ப அதிர்ச்சிக்கு நான் எவ்விதம் ஈடுசெய்ய வேண்டும்?' என்கிறார் ஐசக்ஸ்.

தான் பதற்றப்படக்கூடும் என்று நினைத்திருந்தவன், அமைதியாகவே இருக்கிறான்.

'மெலனி புகாரளித்த பிறகு பல்கலைக்கழகம் அதிகாரபூர்வமான விசாரணையை நடத்தியது. அதன் விளைவாக, நான் என் பதவியை ராஜினாமா செய்துவிட்டேன். நடந்தது இதுதான்; உங்களுக்குத் தெரிந்திருக்கும்.'

ஐசக்ஸ் எதையும் வெளிக்காட்டிக்கொள்ளாமல் இவனை வெறித்துப்பார்க்கிறார்.

'அன்றிலிருந்தே, நான் என் தரப்பை விளக்கிக்கொள்ளவியலாத ஒரு புள்ளியிலேயே நின்றுகொண்டிருக்கிறேன். ஜார்ஜ் வழியாக இன்று பயணித்துக்கொண்டிருந்தேன், நின்று உங்களைப் பார்த்துப் பேசலாமே என்று தோன்றியது. நம்முடைய கடந்த சந்திப்பு... சூடேறியதாக இருந்தது நினைவிருக்கிறது. ஆனால், எப்படியிருந்தாலும் உங்களைப் பார்த்து என் மனதில் இருப்பதைப் பேசிவிட எண்ணினேன்.'

இவ்வளவுக்கு உண்மைதான். இவன் மனதில் இருப்பதைப் பேசவே எண்ணுகிறான். கேள்வி என்னவென்றால், இவன் மனதில் இருப்பது என்ன?

ஐசக்ஸின் கையில் ஒரு மலிவான பிக் பேனா இருக்கிறது. அவர் அதன் முனைவரை தன் விரல்களைச் செலுத்தித் திருப்பி, மீண்டும் அதன் முனைவரை விரல்களால் தடவி, அதையே மீண்டும் மீண்டும், பொறுமையின்மையால் அல்லாமல் ஒரு இயந்திர கதியில் செய்கிறார்.

இவன் தொடர்கிறான். 'மெலனியின் தரப்புக் கதையை நீங்கள் கேட்டுவிட்டீர்கள். நான் என் தரப்பைச் சொல்ல விழைகிறேன், நீங்கள் கேட்கத் தயாராக இருந்தால்.'

'என் பக்கம் எந்த முன்தயாரிப்புமில்லாமல்தான் அது தொடங்கியது. அது ஒரு சாகசமாகத் தொடங்கியது, என்னைப் போன்ற, குறிப்பிட்ட வகையிலான சில ஆண்கள் செய்யும் சிறிய சாகசங்களில் ஒன்றாக, என்னைத் தொடர்ந்து இயங்கவைக்கும் ஒன்றாக. நான் இப்படிப் பேசுவதற்காக நீங்கள் என்னை மன்னிக்க வேண்டும். நான் வெளிப்படையாக இருக்க முயல்கிறேன்.

'மெலனியின் விஷயத்தில், எப்படியோ, எதிர்பாராத ஒன்று நிகழ்ந்துவிட்டது. அதை நான் ஒரு நெருப்பாகப் பார்க்கிறேன். என்னில் அவள் ஒரு நெருப்பை மூட்டிவிட்டாள்.'

இடைநிறுத்துகிறான். பேனா தன் நடனத்தைத் தொடர்கிறது. ஒரு சிறிய திடீர் சாகசம். குறிப்பிட்ட வகையான ஆண்கள். மேஜைக்குப் பின்னால் இருக்கும் ஆணுக்கு சாகசங்கள் உண்டா? அவரைப் பார்க்கப்பார்க்க இவனுக்கு அதிக சந்தேகம் உண்டாகிறது. ஐசக்ஸ் ஒரு தேவாலயத்தின் உதவிகுருவாகவோ ஒரு சேவைக்காரராகவோ இருந்தாலும் இவன் ஆச்சரியப்படமாட்டான், சேவைக்காரர் என்பதற்குப் பொருள் என்னவாக இருந்தாலும்தான்.

'நெருப்பு: அதில் குறிப்பிடும்படியாக என்ன இருக்கிறது? நெருப்பு அணைந்துபோனால், நீங்கள் தீக்குச்சியொன்றைக் கிழித்து இன்னொன்றைப் பற்றவைத்துக்கொள்கிறீர்கள். நான் இப்படித்தான் நினைக்கப்பழக்கப்பட்டிருந்தேன். இருந்தும், முற்காலத்தில் நெருப்பை மக்கள் வணங்கினார்கள். ஒரு தழலை

அணையவிடும் முன் இருமுறை யோசித்துக்கொண்டார்கள், அது ஒரு தழல்தெய்வம். உங்கள் மகள் என்னில் மூட்டியது அப்படியொரு தழலைத்தான். என்னை எரித்துத் தீர்க்கும் அளவுக்குத் தகிப்பதல்ல, என்றாலும் நிஜமானது: நிஜமான நெருப்பு.'

எரிந்தது – எரிக்கப்பட்டது – எரிந்து தீர்ந்தது.

பேனா அசைவை நிறுத்திக்கொள்கிறது. 'மிஸ்டர் லூரி' என்கிறார் பெண்ணின் தந்தை, அவருடைய முகத்தில் வலியோடான கோணல் சிரிப்பு இருக்கிறது, 'என்னுடைய பள்ளிக்கு வந்து என்ன நினைப்பில் இப்படியான கதைகளைச் சொல்லிக்கொண்டிருக்கிறீர்கள் என்று என்னை நானே நொந்துகொள்கிறேன்.'

'மன்னிக்க வேண்டும், இது காட்டுமிராண்டித்தனம்தான், எனக்குத் தெரிகிறது. முடிவாக இதுதான். இதைத்தான் என் தரப்பாகச் சொல்ல விரும்பினேன். மெலனி எப்படி இருக்கிறாள்?'

'நீங்கள் கேட்பதால் சொல்கிறேன், மெலனி நலமாக இருக்கிறாள். வாரம் ஒரு முறை தொலைபேசுகிறாள். படிப்பைத் தொடர்கிறாள். அவளுக்காகச் சிறப்புச் சலுகைகள் கொடுத்திருக்கிறார்கள். உங்களுக்குப் புரியாததா, நிலைமை அப்படி. அவளுடைய ஓய்வு நேரத்தில் நாடகப்பயிற்சிக்குப் போகிறாள், நன்றாகவே செய்கிறாள். ஆக, மெலனி நன்றாக இருக்கிறாள். நீங்கள் எப்படி இருக்கிறீர்கள்? வேலையையும் விட்டுவிட்டீர்கள், உங்களுடைய திட்டம் என்ன?'

'உங்களுக்கு இந்த விஷயம் சுவாரஸ்யமாக இருக்கும், எனக்கும் ஒரு மகள் இருக்கிறாள். அவளுக்குச் சொந்தமாக ஒரு பண்ணை இருக்கிறது; அவளுக்கு உதவியாக அவளோடு சிறிது காலத்தைக் கழிக்கலாம் என்றிருக்கிறேன். மேலும், நான் ஒரு புத்தகத்தை முடிக்க வேண்டியிருக்கிறது, புத்தகம் மாதிரியானது. ஏதாவது ஒருவகையில் நான் என்னை வேலைகளில் ஈடுபடுத்திக்கொள்வேன்.'

இடைநிறுத்துகிறான். .இவனைத் துளைக்கும் நோக்கோடு தாக்கும் பார்வையால் ஐசக்ஸ் கவனிக்கிறார்.

'ஆக' ஐசக்ஸின் வார்த்தைகள் அவருடைய உதடுகளிலிருந்து ஒரு பெருமூச்சைப் போல வெளியேறுகின்றன: 'ஒரு வல்லமை எப்படி வீழ்ந்துவிட்டிருக்கிறது!'

வீழ்ச்சி? வீழ்ந்துபட்டது உண்மைதான். சந்தேகம் இல்லை. ஆனால், வல்லமை? வல்லமை என்பது இவனுக்குப் பொருந்துமா? இவன் தன்னைக் கண்ணுக்குப் புலப்படாத ஒன்றாக, காற்றில் கரைந்துகொண்டிருக்கும் ஒன்றாக அல்லவா கருதிக்கொண்டிருக்கிறான். வரலாற்றின் விளிம்பில் இருக்கும் ஒரு உருவமாக.

'அது ஒருவேளை நமக்கு நல்லதாகக்கூட இருக்கலாம், அவ்வப்போது விழுவது. அதாவது, நாம் உடைந்து விடாதவரையில்' என்கிறான்.

'நல்லது. நல்லது. நல்லது' என்கிறார் ஐசக்ஸ் இன்னமும் இவனை அதே ஒறுக்கும் பார்வையைப் பார்த்துக்கொண்டே. முதன்முறையாக அவரில் இவன் மெலனியின் ஒரு கூறைக் காண்கிறான்: வாயின், உதடுகளின் அந்த வடிவநேர்த்தி. ஏதோ உந்த இவன் மேஜைக்கு அப்பால் கையை நீட்டி அந்த மனிதனின் கைகளைக் குலுக்க முயல்கிறான். ஆனால், அவருடைய கையின் மேற்புறத்தை வருட மட்டுமே முடிகிறது. குளிர்ந்த, ரோமமற்ற சருமம்.

'மிஸ்டர் லூரி, உங்களுடைய, மெலனியினுடைய கதையைத் தவிர என்னிடம் சொல்ல உங்களுக்கு வேறு எதுவும் இருக்கிறதா? உங்கள் மனதில் ஏதோ இருப்பதாகக் குறிப்பிட்டீர்களே?'

'என் மனதிலா? இல்லை. இல்லை, நான் மெலனி எப்படி இருக்கிறாள் என்பதைத் தெரிந்துகொள்ளத்தான் வந்தேன்.' எழுகிறான். 'என்னைப் பார்க்க ஒப்புக்கொண்டதற்கு மிகுந்த நன்றி பாராட்டுகிறவனாக இருக்கிறேன்.' இந்த முறை நேரடியாகவே கையை நீட்டுகிறான். 'சென்றுவருகிறேன்'

'நல்லது.'

அவன் கதவருகில் வந்துவிடுகிறான் — உண்மையில் இப்போது காலியாக இருக்கும் அந்த அலுவலக அறையின் வெளிப்புறத்தில் இருக்கிறான் — ஐசக்ஸ் அழைப்பது கேட்கிறது: 'மிஸ்டர் லூரி! ஒரு நிமிடம்!'

இவன் திரும்புகிறான்.

'இன்று மாலை எங்கு இருப்பீர்கள்?'

'இன்று மாலையா? நான் இங்கே ஒரு விடுதியில் தங்கியிருக்கிறேன். திட்டம் என்று ஒன்றுமில்லை.'

'வந்து எங்களோடு சாப்பிடுங்களேன். இரவுணவுக்கு வாருங்கள்.'

'உங்கள் மனைவி இதை விரும்புவார் என்று எனக்குத் தோன்றவில்லை.'

'இருக்கலாம். ஆனால், அப்படி இல்லாமலும் இருக்கலாம். எவ்வாறாயினும் வாருங்கள். எங்களோடு ரொட்டியைப் பகிர்ந்துகொள்ளுங்கள். ஏழு மணிக்கு உண்பது எங்கள் வழக்கம். முகவரியை இதோ எழுதித் தருகிறேன்.'

'யோசித்துக்கொள்ளுங்கள். நீங்கள் இதைச் செய்ய வேண்டியதில்லை. நான் ஏற்கெனவே உங்கள் வீட்டுக்குப் போய் உங்கள் மகளைச் சந்தித்துவிட்டேன். அவள்தான் என்னை இங்கே அனுப்பிவைத்தது.' ஐசக்ஸ் இமை தட்டவும் இல்லை. 'நல்லது' என்கிறார்.

முன் கதவை ஐசக்ஸே திறக்கிறார். 'உள்ளே வாருங்கள், வாருங்கள்' என்று சொல்லிக்கொண்டே வரவேற்பறைக்குள் இவனை அழைக்கிறார். மனைவி என்ற ஒருத்தியின் அறிகுறியே இல்லை, இரண்டாவது மகளினதும்.

'ஒரு பரிசு கொண்டுவந்திருக்கிறேன்' வைன் புட்டியை எடுத்து நீட்டுக்கிறான்.

ஐசக்ஸ் இவனுக்கு நன்றி சொல்கிறார். ஆனால், அந்த வைனை என்ன செய்வதென்று அவருக்குத் தெரியவில்லை. 'உங்களுக்குக் கொஞ்சம் கொடுக்கட்டுமா? நான் போய் இதைத் திறந்துகொண்டு வருகிறேன்.' அவர் அறையை நீங்குகிறார், அடுப்படியில் கிசுகிசுப்பு கேட்கிறது. அவர் திரும்ப வருகிறார். 'தக்கைத்திருகியைத் தொலைத்துவிட்டிருக்கிறோம். பக்கத்து வீட்டிலிருந்து வாங்கிவர தெசி சென்றிருக்கிறாள்.'

அறவே கெட்டப் பழக்கங்கள் அற்றவர்கள். இவன் யோசித்திருக்க வேண்டும். கட்டுக்கோப்பான மத்தியவர்க்கக் குடும்பம், சிக்கனமானது, புத்திசாலித்தனமானது. கார் கழுவப்பட்டிருக்கிறது,

புல்வெளி சீராக்கப்பட்டிருக்கிறது, வங்கியில் சேமிப்பு இருக்கிறது. பொக்கிஷம்போன்ற தங்கள் இரு மகள்களின் எதிர்காலத்துக்காகவே குவிமையப்படுத்தப்பட்டிருக்கும் அவர்களுடைய சேமிப்பு: புத்திசாலி மெலனி, நடிப்புத்துறை லட்சியங்களுடன்; தெசிரீ, அழகி.

அவர்களுடைய நெருக்கமான பரிச்சயத்தின் முதல் மாலையில் நுரையிருக்கையில் அமர்ந்தபடி இவன் அவளுக்கு - நினைவில் அந்தச் சொல் தயங்கியபடி எழுகிறது - கசிவை உண்டாக்கும் நோக்கத்துடன் ஊற்றியிருந்த ஒரு ஷாட்கிளாஸ் விஸ்கியுடனான காபியை அருந்திக்கொண்டிருக்கும் மெலனியை இவன் நினைவுகூர்கிறான். அவளுடைய சீரான சிறிய தேகம்; அவளுடைய கவர்ச்சிகரமான ஆடை; ஆர்வத்துடன் பளபளக்கும் அவளுடைய விழிகள். மூர்க்க ஓநாய் இரை தேடித்திரியும் காட்டுக்குள் அடியெடுத்து வைத்துக்கொண்டிருக்கிறாள்.

புட்டியோடும் தக்கைத்திருகியோடும் அழகி தெசிரீ நுழைகிறாள். அவர்கள் இருக்கும் அறையைக் கடக்கும்போது, முகமன் சொல்வது எதிர்பார்க்கப்படும் என்பதை உணர்ந்து ஒரு நிமிடம் தயங்குகிறாள். புட்டியை நீட்டி, 'ப்பா?' என்று குழப்பத்தின் தொனியோடு கிசுகிசுக்கிறாள்.

ஆக: இவன் யாரென்று அவள் கண்டுகொண்டுவிட்டாள். அவர்கள் இவனைப் பற்றி விவாதித்திருக்கிறார்கள், ஒருவேளை இவன் காரணமாக சச்சரவிட்டும் இருக்கலாம்: வேண்டாத விருந்தாளி, இருட்டைப் பெயராகக் கொண்ட மனிதன்.

அவளுடைய தந்தை அவள் கரத்தைத் தன்னுடையதில் பிடித்துவைத்துக்கொள்கிறார். 'தெசிரீ, இவர் மிஸ்டர் லூரி' என்கிறார்.

'ஹலோ தெசிரீ.'

அவளுடைய முகத்தில் திரைவிரித்திருந்த கூந்தல் பின்னுக்குத் தள்ளப்படுகிறது. அவள் இவனுடைய பார்வையைச் சந்திக்கிறாள், குழப்பத்தோடு என்றாலும், தந்தையின் செட்டைக்குக் கீழ் இருக்கும் துணிவோடும். 'ஹலோ.' அவள் முணுமுணுக்கிறாள். இவன் கடவுளே ஓ கடவுளே! என்று எண்ணிக்கொள்கிறான்.

அவளுக்கோ தன்னுடைய மனதினூடே கடந்துசெல்வதை இவனிடமிருந்து மறைக்க முடியவில்லை: *இந்த மனிதனோடுதான் என் அக்கா அம்மணமாக இருந்திருக்கிறாள்! இவனோடுதான் அதைச் செய்திருக்கிறாள்! இந்தக் கிழவனோடு!*

தனியாக சிறியதாக, அடுக்களைக்கான சிறு பாதையோடு உணவறை இருக்கிறது. மேஜையில், உயர்ரகத் தட்டு, கரண்டிகளோடு நான்கு இடங்கள் அழகாகத் தயார்செய்யப்பட்டுள்ளன; மெழுவர்த்திகள் ஒளிர்கின்றன. 'உட்காருங்கள், உட்காருங்கள்!' என்கிறார் ஐசக்ஸ். இந்த நொடிவரை அவருடைய மனைவியின் சுவடே தெரியவில்லை. 'ஒரே நிமிடம் இதோ வருகிறேன்.' அடுக்களைக்குள் சென்று மறைகிறார் ஐசக்ஸ். இவனுக்கு எதிரில் அமர்ந்திருக்கும் தெசிரீயோடு இவன் தனித்துவிடப்படுகிறான். அவள் தலையைத் தொங்கவிட்டுக்கொள்கிறாள், இனியும் திடமாய்க் காட்டிக்கொள்ள இயலவில்லை.

இதோ அவர்கள் வருகிறார்கள், பெற்றோர் இருவரும் ஒன்றாக. இவன் எழுந்து நிற்கிறான். 'நீங்கள் என் மனைவியைச் சந்தித்ததில்லையே. தொரீன், நம்முடைய விருந்தினர், மிஸ்டர் லூரி.'

'உங்களுடைய இல்லத்துக்கு என்னை அழைத்தது குறித்து மிகுந்த நன்றியுடைவனாகிறேன், மிஸஸ் ஐசக்ஸ்.'

மிஸஸ் ஐசக்ஸ் குள்ளமான பெண், நடுவயது அவளை இன்னமும் கட்டைகுட்டையாகவும், வளைந்த கால்களோடும், அதனால் அவளுடைய நடையை லேசாக உருண்டுசெல்வதுபோல் தோன்றும்படிக்கும் மாற்றியிருக்கிறது. ஆனால், சகோதரிகளுக்கு அவர்களுடைய அழகு எங்கிருந்து வந்திருக்கிறது என்பதை இவனால் பார்க்க முடிகிறது. அவளுடைய காலத்தில் அவளொரு சிறந்த அழகியாக இருந்திருக்க வேண்டும்.

அவளுடைய முகம் இறுகியிருக்கிறது, அவள் இவனுடைய விழிகளைத் தவிர்க்கிறாள், ஆனாலும் மிகச் சிறிய ஒரு தலையசைப்பைக் காட்டவே செய்கிறாள். கீழ்ப்படிந்தவள்; ஒரு நல்ல மனைவியும், வாழ்க்கைத் துணைவியும். *நீங்கள் இருவரும் ஒரே மாம்சத்தவராய் இருப்பீர்கள்.* மகள்களும் இவளையே ஒத்திருப்பார்களா?

‘தெசிரீ, எழுந்துவா, எல்லாவற்றையும் எடுத்துவர உதவு.’ மகளுக்கு ஆணையிடுகிறாள்.

குழந்தை நன்றியுடன் தன்னுடைய நாற்காலியிலிருந்து தாவி எழுகிறாள்.

‘மிஸ்டர் ஐசக்ஸ், நான் உங்கள் இல்லத்தில் குழப்பம்தான் விளைவிக்கிறேன். நீங்கள் என்னை இங்கே அழைத்தது உங்களுடைய பெருந்தன்மையில்தான். நான் அதை மனமார ஒப்புக்கொள்கிறேன். ஆனால், இப்போது நான் கிளம்புவதுதான் சரி.’

ஐசக்ஸின் புன்னகையில் இவன் ஆச்சரியப்படும்விதத்தில் கேளிக்கையின் அறிகுறியொன்று தென்படுகிறது. ‘உட்காருங்கள், உட்காருங்கள்! எல்லாம் சரியாகிவிடும்! ஒரு பிரச்சினையும் இல்லை!’ அவர் நெருங்கி அமர்கிறார். ‘நீங்கள் திடமாக இருக்க வேண்டும்!’

தொடர்ந்து தெசிரீயும் அவளுடைய அம்மாவும் உணவுப் பாத்திரங்களைச் சுமந்துவருகிறார்கள்: இஞ்சி மற்றும் சீரகத்தின் மணம் கமழ்வதும் கொதித்துக்கொண்டிருப்பதுமான தக்காளிக் குழம்பில் கோழி இறைச்சி, சோறு, விதவிதமான சாலடுகள், ஊறுகாய்கள். லூஸியோடு இருந்தபோது இவன் நினைத்து ஏங்கிய மாதிரியான உணவுகள்.

மதுப்புட்டியும் ஒற்றை மதுக்குவளையும் இவன் எதிரில் வைக்கப்பட்டிருக்கின்றன.

‘நான் மட்டும்தான் குடிக்கப்போகிறேனா?’

‘அதனாலென்ன நீங்கள் குடிக்கலாம்’ என்கிறார் ஐசக்ஸ்.

இவன் ஒரு குவளை ஊற்றிக்கொள்கிறான். இவனுக்கு இனிப்பான வைனில் விருப்பமில்லை. அவர்களுக்குப் பிடித்தமானதாக இருக்கலாம் என்று எண்ணி லேட் ஹார்வெஸ்ட்டை வாங்கி, இவனுக்கே சிக்கல் உண்டாக்கிவைத்திருக்கிறான்.

பிரார்த்தனை வேறு செய்ய வேண்டியிருக்கிறது. ஐசக்ஸ் தம்பதி கைகளைப் பிடித்துக்கொள்கிறார்கள்; இவனுடைய கைகளையும். இடதை பெண்ணின் தந்தைக்கும் வலதை பெண்ணின் தாய்க்கும் நீட்டுவதைத் தவிர வேறொன்றும் செய்வதற்கில்லை.

‘நமக்கு இப்போது கிடைக்க இருப்பதற்காக, இறைவன் நம்மை உண்மையில் நன்றியுடையவர்களாக ஆக்கட்டும்’ என்கிறார் ஐசக்ஸ். ‘ஆமென்’ என்கிறார்கள் அவருடைய மனைவியும் மகளும். டேவிட் லூரியாகிய இவனும் ஒரு ‘ஆமென்’னை முணுமுணுத்து, பட்டுபோலவும் சில்லென்றும் இருக்கும் தகப்பனுடையதையும், சிறிய, சதைப்பற்றான, வேலையால் கதகதப்பேறியிருக்கும் தாயின் கையையும் விடுவிக்கிறான்.

மிஸஸ் ஐசக்ஸ் பரிமாறுகிறாள். இவனுடைய தட்டை நகர்த்தும்போது, ‘கவனம், சூடாக இருக்கிறது’ என்கிறாள். இவனிடம் அவள் பேசியது அது மட்டும்தான்.

உண்ணும் நேரம், இவன் நல்ல விருந்தாளியாக இருக்க எண்ணி, சுவாரஸ்யமாகப் பேசி, மௌனங்களை நிரப்ப முயல்கிறான். லூஸியைப் பற்றியும், நாய்ப்பட்டியில் இருக்கும் நாய்களைப் பற்றியும், அவளுடைய தேனீ வளர்ப்பு குறித்தும், தோட்டத்தின் பயிர் வளர்ப்புத் திட்டங்கள் குறித்தும், இவனுடைய சனிக்கிழமை காலைகளின் சந்தை அனுபவங்கள் குறித்தும் பேசுகிறான். அந்தத் தாக்குதல் குறித்துப் பட்டும்படாமல் சொல்கிறான். இவனுடைய கார் திருடுபோயிற்று என்று மட்டும் குறிப்பிடுகிறான். விலங்குநலச் சங்கம் பற்றியும் பேசுகிறான். ஆனால், மருத்துவமனை வளாகத்தில் இருக்கும் எரியுலை பற்றியோ, பெவ் ஷாவுடன் ரகசியமாக நேரம் கழிக்கும் ஞாயிறு மதியங்கள் குறித்தோ ஏதும் சொல்கிறானில்லை.

இந்த வழியில் கோக்கப்பட்டு, கதையின் சுருள் ஒளிவுமறைவின்றி விரிகிறது. கிராமப்புற வாழ்க்கையின் மடத்தனமான எளிமை. இது உண்மையாக இருந்திருக்கலாம் என்று இவன் எவ்வளவு ஏங்குகிறான். ரகசியங்கள், சிக்கல்கள், சிக்கலான மனிதர்கள் எல்லாவற்றின் மீதும் சலிப்பாக இருக்கிறது. இவன் தன்னுடைய மகளை நேசிக்கிறான். ஆனால், அவள் ஒரு சாதாரணமான பிறவியாக இருந்திருக்கலாம் என்று இவன் விரும்பும் தருணங்களும் உண்டு; சாதாரணமானவளாக, எளிமையானவளாக. அவளை வன்புணர்ந்தவன், அந்தக் குழுவின் தலைவன் அப்படித்தான் இருந்தான், காற்றைக் கிழிக்கும் ஒரு வாளைப் போல.

அறுவை சிகிச்சை மேடைமீது தான் நீட்டிப்படுத்திருப்பது போன்ற காட்சியுரு ஒன்று இவனுக்குத் தோன்றுகிறது. அறுவைக்கத்தி ஒன்று பளபளக்கிறது; தொண்டையிலிருந்து

கவடுவரைக்கும் இவன் பிளவுண்டு கிடக்கிறான்; எல்லாவற்றையும் பார்த்துக்கொண்டிருந்தாலும் வலி எதையும் உணர்கிறானில்லை. அறுவை நிபுணர் ஒருவர், தாடிவைத்தவர், முகத்தைச் சுளித்துக்கொண்டு இவன் மேலாகக் குனிகிறார். என்ன இதெல்லாம்? அவர் உறுமுகிறார். பித்தப்பையைக் குத்திப்பார்க்கிறார். என்ன இது? அதை வெட்டி வெளியில் எடுக்கிறார், தூர வீசுகிறார். இதயத்தைக் குத்திப்பார்க்கிறார். இது என்ன?

'உங்கள் மகள் அவர் பண்ணையைத் தனியாகத்தான் நடத்துகிறாரா?' ஐசக்ஸ் கேட்கிறார்.

'அவளுக்கு உதவி தேவைப்படும்போது செய்ய ஒரு ஆள் இருக்கிறான். பெட்ருஸ். ஆப்ரிக்கன்.' பிறகு, இவன் பெட்ருஸ் பற்றிப் பேசுகிறான், உறுதியான, நம்பிக்கைக்கு உகந்த பெட்ருஸ், அவனுடைய இரு மனைவியர் மற்றும் அவனுடைய மிதமான குறிக்கோள்கள்.

இவன் நினைத்ததைவிட கொஞ்சமாகத்தான் இவனுக்குப் பசி இருக்கிறது. உரையாடல் தடுமாறுகிறது. ஆனாலும், அவர்கள் எப்படியோ சாப்பிட்டு முடித்துவிடுகிறார்கள். தெசிரீ அனுமதி கேட்டுக்கொண்டு அவளுடைய வீட்டுப்பாடத்தைச் செய்யப்போகிறாள். மிஸஸ் ஐசக்ஸ் மேஜையை சுத்தப்படுத்துகிறார்.

'நான் விடைபெறுகிறேன். நாளை அதிகாலையிலேயே நான் கிளம்ப வேண்டும்.' இவன் சொல்கிறான்.

'பொறுங்கள், ஒரே நிமிடம்.'

அவர்கள் தனியாக இருக்கிறார்கள். இவனால் இனியும் மழுப்பிப் பேச முடியாது.

'மெலனி பற்றி' என்கிறான்.

'சொல்லுங்கள்.'

'இன்னும் ஒரே வார்த்தை, அத்தோடு முடித்துக்கொள்வேன். அது வேறு மாதிரியாக மாறியிருக்கலாம், எங்கள் இருவருக்கும் இடையில் எங்கள் வயதுகளையும் தாண்டி என்றே நம்புகிறேன். ஆனால், நான் செய்யத்தவறியது ஒன்று இருக்கிறது, அது,

அந்த சொல்லுக்காகத் தடுமாறுகிறான், அதற்கான மொழி, உணர்ச்சிகரமான மொழி என்னிடத்தில் கிடையாது. நான் காதலை மிக நன்றாகக் கையாள்கிறவன். ஆனால், என்னை எரித்தாலும் என்னால் பாட மட்டும் முடியாது, உங்களுக்கு நான் சொல்லவருவது புரியும் என்று நினைக்கிறேன். அதற்காக நான் வருந்துகிறேன். உங்கள் மகளுக்கு நான் விளைவித்த இன்னலுக்காக வருந்துகிறேன். உங்களுடையது மிக அருமையான குடும்பம். உங்களுக்கும் மிஸஸ் ஐசக்ஸுக்கும் நான் இழைத்திருக்கும் துன்பத்துக்காக மன்னிப்பு கோருகிறேன். என்னை மன்னித்துவிடுங்கள்.'

அருமையான என்பது சரியல்ல. முன்மாதிரி என்பதே சிறப்பானதாக இருக்கும்.

'ஆக, இறுதியில் நீங்கள் மன்னிப்பு கேட்டுவிட்டீர்கள். இது எப்போது நடக்கும் என்றுதான் காத்திருந்தேன்.' அவர் அமரவில்லை; முன்னும்பின்னுமாக நடக்கிறார். 'நீங்கள் வருந்துகிறீர்கள். உங்களுக்கு அந்த மொழி கைவரவில்லை என்று சொல்கிறீர்கள். உணர்ச்சிகரமான மொழி மட்டும் உங்களுக்கு வசப்பட்டிருந்தால் இன்று நாம் இருக்கும் இந்தக் கட்டத்தில் நாம் இருந்திருக்க மாட்டோம். ஆனால், எனக்கு நானே சொல்லிக்கொள்வது இதுதான், விஷயம் வெளியில் தெரிந்துவிட்டால் நாம் எல்லோருமே வருந்துகிறோம். அப்போது நாம் மிக வருந்துகிறோம். நாம் வருந்துகிறோமா என்பதல்ல கேள்வி. கேள்வி இதுதான், நாம் என்ன பாடம் கற்றுக்கொண்டோம்? கேள்வி என்னவென்றால், வருந்தியான பிறகு நாம் என்ன செய்யவிருக்கிறோம்?'

இவன் பதிலளிக்க எத்தனிக்கிறான். ஆனால், ஐசக்ஸ் கையை உயர்த்துகிறார். 'உங்கள் முன்னிலையில் நான் கடவுள் என்ற வார்த்தையை உச்சரிக்கலாமா? கடவுளின் பெயரைக் கேட்டதுமே வருத்தம் கொண்டுவிடும் நபர்களில் நீங்களும் ஒருவர் இல்லையல்லவா? கேள்வி என்னவென்றால், நீங்கள் மிகவும் வருத்தப்படுகிறவராய் இருப்பதற்கு அப்பால் உங்களிடமிருந்து கடவுள் என்ன எதிர்பார்க்கிறார்? நீங்கள் ஏதாவது யோசித்துப்பார்த்தீர்களா மிஸ்டர் லூரி?'

ஐசக்ஸின் முன்னும்பின்னுமான நடையில் இவனுடைய கவனம் சிதறியிருந்தாலும், வார்த்தைகளைக் கவனமாகத் தேர்ந்தெடுக்க முனைகிறான். 'பொதுவாகச் சொல்வதென்றால்,

ஒரு குறிப்பிட்ட வயதுக்குப் பிறகு யாரும் எந்தப் பாடத்தையும் கற்றுக்கொள்ள இயலாத அளவுக்கு முதிர்ந்துவிடுகிறோம் என்றுதான் நான் சொல்லியிருப்பேன். ஒருவனை மீண்டும்மீண்டும் தண்டிக்க வேண்டுமானால் செய்யலாம். ஒருவேளை சில வழக்குகளுக்கு இது பொருந்தாமலும் போகலாம். புரிந்துகொள்ளப் பொறுமையோடு காத்திருக்கிறேன். கடவுள் என்று வரும்போது, நான் நம்பிக்கையாளனல்ல. ஆகவே, நீங்கள் கடவுள் என்றும் கடவுளின் விருப்பம் என்றும் சொல்வதை எனக்கேற்ப நான் மொழிபெயர்த்துக்கொண்டாக வேண்டும். என்னைப் பொறுத்தவரை எனக்கும் உங்கள் மகளுக்கும் இடையில் நடந்ததற்காக நான் தண்டிக்கப்பட்டுக் கொண்டிருக்கிறேன். அவ்வளவு சுலபமாக என்னை நானே வெளியேற்றிக்கொள்ள இயலாத ஒரு மானக்கேட்டுக்குள் புதைந்துகொண்டிருக்கிறேன். இந்தத் தண்டனையை ஏற்க நான் மறுக்கவில்லை. அதற்கெதிராக நான் முணுமுணுக்கவில்லை. சொல்லப்போனால், இந்த மானக்கேட்டில்தான் என்னுடைய இருப்பென்று ஒப்புக்கொண்டு ஒவ்வொரு நாளும் வாழ்கிறேன். இப்படிக் காலவரையற்ற மானக்கேட்டில் நான் வாழ்வது கடவுளுக்குப் போதுமானதாக இருக்கும் என்று நீங்கள் நினைக்கிறீர்களா?'

'எனக்குத் தெரியவில்லை மிஸ்டர் லூரி. பொதுவாகச் சொல்வதென்றால், என்னைக் கேட்காதீர்கள், கடவுளைக் கேளுங்கள் என்றுதான் கூறியிருப்பேன். ஆனால், நீங்கள் தொழுவதில்லை என்பதால் கடவுளிடம் கேட்க உங்களால் முடியாது. ஆகவே, கடவுளேதான் அதை உங்களுக்குத் தெரிவிக்க வழிதேட வேண்டும். நீங்கள் இங்கிருப்பது ஏன் என்று யோசித்தீர்களா மிஸ்டர் லூரி?'

இவன் மௌனமாக இருக்கிறான்.

'நான் சொல்கிறேன். நீங்கள் ஜார்ஜ் வழியாகப் பயணித்துக் கொண்டிருந்தீர்கள், உங்களுக்குத் திடீரென்று உங்கள் மாணவி ஜார்ஜைச் சேர்ந்தவள் என்பது நினைவுக்கு வந்தது, ஏன் கூடாது? என்று நீங்கள் எண்ணினீர்கள். நீங்கள் அதை யோசித்திருக்கவில்லை. ஆனாலும், நீங்கள் எங்கள் வீட்டில் இருக்கிறீர்கள். அது உங்களுக்கே ஆச்சரியமாக இருந்திருக்க வேண்டும். அப்படித்தானே?'

'அப்படியில்லை. நான் உண்மையைச் சொல்லியிருக்கவில்லை. நான் இந்த வழியாகவெல்லாம் பயணப்படவில்லை. நான் ஜார்ஜுக்கு வந்தது ஒரே காரணமாகத்தான்; உங்களிடம் பேச. நான் சில காலமாகவே இதுகுறித்து யோசித்துக்கொண்டிருக்கிறேன்.'

'ஆம், நீங்கள் என்னிடம் பேசவந்ததாகச் சொல்கிறீர்கள். ஆனால், என்னிடம் ஏன்? என்னிடம் சுலபமாகப் பேசலாம், மிகச் சுலபமாக. என் பள்ளிக் குழந்தைகள் அத்தனைப் பேருக்கும் இது தெரியும். ஐசக்ஸிடமிருந்து மிகச் சுலமாகத் தப்பிவிடலாம் இப்படித்தான் அவர்கள் சொல்வார்கள்.' அவர் மறுபடியும் புன்னகைக்கிறார், முன்புபோலவே அதே கோணற்சிரிப்பு. 'உண்மையில் நீங்கள் யாரிடம் பேசவந்தீர்கள்?'

இப்போது இவனுக்கு உறுதியாகிவிட்டது: இவனுக்கு இந்த மனிதனைப் பிடிக்கவில்லை, இவனுடைய தந்திரங்கள் பிடிக்கவில்லை.

இவன் எழுகிறான், ஆளில்லாத அந்த உணவறையைத் தாண்டி அதைத் தொடரும் சிறுபாதையைத் தடுமாறியபடியே தாண்டுகிறான். பாதி மூடப்பட்டிருக்கும் ஒரு கதவுக்குப் பின்னாலிருந்து மெல்லிய குரல்களைக் கேட்கிறான். அந்தக் கதவைத் தள்ளித் திறக்கிறான். கம்பளி நூற்கண்டும் கையுமாகக் கட்டிலில், தெசிரீயும் அவளுடைய தாயும் அமர்ந்திருக்கிறார்கள். இவனைப் பார்த்ததில் அதிர்ந்துபோய் மௌனமாகிறார்கள்.

கவனமான நாடகீயத்துடன் இவன் முழந்தாளிட்டு தன்னுடைய நெற்றியால் தரையைத் தொடுகிறான்.

இது போதுமா? இவன் எண்ணிக்கொள்கிறான். இது சரிசெய்துவிடுமா, விடாதென்றால், வேறு என்ன செய்ய வேண்டும்?

தலையை நிமிர்த்துகிறான். அவர்கள் இருவரும் அங்கேயே அப்படியே உறைந்து அமர்ந்திருக்கிறார்கள். இவன் தாயின் பார்வையைச் சந்திக்கிறான், பிறகு மகளினதையும், மறுபடியும் மின்சாரம் பாய்கிறது, இச்சையின் மின்சாரம்.

எழுகிறான். முழங்கால்கள் இவன் வெட்கமுறக் கிரீச்சிடுகின்றன. 'நல்லிரவு' என்கிறான். 'உங்களுடைய கருணைக்கு நன்றி. உணவுக்கு நன்றி.'

இவனுடைய விடுதி அறைக்குப் பதினோரு மணிக்கு ஒரு தொலைபேசி அழைப்பு வருகிறது. ஐசக்ஸ் பேசுகிறார். 'உங்களுடைய எதிர்காலத்துக்காக வாழ்த்துத் தெரிவிக்க அழைத்தேன்.' இடைநிறுத்துகிறார். 'உங்களிடம் கேட்க முடியாமல்போன கேள்வியொன்று இருக்கிறது மிஸ்டர் லூரி. உங்கள் சார்பாகப் பல்கலைக்கழகத்தில் நாங்கள் தலையிட வேண்டும் என்று நீங்கள் எதிர்பார்க்கவில்லை அல்லவா?'

'தலையிடுவதா?'

'ஆம். அதாவது, உங்களை மீண்டும் பதவியில் அமர்த்தக் கோரி சிபாரிசு செய்ய.'

'அந்த எண்ணமே எனக்கு இல்லை. பல்கலைக்கழகத்துக்கும் எனக்கும் இனி ஒன்றுமே இல்லை.'

'ஏனென்றால், நீங்கள் இப்போது இருக்கும் பாதை உங்களுக்காகக் கடவுள் அமைத்தது. அதில் நாங்கள் தலையிடக் கூடாது.'

'புரிகிறது.'

6

20

இவன் தேசிய நெடுஞ்சாலை 2 வழியாகவே மீண்டும் கேப் டவுனில் நுழைகிறான். கிளம்பி மூன்று மாதங்களுக்கும் குறைவாகத்தான் ஆகிறது. ஆனால், அதற்குள்ளாகவே சேரிப்பகுதியானது நெடுஞ்சாலையைத் தாண்டி விமான நிலையத்துக்குக் கிழக்காகப் பரவிவிட்டிருக்கிறது. மந்தையிலிருந்து பிரிந்த ஒரு மாட்டை, சாலைக்கு இப்புறமாக விரட்டிக்கொண்டிருக்கும் ஒரு குழந்தைக்காக, சீறிப்பாய்ந்து கொண்டிருக்கும் கார்கள் வேகம் குறைக்க வேண்டியிருக்கிறது. தவிர்க்கயியலாமல் நகரத்துக்குள் கிராமம் வருகிறது. இவன் நினைக்கிறான். சீக்கிரமே ராண்டபாஷ் பொதுச்சாலையில் கால்நடைகள் மீண்டும் மேயும்; விரைவில் வரலாறு ஒரு முழுச் சுற்று வந்துவிடும்.

இதோ இவன் மீண்டும் வீட்டில் இருக்கிறான். ஆனால், இது ஒரு வீடு திரும்பல் போலவே தோன்றவில்லை. டோரான்ஸ் சாலையில், பல்கலைக்கழகத்தின் நிழலில் இருக்கும் இந்த வீட்டில், முன்னாள் அலுவலக நண்பர்களைத் தவிர்க்க, ஒரு குற்றவாளியைப் போல் பதுங்கித்திரிந்தபடி வாழ்வதை இவனால் நினைத்தும்பார்க்க முடியவில்லை. இந்த வீட்டை விற்றுவிட்டு வேறு ஏதாவது மலிவான அடுக்ககத்துக்கு மாறியாக வேண்டும்.

இவனுடைய பொருளாதார நிலை குளறுபடியில் இருக்கிறது. இவன் போனதிலிருந்து இன்னமும் எந்தக் கட்டணச்சீட்டுக்கும் பணம் கட்டவில்லை. வங்கிக்கணக்கின் கடனில்தான் காலந்தள்ளிக் கொண்டிருக்கிறான். அதுவும் எந்த நேரத்திலும் வறண்டுபோகலாம்.

அலைந்துதிரிதலின் அந்தம். அலைந்துதிரிதலின் முடிவில் என்ன நடக்கும்? நரைத்த மயிரும் கூனுமாக, அரைலிட்டர் பால் அரைச்சிப்பம் ரொட்டிக்காக, தெருமுனைக் கடைக்குத் தள்ளாடிக்கொண்டு போகும் தன்னைப் பார்க்கிறான்; பழுப்பேறும் தாள்கள் நிறைந்த ஓர் அறையில் மேஜையை வெறித்துப்பார்த்துக்கொண்டிருக்கும் தன்னைப் பார்க்கிறான், மத்தியானங்கள் விரைவாகக் கழிந்துவிடுவதற்காகவும், மாலைவுணவைச் சமைத்துவிட்டுப் படுக்கைக்குச் சென்றுவிடுவதற்காகவும், காத்திருக்கும் தன்னைப் பார்க்கிறான். நம்பிக்கைகள் தகர்ந்துபோனதும், எதிர்கால வாய்ப்புகள் கரைந்துவிட்டதுமான முதிர்ந்த கல்வியாளர் ஒருவரின் வாழ்க்கை: இதற்கு இணங்கிப்போக இவன் தன்னைத் தயாராக்கி வைத்திருக்கிறானா?

முன்கதவைத் திறக்கிறான். தோட்டம் காடாக மண்டியிருக்கிறது, தபால்பெட்டி நிரம்ப துண்டுப்பிரசுரங்கள், விளம்பரச்சீட்டுகள் திணிக்கப்பட்டிருக்கின்றன. பல அளவுகோல்களின்படியும் பாதுகாப்பான வீடுதான். ஆனால், அது மாதக்கணக்காகக் காலியாக இருந்திருக்கிறது; யாரும் நுழைந்திருக்க மாட்டார்கள் என்று நினைப்பது அதீதமான எதிர்பார்ப்பு. அதிலும் இவன் கதவைத் திறந்து வீட்டின் காற்றை சுவாசித்த நொடியே ஏதோ தவறாக இருப்பது புரிந்துபோகிறது. இதயம் துயரத்தில் படபடக்கத் தொடங்கிவிட்டது.

ஓசையேதுமில்லை. இங்கே இருந்தவர்கள் கிளம்பி விட்டிருக்கிறார்கள். ஆனால், உள்ளே எப்படிப் புகுந்தார்கள்? ஒவ்வொரு அறையாகப் பூனைப்பாதங்களால் நடப்பவன் சீக்கிரமே கண்டுகொள்கிறான். பின்புற ஜன்னல்களில் ஒன்றின் கம்பி வளைக்கப்பட்டு மடக்கப்பட்டிருக்கிறது, ஜன்னல் கண்ணாடிகள் நொறுக்கப்பட்டு ஒரு குழந்தை அல்லது சிறிய மனிதன் ஒருவன் உள்ளே நுழையும் அளவுக்கான ஓட்டையிடப்பட்டிருக்கிறது. இலைகளும் மண்ணும் காற்றில் உள்ளே வந்து பாயாக விரிந்து பொருக்குத்தட்டியிருக்கிறது.

இழப்புகளைக் கணக்கெடுத்துக்கொண்டு வீடு முழுக்கத் திரிகிறான். படுக்கையறை சூறையாடப்பட்டு அலமாரிகள் வாயைப் பிளந்துகொண்டிருக்கின்றன. இசைக்கருவிகள் போய்விட்டிருக்கின்றன, ஒலிநாடாக்களும் பதிவேடுகளும், இவனுடைய கணினிக்கருவிகளும்கூட. வாசிப்பறையில்

மேஜையும் ஆவணப்பேழையும் உடைத்து எடுக்கப்பட்டு எங்கு பார்த்தாலும் காகிதங்கள் சிதறிக்கிடக்கின்றன. அடுப்படி அக்குவேறாணிவேறாக இருக்கிறது: கரண்டிகள், கிண்ணங்கள், சிறு உபகரணங்கள். இவனுடைய மதுத்திரட்டு காணாமலாகி விட்டிருக்கிறது. டப்பா உணவுகள் இருந்த அலமாரியும்கூட காலியாக இருக்கிறது.

சாதாரணக் கொள்ளையில்லை. ஒரு சூறைக்கும்பல் உள்ளே நுழைகிறது, அந்த இடத்தைத் துப்புரவாக வழித்தெடுக்கிறது, நிறைந்த பைகள், டப்பாக்கள், கைப்பெட்டிகளுடன் திரும்புகிறது. கொள்ளை; போருக்கான நட்டயீடு; மறுபகிர்வு என்ற மிகப் பெரும் பிரச்சாரத்தில் மற்றுமொரு நிகழ்வு, இந்த நிமிடம் இவனுடைய பூட்ஸுகளை அணிந்திருப்பது யார்? பீத்தோவனும் யனாட்ச்சக்கும் தங்களுக்கான இல்லங்களைக் கண்டடைந்தார்களா அல்லது குப்பைக்குவியலின் மீது எறியப்பட்டுவிட்டார்களா?

குளியலறையிலிருந்து துர்மணம் வருகிறது. வீட்டுக்குள் சிக்கிக்கொண்ட ஒரு புறா கழுவுத்தொட்டியில் இறந்துகிடக்கிறது. அந்த எலும்பு மற்றும் இறக்கைக்குவியலை இவன் கவனமாக ஒரு நெகிழிப் பைக்குள் போட்டு இறுக மூடுகிறான்.

மின்சாரம் துண்டிக்கப்பட்டிருக்கிறது, தொலைபேசி உயிரற்றிருக்கிறது. இவன் உடனடியாக ஏதாவது செய்யாவிட்டால் இரவை இருட்டில்தான் கழிக்க வேண்டியிருக்கும். ஆனால், செயல்படயியலாத அளவுக்கு மன அழுத்தத்தில் இருக்கிறான். எப்படியோ தொலையட்டும் சனியன் என்று நினைத்தபடி நாற்காலிக்குள் தொய்ந்துவிழுந்து கண்களை மூடிக்கொள்கிறான்.

மாலை மங்கியதும் எழுந்து வீட்டைவிட்டு வெளியில் போகிறான். முதல் நட்சத்திரங்கள் வெளியாகியிருக்கின்றன. காலியான சாலைகள் வழியே, வெர்பீனா மற்றும் ஜான்குவில்களின் அடர்நறுமணம் வீசும் தோட்டங்களின் வழியே பல்கலைக்கழக வளாகத்துக்குள் செல்கிறான்.

தொடர்பியல்துறைக் கட்டடத்தின் சாவிகள் இன்னமும் இவனிடத்தில் இருக்கின்றன. பேயாய் அலைவதற்கேற்ற தருணம்: நடைவழிகள் வெறிச்சோடியிருக்கின்றன. தன்னுடைய அலுவலக அறை இருக்கும் ஐந்தாவது மாடிக்கு மின்தூக்கியில் செல்கிறான். கதவில் இருந்த பெயர்ப்பலகை நீக்கப்பட்டிருக்கிறது.

டாக்டர் எஸ். ஓட்டோ என்கிறது புதுப்பலகை. கதவின் அடியிலிருந்து மெல்லிய வெளிச்சம் கசிகிறது.

கதவைத் தட்டுகிறான். பதிலில்லை. கதவைத் திறந்து உள்ளே நுழைகிறான்.

அறை மாற்றபட்டிருக்கிறது. இவனுடைய புத்தகங்கள், படங்கள் ஆகியவை, ஒரு பொம்மைப்படப் புத்தகத் தொகுதியின் சுவரொட்டி அளவுக்குப் பெரிதுபடுத்தப்பட்ட சித்திரத்துக்காகச் சுவர்களை வெறுமையாய் விட்டுவிட்டுக் காணாமல்போயிருக்கின்றன: லூயிஸ்லேன் கடிந்துகொண்டிருக்க, சூப்பர்மேன் தலையைத் தொங்கப்போட்டுக்கொண்டு நிற்கிறார்.

கணினிக்குப் பின்னால், அந்த அரைவெளிச்சத்தில் இவன் முன்பெப்போதும் பார்த்திராத இளைஞன் அமர்ந்திருக்கிறான். இளைஞன் முகத்தைச் சுளிக்கிறான். ‘யார் நீங்கள்?’ என்கிறான்.

‘நான் டேவிட் லூரி.’

‘சரி? அதற்கு?’

‘என்னுடைய தபால்களை எடுத்துச்செல்ல வந்திருக்கிறேன். இது என்னுடைய அலுவலக அறையாக இருந்தது.’ முன்னொரு காலத்தில் என்று சொல்லாமல் தவிர்த்துக்கொள்கிறான்.

‘ஓ, ஆம், டேவிட் லூரி. மன்னிக்க வேண்டும், நான் ஏதோ நினைவாய் இருந்தேன். அவை எல்லாவற்றையும் நான் ஒரு பெட்டியில் போட்டிருந்தேனே. இங்கு இருந்த உங்களுடைய வேறுசில பொருட்களையும்கூட.’ அவன் கையை நீட்டுகிறான், ‘அங்கே.’

‘என்னுடைய புத்தகங்கள்?’

‘அவை எல்லாம் கீழே கிடங்கில் இருக்கின்றன.’

இவன் பெட்டியை எடுத்துக்கொள்கிறான். ‘நன்றி’ என்கிறான்.

‘ஓ பரவாயில்லை. உங்களால் அதைத் தூக்கிச்சென்றுவிட முடியுமா?’ இளம் டாக்டர் ஓட்டோ கேட்கிறான்.

இவன் அந்தக் கனத்த பெட்டியை நூலகத்துக்கு எடுத்துச்செல்கிறான், தபால்களைத் பிரித்தெடுக்கும்

நோக்கத்துடன். ஆனால், தடைசெய்யப்பட்டிருக்கும் பகுதிக்குள் செல்வதற்காக முயன்றபோது இவனுடைய அட்டை நிராகரிக்கப்படுகிறது. இவன் நடைவழியிலேயே ஒரு மேஜையில் அமர்ந்து அதைச் செய்ய வேண்டியிருக்கிறது.

உறங்கயியலாத அளவுக்குப் பதற்றத்தில் இருக்கிறான். விடியலிலேயே மலைப்பகுதிக்குச் சென்று ஒரு நீள்நடையைத் தொடங்குகிறான். மழை பெய்திருக்கிறது, ஓடைகளில் வெள்ளப் பெருக்கெடுத்திருக்கிறது. பைன் மரங்களின் கிறுகிறுக்கவைக்கும் நறுமணத்தை உள்ளிழுக்கிறான். இன்றைய தேதிக்கு இவன் ஒரு சுதந்திர மனிதன், தன்னைத் தவிர வேறு யாருக்கும் பொறுப்பேற்க வேண்டியவனல்ல. தன் விருப்பப்படி கழிப்பதற்கென காலம் இவன் முன்னே விரிந்துகிடக்கிறது. இந்த நிலைமை இவனுடைய அமைதியைக் குலைக்கிறது. ஆனால், இதற்குப் பழக்கப்பட்டுவிடுவோம் என்று நினைக்கிறான்.

லூஸியோடு தங்கியிருந்த சிறுபொழுது இவனை ஒரு நாட்டுப்புறத்தானாக மாற்றிவிடவில்லை. ஆனால், நினைத்து ஏங்கும் விஷயங்கள் இருக்கத்தான் செய்கின்றன உதாரணத்துக்கு அந்த வாத்துக்குடும்பம்: பெருமையில் விம்மிப் பூரிக்கும் நெஞ்சோடு அணையின் மேற்பரப்பில் நீந்தித்திரியும் தாய்வாத்தும், அதன் பின்னோடு வேகமாக நீந்தியபடி அவள் இருக்கும்வரை எல்லா ஆபத்துகளிலிருந்தும் நாங்கள் பாதுகாக்கப்பட்டிருக்கிறோம் என்ற நம்பிக்கையோடு செல்லும் ஈனி, மீனி, மின்னி.

நாய்களைப் பொறுத்தவரை இவன் அவற்றைப் பற்றி நினைக்கக்கூட விரும்பவில்லை. சிகிச்சையகத்தின் சுவர்களுக்குள் வாழ்க்கையிலிருந்து விடுவிக்கப்படும் நாய்கள், இந்தத் திங்கட்கிழமை முதல் எந்தக் கவனமுமற்று, துக்கம் அனுஷ்டிக்கப்படாமல் நெருப்புக்குள் வீசி எறியப்படவிருக்கின்றன. இந்தத் துரோகத்துக்கு இவன் என்றைக்காவது மன்னிக்கப்படுவானா?

வங்கிக்குச் செல்கிறான், சலவையகத்துக்கு ஒரு மூட்டைத்துணிகளை எடுத்துச்செல்கிறான். வருடக்கணக்காக காபி வாங்கியிருக்கும் சிறிய கடையின் செயலன் இவனை அடையாளம் காணாததுபோல நடந்துகொள்கிறான். அண்டைவீட்டுக்காரி தோட்டத்துக்கு நீர்ப்பாய்ச்சுகையில் கவனமாக இவனுக்கு முதுகைக்காட்டி நிற்கிறாள்.

இவன், வில்லியம் வர்ட்ஸ்வர்த் அவருடைய முதல் லண்டன் தங்கலின்போது பாவைக்கூத்து நிகழ்ச்சியொன்றுக்குச் சென்றதையும், கொலைகார அரக்கன் ஜாக், களிப்பேருவகையோடு மேடையை வலம்வருவதை, வாளை வீசிக்காட்டுவதை, மார்பின்மீது கட்புலனாகாதது என்று எழுதப்பட்டிருக்கும் சொல்லால் அவன் பாதுகாக்கப்பட்டிருந்ததைப் பார்த்ததையும் நினைத்துக்கொள்கிறான்.

அன்று மாலை ஒரு பொதுத் தொலைபேசியிலிருந்து லூஸியை அழைக்கிறான். 'நீ என்னைப் பற்றிக் கவலைப்பட்டுக் கொண்டிருப்பாயோ என்றுதான் அழைத்தேன். நான் நன்றாக இருக்கிறேன். இங்கே மறுபடியும் நிலைகொள்ள சிறிது காலம் பிடிக்கும் என்று நினைக்கிறேன். புட்டிக்குள் உருளும் பட்டாணியைப் போல வீட்டுக்குள் உருண்டு கொண்டிருக்கிறேன். எப்போதும் அந்த வாத்துகளின் நினைவாக இருக்கிறேன்.'

வீட்டில் நிகழ்ந்திருந்த திருட்டைப் பற்றிச் சொல்கிறானில்லை. தன்னுடைய பிரச்சினைகளைச் சொல்லி லூஸிக்கு அழுத்தம் உண்டாக்குவதால் என்ன நன்மை?

'பெட்ருஸ் என்ன செய்கிறான்? பெட்ருஸ் உன்னைக் கவனித்துக் கொள்கிறானா? இல்லை, அவனுடைய கட்டட வேலையே கதியாய்க் கிடக்கிறானா?'

'பெட்ருஸ் உதவியாக இருக்கிறான். எல்லோரும் உதவியாக இருக்கிறார்கள்.'

'சரி, உனக்குத் தேவை ஏற்படும் எந்த நேரமும் நான் திரும்பிவருவேன். நீ ஒரு வார்த்தை சொல்ல வேண்டியதுதான்.'

'நன்றி டேவிட். இப்போதைக்குத் தேவையில்லை. ஒருவேளை வரும் நாட்களில் எப்போதாவது வேண்டியிருக்கலாம்.'

இவனுக்குக் குழந்தை பிறந்த அன்று யார்தான் ஊகித்திருப்பார்கள், இவன் அவளிடம் தவழ்ந்துசென்று தன்னை வீட்டில் சேர்த்துக்கொள்ளுமாறு கெஞ்சும் நாள் வரும் என்று?

பல்பொருள் அங்காடியில் பொருட்கள் வாங்கும் வரிசையில், தன்னுடைய துறையின் அவைத்தலைவராக இருந்த எலைன் வின்டருக்குப் பின்னால் தான் நின்றிருக்கக் காண்கிறான்.

‘நான் இல்லாத நம்முடைய துறையின் செயல்பாடுகள் எப்படியிருக்கின்றன?’ இயன்ற அளவுக்குச் சிரித்தமுகமாகக் கேட்கிறான்.

உண்மையில் மிகச்சிறப்பாக – இதுவே மிக்க வெளிப்படையான பதிலாக இருந்திருக்கும். *நீங்கள் இல்லாமல் நாங்கள் மிகச் சிறப்பாகவே செயல்படுகிறோம்.* ஆனால், அப்படிச் சொல்ல இயலாத அளவுக்கு அவள் மென்மையானவள். ‘ஓ, வழக்கம்போல் தடுமாறிக்கொண்டிருக்கிறோம்.’ தெளிவில்லாமல் ஏதோ சொல்கிறாள்.

‘புதிதாக யாரையாவது அமர்த்தியிருக்கிறீர்களா?’

‘ஆம் ஒப்பந்தந்தத்தின் பேரில், ஒரு புதியவரை அமர்த்தியிருக்கிறோம். ஒரு இளைஞரை.’

நான் அவனைச் சந்தித்தேன், இவன் சொல்லியிருக்கலாம். *பெரிய புடுங்கிபோல் இருக்கிறான்,* இப்படிச் சேர்த்தும் சொல்லியிருக்கலாம். ஆனால், இவன் அப்படி வளர்க்கப்படவில்லை. ‘எந்தத்துறையில் தனித்திறன் பெற்றவர்?’ என்கிறான் பதிலாக.

‘பயன்முறைசார் மொழிக்கல்வி. மொழிக் கற்றல் துறையில் இருக்கிறார்.’

கவிஞர்களுக்கான மரியாதை அவ்வளவுதான், மரித்துப்போன ஆசான்களுக்கான மரியாதை. இவனைச் சரியானபடி வழிநடத்தாதவர்களுக்கு என்று சொல்ல வேண்டும். *அல்லது இப்படிச் சொல்லலாம்,* யாரை இவன் சரியாகப் பின்பற்றவில்லையோ அவர்களுக்கு.

வரிசையில், இவர்களுக்கு முன்னால் இருக்கும் பெண் சாவதானமாகப் பணம் செலுத்திக்கொண்டிருக்கிறாள். எலைன் அவளுடைய அடுத்த கேள்வியாக இருக்கவேண்டிய, *நீங்கள் எப்படியிருக்கிறீர்கள் டேவிட்?* என்பதைக் கேட்பதற்கும் இவன் *மிகவும் நன்றாக இருக்கிறேன் எலைன், மிகவும் நன்றாக* என்று சொல்வதற்கும் இடம் இருக்கிறது.

ஆனால், அவள் அதற்குப் பதிலாக, ‘எனக்கு முன்னால் போக விரும்புகிறீர்களா?’ என்று கேட்கிறாள். இவனுடைய கூடையைக்

காட்டி, 'நீங்கள் கொஞ்சமாகத்தான் வாங்கியிருக்கிறீர்கள்' என்கிறாள்.

'அப்படியெல்லாம் கனவுகூட காண மாட்டேன் எலைன்' என்று பதிலளிக்கிறான். பிறகு, கணக்கிடும் மேஜையில் அவள் தான் வாங்கியவற்றைப்பரப்புவதைப் பார்ப்பதில் என்னவோ சுகம் பெறுகிறான்: ரொட்டியையும் வெண்ணையையும் மட்டுமல்லாமல் தனியாக வாழும் பெண்ணொருத்தி தனக்குத்தானே கொடுத்துக்கொள்ளும் சிறு விருந்துகள்: முழுக்கொழுப்பு ஐஸ்கிரீம் (அசல் பாதாம், அசல் உலர்திராட்சை) இறக்குமதி செய்யப்பட்ட இத்தாலியன் பிஸ்கட்டுகள், சாக்லேட் அட்டைகள் ஒரு பொட்டலம், மாதவிடாய்க்குட்டைகளும்.

அவள் கடன் அட்டையால் பணம் செலுத்துகிறாள். தடுப்பரணுக்கு வெகுதொலைவில் இருந்தபடி போய்வருகிறேன் என்று கையசைக்கிறாள். அவளுடைய ஆசுவாசம் வெளிப்படையாகத் தெரிகிறது. 'சென்றுவருக!' காசாளரின் தலையினூடாகப் பதிலுக்குச் சொல்கிறான். 'எல்லோரையும் விசாரித்ததாகச் சொல்லுங்கள்.' அவள் திரும்பிப்பார்க்கிறாளில்லை.

முதலில் உருக்கொண்டிருந்த கருத்தாக்கத்தின்படி இசைநாடகத்தின் மையமாக லார்ட் பைரனும் அவருடைய ஆசைநாயகி குச்சியோலியின் கோமகள் தெரசாவும் இருந்தார்கள். ரவென்னாவின் திணறவைக்கும் கோடைவெயிலில், குச்சியோலி மாளிகையில் அடைபட்டு, தெரசாவின் பொறாமைக்காரக் கணவனால் உளவுபார்க்கப்படும் இருவரும் தீர்த்துக்கொள்ள முடியாத தங்களுடைய இச்சையை, மாளிகையின் அழுதுவடியும் வரவேற்பறைகளில் பாடியபடி திரிகிறார்கள். தெரசா தன்னை ஒரு கைதியாக உணர்கிறாள்: எரிச்சலில் புகைந்தபடி அவள் தன்னை வேறு எங்காவது ஒரு புதிய வாழ்க்கைக்குக் கூட்டிச்சென்றுவிடும்படி பைரனை நச்சரிக்கிறாள். பைரனுக்கோ ஏராளமான குழப்பங்கள், ஆனால் அவன் அவற்றை வெளிப்படுத்திவிடாத அளவுக்கு எச்சரிக்கையாக இருக்கிறான். அவர்களுடைய முதற்பரவசக் கணங்கள் மீண்டும் ஏற்பட வாய்ப்பில்லை என்று நினைக்கிறான். அவனுடைய வாழ்வு சலனங்களுக்கு அப்பால் நகர்ந்துவிட்டது; ஆழ்மனதில் ஒரு அமைதியான ஓய்வுகாலத்துக்கு அவன் ஏங்கத் தொடங்கியிருக்கிறான்; ஒருவேளை அது கிடைக்காமல் போனால், ஒரு தெய்வீகத்தன்மைக்கு, மரணத்துக்கு.

உச்சஸ்தாயியில் ஒலிக்கும் தெரசாவின் பாடல் அவனுள் எந்தப் பொறியையும் கிளர்த்துகிறதில்லை; உள்மடிந்த, இருள் கவிந்த அவனுடைய குரலோ அவளுள் பாய்ந்து கடந்து தாண்டிப்போகிறது.

இப்படித்தான் இவன் அதை உள்வாங்கியிருந்தான்: வேட்கை மிகுந்த ஒரு இளம்பெண் மற்றும் முன்பு வேட்கை மிகுந்தவனாயிருந்து இப்போது அவ்வளவாக உணர்ச்சிவயப்படாத ஒரு முதிய மனிதன் இவர்களுடன்கூடிய காதல் மற்றும் சாவைப் பற்றிய ஒரு அரங்க நாடகமாக; ஆங்கிலத்தில் பாடப்பட்டு ஒரு கற்பனை செய்யப்பட்ட இத்தாலிய வகைமையை நோக்கித் தொடர்ந்து இழுபட்டுக்கொண்டே இருக்கிற, சிக்கலான, பதற்றந்தரும் இசையின் பின்னணியுடன் கூடிய ஒரு நிகழ்வாக.

சம்பிரதாயமாகச் சொல்வதென்றால், கதைக்கரு மோசமான ஒன்றல்ல. கதாபாத்திரங்கள் ஒன்றை மற்றொன்று சிறப்பாகவே தாங்கிப்பிடிக்கின்றன: சிக்கிக்கொண்டுவிட்ட ஜோடி, ஜன்னல்களை அறைந்துகொண்டிருக்கும் கைவிடப்பட்ட இன்னொரு ஆசைநாயகி, பொறாமைக்காரக் கணவன். பண்ணை மாளிகைகூட, சோம்பேறித்தனமாகச் சரவிளக்குகளைப் பிடித்துத் தொங்கிக்கொண்டிருக்கும் பைரனின் வளர்ப்புக் குரங்குகள் மற்றும் அலங்காரமான நேப்பிள்ஸ் அறைக்கலன்களினூடே முன்னும் பின்னுமாகப் படபடத்துக் கொண்டிருக்கும் மயில்கள் ஆகியவற்றுடன், காலாதீதம் மற்றும் அழுகலின் சரியான கலவையைக் கொண்டிருக்கிறது.

இருந்தும், முதலில் லூஸியின் பண்ணையிலும் சரி, இப்போது மறுபடி இங்கேயும் சரி, செயல்திட்டம் இவனுடைய ஆகச்சிறந்ததை தன்னில் ஈடுபடுத்தத் தவறித்தான் விட்டிருக்கிறது. அதில் ஏதோவொன்று உள்வாங்கப்படத் தவறியிருக்கிறது, ஏதோவொன்று இதயத்திலிருந்து வராததாக இருக்கிறது. வேலையாட்களின் வேவுபார்த்தல், தன்னையும் தன் காதலனையும் தங்கள் இச்சைகளைக் கழிப்பிடத்தில் தீர்த்துக்கொள்ள நிர்பந்திக்கிறது என்று ஒரு பெண் நட்சத்திரங்களிடம் முறையிடுகிறாளாம் இதில் யாருக்கு அக்கறையிருக்க முடியும்? இவனால் பைரனுக்குரிய வார்த்தைகளைக் கண்டுபிடித்துவிட முடியும், ஆனால் வரலாறு இவனிடம் கையளித்திருக்கிற அந்த தெரசா - இளையவள், பேராசைக்காரி, தான்தோன்றி, சிடுசிடுப்பானவள்

– அவன் கனவில் கண்டிருக்கிற இசைக்குப் பொருந்திப்போக மாட்டேனென்கிறாள்; இலையுதிர்காலத் தழைப்போடும் ஆனால் விளிம்புகட்டும் முரணிசையோடுமான அந்தப் பண்ணிசையை இவன் தன் உட்செவியில் ஒற்றுக்கேட்டவாறிருக்கிறான்.

இவன் வேறொரு இசைக்கோவையை அமைக்க முயல்கிறான். முன்னர் இயற்றியிருந்த பக்கங்களைக் கைவிடுகிறான், துடுக்கானவளும் பிஞ்சில் பழுத்தவளும் புதுமணப் பெண்ணுமான தெரசாவையும் ஆங்கிலப் பிரபுவும் அவளுடைய கைதியுமானவனையும் கைவிட்டு, மத்திய வயதினளான தெரசாவைத் தேர்ந்தெடுக்கிறான். புதிய தெரசா கட்டைகுட்டையானவளும் விதவையுமானவளாவாள், காம்பா மாளிகையில் அவளுடைய தந்தையுடன் குடியமர்த்தப்பட்டிருக்கிறாள், வீட்டை நிர்வகித்துக்கொண்டு, பணப்பையின் முடிச்சை இறுக்கி வைத்துக்கொண்டு, பணியாட்கள் சர்க்கரையைத் திருடிவிடாமல் அவர்கள் மீது ஒரு கண் வைத்துக்கொண்டிருக்கிறாள். இந்தப் புதிய பதிப்பில் பைரன் எப்போதோ இறந்து போய்விட்டவன், இறவாநிலைக்கான தெரசாவின் ஒரே வழியும், அவளுடைய தனிமையான இரவுகளின் ஒரே ஆறுதலும், பேழை நிரம்ப அவள் வைத்திருக்கும் கடிதங்களும், மெத்தைக்கு அடியில் இருக்கும் நினைவுச்சின்னங்களும்தான். அவற்றை அவள் ஞாபகச்சின்னங்கள் என்று குறிப்பிடுகிறாள், அவளுடைய மரணத்துக்குப் பிறகு அவளுடைய உடன்பிறந்தவர்களின் பெயர்த்திகள் திறந்துபார்த்து கவனமாகப் படித்து வியப்பிலாழப்போகிறவை.

இந்தக் கதாநாயகியைத்தான் இவன் இவ்வளவு காலமாகத் தேடிக்கொண்டிருந்தானா? இவனுடைய இதயம் இப்போதிருக்கும் நிலையில் முதிய தெரசாவால்தான் அந்த இதயத்தைக் கைப்பற்ற முடியுமா?

காலத்தின் போக்கும் தெரசாவிடம் கருணை காட்டியிருக்கவில்லை. அவளுடைய பருத்த மார்புகள், அகன்ற உடல், குட்டைக்கால்கள் இவற்றோடு அவளொரு உழத்திபோல, இத்தாலியப்பாமரத்திபோல தோன்றுகிறாளே ஒழிய பிரபுகுலத்தவள்போல இல்லை. பைரன் ஒரு காலத்தில் ஆராதித்த சருமம் இப்போது நோயால் சிவந்துபோயிருக்கிறது;

கோடைக்காலங்களில் அவளுக்கு ஏற்படும் தொடர் இளைப்பால் அவள் மூச்சுவிட இயலாமல் தவிக்கிறாள்.

பைரன் அவளுக்கு எழுதிய கடிதங்களில் அவளை *என் தோழி* என்கிறான், பின் *என் அன்பே* என்றழைக்கிறான், பிறகு *என் எப்போதைக்குமான அன்பே.* ஆனால், எதிர்க்கடிதங்களும் உள்ளன, அவளுடைய கைகளுக்குக் கிடைக்காத, அவளால் தீயிலிடப்பட முடியாதவை. பைரன் தன்னுடைய ஆங்கிலேயே நண்பர்களுக்குத் தன்னுடைய இத்தாலிய வெற்றிகளில் ஒன்றாக அவளை அலட்சியமாகப் பட்டியலிட்ட, அவளுடைய கணவனைப் பற்றிக் கேலிசெய்த, அவளுடைய தோழிகளில் அவன் உறவு கொண்டவர்களைப் பற்றிக் குறிப்பாகத் தெரிவித்த, கடிதங்கள். பைரன் இறந்த பிறகு அவனுடைய நண்பர்கள் இந்தக் கடிதங்களிலிருந்து குறிப்புகளெடுத்து அவனுடைய வாழ்கைக்குறிப்புகளை எழுதினார்கள். இளம் தெரசாவை அவளுடைய கணவனிடமிருந்து வென்றெடுத்த பிறகு பைரன் அவளிடம் வெகுசீக்கிரத்திலேயே சலிப்புற்றதாகவும்; அவளை அறவே அறிவற்றவளாக அவன் கருதியதாகவும்; அவளோடு அவன் இருந்தது கடமையுணர்வால் மட்டுமே என்றும்; அவளிடமிருந்து தப்பிப்பதற்காகத்தான் அவன் க்ரீஸுக்குப் பயணித்ததாகவும் பிறகு மரணமடைந்தாகவும் அவர்கள் சொல்கிறார்கள்.

இப்படியான அவதூறுகள் அவளை வெகுவாகப் பாதிக்கின்றன. பைரனோடான அவளுடைய ஆண்டுகளே அவளுடைய வாழ்க்கையின் உச்சகட்டத்தை நிறுவின. பைரனின் காதல்தான் அவளைத் தனித்துவமிக்கவளாக்குகிறது. அவன் இல்லாமல் அவள் பூஜ்யம்தான்: வசந்தகாலத்தைத் தொலைத்துவிட்ட ஒரு பெண், எதிர்கால நம்பிக்கைகளற்றவள், ஒரு மந்தமான மாவட்டத்தின் கிராமப்புறத்தில் வாழ்கிறவள், தோழிகளைச் சந்திப்பதிலும், தந்தையின் பாதங்களில் வலி ஏற்படும்போது அவற்றை அமுக்குவதிலும் காலம் கழிப்பவள், தனியே உறங்குபவள்.

இந்த எளிய, சாதாரணப்பெண்ணிடம் இவனுடைய இதயம் காதல் கொள்ளுமா? அவளுக்காக இசையமைக்கும் அளவுக்கு அவளை இவனால் நேசிக்க முடியுமா? அப்படி இயலாதெனில் இவன் செய்வதற்கு வேறு என்னதான் மீதமிருக்கிறது?

முதல் காட்சியமைப்புக்கு இவன் மீளவருகிறான். புழுக்கமான இன்னொரு நாளின் முடிவில், அவளுடைய தந்தையின் இல்லத்தின் இரண்டாவது மாடி ஜன்னலில் நிற்கும் தெரசா சதுப்புநிலத்தையும் ரொமாக்னாவின் பைன்மரப்புதர்களையும் அட்ரியாடிக் கடலின் மீது சூரியன் தகதகப்பதையும் பார்த்தவாறு நிற்கிறாள். சரணத்தின் முடிவு; ஒரு மௌனம்; அவள் மூச்சிழுக்கிறாள். ஓ என் பைரன், அவள் பாடுகிறாள், அவளுடைய குரல் துயரத்தில் துடிக்கிறது. ஒற்றை க்ளாரினெட் பதிலளிக்கிறது, மெல்லத் தேய்கிறது, மௌனமாகிறது. ஓ என் பைரன், அவள் மீண்டும் அழைக்கிறாள், இன்னமும் உரக்க.

எங்கே அவன், அவளுடைய பைரன்? பைரன் தொலைந்துபோனான், அதுதான் பதில். நிழல்களுக்கு மத்தியில் அவன் அலைகிறான். அவளும் தொலைந்துதான்போனாள், அவன் நேசித்த அந்த தெரசா, பத்தொன்பது வயதும், பொன்னிறக் கேசச்சுருள்களும், கம்பீரமான அந்த ஆங்கிலேயனுக்குத் தன்னை அவ்வளவு ஆனந்தத்துடன் கொடுத்தவளுமான அந்தச் சிறுமி, அவனுடைய ஆவேசமான காமம் நிறைவேறியதில் அவளுடைய ஆடையற்ற மார்பில் உறங்கிக்கிடக்கும் அவனுடைய நெற்றியை மெல்ல வருடியவள்.

ஓ என் பைரன், அவள் மூன்றாம் முறையாகப் பாடுகிறாள்; எங்கோ, நிலத்தினுள் இருக்கும் மண்ணறையிலிருந்து ஒரு குரல் எதிர்ப்பாட்டுப் பாடுகிறது — உடலிலிருந்து பிரிந்த அது நடுங்கியபடி — அது பைரனின் குரல். எங்கே இருக்கிறாய் நீ? அவன் பாடுகிறான்; தொடர்ந்து அவள் கேட்க விரும்பாத ஒரு வார்த்தையை: செக்கா[31], வறட்சி. அது வறண்டுவிட்டிருக்கிறது, எல்லாவற்றின் தோற்றுவாய்.

பைரனின் குரல் அவ்வளவு மெல்லியதாகவும் அவ்வளவு நடுக்கம் கூடியும் இருப்பதால் அவனுடைய வார்த்தைகளை தெரசா அவனுக்கே திரும்பப் பாட வேண்டியிருக்கிறது, அவனுடைய ஒவ்வொரு மூச்சுக்கும் உதவி, அவனை உயிர்ப்பிக்க வேண்டியிருக்கிறது: அவளுடைய குழந்தையை, அவளுடைய சிறுவனை, அவளுடைய பைரனை. நான் இங்கிருக்கிறேன், அவள் பாடுகிறாள், அவனுக்கு ஊக்கமளிக்கிறாள், அவன் ஆழத்துக்குச் சென்றுவிடாமல் காப்பாற்றுகிறாள். நானே உன்னுடைய ஆதாரம். அர்க்குவா நீரூற்றை நாம் இருவருமாகப்

---

31 Secca (Italian).

பார்த்தது நினைவிருக்கிறதா? நீயும் நானும் ஒன்றாகப் போனது. நான் உன்னுடைய லாராவாக இருந்தேன். உனக்கு நினைவிருக்கிறதா?

இது இனி இப்படித்தான் இருக்கப்போகிறது: தெரசா அவளுடைய காதலனுக்குக் குரல்கொடுப்பதாக, அதோடு இவன், கொள்ளையடிக்கப்பட்ட இந்த வீட்டில் இருப்பவன், தெரசாவுக்குக் குரல்கொடுப்பதாக. முடவனுக்கு சப்பாணி உதவுவதைப் போல, நன்மையை நாடி.

எவ்வளவு வேகமாக இயலுமோ அவ்வளவுக்கு, தெரசாவை இறுகப்பிடித்துக்கொண்டு ஓர் இசைநாடகத்தின் தொடக்கக் காட்சிகளை எழுதத் தொடங்குகிறான். வார்த்தைகளைக் காகிதத்தில் இறக்கு என்று தனக்குத்தானே சொல்லிக்கொள்கிறான். அதைச் செய்துவிட்டால் பிறகு எல்லாம் சுலபமாகிவிடும். பிறகு, ஆசான்களிடம் தேடிப்பார்க்க நேரம் கிடைக்கும் எடுத்துக்காட்டாகக் க்ளொக்[32]கிடம் ராகங்களை எடுத்துக்கொள்ளலாம் யார் கண்டது சிந்தனைகளையேகூட எடுத்துக்கொள்ளலாம்.

ஆனால், தெரசாவுடனும் இறந்துபோன பைரனுடனும் தன்னுடைய நாட்களை முழுதாக வாழத் தொடங்கியதில் திருடிப்பெறும் பாடல்கள் நிறைக்காது என்பது படிப்படியாகத் தெளிவாகிறது, அவர்கள் இருவரும் தங்களுக்கே பிரத்யேகமானதோர் இசையைக் கோருவார்கள் என்பதும். மேலும், ஆச்சரியப்படுத்தும் விதமாகத் துளித்துளியாக இசை வெளிவருகிறது. சமயங்களில் ஒரு வரியின் விளிம்புக்கோடு அதன் வார்த்தைகள் என்னவாக இருக்கும் என்ற அறிகுறிக்கும் முன்பே தட்டுப்பட்டுவிடுகிறது; வார்த்தைகள் சமயத்தில் அவற்றை இசைப்பதற்கான ஸ்தாயியை முடிவுசெய்கின்றன; சில சமயம் ஒரு ராகத்தின் சாயல் செவியுறலின் விளிம்பிலேயே நாள்கணக்காக வட்டமிட்டுக்கொண்டிருந்துவிட்டு, அவிழ்ந்து ஆசீர்வதிக்கப்பட்டதாகத் தன்னை வெளிப்படுத்திக்கொள்கிறது. விடுவித்துக்கொள்ளும் செயல்பாடு தொடங்கும்போது, அதை அடையாளம் கண்டுகொள்வதற்கான இசைமூலம் இவனிடம் இல்லாவிட்டாலும்கூட, இவன் அதைத் தன் குருதியில் உணர்ந்துவிடும்படி இசைவான கமகங்களையும் நிலைமாற்றங்களையும் அது எழுப்புகிறது.

---

32 Christoph Willibald gluck (1714-1787) – ரொமானிய இசையமைப்பாளர்.

இசைக்குறிமானம் ஒன்றின் தொடக்கத்துக்காக ஒலிக்குறிப்புச் சேர்மானங்களை எழுதியபடி பியானோ முன் அமர்கிறான். ஆனால், பியானோவின் ஒலியிலுள்ள எதுவோ அவனைத் தொந்தரவுசெய்கிறது: அதீத முழுமை, அதீத இருப்பு, அதீத அடர்த்தி. பரணிலிருந்து, லூஸியின் பழைய புத்தகங்கள் மற்றும் பொம்மைகளால் நிரம்பியிருந்த அட்டைப்பெட்டியிலிருந்து குவாமாஷுவின் தெருவிலிருந்து, லூஸி குழந்தையாக இருந்தபோது அவளுக்காக வாங்கியிருந்த ஏழு நரம்புகள் கொண்ட பாஞ்சோவைக் கண்டெடுக்கிறான். துயரத்தோடும் கோபத்தோடும் இருக்கும் தெரசா இறந்துபோன அவளுடைய காதலனுக்காகப் பாடவிருக்கும் பாடலை, அதற்கு மங்கிய குரலுடைய நிழல்களின் பூமியிலிருந்து பைரன் பதிலுக்குப் பாடும் பாடலுக்கான இசையை பாஞ்சோவின் உதவியுடன் இவன் அமைக்கத் தொடங்குகிறான்.

அவளுக்காக அவளுடைய வார்த்தைகளைப் பாடியபடி அல்லது அவளுடைய பாடல்வரிகளை முனகியபடி கோமகளை அவளுடைய ரகசிய உலகினுள் எவ்வளவு ஆழமாக இவன் பின்தொடர்கிறானோ அவ்வளவுக்கு இவனே ஆச்சரியடும்விதமாக பொம்மைப்பாஞ்சோவின் சிறுபிள்ளைத்தனமான ப்ளிங் - ப்ளாங் அவளிடமிருந்து பிரிக்க இயலாததாகிவிடுகிறது. அவளுக்குக் கொடுக்கவேண்டும் என்று கனவுகண்டுகொண்டிருந்த விஸ்தாரமான தனியிசையை இவன் அமைதியாகக் கைவிடுகிறான்; அதிலிருந்து அவளுடைய கரத்தில் இசைக்கருவியைக் கொடுப்பதற்குச் சற்றே முயன்றால் போதுமானதாக இருக்கிறது. தெரஸா இப்போது மேடையில் உலாவுவதற்குப்பதில், வெளியே நரகத்தின் வாயில்களை எதிர்நோக்கியிருக்கும் சதுப்புநிலங்களை வெறித்தபடி அமர்ந்துகொள்கிறாள். தன்னுடைய பாடல்வரிகளின் உயரத்தோடு தானும் பறக்கும்வண்ணம் மாண்டலினை நிமிண்டுகிறாள். மறுபுறம் நிகழ்வில் கருத்தாக இருக்கும் முழங்காற்சட்டை அணிந்த மூவரணி (செல்லோ, புல்லாங்குழல், பசூன்) நாடகத்தினூடான இடைவெளிகளை நிரப்புகிறது அல்லது சரணங்களுக்கிடையே அங்கொன்றுமிங்கொன்றுமாக எதையாவது இசைகிறது.

காடாய் மண்டியிருக்கும் தோட்டத்தைப் பார்த்தபடி தன்னுடைய மேஜையில் அமர்ந்திருக்கும் இவன் இந்தச் சிறிய பாஞ்சோ இவனுக்குக் கற்றுக்கொடுத்துக்கொண்டிருப்பதை

எண்ணி வியக்கிறான். *இத்தாலியில் பைரனில்* இவனுடைய நிழல்வதிவிடம் தெரசாவுக்கும் பைரனுக்கும் இடையில் எங்கோ இருக்கப்போவதாகத்தான் ஆறு மாதங்கள் முன்புவரை நினைத்திருந்தான்: தாபவுடலின் வெம்மையை நீட்டித்துக்கொள்ளும் தவிப்புக்கும் மறதியின் நீள்துயிலிலிருந்து ஒரு தயக்கமான நினைவுகூரலுக்கும் இடையில் எங்கோ. ஆனால், இவன் நினைத்தது தவறு. இவனுக்கு அழைப்புவிடுப்பது தாபமல்ல, கையறுநிலையுமல்ல, அது வேடிக்கை. இசைநாடகத்தில் இவன் தெரசாவாகவும் இல்லை, பைரனாகவும் இல்லை, அவ்விருவரின் ஏதோவொரு கலப்பாகவும்கூட இல்லை: இவன் இந்த இசையிலேயே மாட்டிக்கொண்டுவிட்டான், பாஞ்சோ தந்திகளின் தட்டையான தகரச் சொடுக்கல்களிலேயே, சிறுபிள்ளைத்தனமான இசைக்கருவியிலிருந்து உயரே எழத் துடிக்கும், ஆனால் தூண்டிலில் மீனைப் போல தொடர்ந்து சுண்டியிழுக்கப்படும் அந்தக் குரலிலேயே.

ஆக, இதுதான் கலை, இவன் எண்ணிக்கொள்கிறான், இது இப்படித்தான் தன் வேலையைச் செய்யும்! எவ்வளவு விசித்திரம்! எத்தனைக் கவர்ச்சி!

நாட்கள் மொத்தத்தையும் இவன், கடுங்காபியிலும் காலையுணவுத் தானியங்களிலும் உயிர்த்தபடி, பைரன், தெரசாவின் பிடியிலேயே கழிக்கிறான். குளிர்சாதனப்பெட்டி காலியாகக் கிடக்கிறது, படுக்கை சீராக்கப்படவில்லை; தரைநெடுகிலும் உடைந்த ஜன்னல் வழியே இலைகள் ஒன்றையொன்று துரத்தியபடி இருக்கின்றன. பரவாயில்லை என்றுஎண்ணிக்கொள்கிறான்: இறப்பவர்கள் இறந்தவர்களைப் புதைத்துக்கொள்ளட்டும்.

கவிஞர்களிடமிருந்து நான் காதலிக்கக் கற்றுக்கொண்டேன், உடைந்த தனிக்குரலில் பைரன் உச்சரிக்கிறான், சாதாரண 'சி'யில் ஒன்பது அசைகள், *ஆனால் வாழ்க்கை என்பது* ('சி'யிலிருந்து'எஃப்'க்குத் தொனி இறக்கம்) *வேறு கதை என்பதை நான் கண்டுபிடித்தேன்.* பாஞ்சோவின் தந்திகளில் *ப்ளிங்க் - ப்ளங்க் - ப்ளாங்க்* தொடர்கிறது. *ஏன், ஓ, ஏன் நீ இப்படிப் பேசுகிறாய்?* தெரசா நீண்ட கடுமையான மேல்ஸ்தாயியில் பாடுகிறாள். தந்திகளில் *ப்ளிங்க் - ப்ளங்க் - ப்ளாங்க்* தொடர்கிறது.

அவள் நேசிக்கப்பட வேண்டும் என்று விரும்புகிறாள், தெரசா, அமரத்துவத்தோடு நேசிக்கப்பட வேண்டும் என்று.

முன்னாள் லாராக்களுக்கும் ஃப்ளோராக்களுக்கும்[33] துணையாக உயர்ந்தெழ வேண்டும் என்று அவாவுகிறாள். ஆனால், பைரன்? பைரன் மரணம்வரை உண்மையானவனாக இருப்பான், ஆனால் அம்மட்டுக்கே அவன் உறுதியளிக்கிறான். இருவரில் ஒருவர் மரணிக்கும்வரை நாம் கட்டுண்டிருப்போம்.

தெரசா பாடுகிறாள், *என் அன்பே, கவிஞனின் படுக்கையில் அவள் கற்றுக்கொண்ட கனத்த ஆங்கில ஓரசை பெருக்கமடைகிறது.* ப்ளிங்க் என்று தந்திகள் எதிரொலிக்கின்றன. காதலில் இருக்கும் ஒரு பெண், காதலில் திளைத்துக்கொண்டிருப்பவள்; கூரையின் மேல் பூனையொன்று ஊளையிட்டுக்கொண்டிருக்கிறது. கூட்டுப்புரதங்கள் குருதியில் சுழன்றுகொண்டிருக்கின்றன, பாலுறுப்புகளை வீங்கச்செய்து கொண்டிருக்கின்றன, ஆன்மா தன் தவிப்பை விண்ணுக்குச் சுழற்றியேற்றுகையில் உள்ளங்கைகள் வியர்க்கவும் குரல் கட்டிக்கொள்ளவும் வைக்கின்றன. சொரயாவும் மற்றவர்களும் இருந்தது இதற்காகத்தான்: பாம்பின் விஷத்தைப் போல இவனுடைய ரத்தத்தில் இருந்த கூட்டுப்புரதங்களை உறிஞ்சி இவனை அறிவுத் தெளிவுடையவனாயும் உலர்ந்தவனாயும் விட்டுவைப்பதற்காக.

தெரசாவின் துரதிர்ஷ்டம், அவளிலிருந்து விஷத்தை உறிஞ்சுவதற்கு ரவென்னாவில், அவளுடைய தந்தையின் வீட்டில் அப்படி யாருமில்லை. *வா என்னிடம், என்னருமை பைரன், அவள் கரைகிறாள், என்னிடம் வா, என்னைக் காதல் செய்!* வாழ்விலிருந்து வெளியேற்றப்பட்ட, ஒரு ஆவியைப்போல வெளுத்துப்போன பைரனோ நகைப்புடன் அவளை எதிரொலிக்கிறான்: *என்னை விட்டுவிடு, என்னை விட்டுவிடு, என்னைவிட்டு விலகியிரு!*

வருடங்களுக்கு முன், இவன் இத்தாலியில் வசித்தபோது, ரவென்னாவுக்கும் அட்ரியாட்டிக் கடலெல்லைக்கும் இடையில், ஒன்றரை நூற்றாண்டுகளுக்குமுன் பைரனும் தெரசாவும் குதிரைச்சவாரி செய்த அதே வனத்துக்குப் போயிருந்தான். பதினெட்டு வயது வசீகரியும் இன்னொருவனுடைய மணமகளுமான அந்தப் பெண்ணுடைய பாவாடையை அந்த ஆங்கிலேயன் உயர்த்திய இடம் அங்கேதான் மரங்களுக்கிடையில்

---

[33] Florante at laura 1830-இல் பிரான்ஸிஸ்கோ பலக்தஸால் எழுதப்பட்ட ஒரு ஃபிலிபினோ காதல் காவியம். லாராவும்ஃப்ளோராவும் கதைநாயகர்கள், காதலர்கள்.

எங்கோ இருக்கவேண்டும். இவனால் நாளையே வெனிஸுக்குப் பறக்க முடியும், ரவென்னாவுக்குச் செல்லும் ரயிலைப் பிடித்து, பழைய சவாரித்தடங்களோடு கூடவே அலைந்து, அதே இடத்தைக் கடந்துவர முடியும். ஆனால், இவன் புனைந்தறிய முயன்றுகொண்டிருப்பது வரலாற்றையல்ல, இவன் புனைய முயன்றுகொண்டிருப்பது இசையை (அல்லது இசை இவனைப் புனைந்துகொண்டிருக்கிறது). அந்த ஊசியிலைப் பைன்மரக் காட்டில்தான் பைரன் அவனுடைய தெரசாவை அடைந்தான் - 'மானைப் போல மருண்டவளே என்று அவளை அழைத்தான்' - உள்ளாடைக்குள் மணல் ஏறும்வண்ணம் அவளுடைய ஆடைகளைக் கசக்கிக்கொண்டிருந்தான் (குதிரைகள் அத்தனை நேரமும் அசுவாரஸ்யத்துடன் அருகில் நின்றுகொண்டிருந்தன), மேலும் அந்த நிகழ்விலிருந்து பிறந்த ஒரு வேட்கையே தெரசாவை அவள் வாழுங்காலம்வரை நிலவை நோக்கி தாபம் பொங்க ஓலமிடச்செய்தது, அதற்குப் பதிலாக அவனுக்குப் பொருந்தும்படியாக அவனையும் பதிலுக்கு ஓலமிடச்செய்தது.

தெரசா முன்னெடுக்கிறாள்; பக்கத்துக்குப்பின் பக்கமாக இவன் பின்தொடர்கிறான். பிறகு, ஒருநாள் இருளுக்குள்ளிருந்து வேறொரு குரல் எழுகிறது, அவன் முன்னெப்போதும் கேட்டிராத ஒன்று, கேட்போம் என்று நினைத்திராத ஒன்று. வார்த்தைகளிலிருந்து அது பைரனின் மகள் அலெக்ராவினுடையது என்பது அவனுக்குத் தெரிகிறது; ஆனால், அவனுள் இருக்கும் எங்கிருந்து இது வருகிறது? *ஏன் என்னைக் கைவிட்டீர்கள்? வந்து என்னை அழைத்துக்கொள்ளுங்கள்!* அலெக்ரா அழைக்கிறாள். *தகிக்கிறது, தகிக்கிறது, ரொம்பத் தகிக்கிறது!* அவளுடையதேயான ஒரு சந்தத்தில் அவள் முறையிடுகிறாள், அந்தக் குரல் காதலர்களின் குரல்களினூடே நுழைந்து வலியுறுத்தி அவற்றைக் கத்தரிக்கிறது.

இடையீடு செய்யும் அந்த ஐந்து வயதுச்சிறுமியின் அழைப்புக்குப் பதில் வருகிறதில்லை. அழகற்றவளாய், அன்புசெய்யப்படாதவளாய், பிரசித்திபெற்ற தந்தையால் புறக்கணிக்கப்பட்டவளாய்க் கைமாற்றிக் கையாய்க் கடத்தப்பட்டுக் கடைசியில் அவள் கன்னியாஸ்த்ரீகளின் பராமரிப்பில் ஒப்படைக்கப்பட்டிருக்கிறாள். *மிகவும் தகிக்கிறது. மிகவும் தகிக்கிறது!* மலேரியாவால் தான் செத்துக்கொண்டிருக்கும் கன்னிமடத்தின் படுக்கையிலிருந்து அவள் ஊளையிடுகிறாள். *ஏன் என்னை மறந்தீர்கள்?*

அவளுடைய தந்தை ஏன் பதிலளிக்க மாட்டான்? ஏனென்றால், அவன் போதும்போதுமென வாழ்ந்துவிட்டான்; ஏனென்றால், அவன் சாவின் மறுகரையில் இருக்கும் தனக்குச் சொந்தமான இடத்துக்கே திரும்பிச்சென்று தன்னுடைய தொல்லுறக்கத்தில் ஆழ்ந்துபோய்விடவே விரும்புவான். இரக்கத்துக்குரிய என் சிறு குழந்தையே! என்று, அலைபாய்வதும், விருப்பமற்றதும், அவளால் செவியறவியலாததுமான மெல்லிய குரலில் பைரன் பாடுகிறான். ஒரு பக்கமாக நிழலில் அமர்ந்தபடி வாசிக்கும் கருவியிசைக் கலைஞர்களின் முக்கூட்டிசை நண்டு ஊர்வதையொத்த குறியீடுகளை வாசிக்கிறது, ஒரு வரி மேலே சென்றுகொண்டிருக்க, அடுத்தது, அதாவது பைரனுடையது, கீழே இறங்கிக்கொண்டிருக்கிறது.

௫

21

ரோஸலிந்த் தொலைபேசுகிறாள். 'நீ இங்கே திரும்ப வந்துவிட்டதாக லூஸி சொல்கிறாள். ஏன் தொடர்புகொள்ளாமல் இருக்கிறாய்?' இவன் பதிலளிக்கிறான், 'நான் இன்னமும் சமூகத்துக்குப் பொருந்துகிறவனாக ஆகவில்லை.' 'எப்போதாவது அப்படி இருந்திருக்கிறாயா என்ன?' ரோஸலிந்த் கடுகடுக்கிறாள்.

க்ளேர்மான்ட் காபிக் கடையில் அவர்கள் சந்திக்கிறார்கள். 'இளைத்திருக்கிறாய்' என்கிறாள். 'உன்னுடைய காதுக்கு என்ன ஆனது?' 'ஒன்றுமில்லை' என்கிறவன் மேற்கொண்டு விளக்குகிறானில்லை.

அவர்கள் பேசிக்கொண்டிருக்கும்போதே அவளுடைய பார்வை இவனுடைய சிதைந்த காதுக்குத் திரும்பமீண்டவண்ணமாய் இருக்கிறது. அவள் மட்டும் அதைத் தொட வேண்டிவந்தால், நிச்சயமாகத் திடுக்கிட்டு நடுங்குவாள் என்று நினைக்கிறான். சேவை செய்யும் வகையைச் சேர்ந்தவளில்லை. அவர்கள் சேர்ந்திருந்த முதல் சில மாதங்களே இவனுடைய சிறந்த நினைவுகள்: டர்பனின் கொதிக்கும் கோடையிரவுகள், வியர்வையில் ஊறிய போர்வைகள், ரோஸலிந்தின் நீண்ட வெளிறிய உடல், வேட்கையில் இப்புறமும் அப்புறமுமாக சாட்டிக்கொள்ளுவது, இன்பத்தாலா வாதையாலா என்று பிரித்தறிய முடியாத வகையில். இரண்டு புலனின்பப் பிரியர்கள்: உறவு நீடித்தவரையில் அவர்களைப் பிணைத்திருந்தது அதுதான்.

அவர்கள் லூஸியைப் பற்றி பேசுகிறார்கள், பண்ணையைப் பற்றியும். 'அவளுடைய தோழி ஒருத்தி உடன் இருக்கிறாள் என்று நினைத்தேனே, க்ரேஸ்' என்கிறாள் ரோஸலிந்த்.

‘ஹெலன். ஹெலன் திரும்ப ஜொஹனஸ்பர்க் சென்றுவிட்டாள். அவர்கள் நிரந்தரமாகப் பிரிந்துவிட்டார்கள் என்றே நினைக்கிறேன்.’

‘அவ்வளவு தனிமையான இடத்தில் லூஸி பாதுகாப்பாக இருக்கிறாளா?’

‘இல்லை, பாதுகாப்பாக இல்லை, அங்கே பாதுகாப்பாக இருப்பதாக நினைக்க அவள் பைத்தியமாக இருக்க வேண்டும். ஆனால், என்ன ஆனாலும் அவள் அங்கேதான் இருப்பாள். அது அவளுடைய கௌரவப் பிரச்சினையாகிவிட்டது.’

‘உன்னுடைய கார் திருடுபோனதாகச் சொன்னாயே?’

‘அது என்னுடைய தவறுதான். நான் இன்னமும் கொஞ்சம் கவனமாக இருந்திருக்க வேண்டும்.’

‘சொல்ல மறந்துவிட்டேன்: உன் விசாரணைக் கதையைக் கேள்விப்பட்டேன். உள்விவகாரங்களை.’

‘என்னுடைய விசாரணையா?’

‘உன் மீதான விசாரணை, சட்டத்தேர்வாய்வு, எப்படிச் சொன்னால் என்ன. நீ சரியாக நடந்து கொள்ளவில்லை என்று கேள்விப்பட்டேன்.’

‘ஓ? உனக்கு யார் சொன்னது? அது ரகசியமானது என்றல்லவா நினைத்தேன்.’

‘அதெல்லாம் எதற்கு. உன் மீது நல்லபிப்ராயம் ஏற்படும்படி நீ நடந்து கொள்ளவில்லையாமே. நீ ரொம்பவே விறைப்பாகவும் எதிர்ப்பு மனநிலையோடும் இருந்தாயாம்.’

‘நான் அபிப்ராயம் உண்டாக்க முயன்றுகொண்டிருக்கவில்லை. ஒரு கொள்கையை நிலைநிறுத்த முயன்றுகொண்டிருந்தேன்.’

‘இருக்கலாம் டேவிட். ஆனால், விசாரணைகள் கொள்கைகளைப் பற்றியவையல்ல, நீ உன் தரப்பை எப்படி வெளிப்படுத்துகிறாய் என்பதைப் பற்றியவை என்பதை இந்நேரம் நீயே புரிந்துகொண்டிருப்பாய். எனக்குத் தெரிவிக்கப்பட்டவரையில் நீ உன் தரப்பை மிக மோசமாக வெளிப்படுத்தியிருக்கிறாய். அப்படி நீ நிலைநாட்ட விரும்பிய கொள்கைதான் என்ன?’

‘பேச்சு சுதந்திரமும். மௌனமாக இருப்பதற்கான சுதந்திரமும்.’

‘இதெல்லாம் கேட்கவே மிகவும் பகட்டாக இருக்கிறது. ஆனால், நீ எப்போதுமே பெரிய சுயஏய்ப்பாளனாக இருந்திருக்கிறாய் டேவிட். பெரிய ஏய்ப்பாளன், அதோடு பெரிய சுயஏய்ப்பாளனும். அவிழ்ந்துகிடந்த காற்சட்டைகளோடு நீ பிடிபட்டுவிட்டதால் மட்டுமே போடப்பட்ட வழக்குதான் இது என்று உனக்கு நிச்சயமாகத் தெரியுமா?’

இந்தத் தூண்டலுக்கு இவன் இரையாகிறானில்லை.

‘என்னவோ, உன்னுடைய கொள்கை எதுவாயிருந்தாலும், அது உன்னுடைய பார்வையாளர்களுக்கு சுத்தமாகப் புரியாததாக இருந்திருக்கிறது. அவர்கள் நீ சும்மா குழப்பியடிக்கிறாய் என்றுதான் நினைத்திருக்கிறார்கள். நீ கொஞ்சமாவது தயாரிப்புகளில் ஈடுபட்டிருக்க வேண்டும். சரி, பணத்துக்கு என்ன செய்யப்போகிறாய்? உன்னுடைய ஓய்வூதியத்தைப் பிடுங்கிக்கொண்டார்களா?’

‘நான் என்ன கொடுத்தேனோ அதைத் திரும்பப்பெறுவேன். நான் வீட்டை விற்கப்போகிறேன். எனக்கு அது மிகவும் பெரியது.’

‘உன்னுடைய நேரத்தை எப்படிக் கழிப்பாய்? வேறு வேலை தேடிக்கொள்வாயா?’

‘அப்படி எண்ணம் இல்லை. எனக்கு நிறைய வேலைகள் இருக்கின்றன. எழுதிக்கொண்டிருக்கிறேன்.’

‘புத்தகமா?’

‘சரியாய்ச் சொல்வதானால் ஒரு இசைநாடகம்.’

‘இசைநாடகமா! புதிய முயற்சிதான். அது உனக்கு ஏராளமான பொருளீட்டித் தரும் என்று நம்புகிறேன். நீ லூஸியோடு வசிக்கப்போகிறாயா?’

‘இசைநாடகம் எழுதுவது ஒரு ஆர்வத்துக்காக மட்டும்தான், பொழுதைப் போக்குவதற்காக. அதன் மூலம் பணம் ஈட்ட முடியாது. மேலும், நான் லூஸியோடு வசிக்கப்போவதில்லை. அது சரிவராது.’

'ஏன் சரிவராது? உனக்கும் அவளுக்கும் எப்போதும் ஒத்துப்போகுமே. ஏன் ஏதாவது பிரச்சினையா?'

அவளுடைய கேள்விகள் அத்துமீறுகின்றன. ஆனால், அத்துமீறுகிறவளாக இருப்பதற்கு ரோஸலிந்த் எப்போதுமே வெட்கப்பட்டதில்லை. 'என்னுடன் பத்து வருடங்கள் படுக்கையைப் பகிர்ந்துகொண்டிருக்கிறாய். எனக்குத் தெரியாத ரகசியங்களை நீ ஏன் கொண்டிருக்க வேண்டும்?' என்று ஒருமுறை கேட்டிருக்கிறாள்.

'எனக்கும் லூஸிக்கும் இப்போதும் நன்றாகவே ஒத்துப்போகிறது. ஆனால், ஒரே இடத்தில் இருக்கும் அளவுக்கு அல்ல.'

'உன்னுடைய வாழ்க்கையின் கதை.'

'ஆம்.'

அவர்கள் தத்தமது கண்ணோட்டத்தில் இவனுடைய வாழ்கையின் கதையை ஆழமாக சிந்தித்துக்கொண்டிருந்த நேரத்தில் மௌனமாக இருக்கிறார்கள்.

'நான் உன்னுடைய காதலியைப் பார்த்தேன்.' ரோஸலிந்த் பேச்சை மாற்றுகிறாள்.

'என்னுடைய காதலியா?'

'உன்னுடைய இனாமொராடா[34]. மெலனி ஐசக்ஸ் அதுதானே அவள் பெயர்? டாக் அரங்கத்தில் அவள் ஒரு நாடகத்தில் நடிக்கிறாள். உனக்குத் தெரியாதா? நீ எதற்காக அவளிடம் மயங்கினாய் என்று எனக்குப் புரிகிறது. பெரிய கரிய விழிகள். சரியான விஷமரநாய்க்குட்டி தேகம். அப்படியே உனக்குப் பிடித்த மாதிரி. இதுவும் உன்னுடைய சிறிய பாவங்களில் ஒன்றாக, இன்னொரு குட்டி உறவாக இருக்கும் என்றுதான் நீ நினைத்திருக்கவேண்டும். ஆனால், இப்போது உன்னைப் பார். உன் வாழ்கையையே நீ தூக்கி வீசியிருக்கிறாய், அதுவும் எதற்காக?'

'என் வாழ்க்கை வீசப்படவெல்லாம் இல்லை ரோஸலிந்த். கொஞ்சமாவது அறிவோடு பேசு.'

'ஆனால், அப்படித்தானே ஆகியிருக்கிறது! உன்னுடைய வேலையை இழந்துவிட்டாய், உன்னுடைய பெயர் களங்கப்பட்டுவிட்டது, உன்னுடைய நண்பர்கள் உன்னைத்

---

34 Inamorata

தவிர்க்கிறார்கள், ஓட்டுக்கு வெளியில் தலையை நீட்ட அஞ்சும் ஆமைபோல டோரான்ஸ் சாலையில் நீ ஒளிந்திருக்கிறாய். உன்னுடைய புதையடிவார்களைக் கட்டவும் தகுதியற்றவர்கள் உன்னைப் பற்றிப் பகடி பேசிச் சிரிக்கிறார்கள். உன்னுடைய சட்டைக் கசங்கல் சீராக்கப்படவில்லை, உன்னுடைய முடியை இப்படி வெட்டியது யார் என்று கடவுளுக்குத்தான் தெரியும், நீ' அவள் தன்னுடைய வசைப்பொழிவைத் நிறுத்திக்கொள்ள முயல்கிறாள். 'குப்பைத்தொட்டிகளை நோண்டிப்பார்த்துக்கொண்டு திரியும் பரிதாபமான கிழவர்களில் ஒருவனாகப் போகிறாய்.'

'நான் மண்ணில் ஒரு குழிக்குள் அடங்குபவனாகப் போகிறேன். நீயும் அதேபோல்தான். நாம் எல்லோரும் அப்படித்தான்.'

'போதும் டேவிட். ஏற்கெனவே நொந்துபோயிருக்கிறேன். விதண்டாவாதத்தில் எனக்கு விருப்பம் இல்லை.' அவள் தன்னுடைய பொருட்களைச் சேகரித்துக்கொள்கிறாள். 'ரொட்டியும் ஜாமும் சலித்துப்போகும்போது எனக்குத் தொலைபேசு. உனக்கு சமைத்துத் தருகிறேன்.'

மெலனி ஐசக்ஸைப் பற்றிக் குறிப்பிடப்பட்டதில் இவனுக்கு நிதானம் குலைகிறது. தொடர்புகள் நீடிப்பதை இவன் அனுமதித்ததில்லை. ஒரு உறவு முடிந்துபோனால் அதைப் பின்னால் ஒதுக்கித்தள்ளிவிடுவான். ஆனால், மெலனி விஷயத்தில் முடிவுறாத எதுவோ இருக்கிறது. இவனுக்குள் அவளுடைய மணம் ஆழமாகச் சேகரமாகியிருக்கிறது, ஒரு இணையின் மணம். அவளும் அவனுடைய மணத்தை நினைவுவைத்திருக்கிறாளா? *அப்படியே உனக்குப் பிடித்த மாதிரி* என்றாளே ரோஸலிந்த், அவளுக்கு நன்றாகவே தெரிந்திருக்கும்தான். அவர்களுடைய பாதைகள் மறுபடி குறுக்கிட்டால் என்னவாகும், அவனுடையதும் மெலனியுடையதும்? உணர்வுகளின் மின்னல் வெட்டுமா, அந்தத் தொடர்பு இன்னமும் முடியவில்லை என்பதற்கு சாட்சியாக?

ஆனாலும், மெலனியின் முன்பு மீண்டும் போய் நிற்பது எனும் எண்ணமே பைத்தியகாரத்தனமானது. அவளுக்குத் துன்பம் இழைத்தவன் என்று கண்டனம் செய்யப்படுபவனிடம் அவள் எதற்காகப் பேச வேண்டும்? அதுவுமல்லாமல் அவள் இவனைப் பற்றி என்னதான் நினைப்பாள் - நகைப்புக்குரிய காதுடைய கோமாளியும், வெட்டப்படாத கேசமும், கசங்கிய கழுத்துப்பட்டையுமாக இருக்கிறவனை?

க்ரோனஸுக்கும்[35] ஹார்மனிக்குமான[36] திருமணம்: இயற்கைக்கு மாறானது. நாசூக்கான வார்த்தைகளையெல்லாம் விலக்கிவிட்டுப் பார்த்தால் இதைத் தண்டிக்கத்தானே அந்த விசாரணைக்குழு அமைக்கப்பட்டது. அவன் வாழும் விதத்தை விசாரணை செய்ய. இயற்கைக்கு மாறான செயல்பாடுகளுக்காக: காலாவதியான வித்து, களைத்துப்போன வித்து, விரைந்து நீந்தாத வித்து இவற்றையெல்லாம் விதைத்துக்கொண்டிருந்ததற்காக, இயற்கைக்கு முரணான நடத்தைக்காக. கிழவர்கள் எல்லாம் இளம்பெண்களை அநியாயமாக உபயோகித்துக்கொண்டால் இனத்தின் எதிர்காலம் என்னாவது? அந்தக் குற்றச்சாட்டின் அடியில் இருந்த கவலை அதுதானே. இலக்கியத்தின் பாதிப்பகுதி இதைப்பற்றித்தான்: அழுத்தும் கிழட்டு ஆண்களினுடைய எடையின் அடியிலிருந்து தப்பிக்க இளம்பெண்கள் போராடுவது, இனத்தின் நன்மைக்காக.

இவன் பெருமூச்செறிகிறான். இளைஞர்கள், ஒருவரையொருவர் தழுவிக்கொண்டு, கவலையற்று, புலன்களின் இசையில் மூழ்கியபடி. முதிய ஆண்களுக்கான நாடு அல்ல இது. ஏராளமான பொழுதை இவன் பெருமூச்செரிந்தபடி கழிப்பதாகத்தான் படுகிறது. கழிவிரக்கம்: இருட்டை உண்டாக்கிவிடும் ஒரு வருந்தத்தக்க குறிப்பு.

இரண்டு வருடங்கள் முன்புவரை டாக் அரங்கு ஒரு குளிர்ப்பதனக்கூடமாக இருந்தது, கடல்மார்க்கமாக ஏற்றுமதி செய்யப்படுவதற்கான காத்திருப்பில், அங்கே, பன்றிகள் மற்றும் எருதுகளின் சடலங்கள் தொங்கிக்கொண்டிருந்தன. இப்போது அது ஒரு நாகரிகமான மனமகிழ்மன்றம். இவன் காலந்தாழ்த்தி வருகிறான், விளக்குகள் மங்கத் தொடங்கும்போதுதான் இருக்கையில் அமர்கிறான். 'மாபெரும் வெற்றி அடைந்ததும் பார்வையாளர்களின் வேண்டுகோளுக்கிணங்க மீண்டும் மேடையேற்றப்படுவதும்': இப்படித்தான் *க்ளோப் முடித்திருத்தகத்தில் ஒரு மாலை மயக்கம்* நிகழ்வின் விற்பனைச் சீட்டில் அச்சிடப்பட்டிருக்கிறது. மேடையமைப்பு முன்னிலும் கவர்ச்சியாகவும், இயக்கம் இன்னமும் நயமாகவும் இருக்கிறது, ஒரு புதிய நடிகர் தலைமைப் பாத்திரம் ஏற்றிருக்கிறார்.

35 Cronus –கிரேக்கத் தொன்மவியலில் கூறப்படும் பன்னிரு டைட்டன்களுள் ஒருவரும் டைட்டன் தலைவரும் ஆவார்.

36 Harmony – ஒற்றுமை மற்றும் நல்லிணக்கத்தின் கிரேக்கப் பெண் கடவுள். இறவா வரம் பெற்றவர்.

ஆனாலும், அதன் கொச்சையான ஹாஸ்யத்துடனும், வெளிப்படையான அரசியல் நோக்குடனும் நாடகம் முன்பைப் போலவே இப்போதும் சகிக்க முடியாததாக இருப்பதாகத்தான் அவனுக்குப் படுகிறது.

கற்றுக்குட்டி முடித்திருத்துநர் க்ளோரியா பாத்திரத்தில் மெலனியேதான் நடிக்கிறாள். பளபளக்கும் பொன்னிற இறுகிய காற்சட்டைகளின் மீது ரோஜா நிற கஃப்தன் அணிந்து, மிகுஒப்பனை செய்த முகத்துடன், வாரி, மேலே சுருட்டிவைக்கப்பட்ட கூந்தலுடன் அவள் குதிகால் உயரக்காலணிகளில் மேடை மீது தத்தி நடக்கிறாள். அவளுக்குத் தரப்பட்டிருக்கும் வசனங்களில் புதுமை ஏதுமில்லை. ஆனால், அவற்றை அவள் கச்சிதமான நேரத்தில், சிணுங்கும் கேப் டவுன் கொச்சைவழக்கில் பேசுகிறாள். மொத்தத்தில், அவளுக்குத் தன் மீதான நம்பிக்கை முன்னிலும் அதிகரித்திருக்கிறது. உண்மையில், அந்தப் பாத்திரத்தில் நன்றாகவே நடிக்கிறாள், இயற்கையும் அவளுக்கு உதவியிருக்கிறது. இவன் இல்லாத இந்தச் சில மாதங்களில் அவள் தன்னை உணர்ந்து வளர்ச்சியடைந்திருக்க சாத்தியம் இருக்கிறதா? *எது என்னைக் கொல்லவில்லையோ அது என்னை மேலும் உறுதியாக்கும்.* ஒருவேளை அந்த விசாரணை அவளுக்குமே அதே போன்ற விசாரணையாக இருந்திருக்கலாம்; ஒருவேளை அவளும் துன்பப்பட்டிருக்கலாம், மீண்டுவந்திருக்கலாம்.

ஒரு சமிக்ஞை கிடைக்க வேண்டும் என்று விரும்புகிறான். ஒரு சமிக்ஞை மட்டும் கிடைத்தால் என்ன செய்ய வேண்டும் என்பதைத் தெரிந்துகொள்வான். உதாரணத்துக்கு, அவளுடைய இந்த அபத்தமான ஆடைகள் ஒரு குளிர்ந்த பிரத்யேகமான தழலில் எரிந்து அவளுடைய உடலை நீங்கிவிட, அவள் அந்தக் கடைசி இரவில் லூஸியின் பழைய அறையில்போல அதே கச்சிதமான நிர்வாணத்துடன் இவனுக்கு மட்டுமேயான ஒரு ரகசிய தரிசனமாக இவன் முன்னால் வந்துநிற்பது.

சிவந்த முகமும் தங்கள் பருமன் குறித்து புகார்கள் அற்றவர்களுமான நிகழ்ச்சி ஒருங்கிணைப்பாளர்களுக்கு மத்தியில் இவன் அமர்ந்திருக்கிறான், அவர்கள் நாடகத்தை வெகுவாக ரசிக்கிறார்கள். அவர்களுக்கு மெலனி-க்ளோரியாவைப் பிடித்துப்போயிருக்கிறது; ஆபாச நகைச்சுவைக்கு வாயை மூடி, உள்ளூரச் சிரித்துக்கொள்கிறார்கள், கதாபாத்திரங்கள்

ஒருவரையொருவர் வசைபாடிக் கொள்ளும்போதும் இழிவுபடுத்திக் கொள்ளும்போதும் வாய்விட்டுச் சிரிக்கிறார்கள்.

அவர்கள் இவனுடைய ஊர்க்காரர்கள் என்றாலும் இவன் அவர்களிலிருந்து மிகவும் அந்நியப்பட்டவனாக உணர்கிறான், மோசடிக்காரனாகவும். ஆனாலும், அவர்கள் மெலனியின் வசனங்களுக்குச் சிரிக்கும்போது, தடுக்கயியலாமல் இவனுள் பெருமையின் அலை எழுகிறது. என்னுடையவள்! அவர்கள் பக்கமாகத் திரும்பி இப்படிச் சொல்ல விரும்புகிறான், ஏதோ அவள் இவனுடைய மகள் என்பதைப் போல.

வருடங்களுக்கு முந்தைய நினைவொன்று திடீரென்று கிளர்கிறது: ட்ராம்ஸ்பர்குக்கு வெளியே தேசிய நெடுஞ்சாலை 1-ல் இவன் தன் காரில் ஏற்றிக்கொண்ட, இருபதுகளில் இருந்த, தனியே பயணம் மேற்கொண்டிருந்த, ஜெர்மானியப் பயணி, வெயிலில் கன்றியும் புழுதியுமாகவும் இருந்த ஒரு பெண்ணின் நினைவு. அவர்கள் தாவுஸ் நதி வரை பயணித்தார்கள், ஒரு விடுதியில் அறை எடுத்தார்கள்; இவன் அவளுக்கு உணவு வாங்கிக்கொடுத்தான், அவளோடு கலவிகொண்டான். அவளுடைய நீண்ட மெல்லிய கால்களை இன்னமும் நினைவுவைத்திருக்கிறான்; அவளுடைய கூந்தலின் மென்மையை, விரல்களுக்கு இடையில் இறகைப் போல் இருந்த அதன் எடையின்மையை.

ஓசையற்ற ஒரு திடீர் வெடிப்பில், விழித்துக்கொண்டே கனவொன்றில் விழுந்துவிட்டதைப் போல, படிமங்கள் ஆறாய் ஒழுகுகின்றன, இரண்டு கண்டங்களைச் சேர்ந்த, அவன் பழகியிருக்கும் பெண்களின் படிமங்கள். அவற்றில், காலத்தில் வெகு தொலைவுக்குச் சென்றுவிட்ட சிலவற்றை அவனால் அடையாளம் காண இயலுகிறதில்லை. காற்றில் கலைந்தோடும் இலைகளைப் போல, முன்னும்பின்னுமாக அவை இவன் முன்னே சிதறுகின்றன. பெண்களால் நிறைந்திருக்கும் ஒரு திடல்[37]: இவனுடைய வாழ்வோடு பின்னிப்பிணைந்திருக்கும் நூற்றுக்கணக்கான வாழ்வுகள். இவன் மூச்சை இழுத்துப் பிடித்துக்கொள்கிறான், அந்தக் காட்சி தொடர விரும்புகிறான்.

அவர்களுக்கெல்லாம் என்ன ஆகியிருக்கும், அத்தனைப் பெண்களுக்கும், அவ்வளவு உயிர்களுக்கும்? அவர்களுக்கும் அல்லது அவர்களில் சிலருக்காவது அறிவிப்பில்லாமல்

---

37 1370 – 1390 வில்லியம் லாங்லாண்ட் எழுதிய 'Piers Plowman' எனும் நீள் உருவகக் கவிதையின் வரி.

இப்படி நினைவுகளின் பெருங்கடலில் மூழ்கிப்போவது நடக்கிறதா? அந்த ஜெர்மானியப் பெண்: ஆப்ரிக்காவின் சாலையோரத்திலிருந்து தன்னை வண்டியில் ஏற்றிக்கொண்டு அன்றிரவைத் தன்னோடு கழித்த மனிதனை அவளும் இதே நொடியில் நினைத்துக்கொள்ளுவது சாத்தியம்தானா?

செறிவூட்டப்பட்டது: இவனை ஏளனம் செய்வதற்காக செய்தித்தாள்கள் பொறுக்கி எடுத்துக்கொண்ட வார்த்தை அது. அப்படியொரு சூழலில் தவறியும் வாயிலிருந்து வெளியேறியிருக்கக் கூடாத முட்டாள்தனமான ஒரு வார்த்தை. ஆனால், இப்போதும், இந்த நிமிடமும் இவன் அதன் பக்கம்தான் நிற்கிறான். மெலனி, தாவுஸ் ஆற்றங்கரைப்பெண், ரோஸலிந்த், பெவ் ஷா, சொரயா: இவர்கள் ஒவ்வொருவராலும் இவன் செறிவூட்டப்பட்டிருக்கிறான், மற்றவர்களாலும்கூட, அவர்களில் மிகச் சாதாரணமானவர்களாலும் தோல்வியைத் தந்தவர்களாலும். இவனுடைய மார்பில் ஒரு பூ பூப்பதைப் போல இவனுடைய இதயம் நன்றியுணர்வால் ததும்புகிறது.

இப்படியான தருணங்கள் எங்கிருந்து வருகின்றன? மயக்க நிலையிலிருந்துதான், சந்தேகம் இல்லை; ஆனால், அவை விளக்குவதென்ன? இவன் வழிநடத்தப்படுகிறான் என்றால் இவனை வழிநடத்துவது எந்தக் கடவுள்?

நாடகம் அறுத்துக்கொண்டிருக்கிறது. மெலனியின் விளக்குமாறு மின்னிழைக்கட்டுக்குள் சிக்கிக்கொள்ளும் கட்டம் வருகிறது. மெக்னீஷியத்தின் மின்னொளி வெடிக்க, மேடை திடீரென்று இருளில் மூழ்குகிறது. 'ஏசுவே, ஏ முட்டாள் பெண்ணே!' முடிதிருத்துநன் வீறிடுகிறான்.

இவனுக்கும் மெலனிக்கும் இடையில் இருக்கைகளின் இருபது வரிசைகளாவது உள்ளன. ஆனால், இந்த நொடியில், இடைவெளியைத் தாண்டி, இவனை, இவனுடைய எண்ணங்களை அவளால் உணர்ந்துகொள்ள முடியும் என்று இவன் நம்புகிறான்.

இவனுடைய தலையில் ஏதோ லேசாக உரசி இவனை நினைவுலகுக்கு மீட்டுவருகிறது. அடுத்த நொடி இன்னொரு பொருள் இவனைத் தாண்டிப் பறந்து இவனுக்கு முன்னால் இருந்த இருக்கையில் படுகிறது: கோலிகுண்டின் அளவே சுருட்டப்பட்ட ஒரு காகிதப்பந்து. மூன்றாவதாக ஒன்று

இவனுடைய கழுத்தில் படுகிறது. சந்தேகமில்லை இலக்கு இவன்தான்.

இவன் திரும்பி முறைத்துப்பார்ப்பது எதிர்பார்க்கப்படுகிறது. *யார் இதைச் செய்தது?* இவன் சீற வேண்டும். அல்லது, அசராமல் எதிரில் பார்த்துக்கொண்டிருக்க வேண்டும், அதைக் கவனிக்காதவன்போல.

நான்காவது உருண்டை இவனுடைய தோளில் பட்டு காற்றில் பறக்கிறது. இவனுக்குப் பக்கத்து இருக்கையில் அமர்ந்திருப்பவன் புதிராய்ப் பார்க்கிறான்.

மேடையில் நாடகம் தொடர்ந்துகொண்டிருக்கிறது. சிகையலங்கார நிபுணர் சிட்னி அந்த இழவெடுத்த தபாலைப் பிரித்துக் கடை உரிமையாளரின் இறுதி எச்சரிக்கையை உரக்க வாசிக்கிறாள். அந்த மாத இறுதிவரை அவர்களுக்குக் கெடுவிதிக்கப்பட்டிருக்கிறது, வாடகையைக் கட்டத் தவறினாலோ க்ளோபைக் காலிசெய்ய வேண்டியதுதான். 'நாம் என்ன செய்யப்போகிறோம்?' சிகை அலசும் பெண் மிரியம் ஒப்பாரிவைக்கிறாள்.

'ஸ்ஸ்ஸ்.' இவனுக்குப் பின்னாலிருந்து சீறலொலி, மேடைக்கு அருகில் கேட்காத அளவுக்கு மெல்லியதாக. 'ஸ்ஸ்ஸ்.'

இவன் திரும்பவும், ஒரு பந்து இவனுடைய நெற்றிப் பொட்டில் மோதுகிறது. பின்சுவற்றில் சாய்ந்து நிற்பது ரயான், காதுவளையமும் ஆட்டுத்தாடியுமான காதலன். அவர்களுடைய பார்வைகள் சந்திக்கின்றன. 'ப்ரொஃபசர் லூரி.' அவன் கரகரத்த குரலில் மெல்ல அழைக்கிறான். செயல் அடாவடியானது என்றாலும் அவன் மிகவும் லகுவான மனநிலையில் இருக்கிறான். அவனுடைய உதடுகளில் புன்னகை இருக்கிறது.

நாடகம் நடந்துகொண்டிருக்கிறது. ஆனாலும், இவனைச்சுற்றி நிச்சயமாகக் குழப்பத்தின் சலசலப்பு இருக்கிறது. 'ஸ்ஸ்ஸ்.' ரயான் மறுபடியும் குரலெழுப்புகிறான். இரண்டு இருக்கைகள் தள்ளி இருக்கும் பெண், இவனைப் பார்த்து, 'அமைதியாக இருங்கள்' என்கிறாள், இவன் ஒரு சப்தமும் எழுப்பியிராதபோதும்.

இடைவழியை அடைந்து வெளியேறும் பாதையைக் கண்டுபிடித்து, காற்றடிக்கும், நிலவற்ற இரவுக்குள் நுழைவதற்குமுன் இவன் ஐந்து ஜோடி முழங்கால்கள்

(மன்னியுங்கள்... மன்னியுங்கள்), கோணல் பார்வைகள், கோப முணுமுணுப்புகளைப் போராடிக் கடக்க வேண்டியிருக்கிறது.

இவனுக்குப் பின்னே ஏதோ அரவம் கேட்கிறது. திரும்புகிறான். சிகரெட்டின் முனை ஒளிர்கிறது: வண்டிகள் நிற்குமிடம் வரைக்கும் ரயான் இவனைத் தொடர்ந்திருக்கிறான்.

'நீ என்ன செய்துகொண்டிருப்பதாக நினைப்பு? இந்தச் சிறுபிள்ளைத்தனமான நடத்தையைக் கொஞ்சம் விளக்க முடியுமா?' இவன் சீறி விழுகிறான்.

ரயான் சிகரெட்டை ஆழப் புகைக்கிறான். 'உங்களுக்கு உதவிதான் செய்கிறேன் ப்ரொஃபசர். நீங்கள் உங்களுடைய பாடத்தைக் கற்றுக்கொள்ளவில்லையா?'

'அதென்ன, என்னுடைய பாடம்?'

'உங்களை மாதிரியானவர்களுடன் சேர்ந்திருப்பது.'

உங்களை மாதிரியானவர்களுடன்: இவனை மாதிரியானவர்கள் யார் என்று இவனுக்குப் பாடம் எடுக்க, இந்தச் சிறுவன் யார்? எல்லாப் பாசாங்குகளுக்கும் அப்பால், முழு அந்நியர்களை, ஒருவரின் கரத்துக்குள் மற்றவரைச் செலுத்தி, அவர்களை நண்பர்களாக, உறவுகளாக மாற்றும் அந்த சக்தியைப் பற்றி இவனுக்கு என்ன தெரியும்? ஒவ்வொரு இனமும் அது எதுவாக இருந்தாலும் தன்னில் தன்னையே பூரணமாக்கிக்கொள்ளத் துடிக்கிறது. தலைமுறையின் வித்து, தன்னைப் பூரணப்படுத்திக்கொள்ள செலுத்தப்படுவது, ஒரு பெண்ணின் உடலுக்குள் ஆழச் செலுத்துப்படுவது, எதிர்காலத்தை இருப்புக்குள் கொண்டுவரச் செலுத்தப்படுவது. செலுத்து, செலுத்தப்பட்டது.

ரயான் பேசிக்கொண்டிருக்கிறான். 'அவளை விட்டுவிடு கிழவா! மெலனி உன்னைப் பார்த்தாள் என்றால் உன் கண்களில் காறித் துப்புவாள்.' அவன் சிகரெட்டைப் போட்டுவிட்டு நெருக்கமாக ஓரடி முன்னெடுத்துவைக்கிறான். நெருப்பின்மேல் இருப்பவை என்று ஒருவர் நினைத்துக்கொள்ளுமளவு மிகவும் பிரகாசிக்கும் நட்சத்திரங்களின்கீழ் அவர்கள் முகத்தோடு முகம் பார்த்தபடி இருக்கிறார்கள். 'உங்களுக்கென்று வேறொரு வாழ்க்கையைத் தேடிக்கொள்ளுங்கள் ப்ரொஃபசர். நான் சொல்வதைக் கேளுங்கள்.'

க்ரீன் பாயின்ட்டின் பிரதான சாலைக்கு இவன் மெல்ல வண்டியை ஓட்டிக்கொண்டு வருகிறான். உன் கண்களில் காறித்துப்புவாள்: இவன் இதை எதிர்பார்த்திருக்கவில்லை. இயக்காழியில் இருக்கும் கரம் நடுங்கிக்கொண்டிருக்கிறது. இருத்தலின் அதிர்ச்சிகள்: இதையெல்லாம் சாதாரணமாக எடுத்துக்கொள்ள இவன் பழகிக்கொள்ள வேண்டும்.

பாலியல் தொழிலாளர்கள் ஏராளமானவர்கள் நடக்கிறார்கள்; சமிக்ஞை விளக்கருகில் ஒருத்தி இவன் பார்வையைக் கவர்கிறாள். இவன் நினைக்கிறான், *தரிசனங்களால் ஆனதாக இருக்கும் இந்த இரவில், ஏன் கூடாது?*

சிக்னல் குன்றின் சாரலில் ஒரு முட்டுச்சந்தில் வண்டியை நிறுத்துகிறான். அந்தப் பெண் குடித்திருக்கிறாள் அல்லது அளவுக்கதிகமான போதை மருந்தை எடுத்திருக்கிறாள். ஆனாலும், இவன் எதிர்பார்ப்புக்கேற்ப அவளுடைய வேலையைச் சரியாகச் செய்கிறாள். அதற்குப் பிறகு, இவனுடைய மடியில் முகத்தைக் கிடத்தி ஓய்வெடுக்கிறாள். தெருவிளக்கொளிக்குக் கீழே தெரிந்ததைவிடவும் இளையவளாகத் தெரிகிறாள், மெலனியைவிடவுமேகூட. இவன் ஒரு கையை அவள் தலையில் வைக்கிறான். நடுக்கம் நின்றுவிட்டிருக்கிறது. இவன் கிறக்கமாக; திருப்தியாக உணர்கிறான், விசித்திரமாக அவள் மீது பாதுகாப்புணர்வும் தோன்றுகிறது.

ஆக, விஷயம் இவ்வளவுதான்! இவன் நினைத்துக்கொள்கிறான். இதை எப்படி நான் மறந்திருக்க முடிந்தது?

கெட்டவனும் இல்லை, நல்லவனும் இல்லை. கூச்சசுபாவியும் இல்லை வெளிப்படையானவனும் இல்லை, இவனுடைய அதீதத் தகிப்பில்கூட. தெரசாவின் அளவீடுகளின்படியும் சரி; பைரனின் அளவீடுகளின்படியும்தான். தகிப்பதில் போதாமை. இதுதான் அவன் மீதான தீர்ப்பாய் இருக்குமா, இந்தப் பிரபஞ்சத்தின் மற்றும் அதன் எல்லாவற்றையும் பார்க்கும் விழியின் தீர்ப்பாக?

அந்தப் பெண் நெளிந்து, எழுந்தமர்கிறாள். 'என்னை எங்கே அழைத்துச்செல்கிறீர்கள்?'

'உன்னை எங்கு கண்டுபிடித்தேனோ அங்கு.'

22

இவன் லூஸியுடன் தொடர்ந்து தொலைபேசித் தொடர்பில் இருக்கிறான். உரையாடல்களில் பண்ணையில் எல்லாம் நல்லபடியாக இருப்பதை அவள் மீண்டும்மீண்டும் வலியுறுத்த வேண்டியிருக்கிறது, இவனுக்கு, தான் அவள் பேச்சைச் சந்தேகிக்கவில்லை என்பதைக் காட்டிக்கொள்ள வேண்டியிருக்கிறது. பூம்பாத்திகளில் அவளுக்கு எந்நேரமும் வேலை இருக்கிறது என்றும் வசந்தத்தின் விளைச்சல் முழுவீச்சில் இருப்பதாகவும் சொல்கிறாள். நாய்ப்பட்டிகள் பழைய நிலைக்குத் திரும்பிக்கொண்டிருக்கின்றன. முழுநேரக் கவனத்துக்காக இரண்டு நாய்கள் அவளிடம் சேர்ந்திருக்கின்றன, இன்னமும் சேரும் என்ற நம்பிக்கை இருக்கிறது. பெட்ருஸ் அவனுடைய வீட்டு வேலைகளில் முழு ஈடுபாட்டுடன் இருந்தாலும் இவளுக்கு எப்போதும்போல உதவுகிறான். ஷா தம்பதி அவ்வப்போது வந்து பார்க்கிறார்கள். இல்லை, அவளுக்குப் பணம் தேவையாய் இல்லை.

ஆனால், லூஸியின் தொனியில் இருக்கும் ஏதோ ஒன்று இவனுக்குக் கலக்கம் கொடுக்கிறது. பெவ் ஷாவுக்குத் தொலைபேசுகிறான். 'நான் உன்னை மட்டும்தான் கேட்க முடியும். உண்மையைச் சொல்லுங்கள், லூஸி எப்படி இருக்கிறாள்?'

பெவ் ஷா அளந்து பேசுகிறாள். 'உங்களிடம் அவள் என்ன சொன்னாள்?'

'எல்லாம் சரியாக இருப்பதாகச் சொல்கிறாள். ஆனால், ஏதோ நடைபிணம் பேசுவதைப் போல் பேசுகிறாள். தூக்க மாத்திரைகளின் பிடியில் இருப்பவளைப் போல. அப்படித்தானா?'

பெவ் ஷா அந்தக் கேள்வியைத் தவிர்க்கிறாள். என்றாலும் - அவள் மிகக் கவனமாகச் சொற்களைப் பொறுக்கி எடுப்பதாகப் படுகிறது 'வளர்ச்சிகள்' ஏற்பட்டிருப்பதாகத் தெரிவிக்கிறாள்.

'என்ன மாதிரியான வளர்ச்சிகள்?'

'என்னால் உங்களிடம் சொல்ல முடியாது டேவிட். சொல்ல வைக்காதீர்கள். லூஸிதான் உங்களிடம் சொல்ல வேண்டும்.'

லூஸியை அழைக்கிறான். 'நான் டர்பனுக்குப் பயணப்பட விருக்கிறேன். அங்கே வேலைக்கான வாய்ப்பு இருப்பதாகத் தெரிகிறது. உன்னுடன் ஒன்றிரண்டு நாட்கள் தங்கலாமா?'

'பெவ் உங்களிடம் பேசிக்கொண்டிருக்கிறாளா?'

'பெவ்வுக்கு இதற்கும் சம்பந்தமில்லை. நான் வரலாமா?'

போர்ட் எலிசபெத்துக்கு விமானத்தில் பறக்கிறான். ஒரு காரை வாடகைக்கு எடுக்கிறான். இரண்டு மணிநேரங்களில் பண்ணைக்குச் செல்லும் சாலையின் பாதையில் திரும்புகிறான், லூஸியின் பண்ணைக்கு, லூஸியின் துண்டுநிலத்துக்கு.

அது இவனுடைய மண்ணும்தானா? அது இவனுடைய மண் என்றே தோன்றுவதில்லை. என்னதான் இவன் அங்கு சில காலம் இருந்திருந்தாலும் அது ஒரு அந்நிய நிலம்போலவே தோன்றுகிறது.

வளர்ச்சிகள் ஏற்பட்டிருக்கின்றனதான். ஒரு கம்பிவேலி, திறம்பட நடப்பட்டிராதது, லூஸியின் நிலத்துக்கும் பெட்ருஸின் நிலத்துக்கும் இடையே எல்லை வகுக்கிறது. பெட்ருஸின் பகுதியில் எலும்பும் தோலுமான ஒரு ஜோடி கிடாரிக் கன்றுகள் மேய்ந்து கொண்டிருக்கின்றன. பெட்ருஸின் வீடு உருவாகியிருக்கிறது. சாம்பல் நிறத்தில் மங்கலாக, பண்ணைவீட்டின் கிழக்கு மேட்டில் அது நிற்கிறது; காலை வேளைகளில், நீண்ட நிழலை வார்க்குமாய் இருக்கும் என்று நினைக்கிறான்.

லூஸி கதவைத்திறக்கிறாள், உடலோடு பொருந்தாத, இரவு உடையாக அணியக்கூடிய, ஸ்மாக் அணிந்திருக்கிறாள். முன்பிருந்த சுறுசுறுப்பு, ஆரோக்கியத்தின் வாடை அவளிடத்தில் இல்லை. சருமம் வெளிறித் தெரிகிறது,

கூந்தலை அலசியிருக்கிறாளில்லை. இவனுடைய அணைப்பை இதமற்ற ஒன்றாகத் திருப்பியளிக்கிறாள். 'உள்ளே வாருங்கள். இப்போதுதான் தேநீர் தயாரித்துக் கொண்டிருக்கிறேன்' என்கிறாள்.

அவர்கள் அடுப்படி மேஜையில் ஒன்றாய் அமர்கிறார்கள். அவள் தேநீர் ஊற்றுகிறாள், இஞ்சி பிஸ்கெட் பொட்டலத்தை நீட்டுகிறாள். 'டர்பன் பயணத்தைப் பற்றிச் சொல்லுங்கள்' என்கிறாள்.

'அதைப் பிறகு பேசலாம் லூஸி. நான் இங்கே வந்தது உன்னைப் பற்றிய கவலையால்தான். நீ நலமாக இருக்கிறாயா?'

'நான் கர்ப்பமாக இருக்கிறேன்.'

'என்ன, என்னவாக இருக்கிறாய்?'

'நான் கர்ப்பமாக இருக்கிறேன்.'

'யாரால்? அன்றைய தினத்தினாலா?'

'அன்றைய திதினத்தால்.'

'எனக்குப் புரியவில்லை. செய்ய வேண்டிய எல்லாவற்றையும் நீ செய்துவிட்டாய் என்றல்லவா நினைத்துக்கொண்டிருக்கிறேன். உன் மருத்துவரும் நீயும்.'

'இல்லை.'

'இல்லை என்றால் என்ன பொருள்? செய்ய வேண்டிய எதையும் நீ செய்யவில்லை என்கிறாயா?'

'செய்தேன். செய்ய வேண்டிய அத்தனையையும் செய்தேன், நீங்கள் குறிப்பாகச் சொல்லும் அந்த ஒன்றைத் தவிர. நான் கருக்கலைப்புச் செய்வதாயில்லை. அதற்கு இன்னொரு முறை ஆளாக நான் தயாராக இல்லை.'

'உன்னுடைய இந்த நம்பிக்கை குறித்து நான் ஊகித்திருக்கவில்லை. நீ கருக்கலைப்புக்கு எதிரானவள் என்று சொன்னதே இல்லையே. கருக்கலைப்பு பற்றிய பேச்சுக்கே இடம்தராமல் இருந்திருக்கலாம். நீ ஓவ்ரால் எடுத்துக்கொண்டிருப்பாய் என்று நினைத்தேன்.'

'நம்பிக்கைக்கும் இதற்கும் எந்தத் தொடர்புமில்லை. நான் ஓவ்ரால் எடுத்துக்கொண்டதாக சொல்லவே இல்லையே.'

'என்னிடம் நீ முன்பே சொல்லியிருக்கலாம். ஏன் மறைத்தாய்?'

'ஏனென்றால், உங்களுடைய இன்னொரு சீற்றத்துக்கு முகம்கொடுக்க நான் தயாராயில்லை. டேவிட், என்னுடைய செயல்கள் குறித்த உங்கள் விருப்புவெறுப்பை அனுசரித்து என்னுடைய வாழ்க்கையை நடத்த முடியாது. இனிமேல் முடியாது. என்னுடைய ஒவ்வொரு செயலும் உங்கள் வாழ்க்கைக் கதையின் ஒரு பகுதி என்பதுபோல நீங்கள் நடந்துகொள்கிறீர்கள். நீங்கள்தான் முக்கியக் கதாபாத்திரம், நான் கதையின் பாதிவரை தோன்றாத துணைப்பாத்திரம் என்பதுபோல. உண்மையில், உங்கள் நினைப்புக்கு மாறாக, மனிதர்களை முக்கியமானவர் முக்கியமல்லாதவர் என்று பிரிக்க முடியாது. நான் முக்கியமல்லாதவள் அல்ல. எனக்கென்று ஒரு வாழ்க்கை இருக்கிறது. உங்களுக்கு எப்படி உங்களுடையதோ அதேபோல முக்கியமானது. மேலும், என்னுடைய வாழ்க்கையில் முடிவுகளை எடுக்கிறவள் நான்தான்.'

சீற்றமா? இது மட்டும் இதற்கேயுரிய வகையில் ஒரு சீற்றம் இல்லையா? 'போதும், லூஸி' என்கிறவன் மேஜைக்கு மேலே கையை நீட்டி அவளுடைய கையைப் பிடிக்கிறான். 'நீ இந்தக் குழந்தையைப் பெற்றுக்கொள்ளப்போவதாகச் சொல்கிறாயா?'

'ஆம்.'

'அந்த நபர்களில் ஒருவனுடைய குழந்தையை?'

'ஆம்.'

'ஏன்?'

'ஏன்? நான் ஒரு பெண், டேவிட். நான் குழந்தைகளை வெறுப்பவள் என்றா நினைக்கிறீர்கள்? அதன் தந்தை யார் என்பதற்காக, நான் இந்தக் குழந்தைக்கு எதிராக முடிவெடுக்க வேண்டுமா?'

'நீ வேறு எப்படிப் பேசுவாய். சரி, எப்போது எதிர்பார்க்கிறாய்?'

'மே. மே இறுதியில்.'

‘உன் மனதைத் தயார்செய்துவிட்டாய்?’

‘ஆம்.’

‘நல்லது. உண்மையைச் சொல்வதென்றால் இது எனக்குப் பெரிய அதிர்ச்சியாக இருக்கிறது. ஆனால், நீ என்ன முடிவெடுத்தாலும் நான் உன் பக்கம் நிற்பேன். அது குறித்து சந்தேகமே வேண்டாம். இப்போது கொஞ்சம் நடந்துவிட்டு வருகிறேன். பிறகு பேசலாம்.’

அவர்களால் ஏன் இப்போது பேச முடியாது? ஏனென்றால், இவன் அதிர்ந்து போயிருக்கிறான். ஏனென்றால், இவனும் சீறிவிடுவதற்கான வாய்ப்பு இருக்கிறது.

இன்னுமொரு முறை அதைச் செய்ய அவள் தயாராக இல்லை என்கிறாள். அப்படியென்றால் அவள் இதற்கு முன்பே கருக்கலைப்பு செய்திருக்கிறாள். இவன் இதை ஊகித்திருக்கவே முடியாது. அது எப்போது நடந்திருக்கும்? அவர்களுடைய வீட்டில் இருக்கும்போதேவா? ரோஸலிந்துக்குத் தெரிந்து அவனிடம் மட்டும் மறைத்துவிட்டார்களா?

அந்த மூவர் கும்பல். ஒருவனில் மூன்று தந்தையர். திருடர்கள் என்பதைவிடவும் வல்லுறவாளர்கள். லூஸி சொன்னதுபோல வல்லுறவாளர்கள் மற்றும் வரிவசூலிப்பாளர்கள். அந்தப் பகுதியில் சுற்றித்திரிந்து பெண்களைத் தாக்கி, தங்களுடைய கொடூர சுகங்களில் ஈடுபடுகிறவர்கள். ஆனால், லூஸி சரியாகச் சொல்லவில்லை. அவர்கள் வன்புணரவில்லை, இணைசேர்ந்திருக்கிறார்கள். இன்பவெறியல்ல அந்தக் காரியத்தை நிகழ்த்தியது, விரைகள், வித்துகளால் நிரம்பியிருந்த, முழுமை அடைந்துவிடுவதற்காகத் துடித்துக்கொண்டிருந்த பைகள் நிகழ்த்தின. அதன் விளைவு, இதோ ஒரு குழந்தை! இப்போதே இவன் அதை *ஒரு குழந்தை* என்று குறிப்பிட ஆரம்பித்துவிட்டான், இவனுடைய மகளின் கருப்பையில் வெறும் ஒரு புழுவின் அளவினதாக மட்டுமே இருக்கும் அதை. அதைப்போன்ற ஒரு வித்து எப்படியான ஒரு குழந்தைக்கு உயிர் தரும், தாறுமாறாகக் கலப்புக்குள்ளான, அவளைக் களங்கப்படுத்தவென, அன்பால் அல்லாமல் வெறுப்பால், ஒரு நாயின் சிறுநீர்போல அவளை அடையாளப்படுத்திக்கொள்ளவென ஒரு பெண்ணுக்குள் செலுத்தப்பட்ட வித்து?

ஒரு மகனை அடையும் நோக்கமற்ற ஒரு தந்தை: எல்லாம் இப்படித்தான் முடியப்போகிறதா, இவனுடைய வம்சம் இப்படித்தான் மண்ணுக்குள் ஒழுகும் தண்ணீரைப் போல ஓடித்தீரப்போகிறதா? இப்படி யார்தான் நினைத்துப்பார்த்திருக்க முடியும்! எல்லா நாட்களையும் போன்ற ஒரு நாள், தெளிந்த வானம், மிதமான வெயில், ஆனாலும் திடீரென்று எல்லாம் மாறிவிட்டது, முற்றிலும் மாறிவிட்டது!

இறுதியில், அடுப்படிக்குப் பின்புறமாக இருக்கும் சுவற்றில் சாய்ந்துகொண்டு, முகத்தைக் கைகளால் மறைத்துக்கொண்டு, ஏங்கிஏங்கி அழுகிறான்.

லூஸி இன்னமும் தனதாக்கிக்கொள்ளாத, அவளுடைய பழைய அறையிலேயே தங்குகிறாள். மதியத்தின் பிற்பகுதி முழுக்க அவளைத் தவிர்த்துக்கொள்கிறான், கடுமையாக எதையாவது பேசிவிடக்கூடும் என்னும் அச்சத்தின் காரணமாய்.

இரவுணவின்போது புதிதாய் ஒரு புலப்பாடு. 'இன்னொரு விஷயம், அந்தப் பையன் திரும்ப வந்துவிட்டான்' என்கிறாள்.

'எந்தப் பையன்?'

'அவன்தான், பெட்ருஸின் விருந்தில் நீங்கள் சண்டைக்கிழுத்த பையன். அவன் பெட்ருஸுடன் இருக்கிறான், அவனுக்கு உதவியாக. அவன் பெயர் போலக்ஸ்.'

'மெங்கெடிசி இல்லையா? நகாபயாக்கே இல்லையா? இப்படியெல்லாம் உச்சரிக்க முடியாத ஏதோ ஒன்றில்லாமல், வெறும் போலக்ஸ்தானா?'

'போ-ல-க்-ஸ். டேவிட் உங்களுடைய இந்தக் கொடுமையான நையாண்டியிலிருந்து நமக்கு விமோசனமே கிடையாதா?'

'நீ பேசுவது எனக்குப் புரியவில்லை.'

'ஏன் புரியாமல், எல்லாம் உங்களுக்குப் புரியும். நான் சிறியவளாக இருந்தபோது என்னை வழிக்குக் கொண்டுவரவென வருடக்கணக்கில் நீங்கள் அதைச் செய்தீர்கள். நீங்கள் மறந்திருக்க முடியாது. எப்படியோ, போலக்ஸ் பெட்ருஸின் மனைவியுடைய தம்பியாம். அதற்கு உடன்பிறந்தவன் என்று அர்த்தமா

என்பது எனக்குத் தெரியாது. ஆனால், பெட்ருஸ் அவனுக்குப் பொறுப்பேற்றிருக்கிறான், உறவினன் எனும் முறையில்.'

'ஆக, எல்லாம் வெளிச்சத்துக்கு வந்துகொண்டிருக்கிறது. சிறுவன் போலக்ஸ் குற்றம் நடந்த இடத்துக்குத் திரும்ப வந்திருக்கிறான். நாம் ஒன்றுமே தெரியாததுபோல நடந்துகொள்ள வேண்டும்.'

'சீற்றமடைய வேண்டாம் டேவிட். அதனால், ஒரு பிரயோசனமும் இல்லை. பெட்ருஸ் சொல்லுவதன்படி, போலக்ஸ் பள்ளியிலிருந்து நின்றுவிட்டான். வேலை ஒன்றும் கிடைக்கவில்லை. அதனால், அவன் இங்கு இருக்கிறான் என்று உங்களை எச்சரிக்கத்தான் சொல்கிறேன். அவனுக்கு என்னவோ பிரச்சினை இருக்கிறார்போல தெரிகிறது. உங்கள் இடத்தில் மட்டும் நான் இருந்தால் அவனைத் தொலைத்துக்கட்டிவிடுவேன். ஆனால், என்னால் அவனை இந்த இடத்தை விட்டு வெளியேற்ற முடியாது, அதற்கு எனக்கு அதிகாரம் இல்லை.'

'அதுவும்' இவன் தன் வாக்கியத்தை முடிக்கிறானில்லை.

'அதுவும்? என்ன? சொல்லுங்கள்.'

'அதுவும், நீ சுமந்துகொண்டிருக்கும் குழந்தைக்கு அவன் தகப்பனாக இருக்கலாம் எனும்போது. லூஸி, உன்னுடைய நிலைமை கேலிக்கிடமாகிக் கொண்டிருக்கிறது, கேலிக்கிடம் என்பதைவிட மோசமாக, கேடுகெட்டதாகிக் கொண்டிருக்கிறது. உனக்கு எப்படி அது தெரியாமல் இருக்கிறது என்று எனக்குப் புரியவில்லை. உன்னைக் கெஞ்சிக் கேட்டுக்கொள்கிறேன், இன்னமும் காலம் கடப்பதற்குள் இந்தப் பண்ணையை விட்டுக் கிளம்பிவிடு. அதுதான் நீ செய்யக்கூடிய அறிவார்ந்த ஒரே செயல்.'

'இதைப் பண்ணை என்று அழைப்பதை நிறுத்துங்கள் டேவிட். இது பண்ணை இல்லை, இது நான் பயிர் வளர்க்கும் ஒரு துண்டுநிலம் அவ்வளவுதான் - நம் இருவருக்கும் இது தெரியும். ஆனால், இல்லை, நான் இதை விட்டுக்கொடுப்பதாக இல்லை.'

இவன் கனத்த இதயத்தோடு உறங்கச்செல்கிறான். இவனுக்கும் லூஸிக்கும் இடையில் எதுவுமே மாறவில்லை, எதுவும் சரியாகவில்லை. இவன் அங்கிருந்து சென்றிருக்கவே

இல்லை என்பதுபோல இருவரும் ஒருவரையொருவர் குதறிக்கொள்கிறார்கள்.

விடிந்துவிட்டது. இவன் புதிதாய்க் கட்டப்பட்டிருக்கும் வேலியைத் தாண்டிக் குதிக்கிறான். பெட்ருஸின் மனைவி முன்பு தொழுவம் இருந்த இடத்தின் பின்னே துணி உலர்த்திக்கொண்டிருக்கிறாள். 'காலை வணக்கம். மோலோ. நான் பெட்ருஸைத் தேடிக்கொண்டிருக்கிறேன்.'

அவள் இவனை ஏறிடவும் இல்லை, அசட்டையாக, கட்டடப்பணி நிகழும் இடத்தை நோக்கிக் கையை நீட்டுகிறாள். அவளுடைய அசைவுகள் சுமைகூடிய மெதுகதியில் இருக்கின்றன. அவளுடைய நேரம் வந்துவிட்டது; இவனுக்கேகூட அது தெரிகிறது.

பெட்ருஸ் ஜன்னல்களுக்குக் கண்ணாடி பொருத்திக் கொண்டிருக்கிறான். நீண்ட குசல விசாரிப்புகளுக்கான தேவைப்பாடுள்ள நேரம். ஆனால், இவனுக்கு அதற்கான மனநிலை இல்லை. 'அந்தப் பையன் திரும்ப வந்துவிட்டதாக லூஸி என்னிடம் சொல்கிறாள். போலக்ஸ். அவளைத் தாக்கிய பையன்.'

பெட்ருஸ் அவனுடைய கத்தியைச் சுத்தமாகச் சுரண்டிவிட்டு அதைக் கீழே வைக்கிறான். 'அவன் என் உறவினன்' என்கிறான் 'ற'வை அழுத்திச்சொல்லி. 'இந்த விவகாரம் நடந்திருப்பதால் நான் அவனைப் போகச்சொல்ல வேண்டுமா?'

'அவனை உனக்குத் தெரியாது என்று என்னிடம் சொன்னாய். பொய் சொல்லியிருக்கிறாய்.'

பெட்ருஸ் தன்னுடைய கறையேறிய பற்களுக்கிடையே புகைப்பானைச் சொருகி, வேகமாய் இழுக்கிறான். பிறகு, அதை எடுத்துவிட்டு அகன்ற புன்னகையொன்றைக் காட்டுகிறான். 'நான் பொய் சொன்னேன். உங்களிடம் பொய் சொன்னேன். நான் ஏன் உங்களிடம் பொய் சொல்ல வேண்டும்?'

'என்னைக் கேட்காதே பெட்ருஸ், உன்னையே கேட்டுக்கொள். எதற்காகப் பொய் சொல்கிறாய்?'

அந்தப் புன்னகை காணாமலாகிறது. 'நீங்கள் போனீர்கள், திரும்ப வருகிறீர்கள் எதற்காக?' கேள்வியாக முறைக்கிறான்.

‘உங்களுக்கு இங்கே ஒரு வேலையும் இல்லை. நீங்கள் உங்கள் குழந்தையைக் கவனித்துக்கொள்ள வருகிறீர்கள். நானும் என் குழந்தையைக் கவனித்துக்கொள்கிறேன்.’

‘உன் குழந்தை? இப்போது அவன் உன்னுடைய குழந்தையாகிவிட்டானா, அந்த போலக்ஸ்?’

‘ஆம். அவன் குழந்தைதான். அவன் என் குடும்பத்தினன், என்னுடைய ஜனம்.’

ஆக, அவ்வளவுதான் விஷயம். இனி பொய்களுக்குத் தேவையில்லை. என் ஜனம். இதற்குமேல் பூச்சற்றதான ஒரு பதிலை இவன் எதிர்பார்க்க முடியாது. சரிதான், அப்படியென்றால் லூஸி இவனுடைய ஜனம்.

‘நடந்த விவகாரம் கெட்டது என்று நீங்கள் சொல்கிறீர்கள். நானும் சொல்கிறேன் அது கெட்டது. அது கெட்டதுதான். ஆனால், அது முடிந்துவிட்டது.’ புகைப்பானை வாயிலிருந்து எடுக்கிறான். அதன் தண்டால் காற்றை ஆவேசமாகக் கிழிக்கிறான். ‘அது முடிந்துவிட்டது.’

‘அது முடியவில்லை. நான் சொல்வது உனக்குப் புரியாததுபோல நடிக்காதே. அது முடியவில்லை. மாறாக, அது இப்போதுதான் தொடங்குகிறது. என்னுடைய மரணத்துக்குப் பிறகும் உன்னுடைய மரணத்துக்குப் பிறகும் அது தொடரும்.’

பெட்ருஸ் அறிந்த பாவனையுடன் வெறிக்கிறான், புரியாததுபோல நடிக்கிறானில்லை. ‘அவன் அவளைத் திருமணம் செய்வான். லூஸியைத் திருமணம் செய்வான். ஆனால், அவன் மிகச் சிறியவன், திருமணம் செய்ய முடியாத அளவுக்குச் சிறுவன். அவன் இன்னமும் குழந்தைதான்.’

‘அபாயகரமான குழந்தை. இளம் போக்கிரி. குள்ளநரிப்பயல்.’

குற்றச்சாட்டுகளை பெட்ருஸ் தூர விலக்குகிறான். ‘ஆம், அவன் சிறியவன், மிகவும் சிறியவன். என்றாவது ஒருநாள் அவன் திருமணம் செய்யலாம். ஆனால், இப்போது அல்ல. நான் திருமணம் செய்வேன்.’

‘நீ யாரைத் திருமணம் செய்வாய்?’

‘நான் லூஸியைத் திருமணம் செய்வேன்.’

இவன் காதுகளை இவனாலேயே நம்ப முடியவில்லை. ஆக, இதுதான் அது, இதற்காகத்தான் அவ்வளவு திரைமறைவு வேலைகளும்; இந்தப் பெருவிலைக்காக, இந்தப் பேரிடிக்காக! இதோ நெஞ்சை நிமிர்த்தி, காலி புகைப்பானைப் புகைத்துக்கொண்டு, பதிலுக்காகக் காத்திருக்கிறான் பெட்ருஸ்.

'நீ லூஸியைத் திருமணம் செய்வாய்.' இவன் கவனமாக அதைச் சொல்கிறான். 'நீ என்ன அர்த்தப்படுத்துகிறாய் என்பதை விளக்கமாகச் சொல்லேன். இல்லை, இரு, நீ விளக்காதே. நான் கேட்க விரும்பும் ஏதோவொரு விஷயமில்லை அது. விஷயங்களை நாங்கள் செய்வது இப்படியல்ல.'

நாங்கள்: அவன் சொல்லவருவது மேற்கத்தியர்களாகிய நாங்கள் என்று.

'ஆம், அது சரி, அது சரி.' அவன் குதூகலமாக இளிக்கிறான். 'ஆனால் நான் உங்களிடம் சொல்வேன். பிறகு, நீங்கள் லூஸியிடம் சொல்வீர்கள். பிறகு, எல்லாம் முடிவுக்கு வந்துவிடும். எல்லாக் கெடுதலும்.'

'லூஸி திருமணம் செய்துகொள்ள விரும்பவில்லை. ஒரு ஆணைத் திருமணம் செய்ய விரும்பவில்லை. அப்படியொரு தேர்வை அவள் நினைத்துக்கூட பார்க்க மாட்டாள். இதைவிட விளக்கமாக அது பற்றி என்னால் பேச முடியாது. அவள் தன்னுடைய வாழ்க்கையைத் தன்னிச்சையாக வாழ விரும்புகிறாள்.'

'ஆம், எனக்குத் தெரியும்' என்கிறான் பெட்ருஸ். ஒருவேளை அவனுக்குத்தெரிந்தே இருக்கலாம். பெட்ருஸைக் குறைத்து மதிப்பிட்டால் இவன்தான் முட்டாள். 'ஆனால் இங்கு, அது ஆபத்தானது, மிக ஆபத்தானது. ஒரு பெண்ணென்றால் அவள் மணம் முடித்திருக்க வேண்டும்.'

பிற்பாடு லூஸியிடம் பேசுகிறான். 'நான் அதை நல்லவிதமாகக் கையாள முயன்றேன். நான் கேட்டதைத்தான் என்னால் நம்பவே முடியவில்லை. அது நேரடியான, தெளிவான அச்சுறுத்தல்.'

'அது அச்சுறுத்தலல்ல. நீங்கள் நினைப்பது தவறு. நீங்கள் கோபப்பட்டுவிடவில்லை அல்லவா?"

‘இல்லை, நான் கோபம் காட்டவில்லை. அவனுடைய கோரிக்கையை உன்னிடம் தெரியப்படுத்திவிடுகிறேன் என்றேன். அவ்வளவுதான். உனக்கு அதில் விருப்பம் இருப்பது சந்தேகம்தான் என்றேன்.’

‘நீங்கள் புண்பட்டுவிட்டீர்களா?’

‘பெட்ருஸுக்கு மாமனார் ஆகக்கூடிய வாய்ப்பை எண்ணிப் புண்பட்டேனா? இல்லை. நான் அதிர்ச்சியடைந்தேன், ஸ்தம்பித்தேன், வாயடைத்துப்போனேன். ஆனால், புண்படவில்லை. அதற்காக நீ என்னைப் பாராட்ட வேண்டும்.’

‘ஏன் சொல்கிறேன் என்றால் இது முதன்முறையல்ல. அதனால்தான். பெட்ருஸ் கொஞ்ச காலமாகவே குறிப்புகள் கொடுத்துக்கொண்டே இருக்கிறான். அவனுடைய குடைக்குக் கீழே வந்துவிடுவது எனக்கு முற்றிலும் பாதுகாப்பானதாக இருக்கும் என்று. இது கேலியோ மிரட்டலோ அல்ல. அவனுக்குத் தெரிந்த வகையில் அவன் நிஜமாகத்தான் சொல்கிறான்.’

‘அவனுக்குத் தெரிந்த வகையில் அவன் நிஜமாகச் சொல்கிறான் என்பதில் எனக்கு சந்தேகமில்லை. என்ன வகையில் என்பதுதான் என் கேள்வி? அவனுக்குத் தெரியுமா நீ...?’

‘நீங்கள் அவனுக்கு என் நிலைமை தெரியுமா என்று கேட்கிறீர்களா? நான் அவனிடம் சொல்லவில்லை. ஆனால், அவனும் அவன் மனைவியுமாக இரண்டையும் இரண்டையும் கூட்டிப் பார்த்திருப்பார்கள். எனக்கு நிச்சயமாகத் தெரியும்.’

‘அது அவன் தன் மனதை மாற்றிக்கொள்ளச் செய்யாதா?’

‘அப்படித் தேவையில்லையே? அதுவேதான் இன்னமும் என்னை அவனுடைய குடும்பத்தின் முக்கியமான ஒரு அங்கமாக மாற்றும். எப்படியானாலும் அவன் குறிவைப்பது எனக்கல்ல. இந்தப் பண்ணைக்குத்தான். இந்தப் பண்ணைதான் எனக்கான வரதட்சிணை.’

‘இது அறிவுக்குப் பொருத்தமில்லாதது லூஸி! அவனுக்கு ஏற்கெனவே திருமணமாகிவிட்டது! அவனுக்கு இரண்டு மனைவிகள் இருப்பதாக நீயே என்னிடம் சொல்லியிருக்கிறாய். உன்னால் இதை எப்படி நினைத்துப்பார்க்கக்கூட முடிகிறது?’

‘நீங்கள் இன்னமும் விஷயத்தின் நுட்பத்தைப் புரிந்துகொள்ளவில்லை டேவிட். பெட்ருஸ் என்னிடம் முன்மொழிவது தேவாலயத்தில் திருமணமும் வைல்ட் கோஸ்ட்டில் தேனிலவும் அல்ல. அவன் முன்வைப்பது ஒரு ஒப்பந்தத்தை, ஒரு பேரத்தை. நான் நிலத்தைக் கொடுப்பேன், அதற்குப் பதிலாக அவனுடைய செட்டைகளுக்குள் நான் ஒளிந்துகொள்ள அவன் அனுமதிப்பான். அது நடக்காத பட்சத்தில் நான் பாதுகாப்பற்றிருப்பதாகவும் வேட்டையாடப்படுவேன் என்றும் அவன் எனக்கு நினைவூட்ட விரும்புகிறான்.’

‘அப்போது அது மிரட்டல் இல்லையா? தனிப்பட்ட வாழ்க்கை என்றொரு பக்கம் உண்டே? இந்த முன்வைப்பில் தனிப்பட்ட வாழ்வு பற்றிய குறிப்பு என்ன?

‘நான் அவனுடன் படுக்க வேண்டும் என்று பெட்ருஸ் எதிர்பார்ப்பான். இதுதானே நீங்கள் கேட்க வருவது? அவனுடைய குறிக்கோளை எனக்குத் தெரிவித்துவிடுவதுதான் அவனுடைய நோக்கம் என்றும், என்னுடன் படுத்துக்கொள்வதை அவன் எதிர்பார்க்க மாட்டான் என்றும்தான் நான் நினைக்கிறேன். இன்னமும் வெளிப்படையாகச் சொல்ல வேண்டுமென்றால் நான் பெட்ருஸுடன் படுத்துக்கொள்வதை விரும்பவில்லை, சர்வநிச்சயமாக இல்லை.’

‘அப்படியென்றால் நாம் இதுகுறித்து மேலும் பேசவேண்டியதில்லை. உன்னுடைய முடிவை நான் அவனிடம் தெரிவித்துவிடவா - அவனுடைய முன்மொழிவை நீ நிராகரித்துவிட்டதாக, ஏன் என்பதை நான் சொல்ல முடியாது என்று?’

‘இல்லை. பொறுங்கள். பெட்ருஸிடம் போய் ஆத்திரத்துடன் வெடிப்பதற்கு முன், உணர்ச்சிவசப்படாமல், ஒரு நிமிடம் என்னுடைய நிலைமை குறித்து யோசித்துப்பாருங்கள். நான் ஒரு தனியள் என்பது கண்கூடு. எனக்கு சகோதரர்கள் இல்லை. எனக்கொரு தந்தை இருக்கிறார் என்றாலும், அவர் வெகுதொலைவில் வாழ்கிறார். எப்படியுமே இங்குள்ள சட்டதிட்டங்களைப் பொறுத்தமட்டில் அவர் வலுவற்றவர். யாரிடம் போய் நான் பாதுகாப்பு தேடுவேன், ஆதரவு தேடுவேன்? எட்டிங்கரிடமா? எட்டிங்கரின் முதுகில் குண்டுதுளைத்துவிட்ட நிலையில் நாம் அவரைக் காணப்போகும் நாள் வெகுதொலைவில்

இல்லை. எஞ்சியிருப்பது பெட்ருஸ் மட்டும்தான். யதார்த்தம் அதுதான். பெட்ருஸ் மிகப் பெரிய ஆளாக இல்லாமல் இருக்கலாம். ஆனால், என்னைப் போன்ற சிறிய ஒருத்திக்கு அவன் போதுமான அளவு பெரியவன். மேலும், குறைந்தபட்சம் அவனை நான் அறிந்திருக்கவாவது செய்கிறேன். அவனைப் பற்றிய கற்பனைகள் ஒன்றும் எனக்கில்லை. நான் என்னை எதற்கு ஆட்படுத்திக்கொள்ளவிருக்கிறேன் என்பதை நன்றாகவே உணர்ந்திருக்கிறேன்.'

'லூஸி, கேப்டவுன் வீட்டை விற்க ஏற்பாடு செய்து கொண்டிருக்கிறேன். உன்னை ஹாலந்துக்கு அனுப்ப நான் தயாராயிருக்கிறேன். இல்லை என்றாலும் இந்த இடத்தைவிடப் பாதுகாப்பான எங்காகிலும் நீ சென்று நிலைகொள்ளத் தேவையான அத்தனையையும் செய்ய நான் தயாராக இருக்கிறேன். கொஞ்சம் யோசித்துப்பார்.'

அவள் இவன் பேச்சைக் காதில் போட்டுக்கோண்டதாகவே தெரியவில்லை. 'பெட்ருஸிடம் திரும்பச்செல்லுங்கள். இதைத் தெரிவியுங்கள். நான் அவனுடைய பாதுகாப்பை ஏற்றுக்கொள்கிறேன். எங்களுடைய உறவைப் பற்றி யாரிடமும் எதையும் அவன் சொல்லலாம் என்றும், நான் அதை மறுத்துப் பேசமாட்டேன் என்றும் சொல்லுங்கள். நான் அவனுடைய மூன்றாவது மனைவி என்று அறியப்பட அவன் விரும்பினால் அப்படியே ஆகட்டும். அவனுடைய வைப்பாட்டி என்றாலும் சரிதான். ஆனால், அதற்குப் பிறகு இந்தக் குழந்தையும் அவனுடையதாகிவிடும். இந்தக் குழந்தை அவனுடைய குடும்பத்தின் அங்கமாகும். நிலத்தைப் பொறுத்தவரையில், வீடு என்னுடையதாக இருக்கும்பட்சத்தில், நிலத்தை அவனுக்கு எழுதித் தருகிறேன் என்று சொல்லுங்கள். அவனுடைய நிலத்தில் நான் ஒரு வாடகைதாரியாக இருந்துகொள்கிறேன்.'

'ஒரு குத்தகைதாரியாக?'

'ஒரு குத்தகைதாரியாக. ஆனால், வீடு எனக்குச் சொந்தம், இதை மீண்டும் சொல்கிறேன். என்னுடைய அனுமதி இல்லாமல் இந்த வீட்டுக்குள் யாரும் நுழைய முடியாது. அவனையும் சேர்த்து. நாய்ப்பட்டிகளை நான் வைத்துக்கொள்வேன்.'

'இது சரிவராது லூஸி. சட்டப்படி இது சரிவராது. அது உனக்கும் தெரியும்.'

'அப்படியென்றால் உங்களுடைய தீர்வைச் சொல்லுங்கள்?'

மேலங்கி, ரப்பர் செருப்புகள் சகிதம், நேற்றைய நாளிதழை மடியில் வைத்துக்கொண்டு அமர்ந்திருக்கிறாள். கூந்தல் தொய்ந்து தொங்குகிறது; ஆரோக்கியமற்ற வகையில் எடை கூடி, பெருத்திருக்கிறாள். மருத்துவமனை நடைபாதைகளில் தனக்குத்தானே புலம்பிக்கொண்டு திரியும் பெண்களைப்போல அவளுடைய தோற்றம் கொஞ்சம்கொஞ்சமாக, மாறிக்கொண்டிருக்கிறது. பேரம் பேசுவதைப்பற்றி பெட்ருஸ் ஏன் அலட்டிக்கொள்ள வேண்டும்? இவள் நிலைத்திருக்கப்போவதில்லை: இப்படியே விட்டால், காலப்போக்கில், ஒரு அழுகிய பழத்தைப் போல அவள் தானே வீழ்ந்துபடுவாள்.

'என்னுடைய தீர்வைச் சொல்லிவிட்டேன். இரண்டு வழிகள்.'

'இல்லை. நான் போகப்போவதில்லை. பெட்ருஸிடம் போய் நான் சொன்னதைச் சொல்லுங்கள். நிலத்தைக் கைவிடுகிறேன் என்று சொல்லுங்கள். அவன் அதை எடுத்துக்கொள்ளலாம், உடைமையுரிமைப் பத்திரம் உள்பட எல்லாவற்றையும். அவன் மகிழ்ந்துபோவான்.'

பேச்சின் இடையில் சிறியதொருநிறுத்தம்.

'எப்பேர்பட்ட இழிநிலை. எவ்வளவு உயரிய லட்சியங்கள். இப்படி முடிவதற்குத்தானா.'

'ஆம் ஒப்புக்கொள்கிறேன், இழிநிலைதான். ஆனால், ஒருவேளை இதுவே தொடக்கத்துக்கான சரியான புள்ளியாகவும் இருக்கலாம். ஒருவேளை இதைத்தான் நான் ஏற்றுக்கொள்ள வேண்டுமாய் இருக்கலாம். மீண்டும் புதிதாகத் தொடங்குவதற்காக. ஒன்றுமில்லாமல். ஆனால், ஏதுமில்லாமல் இல்லை. ஒன்றுமில்லாமல். கடனட்டைகள் இல்லாமல், ஆயுதங்கள் இல்லாமல், சொத்துகள் இல்லாமல், உரிமைகள் இல்லாமல், மானம் இல்லாமல்.'

'ஒரு நாயைப் போல.'

'ஆம், ஒரு நாயைப் போல.'

23

அது நண்பகல் நேரம். இவன் புல்டாக் கேட்டியை நடைக்காக வெளியில் அழைத்துக்கொண்டு வந்திருக்கிறான். கேட்டி அவனுக்கு ஈடுகொடுத்து நடக்கிறது. காரணம், ஒன்று முன்னைக்கிப்போது இவன் மெதுவாக நடக்கிறான் அல்லது அது வேகமாக நடக்கிறது. எப்போதும்போல அது மோப்பம் பிடித்துக்கொண்டும், மூச்சிறைத்துக்கொண்டும் வந்தாலும், முன்புபோல அது இவனை எரிச்சலுறுத்துவதாகத் தோன்றவில்லை.

வீட்டை நெருங்குகையில் அந்தச் சிறுவனைப் பார்க்கிறான், பெட்ருஸ் *என் ஜனம்* என்று குறிப்பிட்டவன், பின்பக்கச் சுவற்றைப் பார்த்து நின்றுகொண்டிருக்கிறான். முதலில் அவன் சிறுநீர் கழித்துக்கொண்டிருப்பதாக நினைக்கிறான்; பிறகுதான், அவன் குளியலறை ஜன்னல் வழியே லூஸியை எட்டிப்பார்த்துக் கொண்டிருப்பதை உணர்கிறான்.

கேட்டி உறுமத் தொடங்குகிறது. ஆனால், ஆழ்ந்திருக்கும் சிறுவன் அதைக் கவனிக்கிறானில்லை. அவன் திரும்பவும், இவர்கள் அவன் மீது பாயவும் சரியாக இருக்கிறது. இவனுடைய உள்ளங்கை சிறுவனின் முகத்தில் அப்பியிருக்கிறது. *'அடே பன்றி!'* இவன் குரலெழுப்புகிறான். அவன் நிலைதடுமாறும் அளவுக்கு இரண்டாம் முறையும் அறைகிறான். *'நாறப்பன்றி!'*

அடிபட்டிருந்ததைவிட அதிகமாகத் திடுக்கிட்டிருந்த சிறுவன், ஓட முயல்கிறான். தன்னுடைய கால்களாலேயே தடுக்கிக்கொண்டு விழுகிறான். மறுநொடியே நாய் அவன் மீது பாய்கிறது. அதன் பற்கள் அவனுடைய முழங்கையைக் கவ்வியிருக்கின்றன. உறுமிக்கொண்டே, முன்னங்கால்களை இறுக்கி அவனை இழுக்கிறது. வலியில் கதறியபடி அவன்

தன்னை விடுவித்துக்கொள்ள முயல்கிறான். முஷ்டியால் குத்துகிறான். ஆனால், பலமில்லாமல் இருக்கும் அந்தத் தாக்குதலை நாய் அலட்சியப்படுத்துகிறது.

அந்த வார்த்தை இன்னமும் காற்றில் சுழல்கிறது: பன்றி! இவ்வளவு கடுஞ்சினத்தை இதற்கு முன் இவன் தன்னில் உணர்ந்ததில்லை. அந்தச் சிறுவனுக்கு நியாயமாகக் கிடைக்க வேண்டியதைக் கொடுக்க முற்படுகிறான்; நையப்புடைத்தல். வாழ்நாளெல்லாம் தவிர்த்துவந்திருந்த வாக்கியங்கள் திடீரென்று சரியானவையாகவும் நியாயமானவையாகவும் தோன்றுகின்றன: அவனுக்குப் பாடம் கற்பி! அவனுக்கான இடத்தைக் காட்டு! ஆக, இதுதானா அது! என்று நினைத்துக்கொள்கிறான், காட்டுமிராண்டியாக இருப்பது இப்படித்தானா! சிறுவன் மல்லாந்து, பரப்பிக்கொண்டு விழும்படியாகச் சரியான வலுவான உதை ஒன்றை விடுகிறான். போலக்ஸ்! இதெல்லாம் ஒரு பெயர்!

நாய் அதன் நிலையை மாற்றிக்கொள்கிறது. சிறுவனின் மேலே ஏறி, கொடூரமாக அவன் கையைப் பிடுங்கி, சட்டையைக் கிழிக்கிறது. சிறுவன் அதைத் தள்ளிவிட முயல்கிறான். ஆனால், அது அசைவதாயில்லை. 'யா யா யா யா யா!' வலியில் கத்துகிறான். 'கொன்றுவிடுவேன் உன்னை!' கூவுகிறான்.

லூஸி அங்கே வந்துவிடுகிறாள். 'கேட்டி!' என்று அதட்டுகிறாள்.

நாய் அவளை ஓரப்பார்வையால் பார்க்கிறது. ஆனால், பணிகிறதில்லை.

லூஸி முழந்தாலிட்டு, நாயின் கழுத்துப்பட்டையைப் பற்றிக்கொண்டு மென்மையாகவும் அவசரமாகவும் பேசுகிறாள். நாய் வேறு வழியில்லாமல் அதன் பிடியை விடுகிறது.

'உனக்கு ஒன்றுமில்லையே?' அவள் கேட்கிறாள்.

பையன் வலியில் முனகிக்கொண்டிருக்கிறான். நாசித்துவாரங்களிலிருந்து சளி வழிகிறது. 'கொன்றுவிடுவேன் உன்னை!' அவன் மூச்சிறைக்கிறான். அழுகையின் விளிம்பில் இருப்பதுபோல் தெரிகிறது.

லூஸி அவனுடைய சட்டையின் கையைச் சுருட்டுகிறாள். நாயின் நச்சுப்பற்கள் உண்டாக்கிய கீறல் தடங்கள் இருக்கின்றன;

அவர்கள் பார்த்துக்கொண்டிருக்கும்போதே அந்தக் கருத்த சருமத்திலிருந்து ரத்த முத்துக்கள் வெளிப்படுகின்றன.

‘வா, நாம் இதைக் கழுவலாம்.’ அவள் சொல்கிறாள். சிறுவன் சளியையும் கண்ணீரையும் உள்ளே உறிஞ்சிக்கொண்டு தலையை அசைக்கிறான்.

லூஸி ஒரு சுற்றுத்துவாலையை மட்டுமே அணிந்து கொண்டிருக்கிறாள். அவள் எழுந்திருக்கையில் அதன் வார் தளர்ந்துநழுவுகிறது. அவளுடைய மார்புகள் வெளிப்படுகின்றன.

இவன் கடைசியாகத் தன் மகளின் மார்புகளைப் பார்த்தபோது அவை ஒரு ஆறு வயதுச்சிறுமியின் இளரோஜா மொட்டுகள். இப்போது அவை பெருத்தும், உருண்டும், ஏறக்குறைய பாலால் நிரம்பியும் இருக்கின்றன. ஒரு ஸ்தம்பிப்பு கவிகிறது. இவன் வெறித்துக்கொண்டிருக்கிறான்; சிறுவனும் வெறித்துக்கொண்டே இருக்கிறான், வெட்கமின்றி. இவனுள் மீண்டும் ஆங்காரம் நிரம்பிக் கண்களை மறைக்கிறது.

லூஸி அவர்கள் இருவரிடமிருந்தும் திரும்பி தன்னை மறைத்துக்கொள்கிறாள். ஒரு வேகமான பாய்ச்சலில் சிறுவன் எழுந்து அவர்களிடமிருந்து விலகி ஓடுகிறான். ‘நாங்கள் உங்களையெல்லாம் கொல்லுவோம்.’ அவன் கூவுகிறான். திரும்பி, வேண்டுமென்றே உருளைப் பாத்தியை மிதித்து நாசமாக்கி, கம்பிவேலிக்குள் குனிந்து, பெட்ருஸின் வீட்டைப் பார்த்து ஓடுகிறான். தன்னுடைய கையைத் தாங்கிப்பிடித்துக் கொண்டிருக்கும்போதும் அவனுடைய உடல்மொழியில் மறுபடியும் அடாவடித்தனம் தெரிகிறது.

லூஸி சொல்வது சரிதான். அவனிடம் ஏதோ சரியில்லை, அவனுடைய தலைக்குள் ஏதோ சரியில்லை. இளைஞனின் உடலுக்குள் ஒரு முரட்டுக்குழந்தை. ஆனால், இதில் வேறு ஏதோ இருக்கிறது, இந்த விவகாரத்துக்கு இவன் அறியாத இன்னொரு கோணம் இருக்கிறது. லூஸி அந்தச் சிறுவனைக் காப்பாற்றி என்ன சாதிக்கப்பார்க்கிறாள்?

லூஸி பேசுகிறாள். ‘இப்படியே தொடர முடியாது டேவிட். என்னால் பெட்ருஸுடன் ஒத்துப்போக முடியும், அவனுடைய ஜனங்களோடும், உங்களையும் சமாளிக்க முடியும். ஆனால், உங்கள் எல்லோரையும் ஒரே நேரத்தில் சமாளிக்க முடியவில்லை.’

'அவன் ஜன்னல் வழியாக உன்னை எட்டிப்பார்த்துக் கொண்டிருந்தான். உனக்குத் தெரியுமா அது?'

'அவன் மூளைவளர்ச்சியற்றவன். மூளைவளர்ச்சியற்ற ஒரு குழந்தை.'

'இது ஒரு சமாதானமா? அவன் உனக்குச் செய்ததற்கு இது ஒரு சமாதானமா?'

லூஸியின் உதடுகள் அசைகின்றன. ஆனால், அவள் பேசுவது இவனுக்குக் கேட்கவில்லை.

'நான் அவனை நம்பமாட்டேன்.' மேலே பேசுகிறான். 'சூழ்ச்சிக்காரன். சூழ்ச்சி செய்வதற்காகவே மோப்பம் பிடித்தபடி சுற்றிவரும் ஒரு குள்ளநரி. பழைய நாட்களில் இவனைப் போன்ற ஆட்களுக்கு நாம் ஒரு பெயர் வைத்திருந்தோம். குறைபட்டவன். மனரீதியாகக் குறைபட்டவன். ஒழுக்கரீதியாகக் குறைபட்டவன். இவனெல்லாம் ஒரு காப்பகத்தில் இருக்க வேண்டியவன்.'

'இதெல்லாம் முரட்டுத்தனமான பேச்சு டேவிட். அப்படி யோசிப்பதைத்தான் விரும்புவீர்கள் என்றால் தயவுசெய்து அதை உங்களோடேயே வைத்துக்கொள்ளுங்கள். எப்படியும் நீங்கள் அவனைப் பற்றி என்ன நினைக்கிறீர்கள் என்பது அநாவசியம். அவன் இங்கே வாழ்கிறான். அப்படியெல்லாம் ஒரு புகைச்சுருளாய் மறைந்துபோய்விட மாட்டான். வாழ்வின் உண்மைகளுள் அவனும் ஒருவன்.' அவள் வெயிலொளிக்குக் கண்களைச் சுருக்கிக்கொண்டு இவனை நேராகப் பார்த்துப் பேசுகிறாள். கேட்டி, லேசாய் மூச்சிறைத்தபடி, தன்னில், தன்னுடைய சாதனையில் மகிழ்ந்தபடி லூஸியினுடைய காலடியின்கீழே சரிகிறது. 'டேவிட், நாம் இப்படியே தொடர முடியாது. எல்லாம் சரியாகியிருந்தது, எல்லாம் மறுபடி அமைதியாகிவிட்டிருந்தது, நீங்கள் மீண்டும் வரும்வரை. எனக்கு என்னைச் சுற்றி அமைதி வேண்டும். அமைதியின் பொருட்டு நான் எதைச் செய்யவும், எந்தத் தியாகத்தைச் செய்யவும் தயாராக இருக்கிறேன்.'

'நீ தியாகம் செய்யத் தயாராக இருப்பவற்றுள் நானும் ஒரு பகுதியா?'

தோளைக் குலுக்குகிறாள். 'நான் அப்படிச் சொல்லவில்லை. நீங்கள்தான் சொல்கிறீர்கள்.'

'சரி, நான் என் பெட்டியைக் கட்டுகிறேன்.'

சம்பவம் நிகழ்ந்து பல மணிநேரங்களுக்குப் பிறகும் அறைந்ததன் விளைவாய் இவனுடைய கை கடுக்கிறது. அந்தப் பையனையும் அவனுடைய மிரட்டல்களையும் நினைக்கும்போதே இவன் ஆத்திரத்தில் குமுறுகிறான். அதே சமயம், தன்னை நினைத்தாலும் அவமானமாக இருக்கிறது. தன்னையே முழுக்கமுழுக்கக் கண்டனமும் செய்துகொள்கிறான். இவன் யாருக்கும் எந்தப் பாடமும் கற்பிக்கவில்லை - முக்கியமாய் அந்தச் சிறுவனுக்கு. இவன் செய்திருப்பதெல்லாம் தனக்கும் லூஸிக்கும் இடையில் மனஸ்தாபம் உண்டாக்கியிருப்பதுதான். வெறியோடு அவன் எரிந்துகொண்டிருந்த ஒரு நொடியில் தன்னை அவள் பார்க்குமாறு காட்டிக்கொண்டுவிட்டான், பார்க்க நேர்ந்ததை அவள் எவ்வளவு வெறுத்தாள் என்பது கண்கூடு.

இவன் மன்னிப்பு கேட்டாக வேண்டும். ஆனால், முடியவில்லை. அது, இவன் தன் வசத்தில் இல்லை என்பதை உறுதிப்படுத்துவதுபோல் ஆகிவிடும். போலக்ஸ் விஷயத்தில் ஏதோ ஒன்று இவனுக்குக் கடுஞ்சினமூட்டுகிறது: அவனுடைய அசிங்கமான, மங்கிய சிறு விழிகள், அவனுடைய க்ருத்துருவம், அதோடும்கூட ஒரு களைச்செடியைப் போல லூஸி மற்றும் லூஸியின் இருப்பின் வேர்களோடு அவனுடைய வேர்களைப் பின்னிக்கொள்ள அனுமதிக்கப்பட்டவன் என்ற எண்ணமும்.

போலக்ஸ் மறுபடி இவனுடைய மகளுக்குப் பிரச்சினை உண்டாக்கினால், இவன் அவனை மறுபடியும் உதைப்பான். *உன்னை நீ மாற்றிக்கொண்டாக வேண்டும்!* [38] ஆனால், அதற்கு செவிமெடுக்க இயலாத அளவுக்கு, மாற்றிக்கொள்ள இயலாத அளவுக்கு இவனுக்கு வயதாகிவிட்டது. புயலுக்கேற்றார்போல வளைந்துகொடுப்பது லூஸியால் முடியலாம், இவனால் முடியாது, கௌரவத்தோடு செய்ய முடியாது.

அதனால்தான், இவன் தெரசாவுக்கு செவிகொடுக்க வேண்டும். இவனைக் காப்பாற்ற எஞ்சியிருக்கும் ஒரே நபர் தெரசாவாக இருக்கலாம். தெரசா கௌரவத்துக்கெல்லாம் அப்பாற்பட்டவள். அவள் வெயிலுக்குத் தன் மார்புகளைக் காட்டுகிறாள்;

38 Du must dein leben andern! ரில்கேயின் கவிதை வரி.

பணியாட்கள் முன்னிலையில் பாஞ்சோ வாசிக்கிறாள், அவர்கள் கேலிசெய்தாலும் பொருட்படுத்துகிறாளில்லை. அவள் நித்தியமான ஏக்கங்களைக் கொண்டிருக்கிறாள், அந்த ஏக்கங்களைப் பாடுகிறாள், அவள் மரணிக்க மாட்டாள்.

சரியாக பெவ் ஷா கிளம்பிக்கொண்டிருக்கும் சமயத்தில் இவன் சிகிச்சையகத்துக்கு வருகிறான். அவர்கள் அந்நியர்களைப் போல, பட்டும்படாமல் அணைத்துக்கொள்கிறார்கள். ஒரு சமயத்தில் அவர்கள் நிர்வாணமாக ஒருவரையொருவர் அணைத்துக் கொண்டிருந்தவர்கள் என்பதை நம்புவது சிரமம்.

'உடனே கிளம்பிவிடுவீர்களா அல்லது சிறிதுகாலம் தங்கியிருப்பீர்களா?'

'எவ்வளவு காலம் தேவையோ அவ்வளவு காலம் தங்கயிருப்பேன். ஆனால், லூஸியுடன் தங்குவதாக இல்லை. எனக்கும் அவளுக்கும் சரிவரவில்லை. நகரத்தில் எனக்கு ஒரு அறை பார்த்துக்கொள்ளப்போகிறேன்.'

'வருந்துகிறேன். என்ன பிரச்சினை?'

'எனக்கும் லூஸிக்கும் இடையிலா? ஒன்றுமில்லை என்றுதான் நினைக்கிறேன். சரிசெய்ய முடியாத எதுவுமில்லை. பிரச்சினை அவளைச் சுற்றி இருக்கும் மக்களிடம்தான். அதில் நானும் சேர்ந்துகொள்ளும்போது நாங்கள் அளவுக்கு அதிகமாகிவிடுகிறோம். மிகச் சிறிய இடத்தில் மிக அதிகமாக. ஒரு புட்டிக்குள் இருக்கும் சிலந்திகளைப் போல.' இன்ஃபெர்னொவின் காட்சியொன்று இவனுக்கு நினைவுவருகிறது: ஸ்டிக்ஸ் நதியின் பெரும் சேற்றுப்பரப்பு, அதில் காளான்களைப் போல ஆன்மாக்கள் கொதித்துக்கொண்டிருக்கின்றன. *Vedi l'anime di color cui vines l'ira.* கோபத்தால் வெற்றிகொள்ளப்பட்ட ஆன்மாக்கள், ஒன்றையொன்று குதறிக்கொள்பவை. குற்றத்துக்கு ஏற்ற தண்டனை.

'பெட்ருஸின் வீட்டுக்கு வந்திருக்கும் அந்தச் சிறுவனையா சொல்கிறீர்கள்? அவனைப் பார்க்கவே எனக்குப் பிடிக்கவில்லை என்பதைச் சொல்லத்தான் வேண்டும். ஆனால், பெட்ருஸ் அங்கு இருக்கும்வரை லூஸி நலமாகவே இருப்பாள். டேவிட், நீங்கள் ஒதுங்கிநின்று, லூஸியைத் தனக்கான வழிகளைத் தேடிக்கொள்ள விட்டுவிட வேண்டிய நேரம் வந்துவிட்டது.

பெண்கள் சூழலோடு பொருந்திப்போகக்கூடியவர்கள். லூஸி பொருந்திப்போகிறவள். அவள் இளையவள். உங்களிலும் பார்க்க, மண்ணுக்கு மிக நெருக்கமாக வாழ்கிறவள். நம் இருவரிலும் பார்க்க.'

லூஸி பொருந்திப்போகிறவளா? இவனுடைய அனுபவத்தில் அப்படியில்லை. 'நீங்கள் எப்போதும் என்னை விலகிநிற்கவே சொல்கிறீர்கள். தொடக்கத்திலிருந்தே நான் விலகிநின்றிருந்தால் லூஸியின் இன்றைய நிலை என்ன?'

பெவ் ஷா மௌனமாய் இருக்கிறாள். தன்னால் பார்க்கமுடியாத, பெவ் ஷாவால் பார்க்க முடிகிற எதுவோ தன்னில் இருக்கிறதோ? விலங்குகள் அவளை நம்புவதால், இவனும் அவள் தனக்கொரு பாடம் புகட்டுவாள் என நம்பவேண்டுமோ? விலங்குகள் அவளை நம்புகின்றன, அவள் அந்த நம்பிக்கையை அவற்றைத் தொலைத்துக்கட்ட உபயோகப்படுத்திக்கொள்கிறாள். ஆக, இதில் இருக்கும் பாடம்தான் என்ன?

'நான் விலகிப்போய், பண்ணையில் புதிய அவலம் எதுவும் நிகழ்ந்துவிட்டால், அதற்குப் பிறகு என்னால் எப்படி வாழ முடியும்?' இவன் குழறுகிறான்.

தோளைக் குலுக்குகிறாள். 'இதுதான் கேள்வியா டேவிட்?' அமைதியாகக் கேட்கிறாள்.

'எனக்குத் தெரியவில்லை. இனி கேள்வி எது என்றே எனக்குத் தெரியவில்லை. லூஸியின் தலைமுறைக்கும் என்னுடையதற்கும் இடையில் ஒரு திரை விழுந்துவிட்டதுபோல் இருக்கிறது. அது எப்போது விழுந்தது என்றுகூட நான் கவனிக்கவில்லை.'

அவர்களிடையே ஒரு நீண்ட மௌனம் நிலவுகிறது.

'எப்படியும், நான் லூஸியுடன் தங்க முடியாது. அதனால், ஒரு அறை தேடிக்கொண்டிருக்கிறேன். க்ரஹாம்ஸ்டவுனில் எதுவும் இருப்பதாகத் தெரியவந்தால் எனக்குத் தெரிவியுங்கள். முக்கியமாக, நான் சொல்லவந்தது என்னவென்றால், மீண்டும் சிகிச்சையகத்துக்கு வரத் தயாராக இருக்கிறேன் என்பதைத்தான்.'

'அது பேருதவியாக இருக்கும்.' பெவ் ஷா சொல்கிறாள்.

பில் ஷாவின் நண்பர் ஒருவரிடமிருந்து அரை டன் எடை தாங்கும் வண்டியை வாங்குகிறான், அதற்கு 1000 ராண்ட் பணமாகவும், 7000 ராண்ட் மாதக்கடைசித் தேதியிட்ட ஒரு காசோலையையும் கொடுக்கிறான்.

'இதை எதற்கு உபயோகப்படுத்தவிருக்கிறீர்கள்?'

'மிருகங்களுக்காக. நாய்கள்.'

'அவை குதித்துவிடாமல் இருப்பதற்காகக் கம்பியழிகள் போட வேண்டியிருக்கும். கம்பியழிகள் வைத்துத் தரக்கூடிய ஒருவரை எனக்குத் தெரியும்.'

'என்னுடைய நாய்கள் குதிக்காது.'

ஆவணங்களைப் பொறுத்தமட்டில் அந்தப் பாரவண்டிக்கு 12 வயது. ஆனால், அதன் எஞ்சின் சீராகவே ஒலிக்கிறது. எப்படியானாலும், அது ஒன்றும் காலத்துக்கும் நிலைத்திருக்க வேண்டியதில்லையே என்று இவன் சொல்லிக்கொள்கிறான். எதுவுமே காலத்துக்கும் நிலைத்திருக்க வேண்டியதில்லை.

க்ரோக்காட் மெயிலில் வந்த ஒரு விளம்பரத்தைத் தொடர்ந்து மருத்துவமனைக்கு அருகில் இருக்கும் ஒரு வீட்டில், ஓர் அறையை வாடகைக்கு எடுத்துக்கொள்கிறான். தன்னுடைய பெயரை லூரி என்று பதிகிறான். ஒரு மாத வாடகையை முன்பணமாகக் கொடுக்கிறான். வீட்டின் உரிமையாளப் பெண்மணியிடம் க்ரஹாம்ஸ்டவுனில் சிகிச்சைக்காக வந்திருப்பதாகத் தெரிவிக்கிறான். எதற்கான சிகிச்சையென்று சொல்கிறானில்லை. ஆனால், அது புற்றுநோய்க்கானது என்று அவள் நினைப்பது இவனுக்குத் தெரியும்.

பணத்தைத் தண்ணீராகச் செலவழிக்கிறான். எதற்காக என்றில்லாமல்.

ஒரு முகாம் கடையில் தண்ணீரைச் சூடேற்றும் உருளை, சிறிய எரிவாயு அடுப்பு, ஒரு அலுமினியச் சட்டி எல்லாம் வாங்குகிறான். அவற்றைச் சுமந்துகொண்டு அறைக்குச் செல்லும்போது படிகளில் வீட்டு உரிமையாளப் பெண்மணியைப் பார்க்கிறான். 'அறைகளில் சமைப்பதை நாங்கள் அனுமதிப்பதில்லை மிஸ்டர் லூரி. ஒருவேளை நெருப்பு பிடித்துவிடலாம் அல்லவா?' என்கிறாள்.

அறை இருளாய், அடைசலாய், அதீதமான அறைகலன்களோடும், மொத்தையான தரைவிரிப்போடும் இருக்கிறது. ஆனால், இவன் அதற்குப் பழகிக்கொள்வான், மற்ற எல்லாவற்றுக்கும் பழகிக்கொண்டதைப் போல.

அங்கே இன்னொருவரும் தங்கியிருக்கிறார், ஓய்வுபெற்ற பள்ளி ஆசிரியர். அவர்கள் காலையுணவின்போது முகமன் தெரிவித்துக் கொள்கிறார்கள், மிகுதிப்பொழுதில் பேசிக்கொள்வதில்லை. காலையுணவுக்குப் பிறகு இவன் சிகிச்சையகத்துக்குச் செல்கிறான், நாளை அங்கே கழிக்கிறான், ஒவ்வொரு நாளையும், ஞாயிறுகள் உட்பட.

தங்கு-விடுதியைவிட, சிகிச்சையகமே இவனுக்கு வீடாகிறது. கட்டடத்தின் பின்புறம், சுற்றுச்சுவருக்கு உட்பட்ட காலியிடத்தில் கூடுபோல ஓர் அமைப்பை உருவாக்கிக்கொள்கிறான்: ஷா தம்பதியிடமிருந்து பெற்றுக்கொண்ட மேஜை, கைவைத்த நாற்காலி, அவற்றோடு வெயிலிருந்து பாதுகாக்க கடற்கரைக் குடையொன்றையும் நிறுத்தி. தேநீர் தயாரிக்கவும், ஸ்பெகட்டி, வெங்காயமிட்ட ஸ்னோயெக் போன்ற டப்பா உணவுகளை சூடாக்கிக்கொள்ளவும் எரிவாயு அடுப்பை அங்கே கொண்டுவருகிறான். ஒரு நாளைக்கு இருமுறை விலங்குகளுக்கு உணவிடுகிறான்; அவற்றின் பட்டிகளைச் சுத்தப்படுத்துகிறான், மேலும் எப்போதாவது அவற்றிடம் பேசுகிறான்; மற்ற நேரங்களில் படிக்கிறான் அல்லது உறங்குகிறான் அல்லது தான் மட்டும் அங்கே தனியாக இருக்க வாய்க்கும்போது லூஸியின் பாஞ்சோவை எடுத்து தெரசா குச்சியோலிக்கான இசையை மீட்டுகிறான்.

அந்தக் குழந்தை பிறக்கும்வரை, இதுதான் இவனுடைய வாழ்க்கையாக இருக்கும்.

ஒருநாள் காலையில் காரைச் சுவற்றின் மீதிருந்து தன்னை உற்றுப்பார்த்துக் கொண்டிருக்கும் மூன்று சிறுவர்களின் முகங்களை நிமிர்ந்து பார்க்கிறான். இருக்கையிலிருந்து எழுகிறான், நாய்கள் குரைக்கத் தொடங்குகின்றன, சிறுவர்கள் கீழே குதித்து, கிளர்ச்சியுடன் குதூகலித்துப் புரண்டு, ஓடுகிறார்கள். வீட்டில் உள்ளவர்களுக்குச் சொல்ல எப்பேர்பட்ட ஒரு கதை: நாய்களுக்கு நடுவே அமர்ந்திருக்கும் பைத்தியக்காரக் கிழவனொருவன் தனக்குத்தானே பாடிக்கொண்டிருக்கும் கதை.

பைத்தியம்தான். தெரசாவும் அவளுடைய காதலனும் மீண்டும் இந்த உலகுக்குக் கொண்டுவரப்படத் தகுதியுள்ளவர்களாகும் அளவுக்கு என்ன செய்திருக்கிறார்கள் என்பதை அவனால் எப்படி விளக்க முடியும் அவர்களுக்கு, அவர்களுடைய பெற்றோருக்கு, டி வில்லேஜுக்கு?

ԾՏ

24

வெண்ணிற இரவு உடையில் தெரசா படுக்கையறை ஜன்னலருகே நிற்கிறாள். அவளுடைய விழிகள் மூடியிருக்கின்றன. இரவின் கடுமிருட்சாமம் அது; அவள் ஆழ்ந்து மூச்செடுக்கிறாள், காற்றின் சலசலப்பில் மிடாத்தவளைகளின் கிணுகிணுவொலியைச் சுவாசிக்கிறாள்.

அவள் பாடுகிறாள், *'இதன் பொருள் என்ன?'* குரல் ஒரு கிசுகிசுப்பின் அளவே எழுகிறது. *'இந்த மாபெரும் தனிமையின் பொருள் என்ன? நான்', நான் யார்?'* [39]

அமைதி. அந்த அடர்ந்த தனிமை, பதிலளிக்கவில்லை. மூலையிலிருக்கும் மூவிசைஞரும்கூட உறக்கத்தில் விழுந்தவர்களைப் போல அமைதியாய் இருக்கின்றனர்.

'வா!' அவள் கிசுகிசுக்கிறாள். 'என்னிடம் வா, என் அன்பே பைரன், இறைஞ்சுகிறேன்!' அவள் தன் கரங்களை விரியத்திறந்து இருளை அணைத்துக்கொண்டிருக்கிறாள், அது கொண்டுவருவதை அணைத்துக்கொண்டிருக்கிறாள்.

அவன் காற்றிலேறி வரவேண்டும் என்று விரும்புகிறாள், தன்னைச் சுற்றித் தழுவிக்கொள்ள வேண்டும் என்று, தன்னுடைய மார்புகளுக்கு இடையிலான பள்ளத்தினுள் அவனுடைய முகத்தைப் புதைத்துக்கொள்ள வேண்டும் என்று. இன்னொருபுறம், அவன் விடியலில் வந்துசேர வேண்டும் என்று விரும்புகிறாள், தொடுவானில் ஒரு சூரியக் கடவுளாகத் தோன்றி கதகதப்பின் ஜொலிப்பைத் தன் மீது பாய்ச்ச வேண்டும் என்று. எந்த வழியிலானாலும் அவன் தன்னிடம் திரும்பிவந்தாக வேண்டும் என்று விரும்புகிறாள்.

---

39 'Che vuol dir, che vuol dir questa solitudine immense? Ed io, che sono?' (Italian)

நாய் கூண்டுகள் இருக்கும் முற்றத்தில் தன்னுடைய மேஜையில் அமர்ந்தபடி இவன், இருளை எதிர்கொள்ளும் தெரசாவினுடைய மன்றாடலின் சுழலும் வளைவுகளை உற்றுக்கேட்கிறான். தெரசாவுக்கு இது மாதத்தின் மோசமான நேரம், அவள் நலிவுற்றிருக்கிறாள், சிறிது நேரம்கூட உறங்கியிருக்கவில்லை, ஏக்கத்தால் தளர்ந்திருக்கிறாள். வலியிலிருந்து, கோடை வெப்பத்திலிருந்து, கம்பா பண்ணைவீட்டிலிருந்து, அவளுடைய தந்தையின் கோபத்திலிருந்து, எல்லாவற்றிலிருந்தும் மீட்கப்பட விரும்புகிறாள்.

மாண்டலினை அது வைக்கப்பட்டிருக்கும் இருக்கையிலிருந்து எடுக்கிறாள். ஒரு குழந்தையென அதை நெஞ்சோடு அணைத்துக்கொண்டே ஜன்னலுக்கு மீள்கிறாள். *ப்ளிங் ப்ளங்க்*- மாண்டலின் அவள் கரங்களில் அவளுடைய தந்தையை எழுப்பிவிடாமல் மென்மையாக ஒலிக்கிறது. ஆப்ரிக்காவின் தனிமைப்பட்ட ஒரு முற்றத்திலிருந்து பாஞ்சோ கீச்சொலிக்கிறது, *ப்ளிங் ப்ளங்க்.*

சும்மா நேரம் போக்குவதற்காக என்று ரோஸலிந்திடம் இவன் சொல்லியிருந்தான். அது பொய். இசைநாடகக்கலை பொழுதுபோக்கல்ல, இனிமேல் அப்படியல்ல. அது இரவுபகலாக இவனை ஆட்கொள்கிறது.

இருந்தும், அபூர்வமான சில நல்ல தருணங்களைத் தவிர்த்து, உண்மையில் *இத்தாலியில் பைரன்* எங்குமே நகரவில்லை. எந்தச் செயல்பாடும் இல்லை, எந்த முன்னேற்றமும் இல்லை. நிகழ்வதெல்லாம் திரைமறைவிலிருந்து வெளிப்படும் பைரனின் முனகல் மற்றும் பெருமூச்சுகளால் அவ்வப்போது இடையீடு செய்யப்படுவதாகக் காற்றுவெளியில் தெரசா வீசும் நீண்டதொரு ராக சஞ்சாரம் மட்டும்தான். தெரசாவின் கணவனும் பைரனின் இன்னொரு ஆசைநாயகியும், அவர்களின் இருப்பே இல்லை என்பதுபோல, மறக்கப்பட்டுவிட்டார்கள். இவனுக்குள் இருந்த பாடல்வரிகளின் உந்துதல் மரணித்துவிடாமல் இருக்கலாம். ஆனால், தசாப்தக்கணக்கான பட்டினிக்குப் பிறகு அதனால் நொறுங்கியும் குறைவளர்ச்சியோடும் சிதைந்தும்தான் மேலே தவழ்ந்துவர முடிகிறது. *இத்தாலியில் பைரனை*, தொடக்கத்திலிருந்தே அது ஓடிக்கொண்டிருக்கும் சலிப்பான தடத்திலிருந்து விலக்கி உயர்த்துவதற்குரிய இசை மூலாதாரங்கள், சக்திக்கான மூலாதாரங்கள், இவனிடம் இல்லாமலிருக்கிறது.

உறக்கத்தில் நடக்கும் ஒருவன் எழுதியிருக்கக்கூடிய குறிப்புகளைப் போன்றதாகிவிட்டிருக்கிறது அது.

இவன் பெருமூச்செரிகிறான். ஒரு தனிப்போக்கு கொண்ட சிறு அரங்கயிசை நாடகத்தின் ஆசிரியனாக ஆரவாரத்தோடு சமூகத்துக்குள் திரும்பியிருந்தால் நன்றாக இருந்திருக்கும். ஆனால், அது நடக்காது. இவனுடைய எதிர்பார்ப்புகள் மிதமாக இருக்க வேண்டும்: அமரத்துவம் கொண்ட ஏக்கத்தின் முழுமையுற்றுத் தனித்துநிற்கும் இசைக்குறிப்பொன்று, ஒரு பறவையைப் போல, ஒலிக் கதம்பத்துக்கு அடியிலிருந்து எங்கோ துள்ளியெழும் என்று. அங்கீகாரத்தைப் பொறுத்தவரை, இவன் அதை எதிர்காலத்தின் ஞானவான்களிடம் விட்டுவிடுவான், அப்போதும் ஞானவான்கள் இருப்பார்கள் என்றால். ஏனென்றால், அது வருகிறபோது, அது வருமானால், இவனே அந்த இசைக்குறிப்பைக் கேட்க மாட்டான் - கலை குறித்தும், எதிர்பார்க்கவியலாத கலையின் பாதைகள் குறித்தும் அளவுக்கு அதிகமாகவே அறிந்துவைத்திருக்கிறான். என்றாலும், இந்த நிரூபணத்தை லூஸி அவளுடைய வாழ்நாளில் செவியுற நேர்ந்தால் நன்றாக இருக்கும், இவனைப் பற்றி அவள் கொஞ்சமாவது நல்லவிதமாக எண்ண வாய்க்கும்.

பாவம் தெரசா! வேதனையில் இருக்கும் பரிதாபமான பெண்! அவளை அவளுடைய மண்ணறையிலிருந்து திரும்ப வெளியில் கொண்டுவந்து, அவளுக்கு ஒரு புதிய வாழ்க்கைக்கான உறுதியையும் கொடுத்துவிட்டு, இப்போது அவளை ஏமாற்றிவிட்டான். அவளுடைய இதயத்தில் இவனை மன்னிப்பதற்கான கருணை இருக்கக் காண்பாள் என்று நம்புகிறான்.

காப்பரண்கொண்ட பட்டியில் உள்ள நாய்களுள் ஒன்றின் மீது இவன் ஒரு தனிப் பிரியத்தை உணர்ந்துவருகிறான். சிதைந்திருக்கும் இடது பின்னங்கால்களைத் தனக்குப் பின்னாலேயே இழுத்துக்கொண்டுபோகும் இளம் ஆண்நாய் அது. பிறப்பிலேயே அது அப்படித்தானா என்பதை இவன் அறிந்திருக்கிறானில்லை. வருகை தந்த யாருமே அதன் மீது விருப்பம் காட்டியதில்லை. அதற்கு விதிக்கப்பட்ட கருணைக்காலம் கிட்டத்தட்ட முடிவுக்கு வந்துவிட்டது; விரைவிலேயே அது ஊசி மருந்துக்குத் தன்னை ஒப்புக்கொடுக்க வேண்டியிருக்கும்.

சில சமயங்களில் இவன் வாசித்துக்கொண்டோ எழுதிக்கொண்டோ இருக்கும்போது, இவன் அதைப் பட்டியிலிருந்து வெளியில் விடுவித்து, அதற்கேயுரிய வேடிக்கையான வகையில் அது அந்த இடத்தைச் சுற்றிவர அனுமதிக்கிறான். அது எவ்வகையிலும் இவனுடையதாகிவிடவில்லை; மிகக் கவனமாக இவன் அதற்குப் பெயர் வைக்காமல் இருந்துகொள்கிறான் (பெவ் ஷா அதை *முக்காலி* என்று குறிப்பிட்டாலும்கூட); ஆனாலும், அதை நோக்கித் தன்னிடமிருந்து ஒரு பிரியம் தாராளமாகப் பாய்கிறதை இவன் உணர்ந்தே இருக்கிறான். இயல்பானதாக, நிபந்தனைகளற்று. இவன் தத்தெடுக்கப்பட்டிருக்கிறான். அந்த நாய் இவனுக்காக உயிரையும் விடும், இவனுக்குத் தெரியும்.

பாஞ்சோவின் ஒலியால் அந்த நாய் கவரப்பட்டிருக்கிறது. இவன் அதன் தந்திகளை நிரடும்போது அது எழுந்தமர்ந்து, தலையைத் திருப்பிச் செவிமெடுக்கிறது. இவன் தெரசாவின் வரிகளை முணுமுணுக்கும்போது, உணர்வெழுச்சியுடன் அந்த முணுமுணுப்பு அடர்வுறும்போது (அவனுடைய குரல்வளை தடிப்பதைப்போல: தொண்டையில்ரத்தம் மோதுவதை இவனால் உணர முடியும்) நாய் தன்னுடைய உதடுகளை ஈரப்படுத்திக்கொண்டு தானும் பாடுவதற்கு, ஊளையிடுவதற்குத் தயாராகிறது.

இவன் அதைச் செய்யத் துணிவானா: ஒரு நாயை அந்தக் காட்சிக்குள் கொண்டுவந்து, ஒருதலைக் காதலி தெரசாவின் முதற்பாடற்கூறினூடே விண்ணைத் தொடும் அதன் ஊளையை விடுவிக்க அனுமதிப்பானா? ஏன் கூடாது? நிச்சயமாக, என்றைக்குமே நிகழ்த்தப்படப்போகாத ஒரு நாடகத்தில் எல்லாமே அனுமதிக்கப்பட்டவைதான்.

சனிக்கிழமை காலைகளில், ஒப்பந்தந்தின்படி, இவன் லூஸிக்கு உதவ டான்க்கின் ஸ்கொயர் சந்தைக்கு அவளுடைய கடைக்குப் போகிறான். பின்னர், அவளை மதியவுணவுக்காக வெளியில் அழைத்துச் செல்கிறான்.

லூஸியின் அசைவுகளில் வேகம் குறைந்துவருகிறது. அவள் ஆர்ந்ததும், தனக்குள் அமிழ்ந்ததுமான ஒரு தோற்றம் கொள்ளத் தொடங்கியிருக்கிறாள். இன்னமும் அவளுடைய கர்ப்பம் அப்பட்டமாகத் தெரியவில்லை. ஆனால், அதனுடைய அறிகுறிகள் இவனுக்கே தெரியும்போது, கழுகுப்பார்வைகொண்ட,

க்ரஹாம்ஸ் டவுனின் பெண்மக்கள் அவற்றைக் கவனித்துவிட எத்தனைக் காலம் பிடிக்கப்போகிறது?

'பெட்ருஸ் எப்படி இருக்கிறான்?'

'அவனுடைய வீடு தயாராகிவிட்டது, கூரையையும் குழாய் பதிக்கும் வேலைகளையும் தவிர. அவர்கள் ஜாகை மாறிக்கொண்டிருக்கிறார்கள்.'

'அவர்களுடைய குழந்தை? பிறக்கும் நேரம் நெருங்கிவிட்டதல்லவா?'

'அடுத்த வாரம். எல்லாம் மிகச் சரியாகக் கூடிவருகிறது.'

'பெட்ருஸ் வேறு எதையும் சாடையாகக் குறிப்பிட்டானா?'

'புரியவில்லை?'

'உன்னைப் பற்றி. திட்டத்தில் உன்னுடையநிலை குறித்து?'

'இல்லை.'

'ஒருவேளை குழந்தை பிறந்ததும் எல்லாம் மாறிவிடுமோ என்னவோ' - இவனுடைய மகளின் உடலைக் காட்டி ஒரு மெல்லிய சங்கேதக் குறிப்பைச் செய்கிறான். 'எப்படியிருந்தாலும் அது இந்த மண்ணின் குழந்தையாகத்தானே இருக்கும். அவர்களால்மறுக்க முடியாது.'

அவர்களுக்கிடையில் நீண்ட மௌனம் நிலவுகிறது.

'நீ அவனை நேசிக்கத் தொடங்கிவிட்டாயா என்ன?'

இவனுடைய வார்த்தைகள்தான் என்றாலும், இவனுடைய வாயிலிருந்துதான் வந்தாலும், அவை இவனைத் திடுக்கிடச் செய்கின்றன.

'இந்தக் குழந்தையையா? இல்லை. அதற்குள்ளாகவா? ஆனால், நேசிப்பேன். அன்பு நிச்சயம் வளரும் - இந்த விஷயத்தில் இயற்கை அன்னையை உறுதியாக நம்பலாம். நல்ல தாயாக இருக்க வேண்டும் என்பதில் உறுதியாக இருக்கிறேன், டேவிட். ஒரு நல்ல தாயாகவும் நல்ல மனுஷியாகவும். நீங்களும் நல்ல மனிதராக இருக்க முயல வேண்டும்.'

'எனக்குக் காலம் கடந்துவிட்டதென்று நினைக்கிறேன். தண்டனைக் காலத்தைக் கழித்துக்கொண்டிருக்கும் கைதி நான். ஆனால், நீ தொடர்ந்துநட. உன் பாதையில் நீ சரியாகச் செல்கிறாய்.'

நல்ல மனிதனாதல். இருண்ட காலங்களின்போது எடுக்க அப்படியொன்றும் மோசமான உறுதிப்பாடு இல்லைதான்.

பேசிக்கொள்ளப்படாத ஒரு ஒப்பந்தத்தின்படி, இப்போதைக்கு, இவன் தன்னுடைய மகளின் பண்ணைக்கு வருகை புரிவதில்லை. அப்படியும், வார நாள் ஒன்றில் கெண்டன் சாலை வழியாகச் செல்கிறான், வளைவில் ட்ரக்கை நிறுத்திவிட்டு, மிகுதிதூரத்துக்கு நடக்கிறான், பாதையில் நடக்காமல், மரங்களுள்ள புல்வெளியினூடாக வேகமாக நடக்கிறான்.

மலைமுகட்டின் மீதிருந்து பார்க்கும்போது பண்ணை இவனுக்கு முன்னால் விரிகிறது: அந்தப் பழைய வீடு எப்போதும்போல வலுவானதாக, தொழுவங்கள், பெட்ருஸின் புதுவீடு, அந்தப் பழைய அணை அதில் சிறு புள்ளிகளாகக் கண்களுக்குத் தென்படுவதெல்லாம் வாத்துகளாக இருக்க வேண்டும், சற்றே பெரிய துகள்களாகத் தெரிபவை அந்தக் காட்டுவாத்துகளாக இருக்க வேண்டும், லூஸியைப் பார்க்க தொலைதூரத்திலிருந்து வருபவை.

தூரத்தில் பூம்பாத்திகள் பளீரென்று பிரகாசிக்கும் துண்டங்களாகத் தெரிகின்றன; அடர்ரோஜா, மென்சிகப்பு, சாம்பல்ஊதா. பூக்கும் பருவம். தேனீக்கள் அவற்றின் ஏழாம் சொர்க்கத்தில் இருக்கவேண்டும்.

பெட்ருஸ், அவன் மனைவி, அவர்கள் பின்னோடு ஓடித்திரியும் அந்தக் குள்ளநரிப்பயல் இவர்கள் யாரும் இருப்பதாகவே தெரியவில்லை. ஆனால், பூக்களுக்கிடையில் லூஸி வேலையாக இருக்கிறாள், குன்றிலிருந்து இறங்கும் பாதையில் நடக்கும் இவனால் அந்த புல்டாகையும் பார்க்க முடிகிறது, லூஸியின் அருகில் ஒரு இளமஞ்சள்நிறப் பட்டையாக.

வேலியை அடையும் இவன் நிற்கிறான். இவனுக்கு முதுகைக் காட்டி நின்றிருக்கும் லூஸி, இன்னமும் இவனைக் கவனிக்கவில்லை. மெந்நிறத்திலான ஒரு கோடை உடையை, புதைமிதிகளை, அகலமான நார்த்தொப்பியை அணிந்திருக்கிறாள். வெட்டவோ

கவாத்து செய்யவோ கட்டுவதற்காகவோ அவள் முன்பக்கமாகக் குனியும்போது, பால்போன்ற, நீலநரம்புகளோடிய சருமத்தை, முழங்காலின் பின்புறம் குழைந்த தசைநாண்களைப் பார்க்க முடிகிறது: ஒரு பெண்ணுடலின் ஆகக் குறைந்த அழகைக் கொண்டிருக்கும் பாகம், மிகக் குறைவாகவே வெளிப்படுவது, ஒருவேளை அதனாலேயே மிகுந்த பிரியத்துக்குள்ளாவதாகவும்.

லூஸி எழுகிறாள், நீட்டிநிமிர்கிறாள், மறுபடி குனிகிறாள். பண்ணை வேலை, உழவர் வேலை, தொன்மைமிக்கவை. இவனுடையமகள் ஓர் உழத்தி ஆகிக்கொண்டிருக்கிறாள்.

இவன் வந்திருப்பது இன்னமும் அவளுக்குத் தெரியவில்லை. காவல்நாய் என்ன செய்கிறது? காவல்நாயானது உறங்கிக்கொண்டிருப்பதாகத் தோன்றுகிறது.

ஆக: ஒரு காலத்தில் அவளுடைய தாயின் உடலில் வெறும் ஒரு சிறிய தலைப்பிரட்டையாக இருந்தவள், இதோ இன்றைக்குத் தன்னுடைய இருப்பில் திண்மையோடு, இவன் எப்போதும் இருந்ததைவிடவும் திண்மை கூடியவளாக இருக்கிறாள். அதிர்ஷ்டம் இருந்தால் அவள் நெடுங்காலம் நீடித்திருப்பாள், இவனைத்தாண்டியும் நெடுங்காலம். அதிர்ஷ்டம் இருந்தால், இவன் இறந்த பின்னும், அவள் பூம்பாத்திகளுக்கு நடுவில் அவளுடைய சாதாரண வேலைகளைச் செய்துகொண்டிருப்பாள். அதோடு அவளுக்குள்ளிருந்து இன்னொரு இருப்பை விளைவித்திருப்பாள், அதுவும் அதிர்ஷ்டத்தின் உதவியோடு அதேபோல் திண்ணியதாக, அதேபோல நீடித்திருப்பதாக இருக்கும். ஆகவே, அது தொடர்ந்து கொண்டிருக்கும், தலைமுறையின் வரிசை, அதில் இவனுடைய பங்களிப்பு மேலும்மேலும் குறைபட்டுக்கொண்டேபோகும், ஒரு கட்டத்தில் இரக்கமே இல்லாமல் அது மறக்கப்படும் வரையில்.

ஒரு பாட்டன். ஒரு ஜோசப். இப்படி யார்தான் கற்பனை செய்திருக்க முடியும்! எந்த அழகிய பெண்ணாவது ஒரு பாட்டனுடன் படுக்கைக்குச்செல்ல ஒப்புவாள் என்று இவன் இனி எதிர்பார்க்க முடியுமா? மென்மையாக அவள் பெயரைச் சொல்கிறான். 'லூஸி!'

அவளுக்கு அது கேட்கவில்லை.

ஒரு பாட்டனாக இருப்பது இவனுக்கு எதையெல்லாம் கட்டாயமாக்கும்? மற்றவர்களைவிடக் கடுமையாக முயன்றும் ஒரு தந்தையாக இவன் பெரிய வெற்றி பெற்றுவிடவில்லை. ஒரு பாட்டனாகவும் சராசரிக்கும் கீழாகத்தான் இருப்பானாக இருக்கும். முதியவர்களுக்கான நற்கூறுகள் இவனிடம் போதுமான அளவு இல்லை: உள்ளச்சமநிலை, பேரன்பு, பொறுமை. ஆனால், இந்த நற்பண்புகள் இவனிடம் வருவதற்கு சில கூறுகள் விடைபெற வேண்டியிருக்கலாம்: உதாரணத்துக்கு, மிகுகாமம் போன்றவை. பாட்டமையின் கவியான விக்டர் ஹ்யூகோவை மீண்டும் படிக்க வேண்டும். கற்றுக்கொள்ள அங்கே விஷயங்கள் இருக்கலாம்.

காற்று நிற்கிறது. ஒரு நொடி, காலத்துக்கும் இப்படியே தொடர்ந்திருக்க வேண்டும் என்று இவன் விரும்பும், ஒரு முழுமையான அசைவின்மை: அந்த மென்சூரியன், பின்மதியத்தின் இயக்கமின்மை, மலர்வயலில் சுற்றிக்கொண்டிருக்கும் தேனீக்கள், இப்படியொரு காட்சியின் மையமாக ஒரு இளம்பெண், என்றென்றைக்குமான பெண்மை[40], மென்கர்ப்பம் மற்றும் வெயிலுக்கான வைக்கோல் தொப்பியுடன். சார்ஜன்ட்,[41] பொன்னார்டு[42] களுக்காகவே அமைந்ததைப் போன்ற ஒரு ஆயத்தக் காட்சி. இவனைப் போன்ற நகரத்துச் சுள்ளான்களுக்காக; ஆனால், நகரத்துச் சுள்ளான்களாலும்கூட அழகைப் பார்க்கும்போது அதை உய்த்துணர முடியும், அவர்கள் மூச்சையும் கணநேரத்துக்கு நிறுத்தும் தருணத்தை அடைய முடியும்.

உண்மை என்னவென்றால், எவ்வளவுதான் வர்ட்ஸ்வர்த்தை வாசித்திருந்தாலுமே கிராமப்புற வாழ்க்கையை இவன் பொருட்படுத்திப் பார்த்ததில்லை. இவனுடைய விழிகள் எதையுமே பொருட்படுத்திப் பார்த்ததில்லை, அழகான பெண்களைத் தவிர; ஆனால், அது இவனை எங்கே கொண்டுவந்து நிறுத்தியிருக்கிறது? பார்வையைப் பயிற்றுவிக்கக் காலம் கடந்துவிட்டதோ?

தொண்டையைச் செருமிக்கொள்கிறான். இன்னும் கொஞ்சம் உரக்க, 'லூஸி' என்கிறான்.

---

40 Das ewig weibliche (German) 19-ஆம் நூற்றாண்டின் பெண்மை குறித்த ஒரு கருதுகோள்.
41 Sargent – அமெரிக்க ஓவியர்.
42 Bonnard – பிரெஞ்சு ஓவியர்.

மௌனம் கலைகிறது. லூஸி நிமிர்கிறாள், பாதி உடலைத் திருப்புகிறாள், புன்னகைக்கிறாள். 'ஹலோ' என்கிறாள். 'நீங்கள் அழைத்தது கேட்கவில்லை.'

கேட்டி தலையை உயர்த்தி, இவன் இருக்கும் திசை நோக்கி உற்றுப்பார்க்கிறது.

இவன் வேலியைத் தாண்டிக் குதிக்கிறான். கேட்டி மெல்ல இவனை அடைந்து, இவன் காலணிகளை முகர்கிறது.

'வண்டி எங்கே?' என்கிறாள் லூஸி. வேலையின் கடுமையால் சிவந்திருக்கிறாள், வெயிலால் கன்றியுமிருக்கிறாள். இப்போது பார்க்க ஆரோக்கியத்தின் முழுவுருவாய்த் தெரிகிறாள்.

'அதை நிறுத்திவிட்டு நடந்து வந்தேன்.'

'உள்ளே வந்து தேநீர் குடிக்கலாமே?'

இவன் ஏதோ விருந்தாளி என்பதுபோல அழைக்கிறாள். நல்லது. விருந்தாளியாதல், வருகைபுரிதல்; புதிய தொடர்புமுறை, புத்தாரம்பம்.

மறுபடியும் ஞாயிறு வந்துவிட்டது. இவனும் பெவ் ஷாவும் அவர்களுடைய இன்னொரு லோசங் அமர்வில் காரியமாக இருக்கிறார்கள். இவன் பூனைகளை ஒவ்வொன்றாகக் கொண்டுவருகிறான், பிறகு நாய்களையும்; வயதானவை, குருடானவை, இறுதிக் கட்டத்தவை, முடமானவை, குறைபட்டவை, அதே சமயம் இளையவை மற்றும் ஆரோக்கியமானவற்றையும் - கெடு நெருங்கிவிட்ட எல்லாவற்றையும். ஒவ்வொன்றையும் பெவ் தொடுகிறாள், பேசுகிறாள், ஆசுவாசப்படுத்துகிறாள், முடித்துவைக்கிறாள், பிறகு இவன் அவற்றின் சடலங்களை கறுப்பு நெகிழிச் சவப்பையிலிட்டுக் கட்டுவதைப் பார்க்கிறாள்.

இவனும் பெவ்வும் பேசுகிறார்களில்லை. இவன் அவளிடமிருந்து இப்போது கற்றுக்கொண்டுவிட்டான், அவர்கள் கொல்லும் மிருகத்துக்கு முழுகவனமும் கொடுக்க, இப்போது அதற்கான உண்மையான பெயரைச் சொல்ல இவன் அஞ்சாத ஒன்றை, அன்பை, கொடுக்க.

கடைசிப் பையையும் கட்டி அதை வாயிலுக்கு எடுத்துச்செல்கிறான். இருபத்திமூன்று. அந்த இளம்நாய் மட்டுமே மீதமிருக்கிறது, இசையை விரும்புகிற அந்த ஒன்று, ஒருவேளை சிறிய வாய்ப்பு கிடைத்தால்கூட அதன் தோழர்களின் பின்னால் துள்ளி, சிகிச்சையகத்துக்குள், துத்தநாகம் பூசப்பட்ட மேஜை வீற்றிருக்கும் அந்த அறுவை அரங்கினுள், அடர்ந்த கலப்பு மணங்களோடு, அது தன் வாழ்நாளில் இன்னமும் சந்தித்திராத அந்த ஒன்றின்: மரணத்தின், விடுபட்ட உயிரின் மெல்லிய மென்மையான, மணமும் இன்னமும் கவிந்திருக்கும், அந்த அறுவை அரங்கினுள், ஓடியிருக்கக்கூடியது.

அந்த நாயால் புரிந்துகொள்ள முடியவேபோகாத (அதுவும் ஞாயிறுகளால் ஆன ஒரு மாதத்தில் எப்படி! என்று இவன் எண்ணிக்கொள்கிறான்), அதனுடைய மூக்கு அதனிடம் சொல்லவே போகாத ஒன்று என்னவென்றால், அவ்வளவு சாதாரணமானதாகத் தோன்றும் அந்த அறைக்குள் நுழையும் ஒன்று எப்போதுமே திரும்பிவர முடியாமல் போவது எப்படி என்பதைத்தான். இந்த அறையில் ஏதோ நிகழ்கிறது, சொல்லத்தகாத ஏதோ ஒன்று: இங்கே உடலிலிருந்து உயிர் உருவப்படுகிறது; கணநேரம் அது அங்கே காற்றில் முறுக்கிக்கொண்டு, திமிர்ந்து மிதக்கிறது; பிறகு, அது உறிஞ்சப்பட்டு காணாமலாகிறது. இது அதற்குப் புரியவே போவதில்லை, இந்த அறை அறையல்ல, இருப்பிலிருந்து ஒரு உயிர் நழுவிச்செல்லும் துளை என்பது.

பெவ் ஷா ஒருமுறை சொன்னாள், இது ஒவ்வொரு முறையும் மேலும் கடினமாகிறது. கடினமாகவும், ஆனால் சுலபமாகவும்தான். கடினமான விஷயங்களுக்கு நாம் பழகிவிடுகிறோம், கடினமாக இருந்த ஒன்று இன்னமும் கடினப்பட்டுப் போவது குறித்து யாரும் ஆச்சரியப்படுவதில்லை. இவன் விரும்பினால் அந்த இளம்நாயைக் காப்பாற்றலாம், இன்னமும் ஒரு வாரத்துக்கு. ஆனால், அந்த நேரம் வந்தே தீரும், அதைத் தவிர்க்க முடியாது, அப்போது இவன் அதை பெவ் ஷாவின் அறுவை அரங்குக்குக் கொண்டுவந்தாக வேண்டும் (ஒருவேளை இவன் அதைத் தன் கைகளில் ஏந்திவரலாம், அதற்காக இவன் அதைச் செய்வானாயிருக்கும்) அதைக் கொஞ்சி, அதன் ரோமத்தைக் கோதி, ஊசி அதன் நரம்பை அடைவதைச் சுளுவாக்கலாம், வகையற்ற நிலையில் அதன் கால்கள் திருகிக்கொள்ளும்போது அதனிடம் தண்மையாய்ப்பேசி அதற்கு ஆறுதலளிக்கலாம்,

அதன்பிறகு உயிர் வெளியேறியதும், அதை மடக்கி, அதன் பையிலிட்டுக் கட்டி, மறுநாள் தீக்குள் தள்ளி, அது எரிவதை, எரிந்து முடிப்பதைக் கண்காணிக்கலாம். அதன் பொருட்டு, அதன் நேரம் வந்ததும் இவன் இதையெல்லாம் செய்வான். அது ஓரளவுக்குப் போதுமானதாக இருக்கும், ஓரளவுக்கு என்பதைவிடக் குறைவானது: ஒன்றுமே செய்யாதிருப்பது.

அறுவை அரங்கைத் தாண்டி நடக்கிறான். பெவ் ஷா கேட்கிறாள், 'அதுதான் கடைசியா?'

'இன்னமும் ஒன்று.'

கூண்டின் கதவைத் திறக்கிறான். 'வா' என்கிறான், குனிகிறான், கைகளை விரிக்கிறான். நாய், முடமான அதன் பின்பாகத்தை ஆட்டுகிறது, இவன் முகத்தை முகர்கிறது, கன்னங்களை நக்குகிறது, உதடுகளை, காதுகளையும். இவன் அதைத் தடுக்க ஏதும் செய்கிறானில்லை. 'வா.'

அதைத் தன் கரங்களில் ஒரு ஆட்டுக்குட்டியைப் போல ஏந்திக்கொண்டு அறுவை அரங்கை அடைகிறான். 'நீங்கள் அவனை இன்னும் ஒருவாரத்துக்குக் காப்பாற்றிவைப்பீர்கள் என்று நினைத்தேன்' என்கிறாள் பெவ் ஷா. 'அவனைக் கைவிடுகிறீர்களா?'

'ஆம், அவனைக் கைவிடுகிறேன்.'

௦